# இளையபெருமாள் வாழ்க்கைச் சரித்திரம்

பாலசிங்கம் இராஜேந்திரன்

நீலம்

# நீலம்

**இளையபெருமாள் வாழ்க்கைச் சரித்திரம்**

ஆசிரியர் : பாலசிங்கம் இராஜேந்திரன்
முதற்பதிப்பு : ஜனவரி 2023

**நீலம் பப்ளிகேஷன்ஸ்,**
முதல் தளம், திரு காம்ப்ளக்ஸ்,
மிடில்டன் தெரு, எழும்பூர், சென்னை - 600008.

அட்டை ஓவியம் : கோபிகிருஷ்ணன்
அட்டை வடிவமைப்பு : திலிப் சங்கரலிங்கம்
நூல் வடிவமைப்பு : நெகிழன்

விலை ரூ.300

**ILAIYAPERUMAL VAAZHKKAI SARITHIRAM**

Author : Balasingam Rajendran  © Balasingam Rajendran
First Edition : January 2022
Published by : NEELAM PUBLICATIONS,
1st floor, Thiru Complex, Middleton street,
Egmore, Chennai - 600008.
Sudarsan Graphics Pvt. Ltd., Chennai - 600041.

Email : editor@neelampublications.com
Mobile : +91 63698 25175

**INR : 300**
ISBN : 978-93-94591-11-0

Neelam Monthly Magazine & Subscription - www.theneelam.com
Neelam Online Store - www.neelambooks.com

### பாலசிங்கம் இராஜேந்திரன் (பி.1992)

கடலூர் மாவட்டம், சிதம்பரம் வட்டம், சி.தண்டேஸ்வர நல்லூர் ஊராட்சி, ஓமக்குளம் மேல்கரையைச் சேர்ந்த பாலசிங்கம் இராஜேந்திரன் அண்ணாமலைப் பல்கலைக்கழகத்தில் ஆங்கில மொழிப் பாடத்தில் M.Phil., பட்டம் பெற்றவர். அம்மக்களின் வரலாறு, அம்மக்களது சமூகத் தலைவர்களின் வரலாறு, அட்டவணைச் சமூக மக்களுக்கான அரசியல், பொருளாதாரம், பௌத்தம் ஏற்பு, சமூகச் சீர்திருத்தம் தொடர்பான கட்டுரைகளை எழுதிவருகிறார்.

தந்தை : ஜா.இராஜேந்திரன்

தாய் : இரா.ரேவதி

சகோதரர் : இரா.அருள்பிரகாசம்

*balasingam736@gmail.com*

## நன்றி

ஸ்டாலின் ராஜாங்கம் ○ துரை.ரவிக்குமார் ○ பா.இரஞ்சித் ○ வாசுகி பாஸ்கர் ○ இரா.வினோத் ○ அருள்முத்துக்குமரன்

வினோபா, கலியமூர்த்தி (காங்கிரஸ்), ஜோதிமணி, மகிழ்வாணன் (இந்திய மனித உரிமைக் கட்சி) ○ மகா.சுபாஷ்போஸ் தமிழ்நாடு பறையர் பேரவை மாநில ஒருங்கிணைப்பாளர் நரேந்திரன் பறையர், அம்பேத் தவமணி, ஆசிரியர் இராமமூர்த்தி, மகாலிங்கம், கலியபெருமாள், சரவணக்குமார், பறையர் குடியரசுக் கட்சி நிறுவனர் நாகராஜ், குணவதி மைந்தன், சக்கரவர்த்தி, ஸ்டாலின் தி, அய்யாச்சாமி, அரவிந்தன் இராமமூர்த்தி, பாவணன் (விசிக), ஆசிரியர் இராஜேந்திரன், தயாமலர், மருத்துவர் ரேணுகாதேவி, ஆசிரியர் அருண்மொழி, கோலார் தங்கவயல் இராஜேந்திரன், பாலை கார்த்தி, சுரேந்தர் சாக்யா, பெண்ணாடம் இராமலிங்கம், மேக. பிரவீன் (விசிக), இலக்கியன் சூணாம்பேடு, சாக்கிய சித்தார்த்தன், நட்சத்திரன் இராமலிங்கம், செல்லத்தமிழன் இராமலிங்கம், வெங்கடேஸ்வரன் சின்னையன், கோமுகன் மகாலிங்கம், தவச்செல்வன், பாரதிதாசன், மாசி பிரபு, ரகுவசந்தன், செந்தில்குமார், அருண்கோபிராஜ், இளையராஜா, முத்துபிரதீபன் சாக்யா, பீம்ராவ் சாக்யா, பொய்யாமொழி முருகன், தமிழ்ப் பௌத்த ஆய்வுப்பள்ளி நிறுவனர் ராஜேஷ்குமார், முத்துப்பாண்டி, அகல்யா அருள்முத்துக்குமரன், சந்தோஷ்குமார் வெய்யலூர், பிரபாகரன், ஆஷிக், செல்வ முத்துக்குமரன், பேரறிவாளன் என்கிற பிரபு (லேட்), கலையரசன், ஸ்மீட் அமைப்பின் நிறுவனர் ஜோதிமணி, அருள்ஜோதி, மோகன் நடராஜன், நாக சண்முகராஜன், ஆசியஜோதி, இளவரசன், இராஜதுரை, அன்பரசன், வினோத், சுரேஷ், ஹரிஹரன், அப்துல்,

இரவிச்சந்திரன் ○ இலஞ்சி அ.கண்ணன் ○ என் அம்மா இரா.ரேவதி ○ என் சகோதரன் அருள்பிரகாசம்

## சமர்ப்பணம்

சுவாமி சகஜானந்தாவின் சமூகப் பணிகளுக்கு ஆதரவாகச் சிதம்பரம் - ஓமக்குளம் பகுதியில் செயல்பட்டவர்களில் முக்கியமானவரான என் கொள்ளுத் தாத்தா கொட்டாப்புளி (எ) முத்துக்கிருஷ்ணன் பற்றிக் கூறிச் சமூக உணர்வுடன் என்னை வளர்த்த என் தந்தை ஜா.இராஜேந்திரன் அவர்களுக்குச் சமர்ப்பணம்.

அணிந்துரை

# வரலாற்றிற்குள் எல்.இளையபெருமாள்

தஞ்சை வட்டாரத்தின் தொடர்ச்சியிலமைந்த பகுதி சிதம்பரம். கடலூர் வட்டாரத்திற்கும் தஞ்சை வட்டாரத்திற்கும் இடையில் அமைந்திருக்கிறது. எனவே, இரண்டு பகுதிகளின் அடையாளங்களும் கலந்ததாகவும் இருக்கிறது. வரலாற்று நோக்கில் பார்த்தால் 'புகார், காஞ்சி, மதுரை' போன்று பழைய நகரமாகச் சிதம்பரம் பதிவாகவில்லை. நடராசர் கோயில் பற்றிய குறிப்புடன் சேர்ந்தே சிதம்பரம் பற்றிய தகவலை நாம் தெரிந்துகொள்கிறோம். எனவே, சிதம்பரம் ஏதோவொரு வகையில் வைதீகமயமாக்கத்தின் பின்புலத்தில் வைத்தே வரலாற்றில் பொருள் பெற்றிருக்கிறது.

வைதீக மதக் கதையாடலுக்கு இணையாகத் தீண்டாமை பற்றிய தொன்மத்தைக் கொண்டதாகவும் சிதம்பரம் இருக்கிறது. நந்தனார் என்னும் உருவகத்தை, தமிழக அளவிலான தீண்டாமைக்கான கருத்தாடலாக, சிதம்பரத்தை வைத்தே உருவாக்கியிருக்கிறார்கள். இந்த வைதீகக் கதையாடலுக்கும் இப்பகுதியில் உருவான / நிலவிய சாதி அமைப்புக்கும் நெருக்கமான தொடர்புண்டு. சிதம்பரம் நகரின் பழைமை குறித்த இத்தகைய சந்தேகம் இப்பகுதியில் மக்கள் வாழ்ந்திருக்கவில்லை என்று பொருளாகாது. நிலவுடைமையை அடிப்படையாகக் கொண்ட பகுதி என்றாலும் பெருவாரியான உழைக்கும் மக்கள் நிலம் பறிக்கப்பட்ட கூலிகளாகவே இருந்தார்கள். இவர்களிடையே தொடர்ந்து சாதி முரண்பாடுகள் நிலவி வந்தன/ வருகின்றன. இன்றுவரையிலும், இரயில் நிலையம், பல்கலைக்கழகம் தவிர்த்து நகரத்தின் நவீனக் குணாம்சங்கள் அதிகம் பரவாத பகுதி இது.

19ஆம் நூற்றாண்டின் மையப்பகுதியிலிருந்தே தலித்துகளிடையே நவீன அரசியல் முயற்சிகள் தொடங்கிவிட்டிருக்கின்றன. தலித்துகளுக்கான உரிமைகள் மட்டுமல்லாது சமூக அரசியல், பண்பாட்டு அடையாளங்கள் குறித்த விவாதங்களும் அக்கால முன்னோடிகளால் மேற்கொள்ளப்பட்டிருக்கின்றன. ஆனால், அவற்றுள் பெரும்பாலானவை சென்னையை மையமாகக் கொண்டு தமிழகத்தின் வட பகுதிகளிலேயும் இடம்பெயர்ந்து வெவ்வேறு புலங்களில் வாழ்ந்தவர்களிடையேயும்தாம் அழுத்தம் பெற்றிருந்தன.

அதேவேளையில் இத்தகைய செயற்பாடுகள், உருப்பெற்றுவந்த தேசிய - பிராந்திய அமைப்புகளையும் பாதித்து, அவர்களும் அதற்கேற்ப எதிர்கொள்ளல்களைக் கட்டமைத்துக்கொண்டனர்.

இந்நிலையில்தான் சென்னைக்குத் தெற்கே சற்றுத் தொலைவிலிருந்த கடலூர் தொடங்கி தஞ்சை வரையிலான பகுதிகளின் தலித் மேம்பாட்டு முயற்சிகள் என்னவாக இருந்தன என்று பார்க்க வேண்டியிருக்கிறது. சிதம்பரம் வட்டாரத்தைப் பொறுத்தவரையில் இருபதாம் நூற்றாண்டின் தொடக்கத்தில் சென்னையிலிருந்து கிளம்பிவந்த துறவி சகஜானந்தரின் பணிகள் முக்கியமாகின்றன. அவருடைய பணிகள் ஆன்மிக வரையறைக்குட்பட்டதாக இருந்தன. அன்றைய தேசிய இயக்கத்தாரின் ஆதரவும் அவருக்கு இருந்தது. சகஜானந்தரின் பணிகள் மரபான வடிவில் இருந்தாலும் அவற்றின் அடிநாதமாக நவீனக் கால மாற்றங்களும் கருத்தாக்கங்களும் இருந்தன என்பதை அவர் பணிகளை உற்று நோக்கும்போது புரிந்துகொள்ள முடியும். தீண்டப்படாத மக்களுக்குக் கல்வியளிப்பது மூலம் அவர்களைத் தீண்டாமை இழிவிலிருந்து மீட்டெடுக்க முடியும் என்று அவர் திடமாக நம்பினார். அதற்காக நந்தனாரையே ஓர் அடையாளமாக அவர் தேர்ந்துகொண்டார். இன்னும் சொல்லப்போனால் அவருடைய பயணம் சிதம்பரத்தை நோக்கி அமைந்ததற்குக் காரணமே நந்தனார் தொன்மம்தான். துறவியாக இருந்து கல்வி மையத்தை மட்டுமல்லாமல் அன்றைய நவீன அரசியல் அரங்குகளாக உருவாகிவந்த சட்டமன்ற அரங்குகளிலும் உறுப்பினராகப் பங்குபெற்றார் சகஜானந்தர். இவ்வாறு இருபதாம் நூற்றாண்டின் தொடக்கத்திலிருந்தே பிற வட்டார ஒடுக்கப்பட்டோர் அரசியலிலிருந்து சிதம்பரம் வட்டார அரசியல் வேறுபட்டிருந்தது. இந்தப் பின்னணியில்தான் பெரியவர் எல்.இளையபெருமாள் அவர்களின் பணிகளும் அமைந்தன.

சகஜானந்தரின் தொடர்ச்சியாகவே எல்.இளையபெருமாள் தம் பணிகளை வளர்த்தெடுத்துச் சென்றார். சிதம்பரம் உள்ளடங்கிய பழைய தென்னாற்காடு மாவட்டத்தில் வலுவாகவும் தமிழகத்தில் பரவலாகவும் இவர் பணிகள் அமைந்தன. 1924ஆம் ஆண்டு பிறந்த எல்.இளையபெருமாளின் செயற்பாடுகள் அறுபதாண்டுகளையும் தாண்டியவை. தேசிய அரசியலில் அறியப்பட்டிருந்தாலும் சிதம்பரம் வட்டாரத்தில் கிராமங்கள் தோறும் மக்களைப் பெயர் சொல்லி அழைக்கும் அளவுக்குத் தொடர்பு கொண்டிருந்தார் என்பது குறிப்பிடத்தக்கது. ஒவ்வொரு கிராமத்திலும் இவரைப் பற்றிச் சொல்வதற்கு அவர் காலத்தில் வாழ்ந்த மனிதர்களுக்கு நினைவுகள் இருந்தன. ஆனால் அவரைப் பற்றிச் சிறிதும் பெரிதுமான கட்டுரைகள், சிறு நூல்கள், மலர்கள், நேர்காணல்கள் தவிர்த்து ஆதாரப்பூர்வமான தகவல்களைக் கொண்ட விரிவான வாழ்க்கை வரலாற்று நூல் கிடையாது. இந்நிலையில் முதன்முதலில் விரிவான வரலாற்றுப் பதிவாக இந்நூலை எழுதியிருக்கிறார் பாலசிங்கம்.

எல்.இளையபெருமாள் பற்றிய வாழ்க்கை வரலாற்றுத் தகவல்களை வரிசைக்கிரமமாக அடுக்கிச் சொல்வதாக மட்டுமல்லாமல் அவர் செயல்பட்ட காலகட்டம், வட்டாரம், அவரின் தாக்கம், விளைவுகள் என்று பல்வேறு கண்ணிகளை இணைத்து விரிந்திருக்கிறது இந்நூல்.

பாலசிங்கம் எழுதியிருக்கும் முதல் நூலெனினும், தமிழகத் தலித் அரசியல் பற்றி அவருக்கிருக்கும் பார்வையும் புலமையும் இந்நூலை எழுத உதவியிருக்கின்றன. இந்நூல் எல்.இளையபெருமாள் அவர்கள் பற்றிய வாழ்க்கை வரலாற்றை மட்டுமல்லாது அவரை மையமாக வைத்து தலித் அரசியல் வரலாற்றையும் கூறியிருக்கிறது.

அரசியல் இயக்கத்திற்குள் சேர்ந்து போராடினாலும் போராடாவிட்டாலும் தலித் என்பவர் ஒடுக்குமுறையை ஏதோவொரு வகையில் சந்திப்பவராகவும் அதை எதிர்த்துப் போராடக் கூடியவராகவும் இருந்துவிடுகிறார். சில வேளைகளில் அடங்கிப் போகிறவராகவும் இருக்கலாம். ஆனால், ஒடுக்குமுறையும் உளவியல் நெருக்கடியும் நீடிக்கும். 1940களிலேயே இளையபெருமாளின் போராட்டங்கள் உருவாகிவிட்டிருந்தன. இராணுவத்தில் சேர்ந்து விரைவிலேயே அதிலிருந்து வெளியேறி, அரசியல் இயக்கம் என்ற முறையில் காங்கிரஸ் கட்சியில் இணைகிறார். 1952ஆம் ஆண்டு கடலூர் நாடாளுமன்ற உறுப்பினராகிறார்.

பொதுவாக அம்பேத்கரிய இயக்கங்கள் பரவாத பகுதிகளில் காங்கிரஸ் இயக்கம்தான் தலித்துகளிடையே அதிகமாக வேர் பிடித்திருந்திருக்கிறது. படித்த நகர்புறத் தலித்துகளிடையே தலித் இயக்கங்களும் திராவிடர் கழகம் போன்ற பிற அமைப்புகளும் செல்வாக்குப் பெற்றிருந்தன. கிராமப் பகுதிகள் வேறாக இருந்தன. தமிழ்நாட்டின் வடபகுதியைவிட தெற்கே நிறைய தலித்துகள் காங்கிரஸில் இருந்ததை இவ்வாறுதான் புரிந்துகொள்ள முடிகிறது.

எல்.இளையபெருமாள், காங்கிரஸிற்குள் ஒரு தலித் தலைவராகவும் - அவர்களின் பிரச்சினைகளுக்குத் தயக்கமில்லாமல் ஆதரவு காட்டுகிறவராகவும் இருக்க முடிந்தது என்பதே அவரது தனித்துவம். காங்கிரஸில் தலித்துகளுக்கான இந்த வெளி காந்தியின் அரிஜன சேவா சங்கத்தின் தொடர்ச்சியால் உருவாகியிருந்தது. தலித்துகளைக் கையாளுவதில் காங்கிரஸுக்குள் சுவாரஸ்யமான முரண் ஒன்றிருந்தது. சமூக ரீதியாக நிலவுடைமையாளர்களையும் அரசியல் ரீதியாகத் தலித்துகளையும் அரவணைப்பதாக அக்கட்சி இருந்தது. சுதந்திரத்திற்குப் பிறகு வந்த காங்கிரஸ் ஆட்சி அரிஜன முன்னேற்ற விழுமியங்களையும் தொடர வேண்டியிருந்தது. இந்த வாய்ப்பைத் தலித்துகளை நோக்கி இணக்கப்படுத்தியவர்களுள் எல்.இளையபெருமாள் முக்கியமானவர். அவருடைய காலத்திலும், பின்னரும் பல்வேறு தலித் ஆளுமைகள் காங்கிரஸுக்குள் செயல்பட்டிருந்தாலும் அவர்களை எல்.இளையபெருமாளுக்கு இணையாகக் கூற முடியாது.

எல்.இளையபெருமாள் அவர்களின் பணிகளை இரண்டு வகையாகப் பிரிக்கலாம். இரண்டும் ஒன்றோடொன்று தொடர்புடையது எனினும், அவரது பணிகளைப் புரிந்துகொள்வதற்கு இந்த வகைப்பாடு உதவலாம். ஒன்று அரசியல் தளம், மற்றொன்று சமூகத் தளம்.

காங்கிரஸுக்குள் செயல்பட்டமை, காங்கிரஸுக்கு வெளியே செயல்பட்டமை என்று அரசியல் தளத்தைப் பிரித்துக்கொள்ளலாம். காங்கிரஸில் சட்டமன்ற / நாடாளுமன்றப் பிரதிநிதியாக இருந்தமையும், அரசின் கமிட்டிகளில் இடம்பெற்றுச் செயல்பட்டமையும் குறிப்பிடத்தக்கது. பட்டியலின மக்களின் கல்வி, பொருளாதார நிலைகளைக் கண்டறிவதற்காகத் தேசிய அளவில் அமைக்கப்பட்ட கமிட்டியின்

தலைவராக நியமிக்கப்பட்டார் (**1965**). **1969**ஆம் ஆண்டு ஜனவரியில் கமிட்டி சார்பாக **431** பக்கங்கள் கொண்ட அறிக்கை சமர்ப்பிக்கப்பட்டது. இக்கமிட்டியின் முக்கியத்துவம் காங்கிரஸாலோ, தலித் இயக்கங்களாலோ போதுமான அளவு பேசப்படவில்லை. இங்கிருக்கும் பல்வேறு முற்போக்கு அடையாளங்களின் பார்வையில் எல்.இளையபெருமாளை எதிர்மறையாகவே சொல்ல முடியும். ஆனால், 'முற்போக்காளர்கள்' செய்ய முடியாத பல்வேறு விஷயங்களைத் தலித் நோக்கிலிருந்து எல்.இளையபெருமாள் செய்திருக்கிறார். இதன்படி இந்த முற்போக்கு அடையாளங்கள் யாருடைய நலனுக்கானவை என்பதையும் பரிசீலிக்க வேண்டியிருக்கிறது.

எல். இளையபெருமாள் போன்றவர்கள் செயற்பட்ட காலமும் இலக்காகக் கருதிய மக்களும் வேறு; பிற செயற்பாட்டாளர்களைவிடச் சவாலானது. அத்தகைய களத்தில் செயற்பட்டவர் அவர் என்பதைப் புரிந்துகொள்ள வேண்டும். தலித்துகள் அதிகாரமற்றவர்களாக இருப்பது ஒருபுறமென்றால், பிறரைச் சார்ந்து வாழ வேண்டிய ஏழைகளாக வைக்கப்பட்டிருந்தார்கள் என்பது மறுபுறம். அவர்களை ஒரே நேரத்தில் அரசு எந்திரத்தை எதிர்ப்பவர்களாகவும் சமூக அதிகாரத்தை எதிர்ப்பவர்களாகவும் வைப்பதன் எதிர்மறை விளைவுகளைப் புரிந்துகொண்டவர்களாகவே எல்.இளையபெருமாள் போன்ற முன்னோடிகள் செயற்பட்டனர் எனலாம். ஏதாவதொரு நிலையில் இம்மக்களுக்கான வாய்ப்பை உறுதிபடுத்திக்கொள்ள முயன்றார்கள். எல்.இளையபெருமாள் இத்தகைய நடைமுறைவாதி. பொதுவாகக் கருத்தியல் தளமும் செயற்பாட்டுத் தளமும் இணைந்ததாகவே அரசியல் தளத்தைப் புரிந்திருக்கிறோம். கருத்தியல் தளத்தில் பேசுபவர்களையே சாதகமாகப் பார்க்கிறோம்; இன்றைய வரலாறும் அவ்வாறே எழுதப்படுகிறது. ஆனால், கருத்தியல் ஆதரவாளர்களாகக் கருதப்பட்டவர்களை விட நடைமுறை சார்ந்து செயற்பட்டவர்களால் நடந்த நன்மைகளே தலித்துகளுக்கு அதிகமாக இருக்கின்றன. அடித்தள மக்கள் இயக்கங்களின் செயற்பாடுகள் வெளிப்படையாக மக்களுக்குப் புலப்படும் அளவுக்கு வலுப்பெற்றிருப்பதில்லை என்றாலும் இந்த எதார்த்தத்தையும் நாம் பார்க்க வேண்டியிருக்கிறது. கடலூர்ப் பகுதியில் திராவிடர் கழகத்திலும் திமுகவிலும் செயற்பட்ட எம்.ஆர்.கிருஷ்ணமூர்த்தி வன்னியர் சமூக அடையாளமாகவும், காங்கிரஸ்காரரான எல்.இளையபெருமாள் பறையர் சமூகப் பிரதிநிதியாகவும் அறியப்பட்டனர் என்பது குறிப்பிடத்தக்கது. எனவே கருத்தியல் தளமும் செயற்பாட்டுத் தளமும் இணைந்தவை என்ற பார்வையை 'மாறாத உண்மையாகக் கொள்ள வேண்டிய அவசியமில்லை' என்பதை இங்கு புரிந்துகொள்கிறோம். எந்த விசயமும் பகுதிக்கேற்பவும் நடைமுறைக்கேற்பவுமே அர்த்தப்படுகிறது.

எல்.இளையபெருமாள் கருத்தியல் சார்ந்து தன் பார்வைகளைச் சட்டகப் படுத்தவில்லை என்பது ஒரு குறையே எனினும் அவருக்குப் பார்வைக் கோணங்களே இருந்திருக்கவில்லை என்று கூற முடியாது.

வாய்ப்பிருந்த இடங்களில் தன்னுடைய கருத்தைச் சொல்லியிருப்பதோடு தன்னுடைய கோரிக்கையையும் நிறைவேற்றச் செய்துள்ளார். அவர் தலைமையிலான

கமிட்டி அறிக்கை, இந்து மதத்திற்கும் சாதி அமைப்புக்குமான உறவை முதல் அத்தியாயத்திலேயே குறிப்பிட்டுக் கடுமையாகச் சாடியிருக்கிறது. சமூகச் சீர்திருத்தத்திற்கு வழிவகுக்காத ஐந்தாண்டுத் திட்டங்கள் விமர்சிக்கப்பட்டிருக்கின்றன. காந்தி பிறந்த குஜராத் உட்பட இந்தியாவெங்கும் நிலவிய சாதியின் பல்வேறு வடிவங்களை அந்த அறிக்கை சுட்டிக்காட்டியிருக்கிறது. அதில் சொல்லப்பட்டிருக்கக் கூடிய பல்வேறு கூறுகள் அறிக்கையின் பெயரைச் சொல்லாமலே வெவ்வேறு வகைகளில் எடுத்தாளப்பட்டிருக்கின்றன. ஆனால், அந்த அறிக்கை முழுமையாக இதுவரையிலும் தமிழில் வெளிவரவில்லை. அவற்றின் முக்கியமான அம்சங்களை இந்நூல் எடுத்துக்காட்டியிருக்கிறது என்பது குறிப்பிடத்தக்கது. அதேபோல அவருடைய நாடாளுமன்ற - சட்டமன்ற உரைகள் தொகுக்கப்பட்டு அவற்றின் அடிப்படையிலேயும் அவரைப் பற்றிய மதிப்பீடு எழுதப்பட வேண்டும். பாலசிங்கம் எதிர்காலத்தில் அதையும் செய்வார் என்று நம்புகிறேன்.

அரசியல் தளம் சார்ந்து காங்கிரஸிலிருந்து வெளியேறிய பின்னால் அவர் அமைத்துக்கொண்ட பணிகளை அடுத்ததாகக் கூறலாம். தனிக் கட்சி தொடங்கியதோடு தமிழகத்திலிருந்து பிற தலித் தலைவர்களோடு இணைந்து கூட்டமைப்பை உருவாக்கிச் செயல்பட்டார். அத்தலைவர்கள் பெரும்பாலும் அம்பேத்கரிய இயக்கங்களை நடத்தி வந்தவர்களாவர். அந்தக் கூட்டமைப்பு சார்பாக மாநாடு, பேரணி, கோரிக்கைகள், அறிக்கைகள், தேர்தல் பங்கெடுப்புகள் ஆகியவை முன்னெடுக்கப்பட்டன. கூட்டமைப்பு சார்பாக 1989ஆம் ஆண்டு திமுகவோடு கூட்டணி என்று முதலில் முடிவானது. ஆனால், திமுகவில் செல்வாக்குப் பெற்றிருந்த வன்னியர் தலைவர்களின் அழுத்தத்தால் தொகுதிகளைத் தர மறுத்து ஆதரவு மட்டுமே தரக் கோரினர். அதிலிருந்து மாறி, தான் கை காட்டிய வேட்பாளரைக் காட்டுமன்னார்குடியில் வெற்றி பெற வைத்தார். 1991இல் அதிமுக கூட்டணியில் இரண்டு இடங்களில் அவர் கட்சி வெற்றி பெற்றது. இவ்வாறு 1990களின் மையப்பகுதி வரை சிதம்பரம் வட்டாரத்தில் செல்வாக்கோடு இருந்தார். விடுதலைச் சிறுத்தைகள் கட்சி தேர்தலில் போட்டியிடுவது என்று முடிவெடுத்தபோது (1999) சிதம்பரம் நாடாளுமன்றத் தொகுதியையே தொல்.திருமாவளவன் தேர்வு செய்தார். இரண்டு முறை நாடாளுமன்றத் தேர்தலில் சொற்ப வாக்கு வித்தியாசத்தில் அவர் வெற்றி வாய்ப்பை இழந்தாலும், சிதம்பரம் நாடாளுமன்றத் தொகுதிக்குட்பட்ட ஆறு சட்டமன்றத் தொகுதிகளில் காட்டுமன்னார்குடி சட்டமன்றத் தொகுதியில் மட்டும் ஆண்ட/ஆளுகிற கட்சியைத் தாண்டிய ஓட்டுகளை விடுதலைச் சிறுத்தைகள் கட்சி பெற்றிருந்தது என்பது குறிப்பிடத்தக்கது. இதனடிப்படையிலேயே 2006ஆம் ஆண்டு தேர்தலில் அக்கட்சி காட்டுமன்னார்குடியில் போட்டியிட்டு வெற்றி பெற்றது. 1990களில் புதிய தலைமுறையினரின் தலித் அரசியல் வருகையை எதிர்கொள்வதில் எல்.இளையபெருமாள் அவர்களுக்குச் சிக்கல் இருந்தது என்றாலும், இத்தலைமுறையினரின் வெற்றிக்கு இளையபெருமாள் போன்ற முந்தைய தலைமுறையினரின் பணிகளே அடித்தளமாக அமைந்தன என்பதில் மாற்றுக் கருத்தில்லை. காங்கிரஸிலிருந்த காலத்திலேயே காங்கிரஸுக்கு வெளியிலிருந்த தலித் அரசியல் தலைவர்களுடனும் செயல்பாடுகளுடனும் அவர் தொடர்பு

கொண்டிருந்தார். விடுதலைச் சிறுத்தைகள் கட்சியினரோடு அவர் நெருக்கம் கொண்டிருக்கவில்லையெனினும் 1998ஆம் ஆண்டு தமிழக அரசு சார்பாக அவருக்கு அம்பேத்கர் விருது வழங்கப்பட்டது. அம்மேடையிலேயே, அப்போது கைது செய்யப்பட்டிருந்த விடுதலைச் சிறுத்தைகள் இயக்க இளைஞர்களை விடுதலை செய்ய வேண்டும் என்பன போன்ற கோரிக்கைகளை அவர் எழுப்பினார்.

ஒடுக்கப்பட்ட மக்கள் மீது திணிக்கப்பட்டிருந்த சமூக இழிவுகளுக்கு எதிராகப் போராடியமையையும், தமிழக அளவில் சாதிய வன்முறைகளால் மக்கள் பாதிக்கப்பட்டபோது அவர்களை மீட்டெடுக்கச் செய்த முயற்சியையும் சமூகத்தளம் சார்ந்ததாகக் கூறலாம்.

காங்கிரஸில் சேர்ந்த தலித்துகள் பலரும் சமூகத் தளத்தைக் காட்டிலும் அரசியல் களத்தின் வழியேதான் அதிகமும் இயங்கியிருக்கிறார்கள். தங்களுடைய அதிகார வரம்புக்கு உட்பட்டே சமூக ரீதியிலான விசயங்களில் உதவினார்கள். ஆனால், எல்.இளையபெருமாள் அவர்களின் சமூக ரீதியான ஈடுபாடு அரசியல் தளத்தைத் தாண்டியதாக இருந்தது. குறிப்பாக, சமூக இழிவுகளுக்கெதிராகத் தொடர்ந்து போராடியதைப் பிற காங்கிரஸ் தலித் ஆளுமைகளோடு ஒப்பிடும்போது இவர் பங்களிப்பின் விஸ்தாரத்தைப் புரிந்துகொள்ளலாம். பாமகவான வன்னியர் சங்கத்தோடு அரசியல் கூட்டணியை ஏற்படுத்தியபோதும், தலித் மக்களின் உரிமை தொடர்பான நிபந்தனைகளோடுதாம் அவர் கூட்டணிக்கு ஒப்பினார். சாதி இந்துக்களுடன் ஏற்படும் அரசியல் கூட்டணி கூட அவர்களுக்கே அதிகம் சாதகமாக அமைவதை அவருடைய அனுபவத்திலிருந்து தெரிந்துகொள்கிறோம்.

பெரும்பாலும் காந்தியத்தின் தலித் அக்கறை என்பது சாதி இந்துக்களின் மனமாற்றம், அதன் வழியாகக் கிடைக்கும் உதவி ஆகியவற்றின் மூலம் தலித்துகள் மீது படிந்துள்ள அழுக்குகளைச் சுகாதாரம், கல்வி என்று சீர் செய்யும் அரசியலாகும். ஆனால், சாதி இந்துக்களிடம் மனமாற்றம் ஏற்படுத்துவதைச் சாதி இந்து காந்தியவாதி எளிமையாகச் செய்ய முடியும். அதை இச்சமூகம் ஏற்றுக்கொள்ளும். ஆனால், தலித்தாகப் பிறந்த காந்தியவாதிக்கு அதில் நிறைய சவால்கள் உண்டு. இந்த வகையில், காங்கிரஸ் இயக்கத்திலிருந்த எல்.இளையபெருமாள் அவர்களால் இப்பணிகளைச் செய்திருக்க முடியாது என்பது புரிந்துகொள்ள முடிகிறது.

தலித்துகளுக்குச் சட்டரீதியாக உறுதிப்படுத்தப்பட்டிருக்கும் வாய்ப்புகளை எந்த அளவிற்குப் பயன்படுத்த முடியுமோ அந்த அளவுக்குப் பயன்படுத்தித் தலித்துகள் மேம்பாட்டில் அக்கறை செலுத்தினார். இவ்விடத்தில் அவரிடம் அம்பேத்கரிய தன்மையையே பார்க்கிறோம். சாதி இந்துக்களின் பரிவு மூலம் தலித்துகளைச் சுகாதாரப்படுத்த முற்பட்ட காந்தியவாதிகள், தலித்துகள் மீது திணிக்கப்பட்டிருந்த இழிதொழில்களை மறுக்கும் போராட்டங்களை மேற்கொள்ளவில்லை. இதை அம்பேத்கரிய இயக்கங்கள் முன்னெடுத்திருந்தன, எல்.இளையபெருமாளும் முன்னெடுத்திருந்தார். காங்கிரஸ்காரரான இளையபெருமாளுக்கு இழிதொழில் மறுப்புப் போராட்டத் தாக்கம் எவ்வாறு / எங்கிருந்து வந்திருக்க முடியும் என்று பார்ப்பது அவரைப் புரிந்துகொள்ள உதவும். முன்பு இழிதொழில் மறுப்புப்

போராட்டம் செய்தவர்கள் அம்பேத்கரிய அமைப்பான ஆல் இந்தியா ஷெட்யூல்டு கேஸ்ட் பெடரேஷன் அமைப்புதான் (AISCF). அது கடலூர் மாவட்டம் வரை செல்வாக்குப் பெற்றிருந்தது. உரிமை ரத்தினம் போன்றவர்கள் கடலூர்ப் பகுதியில் பணியாற்றியிருக்கின்றனர்.

அன்றைக்குத் தமிழகத்தில் சாதி வன்முறைகள் எங்கு நடந்தாலும் உடனே செல்லக்கூடியவராகவும், தலையிடக்கூடியவராகவும் எல்.இளையபெருமாள் இருந்தார். முன்னாள் காங்கிரஸ்காரர், எம்எல்ஏ - எம்பியாக இருந்தவர் என்கிற முறையில் அதிகாரிகளிடமும் அரசியல்வாதிகளிடமும் பேசக் கூடியவராக இருந்தார். மேலும், குறிப்பிட்ட பிரச்சினையில் தலித் மக்கள் சார்பாக அடுத்தகட்ட நகர்வை முன்மொழிபவராகவும் இருந்தார். தீவிரமான அமைப்புகள் வெளியே போராடிக்கொண்டிருந்தாலும் உள்ளே அரசு எந்திரத்திடம் பேசக்கூடிய தரப்பாக இவர் மட்டுமே இருந்தார். அவற்றைப் பயன்படுத்தி இயன்ற அளவு சாதகமான விளைவுகளை ஏற்படுத்தினார்.

பெரியவர் எல்.இளையபெருமாள் பற்றிக் கூடுமானவரையில் தகவல்களைத் திரட்டி விரிவாக எழுதப்பட்ட முதல் நூல் இது. இளையபெருமாள் குறித்துச் சிறு நூல்கள், பிரசுரங்கள், மலர்கள், நேர்காணல்கள், செய்தித்தாள் குறிப்புகள் ஆங்காங்கே இருக்கின்றன என்றாலும் ஒன்றில் உள்ள தகவல் மற்றொன்றில் இருப்பதில்லை. முதலில் அவற்றிலுள்ள தகவல்களைத் திரட்டிக்கொண்ட நூலாசிரியர், கள ஆய்வு வழியாகவும் தகவல்களைத் திரட்டி இந்நூலை எழுதியிருக்கிறார். இந்த அம்சம் இதுவரையிலான நூல்களில் இல்லை. எல்.இளையபெருமாள் போல அன்றாட பிரச்சனைகள் சார்ந்து கிராம அளவில் செயல்பட்ட ஒருவருக்கு ஆவணங்களை விடவும் களநிலையில் வாய்மொழியாகக் கிடைக்கக்கூடிய தகவல்களே அதிகமிருக்க முடியும்; அதிகமிருக்கின்றன. அவரோடு செயற்பட்டவர்கள், அவரைப் பார்த்தறிந்தவர்கள், போராட்டங்களின் விளைவுகளை அறிந்தவர்கள் இப்போதும் இருக்கிறார்கள். அவர்களில் பலர் பெரிய படிப்போடும் அரசியல் அதிகாரத்தோடும் தொடர்பில்லாதவர்கள். ஆனால், அவர்களின் நினைவுகள் கள அரசியலோடு தொடர்புடையது. அவர்களின் நினைவுகள் இந்நூலில் திரட்டப்பட்டுள்ளன. இந்நூலை முன்மொழிவதற்கான முதல் தகுதியாக இதைக் கூறுவேன். இக்கள ஆய்வு இரண்டு வகையாக அமைந்திருக்கிறது. ஒன்று பிரசுரங்கள், அறிக்கைகள், கடிதங்கள் என்று எழுத்து சார்ந்து சேகரிக்கப்பட்டிருக்கிறது. இரண்டாவதாக, பெரியவர் எல்இபியோடு பழகியவர்கள், அவர் கட்சியிலும் போராட்டங்களிலும் பங்குபற்றியவர்கள் ஆகியோரைச் சந்தித்து விரிவான நேர்காணல்கள் எடுக்கப்பட்டிருக்கின்றன. இது வாய்மொழி வரலாறு. இந்த ஆய்வுப் பண்புதான் இந்நூலைத் தனித்துவப்படுத்தியிருக்கிறது. எல்லாவற்றையும் கொண்டுகூட்டி, சில தகவல்களைச் சரிப்படுத்தி - வேறு சில புதிய தகவல்களைக் கூறி விரிந்த பரப்பைக் கட்டமைத்திருக்கிறது இந்நூல்.

அரசாலும் தனியாராலும் பராமரிக்கப்படுகின்ற ஆவணக் காப்பகங்களாக இல்லாமல் வீடுகள், அலுவலகங்கள், தனிமனிதர்கள் சார்ந்து தரவுகள் சேகரமாகியிருக்கின்றன. அதேபோல சென்னை போன்று அதிகாரத்தோடு நேரடித்

தொடர்புடைய நவீன நகரங்களில் இல்லாமல் உள்ளடங்கிய சிறு நகரங்களிலும் கிராமங்களிலும் உள்ள 'வாழும் தரவுகள்' திரட்டப்பட்டுள்ளன. இன்றைய ஆவணக் காப்பகங்கள் நவீன அரசோடு தொடர்புடையவை. அதிலுள்ள தரவுகளும் ஆய்வு முறையும் நவீன அரசுகளின் மொழியால் ஆனவை. காலனிய நலனில் தொடங்கி இன்றுவரை தொடர்பவை. நவீனத்தின் மொழி 'எழுத்து'. எனவேதான் இவற்றிலுள்ளவை அங்கீகரிக்கப்பட்ட 'உண்மை'களாகக் கருதப்படுகின்றன. ஆனால், இத்தகைய எல்லைக்கு அப்பால் உள்ள உள்ளூர்ப் 'பேச்சு' தரவுகள் அங்கீகரிக்கப்படாமல் கிடக்கின்றன. இந்த உள்ளூர்ப் பேச்சு ஆவணங்கள் தனிக் குணம் கொண்டவை; வாழும் மனிதர்களோடும் அவர்தம் உணர்ச்சியோடும் தொடர்புடையவை; மாறி வரக்கூடியவை. தரவு மட்டுமல்லாது அவற்றைச் சொல்பவர் எவ்வாறு புரிந்திருக்கிறார், மக்கள் எவ்வாறு பொருள்படுத்திக்கொண்டிருக்கிறார்கள் என்கிற அனுபவங்களை அறிந்துகொள்ள முடிகிறது. ஆவணத்தின் உண்மை, பொய் என்பதைத் தாண்டி அவை நடைமுறையில் எவ்வாறு பொருள்படுகிறது என்பதையும், எத்தகைய தாக்கம் செலுத்தியிருக்கிறது என்பதையும் பார்க்க முடிகிறது. இவ்வாறுதான் இந்நூலுக்கான தரவுகள் சென்னைக்கு வெளியே சிதம்பரம், காட்டுமன்னார்குடி போன்ற ஊர்களைச் சுற்றிய கிராமங்களில் சேகரிக்கப்பட்டிருக்கின்றன.

அவரை விமர்சனப்பூர்வமாக மதிப்பிடுவது இந்நூலில் நடக்கவில்லை. அவரைப் பற்றிய முழுமையான முதல் வரலாற்று நூல் என்கிற முறையில் அவை விடுபட்டிருக்கலாம். ஆனால் எதிர்காலத்தில் தமிழகத் தலித் அரசியல் பற்றியும், எல்.இளையபெருமாள் பற்றியும் மதிப்பிடுபவர்களுக்கு இந்நூல் அடிப்படை ஆதாரமாக அமையும் என்பதில் எந்தச் சந்தேகமுமில்லை. இந்த நூலை எழுத பாலசிங்கம் பெரும் உழைப்பைச் செலுத்தியிருக்கிறார். அர்ப்பணிப்பு கொண்டவர். அவருக்கு என் வாழ்த்துகள், வாசகர்களுக்கு இந்நூலைப் பரிந்துரைக்கிறேன். நன்றி.

இங்ஙனம்
**ஸ்டாலின் ராஜாங்கம்**

## என்னுரை

LEP என்று இந்திய அரசியல் அரங்கில் முக்கிய ஆளுமையாக அறியப்பட்ட தலைவர் இளையபெருமாளின் சமூகப் பங்களிப்பு அளப்பரியது. காங்கிரஸின் முதுபெரும் தலைவர்களான காமராஜர், கிருஷ்ணமாச்சாரி போன்றோரால் அடையாளம் காணப்பட்டு, அவர்களின் வழிகாட்டுதலில் காங்கிரஸ் கட்சியில் இணைந்த இளையபெருமாள், தனது இளம் வயதிலேயே, 1951ஆம் ஆண்டு நடந்த பொதுத் தேர்தலில் கடலூர் நாடாளுமன்றத் தொகுதியில் போட்டியிட்டு வெற்றி பெற்றார்.

ஜவஹர்லால் நேரு, லால்பகதூர் சாஸ்திரி, இந்திராகாந்தி ஆகியோரின் நம்பிக்கையைப் பெற்று, அவர்களுடன் அரசியல் உறவையும் தாண்டி, தனிப்பட்ட நல்லுறவையும் கொண்டிருந்தார். காங்கிரஸில் இருந்துகொண்டே நாடாளுமன்றத்தில் அட்டவணைச் சமூகம் மற்றும் பழங்குடிச் சமூக மக்களின் குரலைத் தொடர்ந்து எதிரொலித்ததன் காரணமாக, வரலாற்றுச் சிறப்புமிக்க இளையபெருமாள் கமிட்டி அமைக்கப்படக் காரணமாக இருந்தார். இவர் தலைமையில் அமைக்கப்பட்ட அக்கமிட்டி கொடுத்த அறிக்கையின் பரிந்துரைகள் பல்வேறு காலகட்டங்களில் சட்டமாக்கப்பட்டதன் மூலம் இந்தியாவின் மத்திய, மாநில நிர்வாகங்களில் அட்டவணை / பழங்குடிச் சமூக மக்கள் தமக்கான உரிமையைப் பெற முடிந்தது. இவ்வகையில் இளையபெருமாளின் சமூகப் பங்களிப்பு காலத்தால் என்றும் நினைவுகூரத்தக்கதாக அமைந்துள்ளது.

55 ஆண்டுகாலத் திராவிட ஆட்சிகளில் அக்கட்சிகளைச் சேர்ந்த தனித்தொகுதி உறுப்பினர்களால், அக்கட்சிகளின் வரம்புகளுக்கு அப்பாற்பட்டு, சுதந்திரமான முறையில் அட்டவணைச் சமூகத்துக்காகச் செயல்பட முடிவதில்லை. ஆனால், காங்கிரஸில் செயல்பட்ட அட்டவணைச் சமூகத் தலைவர்களால், அவ்வாறான வரம்புகளை மீறிச் சமூக மக்களின் பிரச்சினைகளுக்காகச் சுதந்திரமாகக் குரல் கொடுக்க முடிந்தது. இதற்கு இளையபெருமாள் போன்ற பலரையும் உதாரணங்களாகக் காட்டலாம்.

காங்கிரஸில் இருந்தவாறே அட்டவணைச் சமூக மக்களின் சமூக, அரசியல், பொருளாதார உரிமைகளுக்காகப் போராடிய இளையபெருமாள், அட்டவணைச் சமூகங்களுக்குத் தனி அரசியல் இயக்கம் தேவை என்பதை 1980களிலேயே உணர்ந்து செயல்படத் தொடங்கினார். காங்கிரஸில் அவருக்கு அங்கீகாரமும் பிரதிநிதித்துவமும் கிடைத்திருந்தாலும், அட்டவணைச் சமூகம் குறித்த அவரது எதிர்பார்ப்புகளைக் காங்கிரஸ் முழுமையாகப் பூர்த்திசெய்யவில்லை என்பதனாலேயே அக்கட்சியிலிருந்து விலகினார். அதுதான் தமிழகத்தில் தலித் அரசியலின் தொடக்கமும் எழுச்சியுமாகும்.

இன்றைய கடலூர், விழுப்புரம், கள்ளக்குறிச்சி மாவட்டங்களை உள்ளடக்கிய ஒருங்கிணைந்த தென்னாற்காடு மாவட்டம் மற்றும் ஒருங்கிணைந்த தஞ்சை மாவட்டத்தின் பெரும்பாலான கிராம மக்களிடம் இளையபெருமாள் ஏற்படுத்திய தாக்கம் காலத்தால் அழியாதது. ஆனால், இன்றைய தலைமுறையிடம், அவர் ஒரு காங்கிரஸ்காரர், தேசிய கமிஷன் ஒன்றுக்குத் தலைவராக இருந்தவர் என்ற குறுகிய மதிப்பீடே உள்ளது. உண்மையில் கடந்த ஐம்பது, அறுபது ஆண்டுகளில் தமிழக அட்டவணைச் சமூகத்தில் நிகழ்ந்த அரசியல், சமூக மாற்றங்களுக்கு முதன்மையான வித்தாக இருந்தவர் இளையபெருமாள். அவரது சமூகப் பணிகள் இதுநாள்வரை முழுமையாகப் பதிவு செய்யப்படாத நிலையில், அத்தகைய வரலாற்று முயற்சிதான் இந்நூல்.

**பாலசிங்கம் இராஜேந்திரன்**

# பொருளடக்கம்

**அத்தியாயம் - 1**
தென்னாற்காடு மாவட்டம் : களமும் காலமும் — 19

**அத்தியாயம் - 2**
சுவாமி சகஜானந்தாவின் வருகையும் பணியும் — 20

**அத்தியாயம் - 3**
இளையபெருமாள் வருகை — 24

**அத்தியாயம் - 4**
இளையபெருமாள் சமூகத் தலைவராக உருப்பெறுதல் — 28

**அத்தியாயம் - 5**
காங்கிரஸ்காரராக இருந்த காலத்தில் இளையபெருமாளின் சமூகப் பணிகள் — 44

**அத்தியாயம் - 6**
காங்கிரஸும் இளையபெருமாளும் — 57

**அத்தியாயம் - 7**
வரலாற்றுச் சிறப்புமிக்க இளையபெருமாள் கமிட்டி அறிக்கை — 63

**அத்தியாயம் - 8**
இளையபெருமாள் தலைமையேற்று வழிநடத்திய இயக்கங்கள் — 91

**அத்தியாயம் - 9**
வன்கொடுமைகளுக்கு எதிரான போராட்டங்கள் (1980 - 2000) — 111

**அத்தியாயம் - 10**
பறையர் வன்னியர் உறவும் முரணும் — 126

**அத்தியாயம் - 11**
இராமதாஸ் பிழைக்கத் தெரிந்தவர் — 131

**அத்தியாயம் - 12**
மாநாட்டு நிகழ்வுகள் — 138

**அத்தியாயம் - 13**
அரசியல் தலைவர்களுடனான உறவும் முரணும் — 149

**அத்தியாயம் - 14**
பிற முக்கிய நிகழ்வுகள் — 170

**அத்தியாயம் - 15**
இளையபெருமாள் மரணமும் சிலை திறப்பும் — 177

பயன்பட்ட ஆவணங்கள் — 182

அத்தியாயம் - 1

# தென்னாற்காடு மாவட்டம்: களமும் காலமும்

இன்று கடலூர், விழுப்புரம், கள்ளக்குறிச்சி எனத் தனித்தனியாக உள்ள மாவட்டங்கள், 1993ஆம் ஆண்டுக்கு முன்புவரை ஒருங்கிணைந்த தென்னாற்காடு மாவட்டத்தின் பகுதிகளாக இருந்தன. 1993ஆம் ஆண்டில்தான் கடலூரைத் தலைநகராகக்கொண்டிருந்த ஒருங்கிணைந்த தென்னாற்காடு மாவட்டத்திலிருந்து விழுப்புரத்தைப் பிரித்து, தனி மாவட்டம் உருவாக்கப்பட்டது. பின்பு, 2020-ஆம் ஆண்டில் விழுப்புரத்திலிருந்து பிரித்து கள்ளக்குறிச்சி மாவட்டம் உருவாக்கப்பட்டது. இம்மாவட்டங்களில் வாழ்ந்துவரும் பறையர்கள், வன்னியர்களின் எண்ணிக்கை, மொத்த மக்கட்தொகையில் ஏறத்தாழ 65% ஆகும். இஸ்லாமியர், பிள்ளை, உடையார், பிராமணர்கள், செட்டியார், ரெட்டியார், முதலியார் உள்ளிட்ட சமூகங்களின் எண்ணிக்கை மொத்த மக்கட்தொகையில் 35 சதவீதமாக உள்ளது.

1900-களில் இப்பகுதிகளில் நிலவுடைமையாளர்களாக இருந்தவர்களுள் பெரும்பான்மையினர் பிள்ளை சமூகத்தவரே ஆவர். செட்டியார், ரெட்டியார் ஆகிய சமூகங்களைச் சேர்ந்தவர்களும் குறிப்பிடத்தக்க அளவில் நிலவுடைமையாளர்களாக இருந்தனர். பிள்ளை சமூகத்தவரிடம்தான் பறையர்களும் வன்னியர்களும் விவசாயக் கூலிகளாக இருந்தனர்.

சிதம்பரம், காட்டுமன்னார்குடி பகுதிகளைப் பொறுத்தவரை, விதிவிலக்காக ஆங்காங்கே ஒருசில பறையர்களிடமும் வன்னியர்களிடமும், சுதந்திரத்துக்கு முன்பே, குறிப்பிடத்தக்க அளவில் நிலம் இருந்தது. சுதந்திரத்திற்குப் பிறகு சிதம்பரம், காட்டுமன்னார்குடி பகுதிகளில் அட்டவணைச் சமூகத் தலைவர்களின் சமூகப் பணியின் காரணமாக, அம்மக்கள் கல்வியில் முன்னேற்றமடைந்தனர். இதற்கு அடிப்படைக் காரணியாக இருந்தவர் சுவாமி சகஜானந்தா. சுதந்திரத்துக்குப் பிறகு உழுபவனுக்கே நிலம் சொந்தம் என்ற அடிப்படையில், நிலவுடைமையாளர்களிடம் குத்தகை விவசாயம் செய்துவந்த பறையர்களுக்குத் தாம் உழவு செய்துவந்த நிலத்தில் மூன்றில் ஒருபங்கு நிலம் உழவடைப் பாத்தியமாக வழங்க வேண்டிய நிலச்சீர்திருத்தம் கொண்டுவரப்பட்டது. எனினும், இந்நிலப் பரிமாற்றத்தின்போது நிலவுடைமையாளர்கள் பெரும்பான்மையான பறையர்களிடம் தந்திரமாகக் கையொப்பம் வாங்கித் தாம் கொடுக்க வேண்டிய உழவடைப் பாத்தியத்தைத் தராமல் ஏமாற்றினர். அதேவேளையில், குறிப்பிடத்தக்க எண்ணிக்கையிலான பறையர்கள் சுயமாகப் பொருள் ஈட்டிச் சொற்ப அளவிலான நிலங்களைச் சொந்தமாகக்கொண்டிருந்தனர்.

அத்தியாயம் - 2

# சுவாமி சகஜானந்தாவின் வருகையும் பணியும்

திருவண்ணாமலை மாவட்டம், ஆரணி அருகே மேல்புதுப்பாக்கம் எனும் கிராமத்தில் 1890ஆம் ஆண்டில் பிறந்த சகஜானந்தா, ஆன்மிக நாட்டம் காரணமாகக் கரபாத்திர சுவாமிகளைத் தனது மானசீகக் குருவாகக் கருதிவந்தார். ஆங்கிலம், சமஸ்கிருதம் ஆகிய மொழிகளில் புலமை பெற்றிருந்த சுவாமி சகஜானந்தா, தனது 20ஆம் வயதில் மெட்ராஸ் உயர்நீதி மன்ற நீதிபதி ஒருவரிடம் உதவியாளராகப் பணியாற்றிய சமயத்தில், தென்னாற்காடு மாவட்டம், சிதம்பரம் வட்டம், பின்னத்தூர் கிராமத்தைச் சேர்ந்த பறையர் சமூக முன்னோடிகளுக்கு அவரைச் சந்திக்கும் வாய்ப்பு கிடைத்தது.

1910களில் சிதம்பரம் வட்டாரம் காட்டுமன்னார்குடி சட்டமன்றத் தொகுதிக்கு உட்பட்டிருந்தது. இவ்வட்டாரம் முழுவதுமே அட்டவணைச் சமூக மக்கள் விவசாயக் கூலிகளாகவும் கொடூரமான சாதிய இழிவுகளுக்கு ஆட்பட்டவர்களாகவும் இருந்தனர்; கல்வியறிவிலும் மிகவும் பின்தங்கியே இருந்தனர்.

இச்சூழலில்தான் 1910ஆம் ஆண்டு பிற்பகுதியில் சிதம்பரம் வட்டம், பின்னத்தூர் கிராமத்தைச் சேர்ந்த பறையர் சமூகத்தவர்கள் சுவாமி சகஜானந்தாவை அழைத்துவந்து தமது கிராமத்தில் தங்க வைத்தனர். இந்த கிராமத்திலிருந்துதான் சுவாமி சகஜானந்தா தன்னுடைய கல்விச் சேவை பயணத்தைத் தொடங்கினார்.

அதன் அடையாளமான நந்தனார் கல்விக் கழகத்திற்கு 1916இல் மெட்ராஸ் உயர் நீதிமன்ற நீதிபதியாக இருந்த சதாசிவம் அய்யர் அவர்களால் அடிக்கல் நாட்டப்பட்டது. இக்கல்விக் கழகத்திற்கு ஓமக்குளம் பெரியவர்களும் சிதம்பரம் வட்டாரக் கிராமங்களைச் சேர்ந்த அட்டவணைச் சமூக மக்களும் ஆதரவளித்தனர். நந்தனார் கல்விக் கழகம் ஆரம்பிக்கப்படுவதற்கு முன் சிதம்பரத்தில் நடந்துவந்த பச்சையப்பன் பள்ளி, செட்டியார் பள்ளி ஆகியவற்றில் பறையர்களைச் சேர்த்துக்கொள்ளாத தீண்டாமைக் கடைப்பிடிக்கப்பட்டது. இந்நிலையில் சுவாமி சகஜானந்தாவின் நந்தனார் பள்ளியே அட்டவணைச் சமூக மக்களின் கல்வி வாய்ப்பிற்கான திறவுகோலாக அமைந்தது.

நந்தனார் கல்விக் கழகம் வலுவடைந்த நிலையில், ஓமக்குளம் கிராமத்தைச் சேர்ந்த மாரிமுத்து என்பவரை ஆசிரியராகக்கொண்டு இரட்டை இலக்க எண்ணிக்கையிலான மாணவர்களுக்குக் கல்வி போதிக்கும் வகையில் 1920இல் திண்ணைப்பள்ளி ஏற்படுத்தப்பட்டது. தன் சமூக மக்களின் வறுமை, சமூக ஒடுக்குமுறை போன்ற தடைகளையெல்லாம் உணர்ந்திருந்த சுவாமி சகஜானந்தா சிதம்பரம், காட்டுமன்னார்குடி, புவனகிரி வட்டாரக் கிராமங்களிலுள்ள அட்டவணைச் சமூகத்தவர்களிடம் கல்வியின் முக்கியத்துவத்தை எடுத்துக் கூறி, அவர்களின் பிள்ளைகளைத் தனது பள்ளியில் சேர்க்கும்படி கேட்டுக்கொண்டார். அட்டவணைச் சமூகத்துப் பிள்ளைகளைப் பள்ளிக்கு வரவைக்கும் நோக்கிலேயே நந்தனார் கல்விக் கழகத்தை உண்டு உறைவிடப் பள்ளியாகவும் மாற்றினார். இதனால் அடுத்த பத்தாண்டுகளிலேயே பல நூறு மாணவர்கள் கல்வி பயிலும் நிலையை நந்தனார் பள்ளி எட்டியது.

1923ஆம் ஆண்டில் அன்றைய ராஜாஜி அரசு நந்தனார் கல்விக் கழகத்திற்குச் சிதம்பரம் வட்டம், காட்டுமன்னார்குடி அருகே 56 ஏக்கர் நிலம் வழங்கியதோடு நில்லாமல், மேற்கொண்டு சேத்தியாதோப்பு அருகே 28 ஏக்கர் நிலமும் வழங்கியது. இதோடு சிதம்பரம், காட்டுமன்னார்குடி வட்டாரப் பகுதிகளில் பறையர் சமூகத்தைச் சேர்ந்த நிலவுடமையாளர்கள் சிலர், தமது விளைச்சலில் பெரும்பகுதியை நந்தனார் உண்டு-உறைவிடப் பள்ளிக்கே கொடுத்துவந்தனர். இவையனைத்தும் நந்தனார் கல்விக் கழகம் செழித்து வளரக் காரணமாக அமைந்தன.

1930களிலேயே தொடக்கப்பள்ளி, நடுநிலைப்பள்ளி, உயர்நிலைப்பள்ளி எனப் பெரிய வளர்ச்சியை எட்டிய நந்தனார் கல்விக் கழகம், இரு பாலருக்கும் தனித்தனியே உண்டு உறைவிடப் பள்ளியைத் தொடங்கி நடத்திவந்தது குறிப்படத்தக்க சிறப்பம்சமாகும்.

### I.ஓமக்குளம் நீர் எடுக்கும் போராட்டம் - 1917

சுவாமி சகஜானந்தா அட்டவணைச் சமூக மக்களுக்குக் கல்வி போதிக்கும் பணியோடு, அம்மக்களின் சமூக உரிமைகளுக்காகவும் பல்வேறு போராட்டங்களை முன்னெடுத்து வந்தார். அவற்றுள் ஓமக்குளம் நீர் எடுக்கும் போராட்டம் குறிப்பிடத்தக்க ஒன்றாகும்.

நந்தன் அக்னியில் இறங்கியதாகக் கூறப்படும் சிதம்பரம் - ஓமக்குளத்தில் அட்டவணைச் சமூகத்தவர்கள் நுழையவும் நீர் எடுக்கவும் தடைவிதிக்கப்பட்டிருந்தது. இத்தடையை அன்றைய சிதம்பரம் நகர உள்ளூர் நிர்வாகமும் நடைமுறைப்படுத்தி வந்தது.

1917ஆம் ஆண்டில் இத்தடைக்கு எதிரான பிரச்சாரத்தை அப்பகுதி அட்டவணைச் சமூக மக்களிடம் கொண்டு சென்றார் சுவாமி சகஜானந்தா. விளைவாக, ஓமக்குளம் குளக்கரையில் நுழைந்து நீர் எடுக்கும் போராட்டத்தை முன்னெடுத்தார். இப்போராட்டத்தையடுத்து அன்றைய மெட்ராஸ் மாகாண அரசு, சுவாமி சகஜானந்தா மீது வழக்குத் தொடுத்தது. எனினும், சுவாமி சகஜானந்தாவின் தொடர்ப் போராட்டங்களின் விளைவாக ஓமக்குளத்தில் அட்டவணைச் சமூக மக்கள் நுழையவும் நீர் எடுக்கவும் வழிபிறந்தது. மேலும், இப்போராட்டம் அன்றைய மதராஸ் மாகாணம் முழுவதும் மிகப்பெரிய தாக்கத்தை ஏற்படுத்தியது. இதன் விளைவாகவே, தமிழகச் சட்டசபையில் 22.08.1924 அன்று தாத்தா இரட்டைமலை சீனிவாசன் அவர்களால் அட்டவணைச் சமூக மக்கள் பொது இடங்களைப் பயன்படுத்துவதை அனுமதிக்கும் தீர்மானம் கொண்டுவரப்பட்டு நிறைவேற்றப்பட்டது. இதன்மூலம் அட்டவணைச் சமூக மக்கள் பொதுத் தெருக்களில் நடக்கவும், பொதுக்கிணறு, குளங்கள் மற்றும் பொது அலுவலகங்களைப் பயன்படுத்தவதற்குமான உரிமைச் சட்டப்பூர்வமாக நிலைநாட்டப்பட்டது.

திருக்கோவிலூர் நாடாளுமன்ற உறுப்பினராக இருந்த இளையபெருமாள் தலைமையில் 1965ஆம் ஆண்டு கேபினெட் அந்தஸ்துடன் அமைக்கப்பட்ட தீண்டாமை ஒழிப்பு கமிட்டி இந்திய அரசிற்கு அளித்த அறிக்கையில் ஓமக்குளம் போராட்டம் ஆவணப்படுத்தப்பட்டுள்ளது. அறிக்கையின் முதல் பத்தியிலேயே இந்தியாவில் அட்டவணைச் சமூக மக்கள் நடத்திய முதல் சமூக உரிமைப் போராட்டமாக ஓமக்குளம் போராட்டத்தைக் குறிப்பிட்டுள்ளார் இளையபெருமாள். இரண்டாவதாக, பாபாசாகேப் அம்பேத்கர் 1928ஆம் ஆண்டு மகத் குளத்தில் நடத்திய நீர் எடுக்கும் போராட்டத்தை ஆவணப்படுத்தியுள்ளார்.

பொதுவாக சுவாமி சகஜானந்தா முழுமையான காங்கிரஸ்காரராகவே அறியப்படுகிறார். ஆனால், அது உண்மையல்ல. சுவாமி சகஜானந்தா நீதிக் கட்சியில் சிறிது காலமும் மதராஸ் ஷெட்யூல்டு கேஸ்ட் பெடரேஷன் அமைப்பில் பல ஆண்டுகளும் பணியாற்றியுள்ளார். நீதிக் கட்சியோடு முரண்பட்டு தாத்தா ரெட்டைமலை சீனிவாசன், பெருந்தலைவர் எம்.சி.ராஜா, தந்தை சிவராஜ் ஆகியோரால் 1927ஆம் ஆண்டு ஆரம்பிக்கப்பட்டதுதான் மதராஸ் ஷெட்யூல்டு கேஸ்ட் பெடரேஷன் அமைப்பு. தந்தை சிவராஜ், தாத்தா ரெட்டைமலை சீனிவாசன் ஆகியோருடன் ஆன்மிகரீதியாக மாறுபட்ட நிலை கொண்டிருந்தாலும், மதராஸ் ஷெட்யூல்டு கேஸ்ட் பெடரேஷன் ஆரம்பிக்கப்பட்டத்திலிருந்தே அதனுடன் இணைந்து செயல்பட்டார் சுவாமி சகஜானந்தா. 1931ஆம் ஆண்டு சேலத்தில் ஷெட்யூல்டு கேஸ்ட் பெடரேஷன் மாநாடு நடந்தபொழுது தாத்தா ரெட்டைமலை சீனிவாசன் தலைவராகவும் சுவாமி சகஜானந்தா துணைத் தலைவர்களுள் ஒருவராகவும் இருந்தனர் என்பதை ஆவணம் மூலமாக அறிய இயலும்.

மதராஸ் ஷெட்யூல்டு கேஸ்ட் பெடரேஷன் அமைப்பு தொடங்கப்படுவதற்கு முன்பாக அன்றைய மதராஸ் மாகாணத்தில் இயங்கிவந்த 26 ஆதிதிராவிடச் சங்கங்களின் சார்பாக சுவாமி சகஜானந்தா 1926ஆம் ஆண்டு மதராஸ் மாகாண மேல்சபைக்கு எம்.எல்.சியாகத் தேர்ந்தெடுக்கப்பட்டார். 1936ஆம் ஆண்டில் ஷெட்யூல்டு கேஸ்ட் பெடரேஷன் சார்பில் மீண்டும் எம்.எல்.சியாகத் தேர்ந்தெடுக்கப்பட்டார். 1937ஆம் ஆண்டில் மீண்டும் ஆட்சியைப் பிடித்த காங்கிரஸ் கட்சி, சுவாமி சகஜானந்தாவின் கோரிக்கைகளை ஏற்க முன்வந்ததால், காங்கிரஸுடன் பயணமானார். அதேசமயத்தில், அட்டவணைச் சமூகத்தின் தனித்த அரசியல் அமைப்பிலும் தீர்க்கமாகச் செயல்பட்டார் சுவாமி சகஜானந்தா.

ஆன்மிகத்தில் நம்பிக்கை கொண்டிருந்தவர் என்றாலும், தீண்டத்தகாதவர்கள், பிற்படுத்தப்பட்டவர்களின் கோயில் நுழைவுப் போராட்டத்தை ஆதரித்தார். 1939ஆம் ஆண்டு சென்னை மாகாண அரசு ஆலய நுழைவுச் சட்டம் கொண்டுவர முக்கியக் காரணமாகவும் இருந்தார். சுவாமி சகஜானந்தாவின் கோயில் நுழைவுப் போராட்டங்களால் கோபமடைந்த சிதம்பரம் தீட்சிதர்கள், சுவாமி சகஜானந்தா மரணமடைய வேண்டும் என்று யாகம் செய்தனர்.

1947ஆம் ஆண்டு சுவாமி சகஜானந்தா அட்டவணைச் சமூகத்தவர்களை அணிதிரட்டிக்கொண்டு சிதம்பரம் நடராஜர் ஆலயத்தினுள்ளே நுழைந்தார். தீட்சிதர்களால் எதுவும் நேரலாம் என்கிற சூழலில், துப்பாக்கி ஏந்தி பறையர் இன மக்களைக் கோயிலுக்குள் அழைத்துச் சென்றார். மேலும், 1950களிலேயே சிதம்பரத்தில் பறையர் மாநாடு நடத்திய சமூக முன்னோடி சுவாமி சகஜானந்தா என்பது குறிப்பிடத்தக்கது.

அத்தியாயம் - 3

# இளையபெருமாள் வருகை

## I.இளையபெருமாளின் இளமைக் காலம்

இளையபெருமாள் 26.6.1924 அன்று காட்டுமன்னார்குடிக்கும் சிதம்பரத்துக்கும் இடையில் அமைந்துள்ள தெம்மூர் எனும் கிராமத்தில் இலட்சுமணன், மீனாட்சி இணையருக்கு மகனாகப் பிறந்தார். தந்தை ஜோதிடம் கணிக்கும் தொழிலைச் செய்து வந்தார். அவரிடம் அனைத்துச் சமுதாயத்தைச் சேர்ந்தவர்களும் ஜோதிடம் பார்த்துவந்தனர்.

இளையபெருமாள் அவர்களின் பிறப்பும் ஆரம்ப காலப் படிப்பும் தனது தாயார் ஊரான, இன்றைய காட்டுமன்னார்குடி வட்டத்திலுள்ள தெம்மூர் கிராமத்திலயே அமைந்தது. தனது தொடக்கக் கல்வியை முடித்த பின்னரே, தனது தந்தை ஊரான காட்டுமன்னார்குடியிலுள்ள உடையார்குடிக்கு வந்தார். இளையபெருமாளின் முந்தைய குறிப்புகளில், அவர் தனது தந்தை ஊரான காட்டுமன்னார்குடிக்கு உட்பட்ட உடையார்குடி கோலியத் தெருவில் பிறந்ததாகக் கூறப்பட்டிருக்கிறது.

இன்றைக்குத் தனி வட்டமாக உள்ள காட்டுமன்னார்குடி அன்று சிதம்பரம் வட்டத்திற்கு உட்பட்டிருந்தது. இப்பகுதி கொடிய சாதிய ஒடுக்குமுறையும் நிலவுடைமை ஆதிக்கமும் நிறைந்த ஒன்றாகும். இங்கு பிள்ளை சமூகத்தினர் முதன்மையான ஆதிக்கம் செலுத்தும் சாதியாக இருந்தனர். மேலும், ரெட்டியார், முதலியார் போன்ற சாதியினரின் ஆதிக்கமும் தீண்டாமைக் கொடுமையும் சேர்ந்தே நிலவின. இதே காட்டுமன்னார்குடியில் பட்டியல் சமூகமான பறையர்களுக்கு இணையான மக்கள் தொகை கொண்ட வன்னியர்களுக்குப் பொருளாதார வசதி பெரியளவு இல்லையென்றாலும், இவர்களும் பறையர்கள் மீது சாதிய ஆதிக்கம் செலுத்தக்கூடிய பிரிவினராக இருந்துவந்தனர்.

1930 கால காட்டுமன்னார்குடியில், பறையர் சமூகத்தினர் பொதுப் பாதைகளின் நடுவில் நடக்கக் கூடாது, ஓரமாகத்தான் நடக்க வேண்டும்; பொதுப்பாதைகளில் செருப்பணிந்து நடக்கக் கூடாது; ஒற்றை பிராமணத் தெரு மற்றும் இரட்டை பிராமணத் தெருவில் பறையர் மக்கள் முன்வழியாகச் செல்லாமல், பின்வழியாகவே செல்ல வேண்டும்; பிராமணர்களின் வீடுகளின் முன்பக்கமாக இல்லாமல், பின்பக்கமாகச் சென்று குரல் கொடுக்க வேண்டும் என்றவாறு பல்வேறு வகையான தீண்டாமை வன்கொடுமைகள் சாதி இந்துக்களால் பறையர்கள் மீது திணிக்கப்பட்டிருந்தன. இக்கட்டுப்பாட்டை மீறுபவர்கள் கடுமையாகத் தாக்கப்பட்டனர். மேலும், இஸ்லாமியர்கள்கூட இப்பாகுபாடுகளைக் கடைப்பிடித்துவந்தனர்.

இத்தகைய சூழலில் காட்டுமன்னார்குடியில் பிறந்த இளையபெருமாள், சிறுவயதிலேயே தீண்டாமைக் கொடுமைகளைச் சந்தித்தும் அதற்கெதிராகப் போராடியும் வந்தார்.

தாய் மீனாட்சி அம்மையாரின் ஊரான தெம்மூரில் உள்ள அரசுப் பள்ளியில் ஆரம்பக் கல்வியைப் பயின்ற இளையபெருமாள், காட்டுமன்னார்குடியில் உள்ள மா.கொளக்குடிக்குட்பட்ட அரசுப் பள்ளியில் எட்டாம் வகுப்புவரை பயின்று தேர்ச்சி பெற்றார். அக்காலகட்டத்தில் காட்டுமன்னார்குடியில் உயர்நிலைப் பள்ளி இல்லாததாலும், சிதம்பரம் வட்டத்தில் அமைந்திருந்த பச்சையப்பன் பள்ளி, இராமசாமி செட்டியார் பள்ளி இரண்டிலும் சாதியின் காரணமாக அட்டவணைச் சமூகத்தினருக்குச் சேர்க்கை மறுக்கப்பட்டதாலும், இளையபெருமாள் தனது உறவினர் ஊரான பரங்கிப்பேட்டையில் உள்ள அரசு உயர்நிலைப் பள்ளியில் படிப்பைத் தொடர்ந்தார். பரங்கிப்பேட்டையில் படித்தபோது, வறுமையோடு சாதிய பாரபட்சங்களையும் அவர் எதிர்கொள்ள வேண்டியிருந்தது. எனினும், காட்டுமன்னார்குடி மா.கொளக்குடி அரசுப் பள்ளியில் படித்த காலத்திலயே சாதியக் கொடுமைகளுக்கெதிராகப் போராடியவர் என்பதால், உயர்நிலைப் பள்ளிப் படிப்பின்போதும் அட்டவணைச் சாதி மாணவர்கள் மீதான சாதிக் கொடுமைகளைத் துணிந்து எதிர்த்து நின்றார்.

## II.பள்ளியில் சாதியக் கொடுமைகளும் போராட்டங்களும்

இந்தியச் சமூகத்தில் நிலவிவரும் சாதியக் கொடுமைகளைத் தனது தந்தையின் ஜோதிடப் பணியின் மூலம் அறிந்துகொள்ளும் வாய்ப்புகள் இளையபெருமாளுக்கு இளம் வயதிலேயே கிட்டின.

ஜோதிடக் கலையில் வல்லுநரான அவரது தந்தையிடம் பிராமணச் சமூகம் உட்பட அனைத்துச் சாதி இந்து சமூகத்தவரும் வந்து செல்வது வழக்கம். அவ்வாறு அவர்கள் வரும்போது வீட்டிற்குள்ளே வராமல், பின்புறமாக நின்றே ஜோதிடம் பார்த்துச் செல்வர். இவ்வாறான தீண்டாமையைக் கண்டாலும், ஜோதிடம் பார்க்க வருபவர்கள் என்ன காரணத்தால் தன் வீட்டுக்கு உள்ளே வர மறுக்கிறார்கள் என்கிற புரிதல் ஆரம்பத்தில் அவரிடமில்லை. இருப்பினும், அவர்கள் வீட்டிற்குள் வர மறுப்பதேன் என்கிற கேள்வி அவரது மனதிற்குள் எழுந்துகொண்டேயிருந்தது. நாளடைவில் தனது தந்தையிடம் இதுகுறித்துக் கேட்டார். அதற்கு, “நாம் சாதியத்தின் காரணமாக இச்சமூகத்தில் தாழ்ந்த நிலையில் வைக்கப்பட்டிருக்கிறோம். நம் வீட்டுக்குள்ளே வந்தால் தீட்டு எனக் கருதுவதால், பிராமணர்களும் சாதி இந்துக்களும் வெளியே நின்றபடி ஜோதிடம் பார்த்துவிட்டுச் செல்கின்றனர்” என்று தந்தை பதிலளித்திருக்கிறார். இவ்வாறான அனுபவங்கள், கேள்விகள் மூலமாகத்தான் இளையபெருமாள் சாதியப் படிநிலை மற்றும் தீண்டாமைக் குறித்துப் புரிந்துகொள்ளத் தொடங்கினார்.

காட்டுமன்னார்குடி நடுநிலைப் பள்ளியில் படித்த காலத்தில் ஒவ்வொரு வகுப்பறையிலும் பட்டியல் சமூக மாணவர்களுக்கும் சாதி இந்து மாணவர்களுக்கும் தனித்தனி தண்ணீர்ப் பானைகள் வைக்கப்படும் நடைமுறை இருந்தது.

இத்தீண்டாமையைக் கண்டும் அனுபவித்தும் கொதித்துப் போன இளையபெருமாள், இதற்கு முடிவுகட்ட வேண்டுமென்று எண்ணி, பள்ளி முடிந்த பின்னர் இரவு 7 மணிவரை பள்ளிக்குள்ளேயே ஒளிந்திருந்து, தண்ணீர்ப் பானைகளை உடைத்துவிட்டுச் சென்றிருக்கிறார். இப்படியாக ஏறத்தாழ ஒருமாத காலம் பட்டியல் சமூக மாணவர்களுக்கென்று தனியாக வைக்கப்பட்டிருந்த தண்ணீர்ப் பானைகளை உடைக்கும் போராட்டத்தைத் தன்னந்தனியாக நடத்தினார்.

இப்படித் தினமும் பானையை அடித்து உடைப்பது யார் என்பதைக் கண்டுபிடிக்க முடிவு செய்த பள்ளியின் தலைமையாசிரியர், ஒருநாள் இரவு பள்ளியிலேயே தங்கி, இளையபெருமாளைப் பிடித்து, "நீ ஏன் இந்தத் தவறைச் செய்துவருகிறாய்?" என்று கேட்க, "பறையர் பானை என்று எழுதியிருக்கும் பானையில் மற்ற சமூக மாணவர்கள் தவறுதலாகத் தண்ணீர் குடிக்க வந்தால், 'அது பறையர் பானை; அதில் குடித்தால் தீட்டு' என்று கூறுகின்றனர். இதைக் கேட்கும் எனக்கு அவமானமாகவும் வேதனையாகவும் இருந்ததால், பறையர் என்று எழுதிவைத்திருக்கும் பானைகளை உடைத்தேன்" என்று இளையபெருமாள் பதிலளித்தார். அவரது நியாயத்தை உணர்ந்துகொண்ட தலைமையாசிரியர், "இனி இதுபோன்று தனிப் பானை வைக்கக் கூடாது. ஒரே பானையில் தண்ணீர் குடிக்க விருப்பமில்லாதவர்கள் வீட்டிலிருந்து தண்ணீர் எடுத்துவந்து குடிக்கலாம்" என்று உத்தரவிட்டார்.

தீண்டாமைக்கு எதிரான போராட்டத்தில் இளையபெருமாள் அடைந்த முதல் வெற்றி இது. போராடினால்தான் நமக்கான உரிமையைப் பெற முடியும் என்று இதன்மூலம் உணர்ந்துகொண்ட இளையபெருமாள், பரங்கிப்பேட்டை ராயல் தெருவில் மற்றொரு போராட்டத்தை நடத்தினார்.

இஸ்லாமியர்கள் பெரும்பான்மையாக வாழும் பரங்கிப்பேட்டையிலுள்ள ராயல் தெருவில் அட்டவணைச் சமூக மக்கள் செருப்பணிந்து செல்லக் கூடாது என்கிற தீண்டாமை நடைமுறையில் இருந்துவந்தது. இளையபெருமாள் ஒருமுறை அத்தெருவில் செருப்புப் போட்டபடி நடந்துசென்றபோது, செருப்பைக் கழட்டிவிட்டு நடந்து செல்லுமாறு அத்தெருவாசிகள் நிர்ப்பந்தம் செய்தனர். அதற்கு இளையபெருமாள், "என்னால் செருப்பின்றிச் சுடுமணலில் நடக்கவும் முடியாது, செருப்பைக் கழட்டவும் முடியாது" என மறுத்துப் பேசினார். இதனால் ராயல் தெரு ஆட்கள் கோபங்கொண்டு அவரை அச்சுறுத்தியபோதும்கூடத் தான் கொண்ட கொள்கையிலும் சுயமரியாதையிலும் விடாப்பிடியாக நின்று செருப்பைக் கழட்ட மறுத்தார். அச்சமயத்தில் ராயல் தெருவில் வசிந்துவந்த இஸ்லாமியப் பெரியவர்கள், "அந்தத் தம்பி சொல்வது சரிதான்" என இளையபெருமாளுக்கு ஆதரவாகப் பேசினர். இஸ்லாமியர்களின் ஆதரவு கிடைத்த காரணத்தினால், அன்று முதல் பரங்கிப்பேட்டை ராயல் தெரு பகுதியில் அட்டவணைச் சமூக மக்கள் செருப்பு போட்டு நடக்கக் கூடாது என்றிருந்த நிலை மாறியது.

1944ஆம் ஆண்டில், இளையபெருமாள் பள்ளி இறுதியாண்டு படித்துக்கொண்டிருந்த சமயத்தில்தான் உறவினர் பெண்ணான தையமுத்து அம்மையாரோடு மிகவும் எளிமையான முறையில் அவரது திருமணம் நடந்து முடிந்தது.

இளையபெருமாள் சமூகப் பணிக்கு முக்கியத்துவம் கொடுத்துச் செயல் பட்டுவந்ததால், சரியான வருமானமின்றிக் குடும்பம் தவித்தபோதிலும் தையமுத்து அம்மையார் தனது கணவர் மீது எந்த விரக்தியும் கோபமும் கொள்ளவில்லை. மாறாக, கணவரின் சமூகப் பணியை ஊக்குவிக்கும் விதமாகக் குடும்ப பாரத்தைச் சுமக்கும் பொறுப்பை ஏற்றுக்கொண்டார். வயல்களில் அறுப்பு வேலை உள்ளிட்ட கூலி வேலைகளுக்குச் சென்று குடும்பத்தைப் பராமரித்து வந்தார்.

இளையபெருமாள் தனது உயர்நிலைப் பள்ளிப் படிப்பைப் பரங்கிப்பேட்டையில் முடித்துவிட்டு காட்டுமன்னார்குடிக்குத் திரும்பியபோதுதான், தந்தை இலட்சுமணன் - வளர்ப்புத் தாயார் சிவகாமி இருவரும் ஒரே நாளில் இறந்துவிட்ட துக்ககரமான செய்தியைக் கேள்விப்பட்டார். காலரா நோயால் பாதிக்கப்பட்ட அவ்விருவருக்கும் சாதியின் காரணத்தாலே உரிய சிகிச்சை அளிக்க மறுத்தனர் என்பதையும் புரிந்துகொண்டார்.

அட்டவணைச் சமூக மக்கள் வசிக்கும் தெருவிற்கு வந்து ஊசி போட மறுத்துவிட்டு, அலுவலகத்திற்கு வந்து மருந்து வாங்கிச் செல்லுமாறு பஞ்சாயத்துப் போர்டு சுகாதார அதிகாரிகள் கூறிவிட்டதால், காலராவால் பாதிக்கப்பட்ட அட்டவணைச் சமூக மக்களுக்கு மருத்துவச் சிகிச்சையும் உதவியும் உரிய நேரத்தில் கிடைக்காமல் போனது. ஏனெனில், அன்றைய சூழ்நிலையில் விவசாயக் கூலிகளான பறையர்களுக்குத் தங்களின் அன்றாட வயிற்றுப் பிழைப்பை விட்டுவிட்டு, மருந்து வாங்கப் பஞ்சாயத்துப் போர்டு அலுவலகத்திற்குச் செல்லும் வாய்ப்பும் சூழ்நிலையும் மறுக்கப்பட்ட ஒன்றாகவே இருந்தது. இதன் காரணமாகவே, இளையபெருமாளின் தந்தை, வளர்ப்புத் தாய் உட்பட அட்டவணைச் சமூகத்தைச் சேர்ந்த பலரும் இறக்க நேரிட்டது.

1944இல் குடும்ப வறுமை காரணமாக இராணுவப் பணியில் சேர்ந்தார் இளையபெருமாள். இராணுவத்தில் பணியாற்றிய சமயத்தில் அட்டவணைச் சமூக வீரர்களுக்குத் தனிப் பாத்திரம், சாதி இந்து, பிராமண வீரர்களுக்குத் தனிப் பாத்திரம் எனப் பாகுபாடு கடைப்பிடிக்கப்பட்டது. இதுகுறித்த புகாரைத் தனது மேலதிகாரிகளிடம் எடுத்துச் சென்றார். இதையடுத்துத் தனிப் பாத்திர முறை தடை செய்யப்பட்டது.

இராணுவம் உட்பட பல இடங்களில் சாதி வேறுபாடுகள் நிலவுவதைப் பார்த்ததன் காரணமாக, இக்கொடுமைகளுக்கு எதிராகப் போராட வேண்டும் என்று தீர்மானித்த இளையபெருமாள், ஓராண்டுக்குள்ளாகவே இராணுவத்திலிருந்து விலகி, சொந்த ஊருக்குத் திரும்பினார்.

அத்தியாயம் - 4

# இளையபெருமாள் சமூகத் தலைவராக உருப்பெறுதல்

## I.உடையூர் போராட்டமும் கூலி உயர்வு ஒப்பந்தமும் - 16.01.1946

அட்டவணைச் சமூக மக்களுக்குக் கல்வி, வேலைவாய்ப்பு, பொருளாதார உயர்வு ஆகியவை மட்டுமே சமூக விடுதலையைப் பெற்றுத் தராது. சமூகத் தளத்தில் அவர்கள் அனுபவிக்கும் கொடுமைகளை எதிர்த்துப் போராடவும் வேண்டும் என்பதே இளையபெருமாளின் எண்ணவோட்டமாக இருந்தது. இதற்கு வலு சேர்ப்பதாக அமைந்தது 1946இல் நடைபெற்ற உடையூர் போராட்டம்.

காட்டுமன்னார்குடி வட்டாரம், உடையூர் கிராமத்தைச் சேர்ந்த பறையர் சமுதாய கூலி விவசாயி ஒருவர், பொங்கலையொட்டித் தனது மாமியார் வீட்டுக்குச் சென்றிருந்ததால், இரண்டு நாட்கள் வேலைக்குச் செல்ல முடியவில்லை. இதைக் காரணமாகக்கொண்டு, நிலவுடைமையாளர் அவரையும் அவரது சமூகத்தாரையும் கட்டிவைத்து அடித்ததோடு மட்டுமன்றி, அவரைச் சித்திரவதையும் செய்தார். இந்தச் சம்பவம்தான் உடையூர் போராட்டத்தை இளையபெருமாள் முன்னெடுப்பதற்குக் காரணமாக அமைந்தது.

ஜஸ்டிஸ் சோமசுந்தரத்தின் சொந்த ஊரான உடையூர், பண்ணை ஆதிக்கமும் சாதி ஆதிக்கமும் நிறைந்த பகுதியாகும். பண்ணை வேலைக்கு வரும் ஆண்களுக்குத் தினக்கூலியாக ஒரு மெட்ராஸ் மெஷர் மட்டுமே கொடுப்பார்கள். பெண்களுக்கு அந்த அற்பக் கூலியைக்கூடக் கொடுக்காமல் நிலவுடமையாளர்கள் சுரண்டி வந்தனர். கூலித் தொழிலாளி ஒருநாள் வேலைக்கு வரவில்லை என்றால், அவர்களின் சமூகத்தாரை விட்டே சாட்டையடி கொடுக்க வைப்பார்கள். இதற்காகவே ஒரு காணிக்கல் நடப்பட்டு அதில் சாட்டையும் வைக்கப்பட்டிருக்கும்.

அக்கூலி விவசாயியின் நிலையைக் கேள்விப்பட்ட இளையபெருமாள், அவரைக் காவல்நிலையத்திற்கு அழைத்துச் சென்று, நிலவுடைமையாளர் மீது நடவடிக்கை எடுக்குமாறு புகார் கொடுத்தார். ஆனால், நாயுடு சமூகத்தைச் சேர்ந்த உதவி ஆய்வாளர் பக்கிரிசாமி, "உடையூர் கிராமம் ஜஸ்டிஸ் சோமசுந்தரத்தின் ஊர். ஆகையால், இவ்வழக்கை நான் எடுக்க முடியாது. உனக்கு ரொம்பவும் அக்கறை என்றால், நீயே இந்தக் கூலி விவசாயியை அழைத்துப் போய் உடையூர் நிலவுடைமையாளர்களிடம் நியாயம் கேட்டுக்கொள்" என்று கூறிவிட்டார்.

இதைத் தொடர்ந்து, உடையூருக்கு நேரில் செல்வதென்றும், அங்கு விவசாயக் கூலித் தொழிலாளர்களின் நியாயமான கோரிக்கைகளை முன்வைத்து, நிலவுடைமையாளர்களுக்கு எதிராகப் போராடுவது என்றும் முடிவெடுத்தார் இளையபெருமாள். சித்திரவதைக்குள்ளான கூலி விவசாயியோடு உடையூர் செல்லத் தொடங்கியபோது, ஒருசிலரே அவருடன் இருந்தனர். ஆனால், உடையூர் கிராமத்தை வந்தடைந்தபோது பல்வேறு கிராமங்களைச் சேர்ந்த ஆயிரக்கணக்கான கூலி விவசாயிகள் அவர் பின்னே அணி திரண்டிருந்தனர். உடையூருக்கு அழைத்துச் செல்லும் வழியில் இருந்த கிராம மக்கள், "இளையபெருமாள் என்றொரு பையன் நிலவுடைமையாளர்களால் தாக்கப்பட்ட கூலி விவசாயிக்கு நீதி கிடைக்க வேண்டி உடையூர் போகிறான். உடையூர் போனாலே நிலவுடைமையாளர்களால் பறையர்கள் தாக்கப்படுவார்கள். ஆனால், இந்தப் பையன் அதையெல்லாம் பொருட்படுத்தாமல், கூலி விவசாயியை அழைத்துக்கொண்டு போகிறான். ஆகையால், அவனுக்கு ஆதரவு தெரிவிக்கும் விதமாக நாமும் அவனுடன் செல்வோம்" என்று கூட்டங்கூட்டமாகப் பேசி முடிவெடுத்துப் போராட்டத்தில் தங்களையும் இணைத்துக்கொண்டனர்.

உடையூர் சென்றபோது சுமார் 3000க்கும் மேற்பட்ட அட்டவணைச் சமூக மக்கள் இளையபெருமாளுடன் கைகோத்திருந்தனர். அவர் தலைமையில் பெரும் மக்கள் கூட்டம் திரண்டு வந்திருப்பதை அறிந்த பிள்ளை சமூகத்தினர், அக்கம் பக்கத்திலிருந்த தம் சமூகத்தவர்களுக்கு, குறிப்பாகக் காட்டுமன்னார்குடியில் இருந்த இராமலிங்கம் பிள்ளை, மாணிக்கம் பிள்ளை ஆகியோருக்கு இத்தகவலைத் தெரிவித்துத் தம் சமூகத்தைச் சேர்ந்த நிலவுடைமையாளர்களையும் அடியாட்களையும் திரட்டிக்கொண்டனர். மேலும், "இளையபெருமாள் என்கிற பையன் ஆயிரக்கணக்கான நபர்களைத் திரட்டிக்கொண்டு எங்கள் ஊரைக் கொள்ளையடிக்க வந்திருக்கிறான்" என்பது போன்ற வதந்திகளைப் பரப்பியதோடு, மாவட்ட ஆட்சியர் மற்றும் மாவட்டக் காவல் கண்காணிப்பாளர் ஆகியோருக்கும் புகார் அனுப்பித் தெரிவித்தனர்.

இதனால் இளையபெருமாள் உடையூர் வந்தடையும் முன்பே தென்னாற்காடு மாவட்ட ஆட்சியர் எச்.எஸ்.பால், எஸ்.பி.கந்தசாமி ஆகிய இருவரும் கிராமத்திற்கு வந்து சேர்ந்திருந்தனர். இளையபெருமாள் உடையூர் வந்தடைந்தபோது, கிராமத்தில் இருந்த அனைத்துப் பறையர் வீடுகளையும் பிள்ளை சமூகத்தினர் முள்வேலியால் அடைத்துவிட்டிருந்தனர்.

"ஒருநாள் கூலி வேலைக்கு வரவில்லை என்றாலே, பறையர் சமூகத்தைச் சேர்ந்த கூலித் தொழிலாளர்களின் வீடுகளை முள்வேலியால் அடைத்து, அவர்களது

வாழ்வாதாரத்தையே பிள்ளை சமூக நிலவுடைமையாளர்கள் சீர்குலைத்துவிடுகின்றனர். இதுபோன்று பல கொடுமைகள் இங்கு காலங்காலமாக நடந்துவருகின்றன. இதற்குத் தீர்வு வேண்டும். இல்லையெனில், எங்கள் சமூகப் போராட்டம் ஓயாது" என்று தன்னிடம் சமாதானம் பேச மாவட்ட ஆட்சியரால் அனுப்பிவைக்கப்பட்ட அரசு ஊழியரிடம் இளையபெருமாள் கூறி அனுப்பினார். அதோடு மட்டுமல்லாது, "வேண்டுமானால், கலெக்டர் நாங்கள் இருக்கும் இடத்திற்கு வந்து எங்களைச் சந்திக்கலாம்" என்றும் கூறிவிட்டார்.

இளையபெருமாள் தனது மக்களோடு இருந்த ஆலமரத்தடிக்கு வந்த மாவட்ட ஆட்சியர், "ஆர் யூ ஏ கம்யூனிஸ்ட்?" என்று இளையபெருமாளிடம் கேட்க, அதற்கு "நோ சார். ஐ டோன்ட் நோ த மீனிங் ஆஃப் கம்யூனிஸ்ட்" என்று கூறி, தாக்கப்பட்ட நபரின் காயத்தை மாவட்ட ஆட்சியரிடம் காண்பித்தார். "இக்கொடுமைகளைத் தட்டிக் கேட்கவே இங்கே கூடியிருக்கிறோம். தாக்கிய நபரை இங்கு வரவழைத்தாலேயொழிய இந்த இடத்தைவிட்டு நகர மாட்டோம்" என்று மாவட்ட ஆட்சியரிடம் கூறினார். தாக்கிய நபரை அழைத்து வரும்படி மாவட்ட ஆட்சியர் உத்தரவிட்டாலும், "நான் அங்கு வர முடியாது" என அந்நபர் மறுத்துவிட்டார்.

அந்நபர் உடையூர் கிராமத்தின் மணியார் (மணியக்காரர்) ஆவார். இதையறிந்த கலெக்டர், "தாக்கிய நபர் இங்கு வரவில்லை என்றால், அவரை மணியார் வேலையிலிருந்து உடனடியாக நீக்கி விடுவேன்" என்று எச்சரித்ததையடுத்து, அங்கு வந்த மணியாரிடம் தாக்குதல் குறித்து விசாரணை நடத்தப்பட்டது. சாதி இந்துவான மணியார், "நான் அவனை அடிக்கவில்லை. மாறாக, அவனது சமூகத்தாரே அவனைக் கட்டி வைத்து அடித்தனர்" எனச் சூது நிறைந்த பதிலை அளித்தார். எனினும் இளையபெருமாள், "இவர் சொல்லித்தான் இவரிடம் வேலை பார்க்கும் எங்கள் சமூகத்தார் கட்டிவைத்து அடித்துள்ளனர்" என்று உண்மை நிலையை மாவட்ட ஆட்சியரிடம் விளக்கினார். அட்டவணைச் சமூக மக்களும் அதை ஆமோதித்தனர்.

சாதி ஆதிக்கம், பண்ணைக் கொடுமை ஆகியவற்றால் அவதியுறும் அட்டவணைச் சமூக மக்களின் நிலையை உணர்ந்துகொண்ட மாவட்ட ஆட்சியர், பிள்ளை சமூகத்தைச் சேர்ந்த குற்றவாளியையும் ஏனைய சமூகத்தாரையும் அழைத்து, "உங்களால் தாக்கப்பட்ட கூலி விவசாயியின் காயம் ஆறும்வரை நீங்கள் மருந்து அளிக்க வேண்டும். மேலும், அவருக்கு நூறு ரூபாய் நட்ட ஈடாகக் கொடுக்க வேண்டும். பறையர் சமூகப் பெண்களின் உழைப்புக்கு நீங்கள் கூலி தருவதில்லை. இனிமேல் அவர்களுக்கும் கட்டாயம் கூலி தர வேண்டும்" என்று உத்தரவிட்டார். பிள்ளை சமூகத்தைச் சேர்ந்த நிலவுடைமையாளர்கள் இதை ஏற்க மறுக்க, அவர்களைக் கைது செய்ய உத்தரவு பிறப்பித்தார் மாவட்ட ஆட்சியர்.

இதன்பிறகு, இளையபெருமாளிடம் "வாட் இஸ் யுவர் டிமாண்ட்?" என்று ஆட்சியர் கேட்க, அதற்கு, "பறையர் சமூக மக்களுக்குத் தற்போது வழங்கப்படும் கூலியை இரண்டு மடங்காக உயர்த்தித் தர வேண்டும்; இக்கூலி உயர்வு உடையூர்

கிராமத்தில் மட்டுமன்றி, சுற்றுவட்டாரத்தில் உள்ள அனைத்துக் கிராமங்களிலும் அமல்படுத்தப்பட வேண்டும்" என்று கோரிக்கை வைத்தார்.

இதைத் தொடர்ந்து மாவட்ட ஆட்சியர் எச்.எஸ்.பால், "காட்டுமன்னார்குடி பகுதியில் உள்ள அனைத்துக் கிராமங்களிலும் இளையபெருமாள் கோரிக்கையின்படி கூலி உயர்த்தப்பட வேண்டும். இதை எவரேனும் ஏற்கவில்லை என்றால், அவர்களைக் கைது செய்து சிறையில் அடைப்போம்" என்று உத்தரவிட்டார். நிலவுடைமையாளர்கள் இந்த உத்தரவை மீற முடியாமல் ஏற்றுக்கொண்டனர்.

இவ்வரலாற்றுச் சம்பவமானது 1946ஆம் ஆண்டு ஜனவரி 18ஆம் நாள் நடந்தது. இரண்டு மடங்கு கூலி உயர்வு என்ற இளையபெருமாளின் கோரிக்கையானது மாவட்ட ஆட்சியர் முன்னிலையில் அன்றைக்கே ஒப்பந்தமானது.

1948ஆம் ஆண்டில்தான் கூலி உயர்வு கோரித் தஞ்சைப் பகுதிகளில் கம்யூனிஸ்டுகள் போராட்டத்தைத் தொடங்கியதாகத் தகவல்கள் கிடைக்கின்றன. எனவே, கம்யூனிஸ்டுகளுக்கு முன்பே இளையபெருமாள் கூலி உயர்வுக்காகப் போராடியதை உடையூர் சம்பவம் எடுத்துக்காட்டுகிறது. ஆனால், வரலாற்றில் இளையபெருமாளின் இந்தக் கூலி உயர்வு போராட்டத்திற்கு உரிய மதிப்பு அளிக்கப்படவில்லை. அட்டவணைச் சமூகத் தலைவர்களின் போராட்ட வெற்றிகளை இச்சாதிய சமூகம் புறக்கணித்துவருவதே இதற்குக் காரணமாகும்.

### II.புளியங்குடி போராட்டம் - 1946

உடையூர் சம்பவம் நடைபெற்ற அதே ஆண்டில் - 1946இல் தான் இப்போராட்டமும் நடைபெற்றது. புளியங்குடி கிராமத்தில் பறையர் சமூகத்தைச் சேர்ந்த மாரிமுத்து என்பவரது மகன் வடமலை இராணுவத்தில் பணியாற்றிவிட்டுத் ஊருக்குத் திரும்பி வந்திருந்தார். வடமலை இராணுவத்தில் பணியாற்றியதால் நல்ல உடை, சிகை அலங்காரங்களுடன் நாகரிகமான தோற்றத்தில் இருந்திருக்கிறார். வடமலை, கொள்ளிடம் ஆற்றில் குளித்துவிட்டுத் திரும்புகையில் அவரைப் பார்த்த வன்னியர்கள், அவர் நாகரிகமான தோற்றத்தில் இருந்த ஒரே காரணத்திற்காக, புளியமரத்தில் கட்டிவைத்து அடித்ததோடு, வடமலையின் மீசையை நெருப்பால் பொசுக்கி அவமானப்படுத்தினர். இவ்வன்கொடுமைத் தொடர்ந்து மூன்று நாட்கள் நடந்தது.

சம்பவம் நடந்து மூன்றுநாட்கள் கழித்து வடமலையின் தந்தையான தலையாரி மாரிமுத்துவும் மக்களும் இளையபெருமாளைச் சந்தித்து இவ்வன்கொடுமையைப் பற்றிச் சொல்ல, அவர் தானே புளியங்குடிக்குச் சென்றார். அங்கும் மூவாயிரத்திற்கு மேற்பட்ட மக்கள் அவரோடு இணைந்துகொண்டனர். இளையபெருமாளும் அவரைச் சேர்ந்தவர்களும் தங்களைத் தாக்க வருவதாகக் கருதிய வன்னியர்கள், மிளகாய்ப் பொடியை அரைத்து வைத்தும், வெந்நீர், சூடுகூழை தயார்செய்து வைத்துக்கொண்டும் தாக்குவதற்கான முயற்சியில் இறங்கினர்.

இளையபெருமாள் அவ்வூரைச் சேர்ந்த நாகப்பன், மாணிக்கம், மாரிமுத்து ஆகியோரைச் சந்தித்து விசாரித்தபோதுதான், "பறையர்கள் மீசை வைத்துக்கொள்ளக்

கூடாது, கிராப் வைத்துக்கொள்ளக் கூடாது, பொதுப் பாதையில் நடக்கக் கூடாது, பெண்கள் ஜாக்கெட் அணியக் கூடாது, கையில் காப்பு அணியக் கூடாது" என்பன போன்ற பல சாதியக் கொடுமைகள் அக்கிராமத்தில் நிலவிவந்ததை அறிந்துகொண்டார். இது மட்டுமல்லாமல், அருகிலுள்ள ராஜன் வாய்க்காலில் பறையர்கள் குளிக்கக் கூடாது; அப்படியே குளிப்பதாக இருந்தாலும் வன்னியர்கள் குளிக்குமிடத்திலிருந்து ஒரு பர்லாங் தூரத்திற்கு அப்பால் சென்றுதான் குளிக்க வேண்டும் என்ற தீண்டாமையும் நடைமுறையில் இருந்துவந்தது. மேலும், புளியங்குடியில் நல்ல பாதை வசதி இருந்தும் அவ்வழியாகப் பறையர் சமூகத்தைச் சேர்ந்தவர்களின் சடலங்களை எடுத்துச் செல்ல முடியாத நிலையும் இருந்து வந்தது. இதனால், பிணங்களை எரிப்பதற்கோ புதைப்பதற்கோ சுமார் இரண்டரை மைல் தூரத்திற்கு அப்பால் செல்ல வேண்டியிருந்தது.

புளியங்குடி கிராமத்தில் 500க்கும் மேற்பட்ட வன்னியர் குடும்பங்கள் வசித்து வந்தன. ஆனால், அட்டவணைச் சமூகத்தைச் சேர்ந்தவர்கள் வெறும் 30 குடும்பங்கள்தாம். பெரும்பான்மை பலத்தின் காரணமாக வன்னியர்கள், பறையர்கள் மீது தீண்டாமைக் கொடுமைகளைச் சுமத்திவந்தனர். இதற்குத் தீர்வுகாண பேச்சுவார்த்தையோ குறைந்தபட்ச சட்டங்களோ உதவாது என்று தீர்மானித்த இளையபெருமாள் புளியங்குடி பறையர்களிடம், "நீங்கள் என்னுடன் வரத் தயாராக இருந்தால், வேறு இடத்தில் உங்களுக்கு நல்ல வாழ்க்கையை அமைத்துத் தருகிறேன். எவ்வளவு காலம் நீங்கள் இங்கு கொடுமைகளை அனுபவித்து வருவீர்கள்? எத்தனை காலம் பொறுத்திருந்தாலும் வன்னியர்கள் தொடர்ந்து உங்களைக் கொடுமைப்படுத்துவார்கள்" என்று எடுத்துக் கூறினார். இதை அம்மக்கள் ஏற்றுக்கொண்ட உடனேயே, அருகிலுள்ள பிள்ளையார்தாங்கல் கிராமத்தில் அவர்களைக் குடியமர்த்தினார் இளையபெருமாள். மேலும், "இடம்பெயர்ந்த மக்களுக்குத் தேவையான உணவு, உடைகள், வீடு கட்டுவதற்கான கீற்று, மூங்கில் ஆகியவற்றைக் கொடுத்து உதவுங்கள்" என மற்ற கிராமங்களில் வசித்துவந்த அட்டவணைச் சமூகத்தவரிடம் வேண்டுகோளாக முன்வைத்தார். அதையடுத்துப் பலர் தாமாக முன் வந்து கீற்று, மூங்கில், நெல் உள்ளிட்ட பொருட்களை அளித்தனர். இச்சம்பவம் பற்றிக் கேள்விப்பட்டவுடனேயே மாவட்ட ஆட்சியரும் மாவட்ட காவல் கண்காணிப்பாளரும் இளையபெருமாளைச் சந்திக்க வந்தனர். "மக்களின் ஒப்புதலுடன்தான் அவர்களை இங்கு குடியமர்த்தியிருக்கிறேன். மக்களைக் கேளுங்கள், அவர்கள் வந்தால் அழைத்துச் செல்லுங்கள். வரவில்லை என்றால், எங்கள் மக்களுக்காகச் செய்ய வேண்டிய சமூகப் பணியைச் செய்ய விடுங்கள்" என்று ஆட்சியரிடம் இளையபெருமாள் கூறினார்.

மாவட்ட ஆட்சியர் அம்மக்களிடம், "நீங்கள் உங்களுடைய சொந்த கிராமமான புளியங்குடிக்குத் திரும்ப வேண்டும்" என்று கூறியதற்கு, "புளியங்குடியில் நாங்கள் தொடர்ந்து தீண்டாமைக் கொடுமையை அனுபவித்துவந்தோம். நல்லவேளை, இந்தப் பையன் (இளையபெருமாள்) அங்கு வந்து எங்களை மீட்டு இங்குக் குடியமர்த்தியுள்ளான். ஆகையால், இந்த வாய்ப்பை நாங்கள் தவறவிட மாட்டோம். மேலும் எக்காரணத்தைக் கொண்டும் நாங்கள் புளியங்குடிக்குத் திரும்பிச் செல்ல

மாட்டோம்" என்று மாவட்ட ஆட்சியரின் அழைப்பை அம்மக்கள் நிராகரித்தனர். எனினும் "சாதியப் பிரச்சினைக்காக இடம் மாறுவது நிரந்தரத் தீர்வல்ல; நான் சமாதானம் செய்து வைக்கிறேன்" என்று கூறிவிட்டுச் சென்றார் ஆட்சியர்.

இதையடுத்துச் சமாதானம் செய்வதற்கு இராஜகோபால் ரெட்டியார் அங்கு வரவழைக்கப்பட்டார். இவரிடம்தான் இளையபெருமாளின் தாத்தாவும் தந்தையும் பண்ணையாட்களாக வேலை பார்த்தனர். இதனாலேயே புளியங்குடி வன்னியர்கள் திட்டமிட்டு அவரை அழைத்து வந்து சமாதானப் பேச்சுவார்த்தை நடத்த முயன்றனர். அவர் சொன்னால் இளையபெருமாள் நிச்சயம் கேட்பார் என்று வன்னியர்கள் நம்பினர்.

இராஜகோபால் ரெட்டியாரோ மற்ற நிலவுடைமையாளர்களிடமிருந்து சற்று வேறுபட்டு நின்றார். தன்னிடம் வேலைபார்க்கும் அட்டவணைச் சமூகத்தவர்களின் திருமணங்களில் மணமகனைக் குதிரைச் சவாரி செய்ய ஏற்பாடு செய்யக்கூடியவராகவும் அம்மக்கள் தங்களைக் கௌரவமிக்கவர்களாக உணர வேண்டும் என்ற நோக்கம் கொண்டவராகவும் இருந்தார்.

இராஜகோபால் ரெட்டியார் தலைமையில் கூடிய பஞ்சாயத்தில், இளையபெருமாள் அவரிடம் எவ்விதத் தயக்கமுமின்றிப் பண்ணை அடிமைத்தனத்திற்கு எதிராகப் பேசியதோடு, "உங்கள் பேச்சுவார்த்தையில் எனக்கு உடன்பாடு இல்லை. எனது மக்களை மீண்டும் தீண்டாமைப் பிடிக்குள் தள்ளிவிட நான் தயாராக இல்லை" எனக் கூறினார். இராஜகோபால் ரெட்டியார் இளையபெருமாளைச் சமாதானப்படுத்தும் விதத்தில், "நிலவுடைமைக்கு எதிராகவும் தீண்டாமைக்கு எதிராகவும் நீ நடத்தத் துணியும் தீவிரமான போராட்டத்தால், உன்னைக் கொலை செய்ய பலர் சதித் திட்டம் தீட்டக்கூடும். ஆகையால், நீ உன் மக்களுக்காகப் பாடுபட வேண்டும் என்று நினைத்தால், அறிவுபூர்வமாகச் செயல்பட வேண்டும். கோபத்தினை மட்டும் வைத்துக்கொண்டு செயல்பட்டால், கொலை செய்யப்படுவாய்" என அறிவுறுத்தினார்.

"நான் செத்தாலும் பரவாயில்லை. இவ்வூரில் நிலவும் தீண்டாமைக் கொடுமைகளுக்கான தீர்வை எட்டாமல், என் போராட்டம் ஓயாது" என்று பதிலளித்ததோடு, வடமலை எவ்வாறெல்லாம் சித்திரவதை செய்யப்பட்டார் என்பதையும் அவரிடம் எடுத்துச் சொன்னார் இளையபெருமாள். "இது வன்னியர்கள் செய்திருக்கும் மாபெரும் குற்றம்தான். அதற்காக வன்னியர்கள் மன்னிப்புக் கேட்டுக்கொள்வார்கள். நீங்கள் அவர்களின் மன்னிப்பை ஏற்றுக்கொள்ள வேண்டும்" என்று சமாதானம் செய்து வைத்தார் இராஜகோபால் ரெட்டியார்.

இளையபெருமாளும் பிரச்சினையைச் சுமுகமாகத் தீர்க்க வேண்டி இச்சமாதானத்தை ஏற்றுக்கொண்ட அதேசமயம், "பறையர்கள் மீது சுமத்தப்பட்டுவரும் அனைத்துவிதமான தீண்டாமை வன்கொடுமைகளையும் வன்னியர்கள் கைவிட வேண்டும்" என்ற நிபந்தனையை முன்வைத்தார். இதை ஏற்றுக்கொண்ட வன்னியர்கள், "இனி தீண்டாமையைக் கடைப்பிடிக்க மாட்டோம்" என்பதோடு, "ஆண்கள் வேலைக்கு வரவில்லை என்றால், அவர்களை அடிக்கவோ அல்லது அவர்கள் கூலியைக்

குறைக்கவோ மாட்டோம்" என்றும் ஒப்பந்தத்தில் கையொப்பமிட்டனர். மேலும், வடமலையைத் தாக்கிய குற்றத்திற்காக ஆயிரம் ரூபாய் அபராதம் கட்ட வேண்டும் என்ற நிபந்தனையையும் வன்னியர்கள் ஏற்றுக்கொண்டனர்.

## III.மோவூர் பொதுப்பாதை உரிமைப் போராட்டம் - 1946

கடலூர் மாவட்டம், காட்டுமன்னார்குடி வட்டத்தில் உள்ள மோவூர் கிராமத்தில் வள்ளியம்மை நகர் பகுதியில் பறையர் இன மக்களும், பாலையப்பட்டுப் பகுதியில் வன்னியர்களும் வசித்துவந்தனர்.

பறையர்களில் எவரேனும் உயிரிழந்தால், கொள்ளிடக் கரையில் அமைந்த தமது சுடுகாட்டுக்கு எடுத்துச் செல்ல வன்னியர் தெரு சுலபமான வழித்தடமாக இருந்தபோதும், சாதியின் காரணமாகத் தங்கள் பகுதி வழியாகப் பறையர்கள் சடலங்களை எடுத்துச் செல்லக்கூடாது என்று வன்னியர்கள் தடை விதித்திருந்தனர். இதனால் பறையர்கள், சடலங்களை வாய்க்கால்களைத் தாண்டி கொள்ளிடக் கரைக்கு எடுத்துச் சென்று அடக்கம் செய்துவந்தனர். இத்தீண்டாமையைக் கேள்விப்பட்ட இளையபெருமாள், "நம் சமூகத்தவர் யாராவது இறந்தால், அப்பிணத்தை வன்னியர்கள் தெரு வழியாகக் கொண்டு செல்லுங்கள். யார் தடுக்கிறார்கள் என்று பார்த்துவிடுவோம்" என்று நம்பிக்கை கொடுத்ததோடு, "வன்னியர்கள் தடுக்கத் துணிந்தால், பிணத்தை நடுரோட்டில் போட்டுவிட்டு அங்கிருந்து சென்றுவிடுங்கள். பிணத்தின் நிலை என்னவானாலும் கவலைப்படாமல், சுயமரியாதையே முக்கியம் எனத் தீவிரமாகப் போராடுங்கள்" என்று தன் மக்களுக்கு வழிகாட்டுதலும் வழங்கினார்.

இந்நிலையில், பறையர் சமூகத்தைச் சேர்ந்த ஒருவர் இறக்க, இளையபெருமாள் தந்த ஆலோசனைப்படி வன்னியர்கள் பகுதியிலிருந்த பொதுப்பாதை வழியாகவே பறையர்கள் சடலத்தை எடுத்துச்சென்றனர். இதைக் கண்ட வன்னியர்கள், பறையர்களைச் சுற்றி வளைத்துக் கற்களாலும் தடிகளாலும் தாக்க, பறையர்கள் சடலத்தை அங்கேயே போட்டுவிட்டுத் திரும்பிச் சென்றுவிட்டனர். அச்சடலத்தை அப்புறப்படுத்த வன்னியர்கள் எவரும் முன்வராததால், சடலம் அழுகி துர்நாற்றம் வீசத் தொடங்கியது. இதனால் வன்னியர்கள் தமது வீட்டைவிட்டு வெளியே வர முடியாத சூழலும் ஏற்பட்டது. இருப்பினும் அவர்கள் எவ்விதச் சமாதானத்துக்கும் முன்வரவில்லை.

பிணம் துர்நாற்றத்துடன் பொதுப்பாதையில் கிடப்பதை அறிந்து, மாவட்ட ஆட்சியர், காவல்துறை அதிகாரிகள் எனப் பல்வேறு உயர் அதிகாரிகளும் மோவூர் கிராமத்திற்கு வந்தனர். அழுகிய நிலையில் கிடந்த பிணத்தை எடுத்துச் செல்லுமாறு அவ்வதிகாரிகள் இளையபெருமாளிடம் சமாதானப் பேச்சுவார்த்தை நடத்த, "எங்கள் சமூகத்தவரின் சடலங்களைப் பொதுப்பாதையில் தூக்கிச்செல்ல அனுமதிக்க வேண்டும்; இல்லையெனில், இம்மாதிரியான சம்பவம் தொடர்ந்து நடைபெறும்" என்று கூறி அவர்களது சமாதானத்தைப் புறக்கணித்தார்.

இதனால், "பறையர்கள் பொதுப் பாதையைப் பயன்படுத்துவதற்குத் தடை போடக் கூடாது. அப்படித் தடை ஏற்படுத்தினால், சட்டரீதியாக நடவடிக்கை

எடுக்கப்படும்'' என்று அரசு அதிகாரிகள் வன்னியர்களை எச்சரிக்க வேண்டிய நிலை ஏற்பட்டது. 'நாம் இனியும் தடையைத் தொடர்ந்தால், பறையர்களும் பிணத்தைத் தெருவில் போட்டுவிட்டு நமது தினசரி வாழ்க்கையைச் சீர்குலைத்துவிடுவார்கள்' என்பதை உணர்ந்துகொண்ட வன்னியர்களும், இனிமேல் இதுபோன்ற தடைகளை ஏற்படுத்தமாட்டோம் என்று உறுதியளித்தனர். இவ்வாறு மோவூர் போராட்டத்தை வெறும் அடையாளப் போராட்டமாக இல்லாமல், வன்னியர்களுக்கும் அரசுக்கும் நெருக்கடி கொடுக்கும் போராட்டமாக எடுத்துச்சென்று, அதில் வெற்றி பெற்றார் இளையபெருமாள்.

## IV.இளஞாங்கூர் - உடைக்காகவும் கொலை

1946ஆம் ஆண்டில் இளையபெருமாள் தனது சமூகப் பணிகளைத் தொடங்கிய காலத்தில் புலவர் ஆறுமுகம், கே.பி.எஸ். மணி உள்ளிட்ட தலைவர்களுடன் இணைந்து கிராமந்தோறும் சென்று தீண்டாமைக்கு எதிராகப் போராடும் விழிப்புணர்வை ஏற்படுத்திவந்தார். இப்பயணத்தின் ஒரு பகுதியாக இளஞாங்கூர் கிராமத்திற்குச் சென்றார். சிதம்பரத்திலிருந்து காட்டுமன்னார்குடிக்குச் செல்லும் வழியில், நான்கு கிலோ மீட்டர் தொலைவில் அமைந்திருக்கும் கிராமம் இளஞாங்கூர். இங்கு பிள்ளைமார், பறையர், வன்னியர் சாதிகள் பெரும்பான்மையாக வசித்துவந்தனர். இருந்தபோதிலும் பிள்ளை சமூகத்தவரே ஆதிக்கம் செலுத்துபவர்களாக இருந்தனர். தங்களுக்குக் கட்டுப்படாத பறையர்கள் மீது வன்னியர்களைக்கொண்டும், போலவே தங்களுக்குக் கட்டுப்படாத வன்னியர்கள் மீது பறையர்களைக்கொண்டும் தாக்குதல் நடத்தும் தந்திரமான சாதி ஆதிக்கத்தைப் பிள்ளை சமூகத்தினர் கைக்கொண்டிருந்தனர்.

இத்தகைய சமூகப் பின்னணிகொண்ட இளஞாங்கூர் கிராமத்தில் பறையர் சமூகத்தைச் சேர்ந்த சாமிக்கண்ணு, திருமலை என்ற இளைஞர்கள் மலேசியா சென்று பொருளீட்டி, நல்ல வசதியான நிலையை அடைந்து தங்கள் சொந்த ஊருக்குத் திரும்பிவந்தனர். இவ்விருவரும் நல்ல உடை உடுத்தி நடமாடுவதைப் பொறுத்துக்கொள்ள முடியாத சாதி இந்துக்கள் ஒன்றுகூடித் திட்டமிட்டு, அவ்விருவரையும் கொடூரமாகத் தாக்கிக் கொலை செய்துவிட்டு, அச்சடலங்களைக் குழிதோண்டிப் புதைத்து ஆதாரத்தையும் அழித்தனர். சிதம்பரம் சென்ற இருவரையும் காணவில்லையே என்று பதைபதைத்துப் போன உறவினர்கள், அவர்களைத் தேட ஆரம்பித்தனர். இறுதியில் சாதி இந்துக்களால் சாமிக்கண்ணுவும் திருமலையும் கொல்லப்பட்டு கான்சாகிப் பாலம் அருகே புதைக்கப்பட்ட இடத்தைக் காவல்துறை கண்டுபிடித்தது. இச்சம்பவத்தை அறிந்த இளையபெருமாள் குற்றவாளிகளுக்கு எதிராக வழக்குத் தொடுத்தார். இருப்பினும் சாமிக்கண்ணு, திருமலையைக் கொன்ற சாதி இந்துக்களுக்கு எதிராக நேரில் கண்ட சாட்சிகளில்லை என்பதால் வழக்குத் தோல்வியுற்றது.

## V.திருவேட்களம் - பறையன் 'ராஜா வேஷம்' போடுவதா?

சிதம்பரம் அண்ணாமலை பல்கலைக்கழகத்திற்கு அருகில் உள்ள கிராமம் திருவேட்களம். 1946இல் இக்கிராமத்தைச் சேர்ந்த பறையர்கள் தங்களுடைய தெருவில் நடத்திய அரிச்சந்திரா நாடகத்தில், பறையர் ஒருவர் அரிச்சந்திர

மகாராஜா வேடமிட்டு நடித்தார். ‘நாடகம் தமது தெருவில் நடப்பதால், வன்னியர்கள் தரப்பிலிருந்து எவ்விதப் பிரச்சினையும் வராது’ என்று எண்ணி பறையர்கள் நாடகத்தை நடத்த, பறையன் அரிச்சந்திர மகாராஜா வேடமிட்டதே வன்னியர்களுக்குப் போதுமானதாக இருந்தது. உடனடியாக, கும்பலாகப் பறையர் தெருவிற்குள் புகுந்து, ராஜா வேடமிட்ட பறையர் உட்பட, நாடகத்தைக் காண வந்திருந்த மக்கள் அனைவரையும் அடித்து நாடகத்தை நடத்தவிடாமல் தடுத்தனர்.

இளையபெருமாளோடு இணைந்து தீண்டாமைக்கு எதிரான பிரச்சாரத்தை நடத்திவந்த புலவர் ஆறுமுகம், இத்தாக்குதலை எதிர்த்துத் தன்னால் எதுவும் செய்ய முடியவில்லையே என்ற ஆதங்கத்தோடு, சம்பவம் நடந்த அன்றிரவே காட்டுமன்னார்குடியிலிருந்த இளையபெருமாளைச் சந்தித்து விசயத்தை விளக்கிக் கூறினார். இளையபெருமாளும் இரவோடு இரவாகத் திருவேட்களம் புறப்பட ஆயத்தமானார். சாதி இந்துக்கள் ரவுடிகளை வைத்துக்கொண்டு ஆதிக்கம் செலுத்திவந்த காலகட்டமாதலால் பேருந்தில் சென்றால், ரவடிகள் வழிமறித்துத் தாக்குவர்கள் என முன்னுணர்ந்து, காட்டுமன்னார்குடியிலிருந்து திருவேட்களத்திற்கு 6 நபர்களுடன் நடந்தே போனார் இளையபெருமாள்.

இத்தாக்குதலுக்கு எதிர்வினை எதுவும் வரலாம் என்று ஊகித்திருந்த வன்னியர்கள், ‘அந்நிகழ்ச்சியில் நாங்கள் யாரையும் தாக்கவில்லை’ என்று ஊர் நாட்டாமையை மிரட்டி எழுதி வாங்கி வைத்துக்கொண்டனர். இளையபெருமாள் திருவேட்களம் சென்று இப்பிரச்சனைப் பற்றி ஊர் நாட்டாமையிடம் விசாரித்தபோது, இதுபோன்ற பிரச்சனை இங்கு நடக்கவே இல்லை என மழுப்ப முயன்று, பின்னர் வன்னியர்கள் தம்மை மிரட்டி எழுதி வாங்கிக்கொண்டதை ஒப்புக்கொண்டார். இளையபெருமாள் ஆற்றாமையோடு நாட்டாமையிடம், “என்ன இப்படிச் செய்துவிட்டீர்கள், இது நியாயமா?” என்று வினவியபோது, “நான் கையெழுத்திடவில்லை என்றால் என்னையும் தாக்கியிருப்பார்கள்” என நாட்டாமை பதிலளித்தார். அவரது நிலைமையைப் புரிந்துகொண்ட இளையபெருமாள், அடுத்தகட்ட நடவடிக்கையாகப் புலவர் ஆறுமுகத்தை அழைத்து, திருவேட்களத்தில் வன்னியர்கள் நடத்திய வன்கொடுமைத் தாக்குதலைப் புகாராக எழுதச் சொல்லி, அப்புகாரை அன்றைய தென்னாற்காடு மாவட்டக் காவல் கண்காணிப்பாளரிடம் கொடுக்கச் செய்தார். பின்னர் நடந்த சம்பவத்திற்கு எதிராக நடவடிக்கை எடுக்கச் சொல்லிக் கண்காணிப்பாளருக்கு அழுத்தம் கொடுத்தார். இதைத் தொடர்ந்து அவர் தீவிர விசாரணை செய்து நடந்த சம்பவம் உண்மைதான் என்று உறுதிப்படுத்தினார். “இனி இதுபோன்ற வன்கொடுமைத் தாக்குதல்களில் ஈடுபட்டால், சட்டரீதியான நடவடிக்கையைச் சந்திக்க நேரிடும்“ என்று வன்னியர்களை எச்சரித்தார்.

## VI.குணவாசல் கூலி உயர்வுப் போராட்டம்

1947ஆம் ஆண்டு இளையபெருமாள் முன்னெடுத்த போராட்டங்களில் முக்கியமானது குணவாசல் கூலி உயர்வுப் போராட்டம். இக்கிராம பறையர் மக்களுக்கு உரிய கூலியைக் கொடுக்காமல், தீண்டாமை வன்கொடுமைகள் மூலம் அவர்களைச் சுரண்டியும் ஒடுக்கியும் வந்தார் கடலங்குடி ஜமீன்தார்.

இதனால் தங்களின் உழைப்புக்கேற்ற கூலி கொடுக்கக் கோரிப் போராட்டம் நடத்தினார்கள் பறையர்கள். போராடியவர்களைத் தண்டிக்கும்விதமாக, அவர்களால் பயிரிடப்பட்ட நிலங்களைப் பறித்துக்கொண்டதோடு, அவர்களை வீட்டைவிட்டும் வெளியேற்றினார் கடலங்குடி ஜமீன்தார். இந்தத் தகவல் இளையபெருமாளுக்குத் தெரியவர, உடனடியாகச் சம்பவ இடத்திற்குச் சென்று விசாரணை நடத்தினார். தனது தலைமையில் செயல்பட்டுவந்த ஆதிதிராவிட மகாஜன சங்கத்தின் சார்பில் இவ்வன்கொடுமைகளைக் கண்டித்துப் பொதுக்கூட்டம் நடத்தினார். தன்னால் விரட்டப்பட்ட மக்களுக்கு ஆதரவாகத் தனது ஊருக்கே வந்து கூட்டம் போட எவ்வளவு தைரியம் இருக்க வேண்டும் என ஆத்திரமடைந்த கடலங்குடி ஜமீன்தார், அடியாட்களை ஏவிவிட்டு இளையபெருமாள் நடத்தவிருந்த பொதுக்கூட்டத்தைத் தடுக்க முயன்றார். இளையபெருமாள் இதுபற்றியெல்லாம் கவலைப்படாமல், ஆதிதிராவிட மகாஜன சங்கத்தைச் சேர்ந்த தொண்டர்களையும் ஆயிரக்கணக்கான மக்களையும் திரட்டி குணவாசல் மக்களுக்குப் பாதுகாப்பு அளித்துப் போராட்டத்தை முன்னெடுத்தார். கடலங்குடி ஜமீன்தாரால் எதுவும் செய்ய முடியாத நிலை ஏற்பட்டதையடுத்து, சமாதானத்துக்கு முன்வந்தார். "அட்டவணைச் சமூக மக்களிடமிருந்து பறிக்கப்பட்ட நிலமும் அவர்கள் வசித்துவந்த வீடுகளும் திருப்பித் தரப்பட வேண்டும்; அம்மக்கள் கேட்ட கூலி உயர்வும் கொடுக்கப்பட வேண்டும்; இல்லையேல் போராட்டம் நிற்காது" என்று உறுதிப்படக் கூறினார் இளையபெருமாள். கடலங்குடி ஜமீன்தார் வேறு வழியின்றி ஒப்புக்கொண்டார்.

இப்போராட்டத்தின் வெற்றியைக் கண்டு மிரண்டுபோன ஆடூர், கீழ்நத்தம், பெருங்காலூர் ஆகிய கிராமங்களில் இருந்த பிள்ளை சமூகத்தைச் சேர்ந்த பெரும் நிலக்கிழார்கள் இளையபெருமாளுக்கெதிராக ஒன்று சேர்ந்தனர். இளையபெருமாளின் போராட்டங்கள் அசாதாரணமானவையாக இருந்ததால், ஆதிக்கச் சக்திகள் அச்சம் கொண்டனர். "இளையபெருமாள் வன்முறைக் கருத்துகளைப் பேசிக் கலவரச் சூழலை உருவாக்குகிறார்" என்று நீதிமன்றத்தில் வழக்குத் தொடுத்த பிள்ளை சமூகத்தினர், இரண்டு ஆண்டுகளுக்கு இளையபெருமாள் எந்தவோர் இடத்திலும் மைக்கில் பேசக் கூடாது என்ற தடையுத்தரவைப் பெற்றனர். ஆனால், இளையபெருமாள் இதைப் பற்றிக் கவலைப்படாமல், "மைக்கில்தானே பேசக்கூடாது, தேவையில்லை. நான் கிராமம் கிராமமாக என் மக்களின் இருப்பிடத்திற்கே சென்று விழிப்புணர்வு ஏற்படுத்துகிறேன்" என்று கூறி மைக் இல்லாமலேயே உரையாற்றி மக்களிடம் பிரச்சாரம் செய்தார்; சாதி இந்து நிலக்கிழார்களின் முகங்களில் தன்னுடைய அறிவார்ந்த செயலினால் கரியைப் பூசினார்.

### VII.ஆதிதிராவிட மகாஜன சங்கத்தின் தலைவராக...

ஆதிதிராவிட மகாஜன சங்கம் *30.10.1946* அன்று தொடங்கப்பட்டு, வீராணம் நல்லூர் திரு.சாமுவேல் ஆசிரியரைத் தலைவராகக் கொண்டும், உளுத்தூர் திரு.கண்ணுசாமி ஆசிரியர், கோலியத்தெரு திரு.சந்திரன், உடையார்குடி மேலத்தெரு திரு.பக்கிரி, திரு.கோவிந்தன் ஆசிரியர், கடம்பூர் பக்கிரி, ஆயங்குடி திரு.குப்புசாமி உட்பட பலரை நிர்வாகிகளாகக் கொண்டும் செயல்பட்டுவந்தது. இதே காலத்தில் இளையபெருமாள், பல்வேறு போராட்டங்களின் வழியாக அட்டவணைச் சமூக

மக்களின் மனதில் நம்பிக்கையை ஏற்படுத்தியிருந்தார். தனது 22 வயதிலேயே சாதிய இழிவுகளுக்கும் கொடுமைகளுக்கும் எதிராகப் போராடும் வீரியமிக்க இளைஞராகத் திகழ்ந்தார்.

காட்டுமன்னார்குடி செட்டியார் தோப்பில் 17.1.1947 அன்று ஆதிதிராவிட மகாஜன சங்கம் சார்பாகப் பொங்கல் விழாவும் பொதுக்கூட்டமும் நடத்த ஏற்பாடு செய்யப்பட்டிருந்தது. இந்நிகழ்ச்சியில் கலந்துகொள்ளுமாறு காட்டுமன்னார்குடியைச் சுற்றியுள்ள கிராமங்களுக்குச் சங்கத்தின் சார்பாக அழைப்பும் விடுக்கப்பட்டது. அதன்படியே சுற்றுவட்டாரக் கிராமங்களிலிருந்து ஆயிரக்கணக்கான மக்கள் காட்டுமன்னார்குடி செட்டியார் தோப்பில் நடைபெற்ற நிகழ்ச்சியில் கலந்துகொண்டனர். மேலும், அன்றைய நிகழ்விலேயே ஆதிதிராவிட மகாஜன சங்கத்தின் புதிய தலைவராக இளையபெருமாளைத் தேர்ந்தெடுத்தனர். ஆதிதிராவிட மகாஜன சங்கத்தின் முக்கியத் தலைவர்களான உளுத்தூர் கண்ணுசாமி செயலாளராகவும் ஆயங்குடி திரு.குப்புசாமி துணைத் தலைவராகவும் உடையார்குடி. கஸ்பா பக்கிரி பொருளாளராகவும் தேர்ந்தெடுக்கப்பட்டனர்.

கல்விதான் அட்டவணைச் சமூகத்தை முன்னேற்றமடையச் செய்யும் என்று சுவாமி சகஜானந்தா செயல்பட்டு வந்தாரென்றால், இளையபெருமாளோ கல்வியால் மட்டும் இங்கு எதுவும் மாறாது. கொடுமைகளுக்கு எதிரான போராட்ட உணர்வைத் தூண்டுவதன் மூலமே ஒடுக்கப்பட்ட சமூக மக்களும் மற்ற சமூகங்கள் போல் சமத்துவமாக வாழ முடியும் என்ற தீர்க்கமான முடிவோடு செயல்பட்டுவந்தார்.

1947இல் ஆதிதிராவிட மகாஜன சங்கத்தின் தலைவரான பின், காட்டுமன்னார்குடி, சிதம்பரம் உட்பட பல வட்டாரங்களிலுள்ள கிராமங்களுக்குச் சென்று அங்குள்ள மக்களின் வாழ்வியலை ஆய்வுசெய்த இளையபெருமாள், தீண்டாமை நிலவிவருவதற்கு முதன்மையான காரணங்களில் ஒன்றாகச் சாதி இந்துக்களின் நலன்களுக்காக அட்டவணைச் சமூக மக்கள் மட்டுமே செய்ய நிர்பந்திக்கப்படும் இழிதொழில் சேவை இருந்துவருவதைக் கண்டுணர்ந்தார். இதற்காகக் கிராமம் கிராமமாகச் சென்று பறை மேளம் அடிக்காதே, வெட்டியான் வேலை செய்யாதே போன்ற பிரச்சாரத்தை முன்னெடுத்து மக்களுக்கு விழிப்புணர்வு ஊட்டினார். சாதி இந்துக்களிடம் நாம் அடிபணிந்து செய்யும் இழிதொழிலை விட்டொழிப்பதே நமது விடுதலைக்கான முதல் வழி என்று மக்களுக்குணர்த்தி, மேற்கண்ட இழிதொழில்களிலிருந்து அட்டவணைச் சமூக மக்களை விடுவித்துத் தான் மேற்கொண்ட கொள்கையில் வெற்றியும் கண்டார்.

சிதம்பரத்திலும் காட்டுமன்னார்குடியிலும் இளையபெருமாள் பறையடி இழிதொழில் ஒழிப்புப் போராட்டங்களை முன்னெடுப்பதற்குச் சில ஆண்டுகளுக்கு முன்பே கர்நாடக மாநிலம், கோலார் தங்க வயலில் பறையடி இழிதொழில் ஒழிப்புப் போராட்டம் நடத்தப்பட்டுள்ளது என்பதும் இங்கே குறிப்பிட வேண்டிய ஒன்றாகும்.

## VIII.ஆதிதிராவிட மகாஜன சங்கத்தின் முக்கியச் சீர்திருத்தங்கள்

1947இல் காட்டுமன்னார்குடி பகுதியில் அட்டவணைச் சமூக மக்கள் வாழும் கிராமங்களில் சுற்றுப்பயணம் மேற்கொண்டார், இளையபெருமாள். அப்பகுதிகளில்

பறையர் சமூக மக்கள் தத்தம் வீட்டின் முன்புறத்திலேயே குளிப்பதும், துணி துவைப்பதும், பாத்திரம் விளக்குவதுமாக இருந்தனர். இதன் காரணமாக ஒவ்வொரு வீட்டின் முன்புறத்திலும் கழிவுநீர் தேங்கி சாக்கடையாகக் காட்சியளித்தது. குறுகிய இடத்தில் சிறிய குடிசைகளில் வாழ்ந்துவந்த பறையர்கள், தங்கள் வீட்டின் பின்புறத்தில் குளிக்கவும், பாத்திரம் கழுவவும், துணி துவைக்கவும் இடமற்றவர்களாக இருப்பதால்தான், அக்காரியங்களையெல்லாம் வீட்டின் முன்புறத்தில் செய்ய வேண்டியவர்களாக உள்ளனர் என்பதை உணர்ந்த இளையபெருமாள், இதற்குத் தீர்வு காண முடிவு செய்தார். அம்மக்களை அழைத்து, “இடவசதி குறைபாட்டால், நீங்கள் இவ்வேலைகளை வீட்டின் முன்புறத்தில் செய்ய வேண்டியிருக்கிறது. இருந்தாலும், இம்முறைகளை ஒழிக்க வேண்டும்” என்று வலியுறுத்தினார். அதற்கேற்றவாறு பொதுவான ஓரிடத்தைத் தேர்வுசெய்து, அங்கு இவ்வேலைகளைச் செய்யுமாறு அறிவுறுத்தினார். பொதுவாகப் பிற்படுத்தப்பட்ட, அட்டவணைச் சமூகப் பெண்கள் கோயில் நிகழ்வுகளில் சாமியாடுவர். அட்டவணைச் சமூகப் பெண்கள் தமது பகுதிகளில் மட்டுமல்லாது, சாதி இந்துக்களின் பகுதியிலுள்ள கோயில்களுக்கும் சென்று சாமியாடுவதை வழக்கமாய்க்கொண்டிருந்தனர். இப்படிச் சாமியாடும் பெண்கள் ஆடை கலைவதைக் கவனிக்கமாட்டார்கள். எனவே, சாதி இந்துக்களுக்கு முன்பு இப்படி அலங்கோலமாகச் சாமியாடும் பழக்கத்தைக் கைவிட வேண்டும் என இளையபெருமாள் வலியுறுத்தினார்.

நிலவுடைமை சாதியக் கொடுமைகளால் ஆண்கள் முட்டிவரை மட்டுமே வேட்டி கட்டுவதை வழக்கமாகக்கொண்டிருந்தனர். ஆதிதிராவிட மகாஜன சங்கம் இப்பழக்கத்தைக் கைவிட்டுக் கால் நுனி வரை வேட்டியைக் கட்ட வேண்டும்; சாதி இந்துக்களிடமிருந்து இடையூறு ஏற்பட்டால், சங்கத்தை நாடலாம் என்று அறிவுறுத்தியது. மேலும், நாகரிகமான உடை அணியவும் சங்கம் வழிகாட்டியது. காட்டுமன்னார்குடி நகரத்தில் தனிக் குவளை முறை இருந்தது. அதுவும் தேநீரைக் குழாய் (பைப்) வழியாகக் குவளையில் ஊற்றும் வழக்கம் இருந்தது. இத்தீண்டாமையைக் கடைப்பிடித்த தேநீர்க் கடைகளை ஆதிதிராவிட மகாஜன சங்கத்தினர் அடித்து நொறுக்கினார்கள். அட்டவணைச் சமூக மக்களைக் கொண்டும் சாதி வேறுபாடு பார்க்காத பிற்படுத்தப்பட்ட மக்களைக் கொண்டும் தனித் தேநீர்க் கடைகளை உருவாக்கியது சங்கம்.

1947இல் கடலூர் மாவட்டம் பண்ருட்டியில் எரிந்துகொண்டிருந்த பிணத்திற்கு விறகு பற்றவில்லை என்பதால், பறையர் ஒருவரைச் சிதையில் தள்ளிக் கொன்றனர் சாதி இந்துக்கள். இச்சம்பவத்தைக் கேள்விப்பட்டுச் சங்கத்தாருடன் சம்பவம் நடந்த இடத்திற்குச் சென்று விசாரணை மேற்கொண்டு, குற்றவாளிகள் மீது நடவடிக்கை எடுக்கக் கோரினார் இளையபெருமாள். மாட்டுக் கறி உண்பது இழிவானது, இந்து மதப் பண்பாட்டிற்கு எதிரானது என்ற கருத்தைச் சனாதன இந்து தர்மம் சாதி இந்துக்களிடம் பதிய வைத்திருக்கிறது. மாட்டுக் கறி உண்பதை மட்டுமல்ல, மாட்டுக் கறி உண்பவர்களையும் இழிவாகவும் தாழ்ந்தவர்களாகவும் கருதும் பண்பாடும் சாதி இந்துக்களின் மனவோட்டத்தில் பதிவாகியிருக்கிறது. அட்டவணைச் சமூகத்தவர் மட்டுமல்லாமல், வேறு சில சமூகங்களிடமும் மாட்டுக் கறி உண்ணும் வழக்கம்

இருந்தபோதும், அவர்ணத்தவர்களான அட்டவணைச் சமூகத்தினர் மட்டுமே இழிவானவர்களாகச் சித்தரிக்கப்படுகின்றனர்.

மாட்டுக் கறி உண்ணும் பண்பாடு இந்துக்களால் தவறாகச் சித்தரிக்கப் பட்டுள்ளதென்றாலும், அதைப் புனிதப்படுத்துகிறோம் என்று கூறி காலத்தை விரயமாக்கும் நிலையில் அட்டவணைச் சமூகம் இல்லை என இளையபெருமாள் கருதினார். ஏனெனில், அன்றைய காலகட்டத்தில் மிகவும் பின்தங்கிய நிலையிலேயே அட்டவணைச் சமூகம் இருந்தது. இதனால், மாட்டுக் கறி உண்பது இழிவானது என்ற சாதி இந்துக்களின் மனவோட்டத்தை மாற்ற முயற்சித்துக் காலத்தை விரயமாக்குவதற்குப் பதிலாக, சமூக ஒடுக்குமுறையிலிருந்து விடுதலை பெற நாம் பலவற்றைக் கைவிட்டாக வேண்டும் என்ற முடிவுக்கு வந்திருந்த இளையபெருமாள், பறையடித் தொழிலைக் கைவிடப் பிரச்சாரம் செய்தது போலவே, மாட்டுக் கறி உண்ணக் கூடாது என்ற பரப்புரையையும் காட்டுமன்னார்குடி உள்ளடங்கிய சிதம்பரம் வட்டத்தைச் சேர்ந்த பறையர் சமூக மக்களிடம் எடுத்துச் சென்று, மாட்டுக் கறி உண்பதற்கு எதிரான கட்டுப்பாடுகளைக் கொண்டுவந்தார்.

இளையபெருமாள் கிராமம் கிராமமாகச் சென்று மாட்டுக் கறி உண்ணுவதற்கு எதிரான பிரச்சாரத்தில் ஈடுபட்டுவந்த காலத்தில், பிள்ளை சமூகத்தினர் உள்ளிட்ட சாதி இந்துக்கள் அவரது இப்பிரச்சாரத்தை முன்வைத்து, இளையபெருமாள் சட்டத்துக்குப் புறம்பாகப் பேசியதாகத் திரித்துக் கூறி, அவர் மீது பொய்யான வழக்கொன்றைச் சிதம்பரம் நீதிமன்றத்தில் தாக்கல் செய்தனர். இவ்வழக்கில் இளையபெருமாளுக்கு மூன்று மாதம் சிறைத்தண்டனை விதிக்கப்பட்டது. எனினும், ஆதிதிராவிட மகாஜன சங்கத்தின் நிர்வாகிகள் இளையபெருமாளை உடனடியாகப் பிணையில் எடுத்தனர். மேலும், சிதம்பரம் நீதிமன்றத்தில் அளிக்கப்பட்ட தீர்ப்புக்கு எதிராக விருத்தாசலம் நீதிமன்றத்தில் மேல்முறையீடும் செய்யப்பட்டது. இம்மேல்முறையீட்டு வழக்கில் விருத்தாசலம் நீதிமன்றம் இளையபெருமாளை நிரபராதி எனத் தீர்ப்பளித்து விடுதலை செய்தது.

இன்றைக்கு அட்டவணைச் சமூகமானது பல்வேறு தளங்களில் முன்னேறியிருக்கிறது. அதனால் மாட்டுக் கறி உண்பது நமது பண்பாட்டு உரிமை என்று பொதுவெளியில் வாதிடும் நிலையை எட்டியிருக்கிறோம். ஆனால், 74 ஆண்டுகளுக்கு முன்பு சமூகம் விடுதலை பெற வேண்டும் என்ற நோக்கத்தை மட்டுமே அடிப்படையாகக்கொண்டு இளையபெருமாள் செயல்பட்டுவந்ததால், எவை எவையெல்லாம் இழிவான அடையாளமாக அட்டவணைச் சமூக மக்கள் மீது சுமத்தப்பட்டிருந்ததோ, அவற்றைக் கைவிடக் கோரும் போராட்டங்களையும் சீர்திருத்தங்களையும் அவர் முன்னெடுத்துவந்தார். மாட்டுக் கறி உண்பதற்கு எதிரான அவரது நிலைப்பாட்டை இந்தப் பின்னணியிலிருந்துதான் இன்று நாம் அணுக வேண்டும்.

இளையபெருமாள் தலைமையிலான ஆதிதிராவிட மகாஜன சங்கம் முன்னெடுத்த போராட்டங்கள் மற்றும் சீர்திருத்த நடவடிக்கைகளின் மூலம் கடலூர் மாவட்டத்தில் பறையர் சமூக மக்கள் வசித்துவந்த கீழ்க்கண்ட கிராமங்கள் சங்கத்தின் முழுச் செல்வாக்கு பெற்றிருந்தன. அக்கிராமங்களாவன:

1.உடையூர் 2.வீரசோழபுரம் 3.ஆலங்காத்தான் 4.மதகடி 5.மோவூர் 6.தெம்மூர் 7.வேடப்பூண்டி 8.ஈச்சம்பூண்டி 9.சிறுகாட்டூர் 10.கால்நாட்டான்புலியூர் 11.அனந்தீஸ்வரன்கோயில் 12.தொண்டமங்கலம் 13.இராம்பூர் 14.குப்பங்குழி 15.ராஜாசூடாமணி 16.கண்டமங்கலம் 17.குறுங்குடி 18.வீராநத்தபுரம் 19.நாட்டார்மங்கலம் 20.வீராணநல்லூர் 21.விழிந்தநல்லூர் 22.கீழக்கடம்பூர் 23.மேலக்கடம்பூர் 24.குணவாசல் 25.ஓமாம்புலியூர் 26.ஆதனூர் 27.மேலப்புளியம்பட்டு 28.கீழப்புளியம்பட்டு 29.ஆச்சாள்புரம் 30.எய்யலூர் 31.ஆயங்குடி 32.முட்டம் 33. புளியங்குடி 34.கூத்தூர் 35.திருநாரையூர் 36.மாதார்சூடாமணி 37.இடையார் 38.பிள்ளையார்தாங்கல் 39.செங்கனீர்பள்ளம் 40.சிறகிழந்தநல்லூர் 41.குமராட்சி 42.வெண்ணயூர் 43.வீரநத்தம் 44.வெளத்தூர் 45.மேலவள்ளியூர் 46.கீழவள்ளியூர் 47.மேலநெடும்பூர் 48.கீழநெடும்பூர் 49.லெட்சுமிக்குடி 50.செட்டிக்கட்டளை 51.பரிவிளாகம் 52.மெய்யாத்தூர்.

## IX.கல்விப் பணி

1948இல் ஆதிதிராவிட மகாஜன சங்கத்தின் தலைவராகப் பணியாற்றிவந்த சமயத்திலேயே கல்விப் பணியிலும் தன்னை ஈடுபடுத்திக்கொண்டார் இளையபெருமாள். இதற்காக 1948ஆம் ஆண்டு காட்டுமன்னார்குடியில் காந்திஜி இலவச உண்டு - உறைவிட விடுதியைத் தொடங்கினார். இதில் முதற்கட்டமாக 49 மாணவர்கள் இணைந்து கல்வி கற்றனர்; நாளடைவில் ஆயிரக்கணக்கான மாணவர்கள் பயன் பெற்றனர். மேலும், பெண் கல்விக்கு முக்கியத்துவம் அளிக்கும் வகையில் பெண்களுக்கான ஆரம்பப் பள்ளி மற்றும் விடுதிகளையும் திறந்து திறம்பட நடத்தினார்.

இன்று காட்டுமன்னார்குடியில் உள்ள அரசுப் பெண்கள் ஆதிதிராவிடப் பள்ளியைத் தனது முயற்சியால் கொண்டுவந்தவர் இளையபெருமாள். பெண் கல்விக்கு முக்கியத்துவம் கொடுக்கும் சமத்துவச் சிந்தனை 20ஆம் நூற்றாண்டுத் தொடக்கம் முதலே பறையர் சமூக முன்னோடிகளிடம் இருந்துவந்தது. அந்த வகையில் 1960களில் இளையபெருமாளும் தன் சொந்த ஊரான காட்டுமன்னார்குடியில் பெண்கள் பள்ளி அமைவதற்கு அன்றைய முதல்வர் காமராஜரிடம் கோரிக்கை வைத்து, அதை நடைமுறைக்கும் கொண்டுவந்தார்.

அரசு அதிகாரிகளிடம் மேலோங்கியிருந்த சாதியச் சிந்தனை காரணமாக இப்பள்ளியைக் கட்டுவதில் திட்டமிட்டுத் தாமதம் செய்கிறார்கள் என்பதை உணர்ந்த இளையபெருமாள், இத்தாமதம் குறித்து அதிகாரிகளிடம் விசாரித்தபோது, பள்ளி கட்டுவதற்கான நிலத்தை எங்களால் கண்டறிய முடியவில்லை என்ற நொண்டிச்சாக்கைக் கூறினார்கள்.

இதைக் கேட்டுக் கோபமடைந்த இளையபெருமாள், “எங்கள் பிள்ளைகள் படிக்க மட்டும் உங்களால் இடம் கண்டறிய முடியவில்லையா?” எனக் கடுமையாக எதிர்வினையாற்றியதோடு, முதல்வர் காமராஜர் உள்ளிட்ட உயரதிகாரிகளைத் தொடர்புகொண்டு தனது அதிருப்தியைத் தெரிவித்தார். மேலும், “பள்ளி கட்டுவதற்கு நிலம்தான் பிரச்சினை என்றால், என்னுடைய நிலத்தைப் பள்ளி கட்டுவதற்காக

அரசுக்கு இலவசமாக வழங்குகிறேன்" என்று அறிவித்தார். இதன் பின், பள்ளி கட்டுமானப் பணி ஆரம்பிக்கப்பட்டு, விரைவிலேயே முடிக்கப்பட்டுத் திறப்பு விழாவும் நடைபெற்றது. இளையபெருமாள் கொடுத்த நிலத்தில்தான் காட்டுமன்னார்குடி அரசுப் பெண்கள் பள்ளி இன்றும் இயங்கிவருவது குறிப்பிடத்தக்கது.

## X.அம்பேத்கர் இல்லம் தொடங்குதல்

இளையபெருமாள் 1951இல் காங்கிரஸில் இணைந்த பிறகும்கூட, ஆதிதிராவிட மகாஜன சங்கத்தின் தலைவராகவும் செயல்பட்டுவந்தார். அவர் இச்சங்கத்தின் சார்பாக 1961ஆம் ஆண்டு சிங்கப்பூர் பயணமானார். சிங்கப்பூரில் உள்ள பறையர்களிடம் நிதி திரட்டி, அதைக்கொண்டு சமூகப் பணிகளைத் தடையின்றிச் செய்ய வேண்டும் என்பதுதான் பயணத்திற்கான நோக்கமாக இருந்தது. இப்பயணத்தின்போது ஆதிதிராவிட மகாஜன சங்கத்தின் கிளையைச் சிங்கப்பூரிலும் தொடங்கினார். சிங்கப்பூர் ஆதிதிராவிட மகாஜன சங்கத்தின் பொறுப்பாளராக கெங்காசலம் என்பவர் பணியாற்றினார். இளையபெருமாளோடு காட்டுமன்னார்குடியைச் சேர்ந்த வடமூர் ஸ்ரீரங்கம், தெம்மூர் செல்லப்பெருமாள் ஆகியோரும் சென்றனர். சிங்கப்பூர், மலேசியா நாடுகளில் கோலாலம்பூர், பினாங்கு ஆகிய இடங்களில் கூட்டம் நடத்தி நிதி வசூலித்தார். இதன்மூலம் கிடைத்த நிதியில் மூன்றில் ஒரு பங்கினைச் சிங்கப்பூரில் தமிழர்களுக்காக இயங்கிய அப்பர் பள்ளிக்கு நன்கொடையாகக் கொடுத்தார். மற்றொரு பங்கு நிதியை சிதம்பரம் நந்தனார் மடத்திற்கு வழங்கினார். மீதமிருந்த நிதியைக்கொண்டு ஆதிதிராவிட மகாஜன சங்கத்துக்குச் சிதம்பரம் - நடராஜர் ஆலயம் அருகில் மனையும் மற்றும் நெய்வாசல், ராஜ சூடாமணி, கொத்தவாசல் ஆகிய கிராமங்களில் ஐந்தரை (51/2) ஏக்கர் நிலத்தினையும் வாங்கினார்.

சிதம்பரம் நடராஜர் ஆலயம் அருகில் வாங்கப்பட்ட இடத்தில் கட்டடம் ஒன்றை அமைத்து, அதைப் பறையர் சமுதாயக் கூடமாகப் பயன்படுத்தும் ஏற்பாடுகளைச் செய்தார். காட்டுமன்னார்குடி, சிதம்பரம், புவனகிரி வட்டாரக் கிராமங்களைச் சேர்ந்த பறையர்கள் பல்வேறு தேவைகளுக்காகச் சிதம்பரம் நகரத்திற்குத்தான் வர வேண்டியிருந்தது. அப்படி வரும்போது இரவில் நேரமாகிவிட்டால், ஊருக்குத் திரும்பப் பேருந்துகள் இருக்காது. இரவு நேரத்தில் மற்ற சமூகத்தவர்கள் சாதியின் காரணமாகப் பறையர்களைத் தங்கள் இடங்களில் தங்க அனுமதிக்கமாட்டார்கள். இதன் காரணமாகவே சிதம்பரம் வரும் பறையர்களின் தேவைகளை நிறைவு செய்யும் நோக்கில் இச்சமுதாயக் கூடத்தினை உருவாக்கினார் இளையபெருமாள். இந்தச் சமுதாயக் கூடத்திற்குப் புரட்சியாளர் பெயரில் 'அம்பேத்கர் இல்லம்' என்று பெயர் சூட்டப்பட்டது. இந்த அம்பேத்கர் இல்லத்தை அன்றைய தமிழக முதல்வர் காமராஜர் 1961ஆம் ஆண்டு திறந்துவைத்தார். இந்நிகழ்வில் இளையபெருமாள் முன்னிலை வகித்தார். இன்றுவரை அம்பேத்கர் இல்லம் ஆதிதிராவிட மகாஜன சங்கத்தின் கட்டுப்பாட்டிலேயே உள்ளது.

மேலும், ஆதிதிராவிட மகாஜன சங்கத்தின் அலுவலகக் கட்டடத்தைக் காட்டுமன்னார்குடி நகரத்தில் அமைத்தார் இளையபெருமாள். பறையர் சமூகத்தினர் தங்களுக்கிடையேயான பிரச்சினைகள் மற்றும் சமூகப் பிரச்சினைகளைத்

தீர்த்துக்கொள்ளக் காவல் நிலையங்களை நாடாமல் ஆதிதிராவிட மகாஜன சங்க அலுவலகத்தையே நாடினார்கள். பாதிக்கப்பட்டவர் மற்றும் குற்றம் சுமத்தப்பட்டவரிடையே புகாரைப் பெறும் சங்க நிர்வாகிகள், அதுகுறித்துக் கலந்தாலோசித்து, பாரபட்சம் பார்க்காமல் தீர்க்கமான முடிவை வழங்கிவந்தனர். அப்பிரச்சினையின் எல்லைக்குள் வரும் காவல் நிலைய அதிகாரிகளிடம், "நாங்களே சுமுகமாகப் பேசி பிரச்சினையைத் தீர்த்து வைத்துவிட்டோம். ஆதலால், இதில் நீங்கள் தலையிட வேண்டாம்" என்பதையும் தெரிவித்துவந்தனர். இவ்வாறாக இச்சங்கம் நியாயம் தவறாமல் இருந்ததாலேயே இரண்டு தலைமுறைக்கு மேல் காட்டுமன்னார்குடி வட்டாரப் பறையர் சமூக மக்கள் சங்கத்தின் கட்டுப்பாட்டிலேயே இருந்தனர். இதனாலேயே "பறையர்களுக்கான காவல்நிலையம் ஆதிதிராவிட மகாஜன சங்கக் கட்டடமே" என்று காவல்துறையினரும் குறிப்பிட்டுவந்தனர்.

அத்தியாயம் - 5

# காங்கிரஸ்காரராக இருந்த காலத்தில் இளையபெருமாளின் சமூகப் பணிகள்

### I.விவசாயக் கூலி உயர்வுப் போரட்டங்கள்

நிலவுடைமையாளர்களால் ஒடுக்கப்பட்ட பறையர்களின் உழைப்புக்கேற்ற கூலி உயர்வு கேட்டுத் தொடர்ந்து போராடிவந்தவர் இளையபெருமாள். 1946ஆம் ஆண்டு உடையூரில் கையொப்பமான கூலி உயர்வு ஒப்பந்தத்தைக் காட்டுமன்னார்குடி வட்டாரம் முழுவதும் நடைமுறைப்படுத்தச் செய்தார். எனினும், அடுத்தடுத்த ஆண்டுகளில் பறையர் சமூக மக்களின் கூலியில் மேற்கொண்டு எந்த உயர்வும் ஏற்படவில்லை என்பதையறிந்து, 1964ஆம் ஆண்டு சிதம்பரத்தில் மாபெரும் விவசாயக் கூலி உயர்வு மாநாடு ஒன்றை நடத்தினார். இம்மாநாட்டில் சில முக்கியத் தீர்மானங்களை நிறைவேற்றி, அரசின் கவனத்திற்கும் எடுத்துச் சென்றார்.

இம்மாநாட்டைத் தொடர்ந்து சிதம்பரம், காட்டுமன்னார்குடி வட்டத்தைச் சேர்ந்த கிராமங்கள் மட்டுமின்றி, அவ்வட்டங்களுக்கு அப்பால் இருந்த கிராமங்களிலும் பறையர்களே கூலி உயர்வை நிர்ணயம் செய்யத் தொடங்கினர். உள்ளூர்க் கூலி விவசாயிகளின் கையோங்குவதைச் சகிக்க முடியாத நிலவுடைமைச் சாதி இந்துக்கள் ஒன்றுசேர்ந்து வெளியூரிலிருந்து ஆட்களை அழைத்துவந்து தத்தம் கிராமங்களில் அறுவடைப் பணிகளைத் தொடங்க முயன்றனர். உள்ளூர்க் கூலி விவசாயிகள் இதை எதிர்த்துப் போராடவே,வெளியூரிலிருந்து ஆட்களை அழைத்து வர முடியாமல் போனதோடு, வயல்வெளிகளில் அறுவடைப் பணிகளும் நடைபெறாமல் நின்றுபோயின.

இதனால், "எங்கள் கிராமப் பறையர்கள் வயல் வேலைகளுக்கு வர மறுக்கிறார்கள். மேலும், வெளியூர் ஆட்களைக்கொண்டு அறுவடைப் பணிகளைத் தொடங்குவதையும் தடுக்கிறார்கள்" என்று காவல் நிலையத்தில் நிலவுடைமைச் சக்திகள் புகாரளித்தனர்.

காவல்துறை இப்புகார் தொடர்பாகக் கூலி விவசாயிகளான பறையர் மக்களிடம் விசாரணை மேற்கொண்டபோது, "நாங்கள் கூலி உயர்வுக்காகப் போராடுகிறோம். எங்களுக்குக் கிடைக்க வேண்டிய கூலி உயர்வு கிடைத்தாக வேண்டும். இல்லையேல், துப்பாக்கிச் சூட்டிற்கும் நாங்கள் அஞ்சுவதாக இல்லை" என்று துணிந்து தெரிவித்தனர். இதனால் காவல்துறையும் வேறுவழியின்றிப் பின்வாங்கிக்கொள்ள, இறுதியில் கூலி உயர்வுக் கோரிக்கையை நிலவுடைமையாளர்கள் ஏற்றுக்கொள்ள வேண்டிய சூழல் ஏற்பட்டது.

1946, 1964 ஆண்டுகளைத் தொடர்ந்து மூன்றாவது கூலி உயர்வு மாநாட்டைக் காட்டுமன்னார்குடிக்கு உட்பட்ட லால்பேட்டையில் நடத்தினார். இதைத் தொடர்ந்து கூலித் தொழிலாளிகள் சார்பாக நிலவுடைமையாளர்களை அழைத்துக் கூலி உயர்வுக்காகப் பேச்சுவார்த்தையும் நடத்தினார். இதில் உடன்படிக்கை ஏற்பட்டு, காட்டுமன்னார்குடி பறையர் சமூக மக்களுக்கு மூன்றாவது முறையாகக் கூலி உயர்வினைப் பெற்றுத் தந்தார். அட்டவணைச் சமூகத் தலைவர்களின் போராட்டங்கள், அதில் கிடைத்த வெற்றிகளைத் திட்டமிட்டே மறைக்கும்போக்குத் தமிழகத்தில் நிலவுவதால், இளையபெருமாள் சாதித்த கூலி உயர்வுப் போராட்ட வெற்றிகள் இங்கு அதிகம் பேசப்படவில்லை.

1962ஆம் ஆண்டு இளையபெருமாள் திருக்கோவிலூர் நாடாளுமன்றத் தொகுதி உறுப்பினராகத் தேர்ந்தெடுக்கப்பட்டார். இன்று அது விழுப்புரம் நாடாளுமன்றத் தொகுதி என மாற்றியமைக்கப்பட்டிருக்கிறது. இத்திருக்கோவிலூர் தொகுதிக்குட்பட்ட உளுந்தூர்பேட்டை அருகே உள்ள கிராமம் வெள்ளையூர். பொதுவாக விழுப்புரம், கள்ளக்குறிச்சி வட்டாரப் பறையர் சமூகத்தினர் குறிப்பிடத்தக்க வகையில் நிலவுடைமையைக்கொண்டிருந்தனர். எனினும், வெள்ளையூர் கிராமத்தில் நிலங்களை உடைமையாகக்கொண்டிருந்த மக்களுக்கு நீர்ப்பாசன வசதி கிட்டவில்லை. இதையறிந்த அன்றைய நாடாளுமன்ற உறுப்பினரான இளையபெருமாள், மக்களைத் திரட்டிப் பாசனத்திற்காகப் போராட்டம் நடத்தினார்.

## II.கீழ்வெண்மணி படுகொலை

கீழ்வெண்மணி படுகொலைச் சம்பவம் 25.12.1968 அன்று நடைபெற்றது. அன்றைய ஒருங்கிணைந்த தஞ்சாவூர் மாவட்டத்தில் நாயுடு, மூப்பனார், முக்குலத்தோர் ஆகிய சமூகத்தினர்தாம் நிலவுடைமையாளர்களாக இருந்தனர். விவசாயக் கூலித் தொழிலாளிகளுக்கு மிகக் குறைந்த கூலி கொடுத்து, அவர்களின் உழைப்பைக் கொடூரமாக உறிஞ்சிவந்தனர். விவசாயக் கூலித் தொழிலாளிகள் பெரும்பாலும் அட்டவணைச் சமூகத்தைச் சேர்ந்தவர்களாகவே இருந்தனர். தங்களுக்குக் கொடுக்கப்படும் கூலி போதவில்லை என்பதால், 1960ஆம் ஆண்டு முதலே கூலி உயர்வுக்காகப் போராடிவந்தனர். விவசாயக் கூலித் தொழிலாளர்களுக்கு ஆதரவாகக் கம்யூனிஸ்ட் கட்சியும் போராடியது. நிலவுடைமையாளர்கள் இதற்கெதிராக நெல்

உற்பத்தியாளர்கள் சங்கத்தைத் தொடங்கினர். விவசாயக் கூலித் தொழிலாளிகள் தங்களது போராட்டத்தைத் தீவிரப்படுத்திய சமயத்தில், கூலி உயர்வு கேட்ட இரண்டு தொழிலாளர்களை நிலவுடைமை ஆதிக்கச் சக்திகள் கட்டிவைத்து அடித்தனர். இதைத் தட்டிக் கேட்டதற்காக, கோபாலகிருஷ்ணன் நாயுடு தலைமையில் கொடூரமான வன்முறைத் தாக்குதல் ஏவப்பட்டது. நாட்டுத் துப்பாக்கிகள் உள்ளிட்ட ஆயுதங்களோடு சென்ற இந்தக் கும்பல், ராமையா என்பவரின் குடிசைக்குத் தீ வைத்து, அங்கு ஒளிந்திருந்த 20 பெண்கள், 19 குழந்தைகள் உட்பட 44 பேரை உயிரோடு எரித்துக் கொன்றனர்.

1967இல் முதல்வரான அண்ணாதுரை, கூலி உயர்வு கேட்டுப் போராடும் தொழிலாளர்களை ஒடுக்குவதற்காக கிசான் போலீஸ் என்ற படைப்பிரிவைத் தஞ்சாவூர் மாவட்டத்தில் உருவாக்கியிருந்தார். சமூகநீதி இயக்கம் என்று கூறிக்கொள்ளும் திமுக, சாதி இந்து நிலவுடைமையாளர்களின் நலனை முன்னிறுத்தி, கீழ்வெண்மணிப் படுகொலையில் அட்டவணைச் சமூகத்திற்கு எதிராகச் செயல்பட்டது. கீழ்வெண்மணி படுகொலையைக் கேள்விப்பட்டவுடனேயே தஞ்சாவூர் மாவட்ட ஆட்சியர் ரெங்கபாஷ்யத்தை உடனடியாகச் சந்தித்த இளையபெருமாள், தீவிர விசாரணை நடத்துமாறு கோரிக்கை வைத்ததோடு மட்டுமல்லாமல், கீழ்வெண்மணி கிராமத்திற்கும் சென்றார்.

கீழ்வெண்மணி படுகொலை நடந்த சமயத்தில் அன்றைய தமிழக முதல்வர் அண்ணாதுரை உடல்நலமின்றி அரசு மருத்துவனையில் சிகிச்சை பெற்று வந்தார். இதனால் இளையபெருமாள் மருத்துவமனைக்குச் சென்று அண்ணாதுரையைப் பார்த்து, கீழ்வெண்மணிப் படுகொலையில் நிலவுடைமையாளர்களின் பாத்திரம், காவல்துறையின் பங்கு, உதவி போன்றவற்றைக் குறிப்பிட்டு, அறிக்கையொன்றையும் அளித்தார். உரிய நடவடிக்கை எடுப்பதாக அண்ணாதுரை உறுதியளித்தாலும் திமுக அரசு தனது வாக்கைக் காப்பாற்றவில்லை. கீழ்வெண்மணி படுகொலை தொடர்பாக 03.01.1969 அன்று தமிழக ஆளுநரை நேரில் சந்தித்த இளையபெருமாள், அட்டவணைச் சமூக மக்கள் மீது நடத்தப்பட்ட படுகொலைத் தாக்குதல் திட்டமிடப்பட்ட பழிவாங்கும் நடவடிக்கை என்றும், கம்யூனிஸ்ட்டுகளைத் தவிர்த்து அனைத்துக் கட்சிகளுக்கும் இப்படுகொலையில் தொடர்பு உள்ளது என்றும் உண்மை நிலையை எடுத்துரைத்தார்.

கீழ்வெண்மணி குற்றவாளிகள் 1973 ஏப்ரல் 6 அன்று விடுதலை செய்யப்பட்டனர். இவ்விடுதலை குறித்து இளையபெருமாள், “கீழ்வெண்மணி படுகொலையில் விடுதலை செய்யப்பட்டவர்களுக்கு எதிராக மீண்டும் வழக்குத் தொடுத்தேன். அதன் காரணமாகவே குற்றவாளிகளில் சிலர் மீண்டும் தண்டனை பெற்றனர்” என்று பதிவு செய்திருக்கிறார்.

### III.கரூப்பூர் - வன்கொடுமைக்கு எதிரான போராட்டம்

கடலூர் மாவட்டம், காட்டுமன்னார்குடி வட்டம், கொள்ளிடம் கரையோரம் அமைந்த கிராமம் கரூப்பூர். 1960களில் இக்கிராமத்தில் வன்னியர்களும் பறையர்களும் சம அளவில் வாழ்ந்துவந்தனர். பறையர்கள் செருப்புப் போடக் கூடாது, மேல் துண்டு

அணியக் கூடாது, வெள்ளை வேட்டி, வெள்ளைச் சட்டை அணியக் கூடாது எனப் பலவிதமான சாதிய - தீண்டாமைக் கொடுமைகள் தலைவிரித்தாடிய நிலையில்தான், 1970களில் அக்கிராமத்தில் அம்பேத்கர் இளைஞர் மன்றம் தொடங்கப்பட்டது. இவ்வாறான சூழலில், பறையர் சமூகத்தைச் சேர்ந்த இளைஞர் ஒருவர் வெள்ளை வேட்டி, வெள்ளைச் சட்டை அணிந்து கொள்ளிடம் ஆற்றங்கரையோரம் பொதுப் பாதையில் நடந்துசென்றபோது, நளன்புத்தூர் கிராமத்தைச் சேர்ந்த வன்னியரால் தாக்கப்பட்டார். இதையறிந்த அம்பேத்கர் மன்ற இளைஞர்களும் கிராம மக்களும் ஒன்றாகச் சேர்ந்துபோய், அவ்வன்னியரை வழிமறித்துத் தாக்கினார்கள். தொடர்ந்து, கரூப்பூர் கிராமப் பறையர்களுக்கு எதிராக வன்னியர்கள் பெரும் கலவரத்தைக் கட்டவிழ்த்துவிட்டனர்.

இக்கலவரத்தின்போது ஆண், பெண், குழந்தை என வித்தியாசம் பாராமல் கண்ணில்பட்டவர்களையெல்லாம் கடுமையாகத் தாக்கினார்கள். கரூப்பூரில் இருந்த பறையர் குடிசைகள் அனைத்தும் கொளுத்தப்பட்டன; பண்ட பாத்திரங்கள் உள்ளிட்ட உடைமைகள் அனைத்தும் அடித்து நொறுக்கப்பட்டன.

இவை எல்லாவற்றையும்விட, பறையர்கள் பயன்படுத்திவந்த காலணிகள் அனைத்தையும், சிறுவர்களின் செருப்புகளைக்கூட, துண்டு துண்டாக வெட்டிப் போட்டுத் தங்களின் சாதிவன்மத்தை வன்னியர்கள் வெளிக்காட்டிக்கொண்டனர். இவ்வன்முறையால் கரூப்பூரைச் சேர்ந்த பெரும்பாலான அட்டவணைச் சமூகத்தினர் ஊரைவிட்டு வெளியேறிச் செல்ல வேண்டிய நிலை ஏற்பட்டது.

இக்கலவரத்தைக் கேள்விப்பட்ட இளையபெருமாள், கரூப்பூர் கிராமத்திற்குச் சென்று பாதிக்கப்பட்ட மக்களைச் சந்தித்து ஆறுதல் கூறினார். அவர்களுக்கு மேலும் எந்தப் பாதிப்பும் நேர்ந்துவிடாதபடி பாதுகாப்பு ஏற்பாடுகளையும் செய்தார். பின்னர் இது தொடர்பாக ஓமக்குளத்தில் கூட்டம் ஒன்றை நடத்தினார். அனைத்துக் கட்சிகளையும் சேர்ந்த அட்டவணைச் சமூகத் தலைவர்களை இக்கூட்டத்தில் கலந்துகொள்ள அழைப்பு விடுத்தார். அவர்களுள் திமுகவைச் சேர்ந்தவரும் நேதாஜியின் இந்தியத் தேசிய இராணுவத்தில் (ஐ.என்.ஏ) பணியாற்றியதற்காக நாடு கடத்தப்பட்டவருமான புலவர் ஆறுமுகம், வெ.சுப்பிரமணியன், ஜெயராமன் உள்ளிட்டோர் முக்கியமானவர்கள்.

“யார் எந்தக் கட்சியில் இருந்தாலும் பரவாயில்லை. ஆனால், சமூகத்திற்கு ஒரு பிரச்சினை என்றால், நாம் ஒருங்கிணைந்து செயல்பட வேண்டும். இல்லையெனில், நம் மக்கள் மீதான ஒடுக்குமுறையைத் தடுக்க முடியாது. இந்நிலை நீடிக்குமானால் நம் மக்களால் நாம் புறந்தள்ளப்படுவோம் ஆகையால், நாம் ஒருங்கிணைந்து சாதிய வன்கொடுமைத் தாக்குதல்களுக்கு எதிராகச் செயல்பட வேண்டும்” என இக்கூட்டத்தில் இளையபெருமாள் உரையாற்றினார்.

ஒருங்கிணைந்த சிதம்பரம் வட்டத்திற்குள் இருந்த சிதம்பரம், காட்டுமன்னார்குடி உள்ளிட்ட பல ஊர்கள், கிராமங்களைச் சேர்ந்த அட்டவணைச் சமூகத்தினர் பெரும் எண்ணிக்கையில் இக்கூட்டத்தில் கலந்துகொண்டனர். இக்கூட்டத்தில் பேசிய சமூகத் தலைவர்கள், மக்கள் பிரச்சினைகளில் ஒற்றுமையுடன் செயல்படுவோம் என்று உறுதியளித்தனர்.

எனினும், திமுகவைச் சேர்ந்த புலவர் ஆறுமுகம் பேசும்போது, இளையபெருமாள் தலைமை வகிக்கும் ஆதிதிராவிட மகாஜன சங்கத்தின் மீது குற்றச்சாட்டுகளை அடுக்கினார். எந்தக் காரணத்திற்காக மக்கள் கூட்டப்பட்டனர் என்பதைப் புறந்தள்ளிவிட்டு, இளையபெருமாள் மீதான காழ்ப்புணர்ச்சியை வெளிப்படுத்தினார். இதனால் புலவர் ஆறுமுகம் பேச்சை முடிக்கும் முன்பே கூட்டத்தைப் பாதியிலேயே நிறுத்தவேண்டிய நிலைக்குத் தள்ளப்பட்டார் இளையபெருமாள்.

தாக்குதலில் ஈடுபட்ட நளன்புத்தூர் கிராம வன்னியர்கள் மீது வழக்குத் தொடுக்கப்பட்டாலும், குற்றவாளிகளுக்கு அரசு அளித்த ஆதரவு, சாட்சிகளின் போதாமை ஆகிய காரணங்களால் அவ்வழக்குத் தள்ளுபடி செய்யப்பட்டது.

## IV.கள்ளுக்கடைக்கு எதிரான போராட்டம்

அரசின் நிதி நிலையைக் காரணமாக முன்வைத்து, மது விலக்கை ரத்து செய்து கள்ளுக்கடையைத் திறக்கும் முடிவை **30.08.1971** அன்று அறிவித்தது அன்றைய கருணாநிதி தலைமையிலான திமுக அரசு. காங்கிரஸ், ராஜாஜி தலைமையில் இயங்கிவந்த சுதந்திரா கட்சி உட்பட அன்றிருந்த பல்வேறு எதிர்க்கட்சிகள் இம்முடிவை எதிர்த்தபோதும், எந்தவோர் இயக்கமும் மது விலக்கு ரத்து செய்யப்பட்டதற்கு எதிரான வலிமையான போராட்டத்தை நடத்த முன்வரவில்லை. “கருணாநிதி அரசின் இந்த முடிவால் மேல்தட்டு வர்க்கம் பாதிக்கப்படப் போவதில்லை. தினக்கூலிகளான நமது மக்களே பாதிக்கப்படுவர்” என்று இளையபெருமாள் உணர்ந்திருந்ததால், அன்றைய எதிர்க்கட்சித் தலைவரான காமராஜரிடம், “கருணாநிதி பாமர மக்களுக்கு அநீதி இழைக்கிறார். நாம் இதை வெறுமனே பார்த்துக்கொண்டிருக்கக் கூடாது. உடனடியாகத் தடுக்க வேண்டும்” என்று தனது ஆதங்கத்தை வெளிப்படுத்தினார். இதற்கு காமராஜர், “என்னப்பா செய்வது, நமது கட்சிக்காரர்களே கள்ளுக்கடைகளை ஏலத்தில் எடுக்க முன்னணியில் இருக்கிறார்கள். இந்த நிலையில் நம்மால் என்ன செய்ய முடியும்?” என்று கைவிரித்தார்.

இதைத் தொடர்ந்து, காங்கிரஸ் கட்சி சார்பாக நடைபெறவிருந்த சேலம் மாநாட்டில் கள்ளுக்கடை திறப்பதற்கு எதிராகத் தீர்மானம் கொண்டுவருவது பற்றியும் அதற்கான ஆதரவு குறித்தும் காமராஜரிடம் இளையபெருமாள் விவாதித்தார். காமராஜரோ, “நம் கட்சி சார்பாக நீங்கள் கொண்டுவரப்போகும் தீர்மானத்துக்கு ஆதரவாக நான்கூட ஓட்டுப்போட மாட்டேன்” என்று கூறிவிட்டார். எனினும், இளையபெருமாள் சேலம் மாநாட்டில் கள்ளுக்கடை திறப்புக்கு எதிரான தீர்மானத்தைக் கொண்டுவந்தார். சொன்னது போலவே தீர்மானத்திற்கு ஆதரவாக காமராஜர் வாக்களிக்கவில்லை. அட்டவணைச் சமூகத்தைச் சேர்ந்த தியாகி கக்கனும்கூட ஆதரவளிக்கவில்லை. இத்தீர்மானத்துக்கு ஆதரவாக மூன்று பேர் மட்டுமே வாக்களித்தனர்: இளையபெருமாள், கருப்பையா மூப்பனார், திண்டிவனம் இராமமூர்த்தி.

தீர்மானம் தோல்வியடைந்தாலும், மதுவிலக்கு ரத்து செய்யப்பட்டதை எதிர்க்கும் தனது முடிவிலிருந்து இளையபெருமாள் பின்வாங்கவில்லை. அட்டவணைச் சமூக மக்களைத் திரட்டி அரசு அலுவலகங்களை முற்றுகையிடுதல், சாலை

மறியல் ஆகிய போராட்டங்களைக் கடலூர், சிதம்பரம், காட்டுமன்னார்குடி உள்ளிட்ட பகுதிகளில் முன்னெடுத்தார். இப்போராட்டங்களை ஒடுக்கும்விதமாக இளையபெருமாளையும் அவரோடு இப்போராட்டங்களில் கலந்துகொண்ட 2,000க்கும் மேற்பட்ட அட்டவணைச் சமூக மக்களையும் கைது செய்து சிறையில் அடைத்தது கருணாநிதி அரசு. இவர்கள் அனைவரும் 22நாள் சிறைவாசத்திற்குப் பிறகு விடுதலை செய்யப்பட்டனர். இப்போராட்டத்தில் இளையபெருமாளுடன் சிறை சென்ற காட்டுமன்னார்குடி வட்டம், திருநாரையூர் கிராமத்தைச் சேர்ந்த ரத்தினசாமி, 94 வயதைத் கடந்து இன்றும் வாழ்ந்துவருகிறார்.

கருணாநிதி அரசின் கள்ளுக்கடைகள் திறப்பு நடவடிக்கையைக் காங்கிரஸ் தீவிரமாக எதிர்க்கவில்லை என்பதால், காங்கிரஸிலிருந்து வெளியேறினார் இளையபெருமாள். சுமார் 18 மாதங்கள் கட்சியின் தொடர்பிலிருந்து விலகி நின்றார். இறுதியாக காமராஜர் முன்வந்து, அன்றைய தென்னாற்காடு மாவட்டக் காங்கிரஸ் தலைவரான சீனுவாசப் படையாட்சி மூலமாக இளையபெருமாளை அழைத்து வர ஏற்பாடு செய்தார். இளையபெருமாளும் தன்னை மீண்டும் காங்கிரஸ் பேரியக்கத்தில் இணைத்துக்கொண்டார்.

## V.பறையர் - இஸ்லாமியர் மோதல்

சாதி இந்துக்கள் போலவே இஸ்லாமியர்களும் தாம் பெரும்பான்மையாக இருந்த பகுதிகளில் அட்டவணைச் சமூகத்தின் மீது சாதியப் பாகுபாடுகளைத் திணித்துவந்தனர். இதற்கு எடுத்துக்காட்டாக, தென்னாற்காடு மாவட்டம், காட்டுமன்னார்குடி வட்டத்தில் லால்பேட்டை இஸ்லாமியர்களுக்கும் சுற்றியிருந்த கிராமங்களான எள்ளேரி, கொல்லிமலையில் வசித்துவந்த பறையர் சமூகத்துக்கும் இடையே 1974ஆம் ஆண்டு நடந்த லால்பேட்டை - எள்ளேரி கலவரத்தைக் குறிப்பிடலாம். இம்மோதலில் இரு சமூகமும் கடுமையான சேதத்தைச் சந்தித்தன.

அச்சமயத்தில் லால்பேட்டை இஸ்லாமியர்களுக்குத் தலைவராக ஷெரீப் என்பவரும் தென்னாற்காடு மாவட்டம், புவனகிரி சட்டமன்றத் தொகுதியின் உறுப்பினராக அபுசாலி என்பவரும் இருந்தனர். பணபலமும் அதிகாரபலமும் மிக்கவர்களாக இருந்த இந்த இருவரும்தான் இம்மோதலில் இஸ்லாமியர்களுக்காகச் செயல்பட்டதாகக் கூறப்படுகிறது.

எள்ளேரி, கொல்லிமலையில் பறையர்கள் தாக்கப்பட்டதைத் தொடர்ந்து இளையபெருமாள் சம்பவ இடத்திற்குச் சென்றார். இதையறிந்து இஸ்லாமியர்கள் இளையபெருமாளைச் சுற்றி வளைத்துத் தாக்கியதால், இஸ்லாமியர்களுக்கும் அட்டவணைச் சமூகத்தினருக்கும் இடையே மீண்டும் கடுமையான மோதல் வெடித்தது.

இரு வாரங்களுக்கு மேல் நீடித்த இம்மோதலில் அட்டவணைச் சமூகத்தினரின் தாக்குதலை இஸ்லாமியர்களால் தொடர்ந்து எதிர்கொள்ள முடியாத நிலை ஏற்பட்டது. இதனால் இஸ்லாமியர்கள் சமாதானப் பேச்சுவார்த்தைக்கு முன்வந்தனர்.

1947ஆம் ஆண்டு புளியங்குடி கிராம மக்களைப் பிள்ளையார்தாங்கலில் மறுகுடியமர்த்தியது போன்றதொரு நடவடிக்கையையே எள்ளேரி, கொல்லிமலை

பகுதியிலும் மேற்கொண்டார் இளையபெருமாள். இதன்மூலம் அட்டவணைச் சமூக மக்களுக்குப் பாதுகாப்பான வாழ்க்கையை ஏற்படுத்திக் கொடுத்தார்.

### VI.பறைமேளம் அடிக்கக் கூடாது - சிதம்பரத்தில் பறையர்கள் - வன்னியர்கள் மோதல் - 1975

பறைமேளம் அடிப்பது உட்பட எந்த இழிதொழிலும் செய்யக் கூடாது என்று தென்னாற்காடு மாவட்டம் முழுவதும் விழிப்புணர்வு ஏற்படுத்தியிருந்தார் இளையபெருமாள். இதனால் இத்தகைய இழிதொழில்களைச் செய்ய மறுக்கும் துணிவையும் சுயமரியாதை உணர்வையும் சிதம்பரம், காட்டுமன்னார்குடி வட்டாரங்களைச் சேர்ந்த ஒவ்வொரு கிராமத்திலும் காண நேர்ந்தது. இவ்வாறான சூழலில் சிதம்பரம் நகரத்தைச் சேர்ந்த வன்னியர்கள் சுமார் இருபது, முப்பது பேர் பறை மேளத்தை அடித்துக்கொண்டு, பறையர்கள் பெரும்பான்மையாக வாழ்ந்துவந்த ஓமக்குளம் வழியாகப் பிணமொன்றை எடுத்துச் சென்றனர். இந்தச் செயலுக்குப் பறையர்கள் எதிர்ப்பு தெரிவித்தனர். வன்னியர்களோ பறையர்களின் எதிர்ப்பைப் பொருட்படுத்தாததோடு, அவர்களைத் தாக்கவும் செய்தனர். இதனால் திருப்பித் தாக்க வேண்டிய நிலைக்குப் பறையர்கள் தள்ளப்பட்டனர். இந்த எதிர்த்தாக்குதலால் நிலைகுலைந்து போன வன்னியர்கள் பின்வாங்கிச் சென்றனர்.

*1971-1976* காலகட்டத்தில் திமுகவில் செல்வாக்குமிக்க நபராக இருந்த பிள்ளை சமூகத்தைச் சேர்ந்த பொன்.சொக்கலிங்கம்தான், அன்றைய சிதம்பரம் சட்டமன்றத் தொகுதி உறுப்பினராகவும் இருந்தார். பறைமேளம் அடிப்பது தொடர்பாக எழுந்த இப்பிரச்சினையில் வன்னியர்களுக்கு ஆதரவாக பொன்.சொக்கலிங்கம் செயல்பட்டதன் காரணமாகப் பறையர் தரப்பில் 20க்கும் மேற்பட்டோர் மீது வழக்குத் தொடுக்கப்பட்டது.

இதனால் இளையபெருமாள் இப்பிரச்சனையில் தலையிட்டதோடு, பறையர்கள் மீது ஒருதலைப்பட்சமாக வழக்குத் தொடுக்கப்பட்டதைக் கண்டித்து சிதம்பரம் பேருந்து நிலையத்திற்கு அருகில் உள்ள காந்தி சிலை முன்பு தர்ணா போராட்டத்தை நடத்தினார். சிதம்பரம், காட்டுமன்னார்குடி வட்டார கிராமங்களைச் சேர்ந்த ஆயிரக்கணக்கானோர் இதில் கலந்துகொண்டனர். இத்திடீர் போராட்டத்தைக் கேள்விப்பட்டு வந்த காவல்துறை உயரதிகாரிகளிடம், "வன்னியர்கள் மீது வழக்குப் பதியாதவரை நான் போராட்டத்தைத் திரும்பப் பெற மாட்டேன்" என்று இளையபெருமாள் உறுதியாகத் தெரிவித்தார். காவல்துறைக்குத் தரப்பட்ட இந்த அழுத்தத்தின் காரணமாக வன்னியர்கள் 20க்கும் மேற்பட்டோர் மீது வழக்குத் தொடுக்கப்பட்டது. வேறுவழியின்றி பொன்.சொக்கலிங்கம் சமாதானம் செய்துகொள்ள முன்வந்தார். ஆனால், இளையபெருமாள், "வழக்கை நாங்கள் திரும்பப் பெற்றால், உங்களது தரப்பை மன்னித்துவிடுவதாக ஆகிவிடும். அதற்கு நான் தயாராக இல்லை, வழக்கு நடக்கட்டும்" என்று கூறிச் சமாதானத்தை ஏற்க மறுத்துவிட்டார்.

சிதம்பரம் ஓமக்குளம் மடத்தில் வழக்குச் செலவுக்காகக் கூட்டம் நடத்தப்பட்டு, அட்டவணைச் சமுதாயத்தைச் சேர்ந்த அரசு ஊழியர்கள் மற்றும் சமூக

ஆர்வலர்களிடமிருந்து திரட்டப்பட்ட நிதியினைப் பயன்படுத்தி, வழக்கில் வாதாட மூத்த வழக்கறிஞரை ஏற்பாடு செய்தார் இளையபெருமாள். இவ்வழக்கின் தீர்ப்பில் இரு சமூகத்தார் மீதான குற்றச்சாட்டுகளையும் நீதிமன்றம் தள்ளுபடி செய்தது. இதன் பின்னர் நடந்த சட்டமன்றத் தேர்தலில் பொன்.சொக்கலிங்கத்திற்கு சிதம்பரம் தொகுதியில் மீண்டும் போட்டியிட வாய்ப்புக் கிடைக்காமல் போனதற்கு, அவ்வட்டாரத்தைச் சேர்ந்த அட்டவணைச் சமூகத்தின் அதிருப்தியும் ஒரு காரணமாக அமைந்தது.

### VII.விழுப்புரம் படுகொலை - 1978

விழுப்புரம் நகரத்தின் பழைய பேருந்து நிலையத்தையொட்டி அமைந்த பெரிய காலனியில் பறையர் சமூக மக்களும் சுற்றியுள்ள பகுதிகளில் வன்னியர், முதலியார், செட்டியார், பிள்ளைமார் உள்ளிட்ட சாதி இந்துக்களும் வசித்துவந்தனர். 1970களில் பறையர்கள் இப்பேருந்து நிலையத்தைத் தமது கட்டுப்பாட்டில் வைத்திருந்ததோடு, அதன் வாயிலாகச் கணிசமான வருமானத்தையும் ஈட்டிவந்தனர். இதன் காரணமாகப் பெரிய காலனி மக்கள், சாதி இந்துக்களின் ஆதிக்கத்திற்கு அடிபணிய மறுத்தனர். இதைப் பொறுத்துக்கொள்ள முடியாத சாதி இந்துக்கள், அவர்களை அவ்விடத்திலிருந்து அப்புறப்படுத்தும் தீய நோக்கத்தோடு, பெரிய காலனி மக்களாலேயே பேருந்து நிலையப் பகுதியில் வழிப்பறி, திருட்டு, பெண்களிடம் அத்துமீறுதல் போன்ற சமூக விரோதக் குற்றங்கள் நடப்பதாகப் பொய்க் குற்றச்சாட்டைச் சுமத்தினர்.

இந்தப் பின்னணியில்தான் 1978ஆம் ஆண்டு விழுப்புரம் கலவரம் நடந்தது. இக்கலவரத்தில் பறையர் சமூகத்தைச் சேர்ந்த 12 பேர் படுகொலை செய்யப்பட்டனர்.

விழுப்புரம் கலவரத்திற்குப் பிறகு, சாதி இந்துக்கள் பெரிய காலனி மக்களைப் பேருந்து நிலையப் பகுதியிலிருந்து அப்புறப்படுத்தும் முயற்சியைத் தீவிரப்படுத்திய நிலையில், இளையபெருமாளோ அக்கலவரம் தொடர்பாக விசாரணை கமிசன் அமைக்க வேண்டும் என எம்.ஜி.ஆர் தலைமையிலான அதிமுக அரசிடம் கோரிக்கை வைத்தார். ஆனால், அதிமுக அரசு, சாதி இந்துக்களின் அழுத்தத்திற்கு அடிபணிந்து பெரிய காலனி மக்களை அப்புறப்படுத்தும் நடவடிக்கைகளில் இறங்கியது.

இச்சூழ்நிலையில், விழுப்புரம் கலவரம் - படுகொலைகள் தொடர்பாக விசாரணை கமிசன் அமைக்கவில்லையென்றால், எந்தவொரு பேருந்தும் விழுப்புரத்தைத் தாண்டிச் செல்ல முடியாது என அரசுக்கு எச்சரிக்கை விடுத்தார். இதன்பின்னர்தான், சதாசிவம் கமிசனை அமைத்தது அதிமுக அரசு. இக்கமிஷனுடன் 15 நாட்களுக்கு மேல் தங்கி, உண்மையை வெளிக்கொண்டு வந்தார் இளையபெருமாள்.

பெரிய காலனி மக்கள் சார்பாக சதாசிவம் கமிஷன் முன்பு ஆஜரான இளையபெருமாள், "பறையர்கள் பேருந்து நிலையத்தைச் சுற்றியுள்ள பகுதிகளை ஆக்கிரமித்துள்ளதாகவும் அவர்களால்தான் அப்பகுதியில் சட்டவிரோதக் குற்றச் செயல்கள் நடப்பதாகவும் ஆதாரமற்றக் குற்றசாட்டைச் சுமத்தி, பெரிய காலனி மக்களை அப்பகுதியிலிருந்து அகற்ற வேண்டும் என்று சாதி இந்துக்கள்

கோரிவருகின்றனர். உண்மையில் விழுப்புரம் பேருந்து நிலையம் அமைக்கப்படுவதற்கு முன்னரே அம்மக்கள் பெரிய காலனியில் குடியேறிவிட்டனர். ஆகையால், அவர்களை ஆக்கிரமிப்பாளர்கள் என்றுகூற சாதி இந்துக்களுக்கு உரிமையில்லை. ஒருவேளை பேருந்து நிலையம் அமைக்கப்பட்ட பின்னரே அம்மக்கள் அங்கு குடியேறினர் என்பதை அரசு நிரூபித்தால், அவர்களை நிச்சயமாக வெளியேற்றலாம். அப்படி இல்லையென்றால், சாதி இந்துக்களின் இந்த அபத்தமான கோரிக்கைக்கு முற்றுப்புள்ளி வைக்க வேண்டும்" என வாதாடினார். விசாரணையின் இறுதியில் இளையபெருமாள் முன்வைத்த வாதங்களையும் விவரங்களையும் சதாசிவம் கமிஷன் ஏற்றுக்கொண்டது. இதன்மூலம் சுமார் 1,500 குடும்பங்களைச் சேர்ந்த 5,000க்கும் மேற்பட்ட மக்களின் வாழ்விடமும் வாழ்வியலும் காப்பாற்றப்பட்டன.

விழுப்புரம் கலவரத்தின்போது அன்றைய ஆளுங்கட்சியான அதிமுக எம்.எல்.ஏ., மட்டுமின்றி, உள்ளூர் திமுகவினரும் அட்டவணைச் சமூகத்தினருக்கு எதிராகவே செயல்பட்டனர். இக்கலவரம் நடந்த சமயத்தில் பெரும்பான்மை அட்டவணைச் சமூகத்தினர் காங்கிரஸில் இருந்ததால், அவர்களுக்கு ஆதரவாக காங்கிரஸைச் சேர்ந்த சமூகத் தலைவர்கள்தாம் செயல்பட்டனர். இவர்களுள் இளையபெருமாள், மரகதம் சந்திரசேகர், கே.பி.எஸ்.மணி உள்ளிட்டோர் குறிப்பிடத்தக்கவர்கள். மேலும், வை.பாலசுந்தரம், கொடிக்கால் ஷேக் உள்ளிட்ட பலரும் அட்டவணைச் சமூகத்தினருக்கு ஆதரவாகக் களத்தில் இறங்கிச் செயல்பட்டனர். விழுப்புரம் கலவரத்தை முன்னிறுத்தி அதிமுக அரசு எடுத்த நடவடிக்கைகளால் கடுமையாகப் பாதிக்கப்பட்ட அட்டவணைச் சமூக மக்களின் நலனைப் பாதுகாக்கும் பொருட்டு அன்றைய எதிர்க்கட்சித் தலைவர் கருணாநிதியுடன் இணைந்து செயல்படும் அரசியல் நிலைப்பாட்டை மேற்கொண்டார் இளையபெருமாள். "தமிழகத்தில் அட்டவணைச் சமூக மக்களுக்குப் பாதுகாப்பு இல்லை" என அன்றைய தமிழக ஆளுநரிடம் இளையபெருமாளும் கருணாநிதியும் இணைந்து புகாரளித்தனர். இந்நிகழ்வின்போது சக்திதாசன் உள்ளிட்ட மூத்தத் தலைவர்களும் உடனிருந்தனர்.

1980இல் சென்னையில் நடந்த காங்கிரஸ் - திமுக கூட்டணி தேர்தல் பிரச்சார மாநாட்டில் பங்கேற்று உரையாற்றிய அம்மையார் இந்திராகாந்தி, "தமிழகத்தில் எம்.ஜி.ஆர் ஆட்சிக் கலைக்கப்பட்டதற்கு, அட்டவணைச் சமூகம் மீதான அடக்குமுறைகளைத் தடுக்கத் தவறியதும் ஒரு முக்கியக் காரணமாகும்" எனக் குறிப்பிட்டதாக, செ.கு.தமிழரசன் உள்ளிட்ட மூத்த தலைவர்கள் பதிவு செய்துள்ளனர்.

### VIII.பெண் கொலையில் குற்றவாளிகள் கைது - 1980

அரியலூர் மாவட்டம், ஜெயங்கொண்டம் சட்டமன்றத் தொகுதியிலுள்ள உடையார்பாளையம் வட்டத்திற்குட்பட்ட கிராமம் மீன்சுருட்டி. தேவர் சமூகப் பிரமுகரான நெல்லையா பிள்ளை, மீன்சுருட்டியைச் சுற்றியுள்ள வெண்ணைங்குழி, ராமதேவநல்லூர், வில்வகுணம், பெரிய பூங்கநேரி, சிறிய பூங்கநேரி உள்ளிட்ட 18 கிராமங்களுக்குத் தலைவராக இருந்துவந்தார். இதே அரியலூர் மாவட்டம், ஜெயங்கொண்டம் தொகுதி, உடையார்பாளையம் வட்டம், உடைப்பேரி கிராமத்தைச் சேர்ந்த அட்டவணைச் சமூகத்து இளம்பெண்ணான கலிங்கராணியைச்

சாதி இந்துக்கள் கடத்திப் படுகொலை செய்து, அவரது சடலத்தை எரித்துத் தடயங்களையும் அழித்தனர். இதன் காரணமாக, அங்கு பதற்றமான சூழல் உருவானது.

கொல்லப்பட்ட பெண்ணின் உடலும் கிடைக்கவில்லை; கொலை குறித்த எந்தவொரு தெளிவான ஆதாரமும் சிக்கவில்லை; பொதுமக்களும் பயத்தினால் சாட்சி சொல்ல முன்வரவில்லை. இதனால், உள்ளூர் போலீஸ் விசாரணையில் பின்னடைவு ஏற்பட்டது. இதையடுத்து, இக்கொலையைத் துலக்கமாகப் புலனாய்வு செய்ய சி.பி.சி.ஐ.டி விசாரணை வேண்டுமெனக் கோரினார் இளையபெருமாள். மேலும் தனிப்பட்ட விதத்தில் அவரும் இக்கொலை குறித்த ஆதாரங்களைத் தேட ஆரம்பித்தார். இப்படுகொலையில் சாதி இந்துப் பிரமுகரான நெல்லையா பிள்ளையின் பங்கு குறித்த ஆதாரங்கள் உடனே கிட்டாததால், புலன் விசாரணை ஆறு மாதங்களுக்கும் மேலாக நடந்துவந்தது. சி.பி.சி.ஐ.டி அதிகாரி, பிச்சைக்காரர் வேடமணிந்து மீன்சுருட்டி உள்ளிட்ட பகுதிகளில் சுற்றித் திரிந்து, பொதுமக்களும் நெல்லையா பிள்ளையின் ஆட்களும் இப்படுகொலை குறித்துத் தமக்குள் பேசிக்கொண்டதையெல்லாம் இரகசியமாகப் பதிவுசெய்து, நெல்லையா பிள்ளைக்கு எதிரான சாட்சியங்களைத் திரட்டிய பிறகு, சி.பி.சி.ஐ.டி போலீசால் அவர் கைது செய்யப்பட்டார்.

## IX.சிதம்பரம் பகுதியில் சாதி ஆதிக்கமும் எதிர்வினைகளும்

சிதம்பரம் பகுதியில் பிள்ளை, வன்னியர் சாதியினர் மட்டுமின்றி, முக்குலத்தோர் சமூகங்களில் ஒன்றான வாண்டையார் சாதியினரும் பறையர்களுக்கு எதிராக வன்கொடுமைகளை நிகழ்த்திவந்தனர். சாதி இந்துகளில் குறிப்பிடத்தக்கவரான மாரியப்ப வாண்டையார், சிதம்பரம் வட்டத்துக்குட்பட்ட கவரப்பட்டுக் கிராமத்தில் குடியேறி, சுற்றுவட்டாரப் பகுதிகளிலும் ஆதிக்கம் செலுத்தினார். இப்பகுதியில் அந்தந்தச் சமூகங்களுக்கான தலைவர்கள் இருந்தாலும், அவர்கள் மாரியப்ப வாண்டையார் சொல்படியே நடந்துவந்தனர். 1980கள் வரை சிதம்பரம் பகுதியில் பண்ணை என்றால் மாரியப்ப வாண்டையாரையே குறிக்கும்.

இவ்வாறான சூழலில்தான் 1980இல் இளையபெருமாள் காங்கிரஸில் இருந்துகொண்டே, இந்திய மனித உரிமைச் சம்மேளத்தைத் தொடங்கி, இவ்வியக்கம் அட்டவணைச் சமூக மக்கள் எதிர்கொண்டுவரும் ஒடுக்குமுறைகளுக்கு எதிராகப் போராடும் என்று அறிவித்தார். இதன் பின்னர் 1984இல் காங்கிரஸிலிருந்து வெளியேறி, அட்டவணைச் சமூக மக்கள் அரசியல் அதிகாரம் பெறும் நோக்கில் தனித்த இயக்கத்தைக் கட்டமைத்தார்.

1980 முதல் சிதம்பரம் வட்டாரப் பகுதிகளில் கிராமம் கிராமமாகக் கூட்டங்களை நடத்தி அட்டவணைச் சமூக மக்களை அரசியல்படுத்திவந்தார். இக்கூட்டங்களைத் தனது ஆதிக்கத்திற்கு விடப்படும் சவாலாகக் கருதிய மாரியப்பன், “என் பகுதிகளில் கூட்டம் போடக் கூடாது” என்று இளையபெருமாளை எச்சரித்ததோடு, “மீறிக் கூட்டம் போட்டால், பின்விளைவுகளைச் சந்திக்க நேரிடும்” என்றும் மிரட்டினார்.

மாரியப்பனின் மிரட்டலுக்கு ஒரே தீர்வு திருப்பி அடிப்பதுதான் என்று முடிவெடுத்த இளையபெருமாள், தன்னை ஆதரிக்கும் அட்டவணைச் சமூகத்தைச் சேர்ந்த வட்டாரத் தலைவர்களுக்குப் பொதுக்கூட்டம் தொடர்பாகத் தகவல் அனுப்பினார். இவர்களுள் பெரம்பலூர் முன்னாள் எம்.பி. கே.பி.எஸ். மணி உள்ளிட்ட பலர் அடங்குவர். எங்கு கூட்டம் நடத்தக் கூடாது என்று மிரட்டினார்களோ, அதே இடத்தில் மாபெரும் கூட்டத்தை நடத்துவது எனத் தீர்மானித்து, சிதம்பரம் - கோழிப்பள்ளம், நற்கந்தன்குடி ஆகிய கிராமங்களில் பொதுக்கூட்டங்களை நடத்த ஏற்பாடு செய்தார். மாரியப்பனை எதிர்கொள்வது என்ற அடிப்படையில் இப்பொதுக்கூட்டம் தக்கப் பாதுகாப்பு ஏற்பாடுகளுடன் நடத்தப்பட்டது. சிதம்பரம் வட்டாரத்திலிருந்து மட்டுமின்றிப் பல்வேறு மாவட்டங்களில் இருந்தும் தொண்டர்கள் திரட்டப்பட்டதோடு, அவர்கள் தற்காப்புக்காக ஆயுதங்களை வைத்திருக்கவும் ஏற்பாடு செய்யப்பட்டிருந்தது. தனது மிரட்டலுக்கு அஞ்சாமல், பெருந்திரளான அட்டவணைச் சமூகத்தினரை ஆயுதபாணியாகத் திரட்டிப் பொதுக்கூட்டம் நடத்தியதைப் பார்த்த மாரியப்பன் தலைமையிலான சாதி இந்துக்கள், இளையபெருமாளை எதிர்த்து எதுவும் செய்ய முடியாமல் முடங்கிப் போயினர். இப்பொதுக்கூட்டத்தில் இளையபெருமாள், "நீ எங்கள் சமூக மக்கள் இருக்கும் கிராமங்களை உனது கட்டுப்பாட்டுப் பகுதி என்று நினைத்து, அப்பகுதிகளில் கூட்டம் நடத்தக் கூடாது என மிரட்டல் விடுத்தாய். ஆனால், நாங்கள் அதே இடத்திலேயே பொதுக்கூட்டம் நடத்திவிட்டோம். உன்னால் முடிந்தால், சிதம்பரம் கீழவீதியில் பொதுக்கூட்டம் நடத்திப் பார்" என மாரியப்பனுக்குச் சவால் விட்டு உரையாற்றினார். 1989 சிதம்பரம் நாடாளுமன்றத் தேர்தலுக்கு முன்பாகவே மாரியப்பனின் சாதி ஆதிக்கத்திற்கு முற்றுப்புள்ளியும் வைத்தார் இளையபெருமாள்.

1990களின் பிற்பகுதியில் சிதம்பரம் வட்டத்திற்கு உட்பட்ட நற்கந்தன்குடி கிராமத்தில் இந்திய மனித உரிமைக் கட்சி கொடியேற்றும் நிகழ்வு ஏற்பாடு செய்யப்பட்டிருந்தது. மாரியப்ப வாண்டையாருக்குப் பின் தலையெடுத்த அவரது மகன் ஸ்ரீதர் வாண்டையாரும் அவனது சகோதரர்களும், "இளையபெருமாள் கொடியேற்ற வந்தால், திருப்பிச் செல்ல முடியாது" என்று மிரட்டல் விடுத்தனர். இதனால் தென்னாற்காடு மாவட்டக் காவல் கண்காணிப்பாளருக்குத் தன்னுடைய கொடியேற்றும் நிகழ்வு பற்றியும், ஸ்ரீதர் வாண்டையார் விடுத்த மிரட்டல் பற்றியும் தகவல் கொடுத்துவிட்டு, நற்கந்தன்குடி கிராமத்திற்குச் சென்றார், இளையபெருமாள். கொடியேற்ற நிகழ்வு ஆயுதம் தாங்கிய போலீஸ் பாதுகாப்போடு நடந்து முடிந்தது.

## X.மீனாட்சிபுரம் மதமாற்றமும் இளையபெருமாளின் ஆதரவும்

திருநெல்வேலி மாவட்டம், மீனாட்சிபுரத்தில் அட்டவணைச் சமூகத்தைச் சேர்ந்த 210 குடும்பத்தினர் 19.02.1981 அன்று இந்து மதத்திலிருந்து வெளியேறி இஸ்லாம் மதத்தைத் தழுவினர். இம்மதமாற்றம் இந்தியா முழுவதும் பெரும் அதிர்வலைகளை ஏற்படுத்தியது. இச்சமயம், எழும்பூர் சட்டமன்ற உறுப்பினராக இருந்த இளையபெருமாள் உடனடியாக மீனாட்சிபுரம் சென்று, சாதிய வன்கொடுமையால் பாதிக்கப்பட்டு, மதம் மாறிய மக்களின் நிலை குறித்தும் பாதுகாப்பு குறித்தும் ஆட்சியாளர்களிடம் பேசி, அவர்களது பாதுகாப்பை உறுதி செய்தார்.

அன்றைய தமிழக முதல்வராக இருந்த எம்.ஜி.ஆர்., மீனாட்சிபுரம் மதமாற்றம் அரபு நாடுகளின் பணத்திற்காக நடைபெற்ற ஒன்றெனக் கூறினார். இக்கருத்திற்கு இளையபெருமாள் சட்டமன்றத்திலும் பொதுவெளியிலும் கடுமையான எதிர்ப்புகளைப் பதிவுசெய்தார். பல காலங்களாகத் தீண்டாமைக் கொடுமைகளை அனுபவித்துவந்த அட்டவணைச் சமூக மக்கள், சாதிய நுகத்தடியிலிருந்து விடுதலை பெறுவதற்காகவே மதம் மாறினர் என்ற உண்மையைப் பொதுவெளியில் எடுத்துவைத்தார்.

இந்தியாவின் முன்னாள் பிரதமரான அடல் பிகாரி வாஜ்பாய், இந்து முன்னணியின் தலைவர் இராம.கோபாலன், மதுரை ஆதினம், விஷ்வ இந்துப் பரிஷத் தலைவர் வேதாந்தம் உட்பட பலரும் மதம் மாறியவர்களைச் சந்தித்து, தாய் மதத்திற்குத் திரும்புமாறு அழைப்பு விடுத்தனர். ஆனால், மதம் மாறிய குடும்பங்கள் தங்கள் நிலைப்பாட்டில் உறுதியாக இருந்தனர். அப்போது பிரதமராக இருந்த இந்திராகாந்தி, இம்மதமாற்றம் குறித்து அறிய மத்திய மந்திரி யோகேந்திர மக்வானாவை அனுப்பி வைத்தார். தமிழகம் வந்த அவரை மீனாட்சிபுரத்தில் சந்தித்த இளையபெருமாள், "அட்டவணைச் சமூக மக்களின் மதமாற்றம் என்பது நீண்டநாட்களாக அவர்கள் அனுபவித்துவந்த சாதிக் கொடுமை காரணமாக நடந்த நிகழ்வாகும். இதன் பின்னணியில் எந்த அரபு நாடுகளின் தொடர்பும் பணமும் இருக்கவில்லை" என்று எடுத்துரைத்தார். மேலும், இம்மதமாற்றத்திற்குத் தமிழகக் காவல்துறையின் சாதிய ஒடுக்குமுறையும் முக்கியக் காரணம் என்பதையும் எடுத்துக் கூறினார். இதனால், மீனாட்சிபுரம் மதமாற்றம் சமூகக் கொடுமையால் நடந்த நிகழ்வு என்பதை பிரதமர் இந்திராகாந்தி உறுதிப்படுத்திக்கொண்டார். மத்திய உள்துறை அமைச்சகமும் இளையபெருமாள் அளித்த அறிக்கையை ஏற்றுக்கொண்டது.

ஆன்மிக நம்பிக்கை கொண்டவர் என்பதால், இளையபெருமாளை இந்து மதவாதியாகச் சித்தரிக்கும் பொதுப்போக்கு உள்ளது. ஆனால், மீனாட்சிபுரத்தில் இந்து மதத்தைவிட்டு வெளியேறிய அட்டவணைச் சமூக மக்களுக்கு ஆதரவாக இளையபெருமாள் நின்றார். முனைவர் பட்ட ஆய்வுக்காக மீனாட்சிபுர மதமாற்றத்தினைத் தேர்ந்தெடுத்த வி.சி.க தலைவர் முனைவர்.திருமாவளவன், தனது ஆய்வுக் கட்டுரையில், இளையபெருமாள் மட்டுமே மதம் மாறிய குடும்பத்தினரை நேரில் சந்தித்து, அவர்களுக்கு ஆதரவாக இருந்ததாகப் பதிவு செய்துள்ளார்.

## XI.திருபனந்தாள் சாதிய வன்கொடுமை

1980களில் ஒருங்கிணைந்த தஞ்சை மாவட்டத்திற்கு உட்பட்டதாக இருந்தது திருபனந்தாள் கிராமம். இங்கு 16.11.1982 அன்று பறையர் சமூகத்தினர் மீது வன்னியர்கள் பெருந் தாக்குதலைக் கட்டவிழ்த்துவிட்டனர். இதைத் தொடர்ந்து பறையர் - வன்னியர் சமூகத்தினரிடையே பதற்றமும் ஏற்பட்டது. பறையர் சமூகத்தினர் நடத்திய எதிர்த் தாக்குதலில் வன்னியர் சமூகத்தைச் சேர்ந்த ஒருவர் கொல்லப்பட்டார். காவல்துறையோ வழக்கம்போல பறையர் சமூகத்தினர் மீதே குற்றப் பழியைச் சுமத்தியது. வன்கொடுமைகளுக்கு எதிரான அட்டவணைச் சமூகத்தின் எதிர்வினையை கிரிமினல் குற்றச் செயலாகச் சித்தரிக்கும் காவல்துறையின் போக்கு, சாதி இந்துச் சமூகத்தின் பிரதிபலிப்பாகும்.

இவ்வழக்கில் நாற்பதுக்கும் மேற்பட்ட கிராமங்களில் அட்டவணைச் சமூக இளைஞர்களைக் குறிவைத்து வன்முறையை ஏவிவிட்டது காவல்துறை. கலவரம் மற்றும் கொலைக் குற்றம் தொடர்பாக 54 பறையர்கள் மீது வழக்குப்பதிவு செய்யப்பட்டது. இவர்களுள் பலர் கலவரத்தோடு தொடர்பே இல்லாதவர்கள். முதன்மைக் குற்றவாளியாக டி.எம்.மணி திட்டமிட்டே சேர்க்கப்பட்டார். கொலைச் சம்பவத்தில் அவருக்கு எந்தத் தொடர்பும் கிடையாது. இருப்பினும் சாதி இந்துக்களின் அரசாங்கமானது அவர் மீது பொய் வழக்குப் போட்டது. மேலும், டி.எம்.மணியைப் பொதுமக்கள் பார்க்கும்படி இழுத்து வர வேண்டும் என்றும் சாதி இந்துக்கள் திட்டமிட்டனர். ஆனால், இச்சதியை முறியடிக்கும் விதமாக டி.எம்.மணி, சுந்தர், வீரசுந்தர், பஞ்சநாதன், கருணாநிதி உள்ளிட்ட ஐவரையும் கும்பகோணம் நீதிமன்றத்தில் ஆஜர்செய்ய மறுத்து, தனது கட்டுப்பாட்டில் **23.11.1982** அன்று மயிலாடுதுறை நீதிமன்றத்தில் ஆஜர்படுத்தினார் முத்துசாமி. மீதியிருந்த 49 பேரும் தஞ்சை நீதிமன்றத்தில் முன்நிறுத்தப்பட்டனர். இவர்கள் அனைவரும் மூன்று மாதச் சிறைவாசத்திற்குப் பின் பிணையில் வெளியே கொண்டுவரப்பட்டனர். இதைத் தொடர்ந்து, திருபனந்தாள் மற்றும் அதன் சுற்று வட்டாரக் கிராமங்களில் வசித்துவந்த அட்டவணைச் சாதியினரைச் சாதி இந்துக்கள் தொடர்ந்து அச்சுறுத்திவந்தனர். இச்சூழலில், திருபனந்தாளிலும் சுற்றுவட்டாரக் கிராமங்களிலும் உள்ள அட்டவணைச் சமூக மக்களைப் பாதுகாக்கும் பொறுப்பை இளையபெருமாள் எடுத்துக்கொண்டார். காட்டுமன்னார்குடியில் இருந்து அட்டவணைச் சமூக மக்களைப் பெருவாரியாக வரவழைத்து, திருபனந்தாள் மற்றும் அதன் சுற்றுவட்டாரக் கிராமங்களை முழுவதுமாகத் தன் கட்டுப்பாட்டுக்குக் கொண்டுவந்தார். திருபனந்தாள், காட்டுமன்னார்குடியாகத் தோற்றமளித்தது எனக் கூறும் அளவிற்கு இப்பாதுகாப்பினை உருவாக்கியிருந்தார். அட்டவணைச் சமூக மக்களைத் தாக்கிய சாதி இந்துக்களை எச்சரிக்கும்விதமாக, "திருபனந்தாள் மற்றும் அதன் சுற்றுவட்டாரக் கிராமங்களைச் சேர்ந்த எங்கள் மக்களுக்கு அச்சுறுத்தல் ஏற்படுமாயின், காட்டுமன்னார்குடியில் உள்ள வன்னியர்கள் வாழ முடியாத நிலை ஏற்படும்" என அறிவித்தார். இதையடுத்து வன்னியர்கள் பின்வாங்கினர். மேலும், கொலை வழக்கிலிருந்து டி.எம்.மணியை விடுதலை செய்து சாதித்துக் காட்டினார்.

அத்தியாயம் - 6

# காங்கிரஸும் இளையபெருமாளும்

## I.கடலூர் நாடாளுமன்ற உறுப்பினராகத் தேர்வு

சுதந்திர இந்தியாவின் முதல் நாடாளுமன்றத் தேர்தல் 1951ஆம் ஆண்டு நவம்பரில் நடத்தப்பட்டது. இத்தேர்தலை எதிர்கொள்ள மாநில ரீதியாகச் சமூகச் செல்வாக்கு பெற்ற தலைவர்களைக் காங்கிரஸில் இணைத்து, கட்சியை மேலும் பலப்படுத்தும் வேலையில் அக்கட்சியின் மூத்தத் தலைவர்கள் ஈடுபட்டனர். தமிழகத்தில் காமராஜர், கிருஷ்ணமாச்சாரி ஆகியோர் இவ்விடயத்தில் தீவிரமாகச் செயல்பட்டனர். தென்னாற்காடு மாவட்டத்திலும் தஞ்சை மாவட்டத்திலும் தனது சமூகப் பணிகளால் மக்கள் செல்வாக்கு பெற்ற இளையபெருமாளை நேரில் சந்தித்த காமராஜரும் கிருஷ்ணமாச்சாரியும் அவரைக் காங்கிரஸில் சேரச் சொல்லியும் கடலூர் நாடாளுமன்றத் தொகுதியில் போட்டியிடக் கோரியும் வேண்டுகோள் விடுத்தனர். “தனித்துச் செயல்பட்டு அட்டவணைச் சமூக மக்களின் வாழ்க்கை நிலையில் பெரிய மாற்றத்தை ஏற்படுத்த முடியாது. அதிகாரத்தை அடைவதன் மூலமே அது சாத்தியமாகும்” என்ற நோக்கில் இளையபெருமாளும் அதற்குச் சம்மதித்தார்.

1951ஆம் ஆண்டு நடந்த கடலூர் நாடாளுமன்றத் தேர்தலில் மொத்தம் 7,39,971 வாக்குகள் பதிவாகின. இளையபெருமாள் உள்ளிட்ட ஆறு பேர் போட்டியிட்ட இரட்டை உறுப்பினருக்கான தேர்தலில் இளையபெருமாள் 21.15 சதவீதம், அதாவது 1,56,488 வாக்குகள் பெற்று கடலூர் நாடாளுமன்றத் தொகுதி உறுப்பினராகத் தேர்ந்தெடுக்கப்பட்டார். பொதுப்பிரிவில் இருந்து 1,86,894 வாக்குகள் (25.26 சதவீதம்) பெற்ற கோவிந்தசாமி என்பவர் தேர்ந்தெடுக்கப்பட்டார்.

நாடாளுமன்றத்திற்குத் தேர்ந்தெடுக்கப்பட்டபோது அவரது வயது 27தான். இவ்வளவு இளம் வயதில் அன்று இந்திய நாடாளுமன்றத்திற்கு வேறு எவரேனும் தேர்ந்தெடுக்கப்பட்டதாகத் தகவல் இல்லை. 1957இல் நடந்த இரண்டாவது நாடாளுமன்றத் தேர்தலில் இளையபெருமாள் இரட்டை உறுப்பினர் தொகுதியான சிதம்பரம் தொகுதியில் போட்டியிட்டு வெற்றிபெற்றார். பொதுப்பிரிவிலிருந்து கனகசபை பிள்ளை தேர்ந்தெடுக்கப்பட்டார். 1962இல் நடந்த மூன்றாவது நாடாளுமன்றத் தேர்தலில் தனித்தொகுதியாக வரையறுக்கப்பட்ட திருக்கோவிலூர் தொகுதியில் வெற்றிபெற்று மூன்றாம் முறையாக எம்.பியாகத் தேர்ந்தெடுக்கப்பட்டார் இளையபெருமாள். திருக்கோவிலூர் நாடாளுமன்றத் தொகுதி, மறுசீரமைப்பின் காரணமாகத் தற்போது விழுப்புரம் நாடாளுமன்றத் தொகுதியாக மாற்றப்பட்டுள்ளது.

1951-52, 1957 நாடாளுமன்றத் தேர்தல்களில் தனித்தொகுதிகள் மட்டுமின்றிக் குறிப்பிட்ட சில தொகுதிகளில் இரட்டை உறுப்பினர் முறையும் நடைமுறையில் இருந்தது. இரட்டை உறுப்பினர் முறையில் ஒரு தொகுதியிலிருந்து பொது வேட்பாளர் ஒருவரும் அட்டவணை / பழங்குடிச் சமூக வேட்பாளர் ஒருவரும் தேர்வு செய்யப்படுவர். இத்தேர்வு முறையில் அனைத்து மக்களும் ஒருசேர வாக்களிப்பார்கள். தமிழகத்தில் சிதம்பரம், கடலூர், நாகப்பட்டினம், வேலூர், மயிலாடுதுறை, திண்டிவனம் ஆகிய தொகுதிகளில் இரட்டை உறுப்பினர் முறை நடைமுறைப்படுத்தப்பட்டது. இதன் காரணமாகவே, 1951இல் சிதம்பரம் தொகுதியிலிருந்தும், 1957இல் கடலூர் தொகுதியிலிருந்தும் இளையபெருமாள் தேர்ந்தெடுக்கப்பட்டார்.

1957இல் ஆந்திராவைச் சேர்ந்த இரட்டை உறுப்பினர் தொகுதியான பார்வதிபுரம் தொகுதியில் போட்டியிட்ட வி.வி.கிரி தோல்வியடைந்தார். பொதுப்பிரிவு, அட்டவணை / பழங்குடி பிரிவு என இரண்டு பிரிவுகளிலும் பழங்குடியின வேட்பாளர்களே பார்வதிபுரத்தில் தேர்ந்தெடுக்கப்பட்டனர். இதற்கு எதிராக வி.வி.கிரி வழக்குத் தொடர்ந்தார். இந்த வழக்கின் அடிப்படையிலேயே 1961இல் இரட்டை உறுப்பினர் ஒழிப்புச் சட்டம் கொண்டுவரப்பட்டது.

நாடாளுமன்றத்தில் தனது அறிமுக உரையில், தான் நடத்திய சமூகப் போராட்டங்களான உடையார்குடி, புளியங்குடி பிரச்சினைகளைப் பற்றிப் பேசினார் இளையபெருமாள். ஆங்கில அறிவை மேம்படுத்திக்கொண்ட பிறகு, நாடாளுமன்றத்தில் அவர் ஆற்றிய உரைகள் பல உறுப்பினர்களின் பாராட்டுகளைப் பெற்றது. ஜவஹர்லால் நேருவும் லால்பகதூர் சாஸ்திரியும் இளையபெருமாளின் ஆளுமையையும் தீண்டாமை பற்றிய அவரது புரிதலையும் உணர்ந்து அட்டவணை / பழங்குடி சமூக மக்களுக்காக ஓர் ஆணையம் உருவாக்கிட வாக்குறுதியளித்தனர். இந்தப் பின்னணியில்தான் லால் பகதூர் சாஸ்திரி பிரதமராக இருந்தபோது 1965இல் இளையபெருமாள் கமிட்டி அமைக்கப்பட்டது.

இதற்கு முன்பாகவே, இம்மக்களின் பிரச்சினைகள் பற்றிய ஓர் அறிக்கையை அன்றைய பிரதமர் பண்டிதர் ஜவஹர்லால் நேருவிடம் அளித்திருந்தார். இதன் விளைவாகவே 1955ஆம் ஆண்டு தீண்டாமை ஒழிப்புச் சட்டம் இயற்றப்பட்டது.

1988ஆம் ஆண்டில் சமூக உணர்வு என்ற இதழுக்கு அளித்த பேட்டியில், 1955ஆம் ஆண்டில் தீண்டாமை ஒழிப்புச் சட்டம் கொண்டுவரப்பட்டதைத் தனது சமூகப் பணியின் வெற்றியாக இளையபெருமாள் பதிவு செய்திருக்கிறார்.

## II.தேர்தலில் தோல்வி - 1967

1967ஆம் ஆண்டு நடந்த நாடாளுமன்றத் தேர்தலில் முந்தைய தொகுதியான திருக்கோவிலூரில் போட்டியிடாமல், தனது சொந்தத் தொகுதியான சிதம்பரம் தொகுதியில் போட்டியிட்டார் இளையபெருமாள். அவரை எதிர்த்துத் திமுக சார்பில் மாயவன் போட்டியிட்டார். இச்சமயத்தில், காங்கிரஸை வெற்றிகொள்ளுமளவிற்கு திமுக வளர்ச்சியடைந்திருந்தது. இளையபெருமாளை எதிர்த்துப் போட்டியிட்ட திமுக வேட்பாளர் மாயவனைப் பல ஊர்களில் அட்டவணைச் சமூக மக்கள் பிரச்சாரம் செய்ய அனுமதிக்கவில்லை. ரெட்டியூர் கிராமத்தில் மாயவன் ஓட்டுக்கேட்டுச் சென்றபோது அம்மக்கள் மாயவனைப் பிரச்சாரம் செய்ய அனுமதிக்காததோடு, கடுமையாகத் திட்டி கிராமத்திலிருந்து வெளியேற்றினர்.

எனினும், இத்தேர்தலில் மாயவன் வெற்றிபெற்றார். அவர் வெற்றிபெற்ற பிறகும் இளையபெருமாளிடம் சுமுகமான உறவைக் கடைப்பிடித்துவந்தார். "தனித்தொகுதி உறுப்பினர்களான எங்களுக்கு டெல்லியில் மரியாதை கிடைக்கிறதென்றால், அதற்கு இளையபெருமாளே காரணம்" என்று திமுகவைச் சேர்ந்த மாயவன் கூறியது குறிப்பிடத்தக்கது.

1971ஆம் ஆண்டு நடந்த நாடாளுமன்றத் தேர்தலில் காங்கிரஸ் சார்பில் சிதம்பரம் தொகுதியில் போட்டியிட்ட இளையபெருமாள் மீண்டும் தோல்வியைத் தழுவினார். இத்தேர்தலில் அவரை எதிர்த்துப் போட்டியிட்ட திமுக வேட்பாளர் மாயவன் மீண்டும் வெற்றிபெற்றார். இத்தேர்தலே காங்கிரஸ் சார்பாக சிதம்பரம் நாடாளுமன்றத் தொகுதியில் இளையபெருமாள் போட்டியிட்ட கடைசித் தேர்தலாகும்.

1971 நாடாளுமன்றத் தேர்தலுக்கு முன்பாக ஏறத்தாழ ஒன்றரை ஆண்டுகள் காங்கிரஸ் கட்சியிலிருந்து இளையபெருமாள் விலகியிருந்தார். இப்பொதுத் தேர்தல் நெருங்கிய சமயத்தில்தான் தமிழக காங்கிரஸ் தலைவர் காமராஜர் தானே முன்வந்து காங்கிரஸின் தென்னாற்காடு மாவட்டச் செயலாளர் மூலம் இளையபெருமாளை அழைத்து, மீண்டும் காங்கிரஸில் இணைந்து தேர்தலில் போட்டியிடுமாறு கூறினார். 'இளையபெருமாள் கமிட்டி அறிக்கை'யை நடைமுறைப்படுத்துமாறு நாடாளுமன்றத்தில் குரல்கொடுக்க வாய்ப்பாக இருக்கும் என்ற அடிப்படையிலேயே இளையபெருமாளும் இதற்குச் சம்மதித்தார்.

## III.தமிழக காங்கிரஸ் தலைவர் பொறுப்பும் இந்திரா காந்தியுடனான அரசியல் உறவும்

தமிழக முன்னாள் முதல்வரும் தேசியக் காங்கிரஸின் முன்னாள் தலைவருமான காமராஜர், இந்திராகாந்தியுடன் ஏற்பட்ட கருத்து வேறுபாடு காரணமாக ஸ்தாபன காங்கிரஸை உருவாக்கி, அதன் தலைவராக இருந்துவந்தார். காமராஜர் உயிருடன்

இருந்தவரை ஸ்தாபன காங்கிரஸில் இயங்கிவந்த இளையபெருமாள், அவர் மரணமடைந்த பிறகு இந்திராகாந்தியின் அழைப்பை ஏற்று, மீண்டும் தன்னை காங்கிரஸ் பேரியக்கத்தில் இணைத்துக்கொண்டார்.

அகில இந்தியத் தீண்டாமை ஒழிப்புக் கமிட்டி தலைவர், மூன்றுமுறை நாடாளுமன்ற உறுப்பினர், 1977 முதல் 1979 வரை தமிழ்நாடு காங்கிரஸின் எஸ்.சி., எஸ்.டி பிரிவின் மாநிலத் தலைவர் போன்ற பல்வேறு பதவிகளை வகித்துப் பின்னர் 1979இல் தமிழ்நாடு காங்கிரஸ் தலைவரானார் இளையபெருமாள். 1980ஆம் ஆண்டு நடைபெறவிருந்த நாடாளுமன்றத் தேர்தலை எதிர்கொள்ள வலிமையான மக்கள் சக்திகொண்ட தலைவர் வேண்டும் என்பதை உணர்ந்தே, அட்டவணைச் சமூக மக்களிடம் செல்வாக்கு பெற்ற இளையபெருமாள் தமிழ்நாடு காங்கிரஸ் தலைவராக நியமிக்கப்பட்டார்.

மாநிலத் தலைவராக இருப்பவர் தேர்தலில் போட்டியிடக் கூடாது என்ற கட்சியின் அமைப்பு விதிப்படி 1980 நாடாளுமன்றத் தேர்தலில் இளையபெருமாள் போட்டியிடவில்லை. இதனால் அட்டவணைச் சமூகத்தின் உரிமைகளுக்காகப் போராடிவந்த கே.பி.எஸ்.மணிக்கு வாய்ப்பு வழங்கி நாடாளுமன்ற உறுப்பினராக்க முடிவு செய்தார் இளையபெருமாள்.

அந்நாடாளுமன்றத் தேர்தலில் காங்கிரஸிற்குச் சரிபாதி தொகுதிகள் ஒதுக்கப்பட வேண்டும் எனத் தி.மு.கவிடம் பேச்சுவார்த்தை நடத்தி, 24 நாடாளுமன்றத் தொகுதிகளைப் பெற்றார். யார் யாரைப் போட்டியிடப் பரிந்துரைப்பது என்பதில் கட்சிக்குள் முரண்பாடு எழுந்த சமயத்தில் சென்னை, எழும்பூரில் காங்கிரஸ் வேட்பாளர்களைத் தேர்வு செய்யும் கூட்டம் நடந்தது. பெரம்பலூர் தனித்தொகுதிக்கு கே.பி.எஸ்.மணியின் பெயரைப் பரிந்துரை செய்திருப்பதை முன்பே அறிவித்தால் கட்சியைச் சேர்ந்த சாதி இந்துக்கள் எதிர்ப்பார்கள் என்று அக்கூட்டத்தில் இப்பரிந்துரையை இளையபெருமாள் வெளியிடவில்லை.

தமிழக வேட்பாளர் பட்டியல் டெல்லியில் காங்கிரஸ் தலைமையிடம் ஒப்படைக்கப்பட்ட மறுநாள் கே.பி.எஸ்.மணி வேட்பாளராகத் தேர்வு செய்யப்பட்ட தகவல் மாலை முரசு செய்தித்தாளில் வெளிவந்தது. இத்தேர்வுக்கு சாதி இந்து தலைவர்கள் எதிர்ப்புத் தெரிவித்ததோடு, "கே.பி.எஸ்.மணியை வேட்பாளராகத் தேர்வுசெய்த முடிவால் சாதி இந்துக்கள் நமது கட்சியைப் புறக்கணிப்பர். ஆகையால், இம்முடிவைத் திரும்பப் பெற வேண்டும்" என்று இந்திரா காந்திக்கு நிர்பந்தமும் தந்தனர். இப்படி எதிர்நடவடிக்கையில் இறங்கியவர்களுள் கருப்பையா மூப்பனார், சி.என்.முத்தையா, எத்திராஜலு, நடிகர் சிவாஜி கணேசன் ஆகியோர் முக்கியமானவர்கள். இதைத் தொடர்ந்து இந்திரா காந்தி தொலைப்பேசி வாயிலாக இளையபெருமாளைத் தொடர்புகொண்டு விசாரித்தபோது, "கே.பி.எஸ்.மணிக்குத் தொகுதி ஒதுக்குவதால், நமது கட்சிதான் வளரும். மேலும், கே.பி.எஸ்.மணி மக்கள் செல்வாக்கு உள்ள தலைவர்" என்று இளையபெருமாள் விளக்கமளித்தார். இதை ஏற்றுக்கொண்ட இந்திராகாந்தி, கே.பி.எஸ்.மணிக்குத் தொகுதி ஒதுக்கச் சம்மதித்தார்.

கே.பி.எஸ்.மணி நாடாளுமன்ற உறுப்பினரானால், சாதி இந்துக்களுக்குக் கட்டுப்பட மாட்டார் என்பதாலேயே வேறு வேட்பாளரை அறிவிக்கச் சொல்லிச்

சாதி இந்துத் தலைவர்கள் வலியுறுத்தி வந்தனர். இத்தகைய நெருக்கடிகளுக்கு வளைந்து கொடுக்காமல் மிகவும் உறுதியாக நின்றார் இளையபெருமாள்.

இந்நிலையில் பெரம்பலூர் வேட்பாளராக நிறுத்தப்பட்ட கே.பி.எஸ்.மணிக்குத் தனிக் கவனம் கொடுத்துத் தேர்தல் பிரச்சார நடவடிக்கைகளில் ஈடுபட்டார். இது மட்டுமின்றி, மற்ற தொகுதி வேட்பாளர்களுக்கு ஒதுக்கப்பட்ட நிதியைவிட, கே.பி.எஸ்.மணிக்கு இரட்டிப்பாக அளித்தார். சிதம்பரம், சீர்காழி, மயிலாடுதுறை போன்ற பகுதிகளிலிருந்து இளைஞர்கள் வரவழைக்கப்பட்டு, கே.பி.எஸ்.மணியின் தேர்தல் பிரச்சாரத்தில் ஈடுபடுத்தப்பட்டனர். கூடவே, அட்டவணைச் சமூக அரசு ஊழியர்களும் கே.பி.எஸ்.மணி வெற்றிக்காகப் பெரம்பலூரில் வாக்குச் சேகரித்தனர். இதனால் பெரம்பலூர் தொகுதியில் கே.பி.எஸ்.மணி வெற்றியடைந்தார். இக்காலகட்டத்தில் ராமசாமி படையாட்சியும் காங்கிரஸில் இருந்ததால், வன்னியர் சமூகத்தின் ஆதரவைப் பெற வேண்டும் என்பதற்காக அவருக்குத் தொகுதி ஒதுக்க வேண்டும் என்பது சாதி இந்துத் தலைவர்களின் கோரிக்கையாக இருந்தது. கருப்பையா மூப்பனார், நடிகர் சிவாஜி கணேசன் ஆகியோர் இளையபெருமாளைச் சந்தித்து, ராமசாமி படையாட்சிக்குத் தொகுதி ஒதுக்க வேண்டுமென்று கோரிக்கை விடுத்தனர். “ராமசாமி படையாட்சிக்குத் தொகுதி ஒதுக்குவது பற்றி நிச்சயம் பரிசீலிக்கிறேன்” என்று மட்டுமே இளையபெருமாள் பதிலளித்தார்.

1979 செப்டம்பரில் தமிழ்நாடு காங்கிரஸ் தலைவராகப் பொறுப்பேற்ற இளையபெருமாள், 1980இல் நடைபெற்ற நாடாளுமன்றத் தேர்தலில் பெருமுயற்சி எடுத்து 24 தொகுதிகள் கேட்டுப் பெற்று அதில் 22 தொகுதிகளில் வேட்பாளர்களை வெற்றிபெற வைத்தார். இந்த மாபெரும் வெற்றியானது இந்திரா காந்தி மீண்டும் பிரதமராவதற்கான காரணங்களுள் ஒன்றாக அமைந்தது. இந்த வெற்றிக்கு இளையபெருமாளின் மக்கள் செல்வாக்கு பெரியளவில் உதவியதைக் கண்டு, இனிமேல் தமிழ்நாடு காங்கிரஸ் என்றால் இளையபெருமாள்தான் என்ற சூழல் உருவாகிவருவதைக் கவனித்த கருப்பையா மூப்பனார், விநாயகம் உள்ளிட்ட காங்கிரஸ் தலைவர்கள் அவருக்கெதிராக அணிதிரண்டனர். தமிழ்நாடு காங்கிரஸ் தலைவர் பதவியில் இருந்து இளையபெருமாளை நீக்க வேண்டும் என்று கருப்பையா மூப்பனார் தலைமையிலான சாதி இந்துத் தலைவர்கள் திட்டமிட்டனர். இதன் ஒரு பகுதியாகத் தமிழக காங்கிரஸ் நாடாளுமன்ற உறுப்பினர்களை அதிகார பலம், பணபலம் மூலம் தனது ஆதரவாளர்களாக மாற்றிய கருப்பையா மூப்பனார், இவர்கள் மூலம் இளையபெருமாளைத் தமிழக காங்கிரஸ் தலைவர் பதவியிலிருந்து நீக்க வேண்டுமென பிரதமர் இந்திரா காந்திக்கு அழுத்தம் கொடுத்தார் கருப்பையா மூப்பனார். அவரது நோக்கம் நிறைவேறியது, தமிழகக் காங்கிரஸ் தலைவர் பதவியிலிருந்து இளையபெருமாள் நீக்கப்பட்டார்.

### IV.காங்கிரஸ் தலைவர்களின் அழைப்பு

இளையபெருமாள் காங்கிரஸ் கட்சியிலிருந்து விலகி ஏறத்தாழ பத்தாண்டுகளுக்குப் பிறகு, 1998இல், காங்கிரஸ் கட்சியில் மீண்டும் சேர அவருக்கு அழைப்பு விடுத்தார் வள்ளல்பெருமாள். இவர் தொடர்ந்து மூன்று முறை - 1984, 1989,

*1991* - சிதம்பரம் நாடாளுமன்ற உறுப்பினராகத் தேர்ந்தெடுக்கப்பட்டவர் என்பதோடு, காங்கிரஸில் இளையபெருமாள் தலைமையில் இயங்கியிருக்கிறார். இதுபோன்ற பல அழைப்புகள் காங்கிரஸிலிருந்து வந்த வண்ணமே இருந்தன. இச்சமயம் சோனியா காந்தி காங்கிரஸ் கட்சியின் தலைமைப் பொறுப்பிற்கு வந்திருந்தார். இதன்காரணமாக இத்தகைய இணைப்பு நடவடிக்கைகளைக் காங்கிரஸ் தலைவர்கள் முன்னெடுத்தனர். இளையபெருமாள் காங்கிரஸ் கட்சியிலிருந்து விலகியிருந்த சமயத்தில், *1989*இல், வன்கொடுமைத் தடுப்புச் சட்டத்தை அமலுக்குக் கொண்டுவந்தார் அன்றைய பிரதமர் ராஜீவ் காந்தி. இளையபெருமாள் கமிட்டி அறிக்கையில் கூறப்பட்டிருந்த முக்கியப் பரிந்துரையின் அடிப்படையிலேயே இச்சட்டம் இயற்றப்பட்டு நடைமுறைப்படுத்தப்பட்டது. இதுபோன்ற முக்கியப் பரிந்துரைகளை, திட்டங்களைக் காங்கிரஸ் அரசு நடைமுறைப்படுத்தியிருப்பதைச் சுட்டிக்காட்டிதான் வள்ளல்பெருமாள் இளையபெருமாளுக்கு அழைப்பு விடுத்தார்.

அட்டவணைச் சமூக மக்களுக்காகப் பணிபுரிய தனக்கு வாய்ப்பளித்தது காங்கிரஸ்தான் என்பதை மறவாதிருந்தவர், *2003*ஆம் ஆண்டு ஜி.கே.வாசன் முன்னிலையில், மீண்டும் காங்கிரஸில் இணைந்தார்.

## அத்தியாயம் - 7
# வரலாற்றுச் சிறப்புமிக்க இளையபெருமாள் கமிட்டி அறிக்கை

### I. தடைகளை மீறி அறிக்கை தாக்கல்

1965 முதல் 1969 வரை இந்தியா முழுவதும் சுற்றுப்பயணம் செய்து, முதலமைச்சர்கள், ஆளுநர்கள், தலைமைச் செயலாளர்கள், மாவட்ட ஆட்சியர்கள் எனப் பல தரப்பட்ட ஆட்சியாளர்களையும் அரசு அதிகாரிகளையும் சந்தித்தும் ஆலோசனை நடத்தியும் நாட்டின் பல்வேறு பகுதிகளில் நடந்துவரும் தீண்டாமைக் கொடுமைகள் பற்றிய புள்ளி விவரங்களைச் சேகரித்தார் இளையபெருமாள். இந்தியாவில் அட்டவணை / பழங்குடிச் சமூக மக்கள் வசிக்கும் பகுதிகளுக்குச் நேரடியாகச் சென்றும் கள ஆய்வுகளை மேற்கொண்டார். இளையபெருமாள் கமிஷன் தயாரித்துவரும் அறிக்கை நடைமுறைப்படுத்தப்பட்டால் அட்டவணைச் சமூக மக்கள் பயனடைந்து விடுவார்கள் என்ற காழ்ப்புணர்ச்சி காரணமாக, இளையபெருமாளைக் கொலை செய்யத் திட்டமிட்டனர் சாதி இந்துக்கள். இதன்படி பெருங்கும்பலொன்று ஆயுதங்களோடு இளையபெருமாள் தங்கியிருந்த அறையைச் சூழ்ந்துகொண்டு தாக்க முற்பட்டது. இளையபெருமாள் இதை அறிந்து, முன்னெச்சரிக்கையாகத் தனது அறையின் பின்பக்க வாயில் வழியாக வெளியேறி நண்பரின் காரில் தப்பித்துச் சென்றார். அறைக் கதவை உடைத்து உள்ளே நுழைந்த கும்பலை, மேஜை மீது அவர் வைத்துச் சென்ற செருப்புதான் வரவேற்றது.

அவரது அறையில் இருந்த அறிக்கையின் நகல்களை எரித்து, கமிட்டியின் அறிக்கை ஒழிந்ததாகச் சாதிவெறிக் கும்பல் இறுமாந்திருந்த நேரத்தில், இளையபெருமாள் தனது அறிக்கையை *30.01.1969* அன்று இந்திய நாடாளுமன்றத்தில் சமர்ப்பித்தார். அறிக்கையின் மூலத்தைத் தனது நண்பரான கும்பகோணம் நாடாளுமன்ற உறுப்பினர் இரா.செழியனின் அறையில் பாதுகாப்பாக வைத்திருந்தார் என்பதைச் சாதிவெறிக் கும்பல் அறியவில்லை. இரா.செழியன், தி.மு.க தலைவர்களுள் ஒருவரான இரா.நெடுஞ்செழியனின் தம்பியும், கும்பகோணம் நாடாளுமன்றத் தொகுதி உறுப்பினருமாவார். இளையபெருமாள் கமிட்டியில் உறுப்பினர்களாக இருந்த ஏழு பேரில், ஒருசிலர் மதவாத, சாதிய சக்திகளுக்குத் துணையாக இருந்துகொண்டு இளையபெருமாளுக்குச் சரிவர ஒத்துழைப்பை வழங்கவில்லை. எனினும், *1,000* பக்கங்கள் கொண்ட அறிக்கையைத் தயார் செய்து, "காந்தி பிறந்த மண்ணில், இந்திரா பிறந்த மண்ணில் தீண்டாமைத் தலைவிரித்தாடுகிறது" என்று முழக்கமிட்டபடியே நாடாளுமன்றத்தில் சமர்ப்பித்தார் இளையபெருமாள்.

கமிட்டியின் அறிக்கையைப் பல்வேறு தலைவர்கள் வரவேற்றுப் பேசியுள்ளனர். அவர்களுள் பாபு ஜெகஜீவன் ராம், அன்றைய தமிழக முதல்வர் அண்ணாதுரை ஆகியோர் குறிப்படத்தக்கவர்கள். "இளையபெருமாள் கமிட்டி அறிக்கையைத் தமிழகத்தில் நிறைவேற்றுவோம்" என்று அண்ணாதுரை அறிவித்திருந்தபோதும், அவரது மரணத்துக்குப் பின் பதவியேற்ற கருணாநிதி தலைமையிலான தி.மு.க அரசு அதை நிறைவேற்றவில்லை.

## II.கமிட்டி அறிக்கையில் தீண்டாமை குறித்து இளையபெருமாள் முன்வைத்த கருத்துகள்

### 1) சில அடிப்படை ஆராய்வுகளும் விளைவுகளும்

1. இந்து சமய அமைப்பு மற்றும் முறைமையின் அடிப்படையானதாகவும் தனித்தன்மையான கூறாகவும் தீண்டாமை இருக்கிறது. தற்போது தீண்டாமை என்பது பொருளாதாரப் பிற்பட்ட தன்மை என்றவாறு நோக்கப்படுகிறது. மற்ற எல்லா நாடுகளிலும் பொருளாதார விளைவுகள் இருந்தபோதும், இந்த நாட்டில் மட்டுமே தீண்டாமை என்பது தனித்தன்மை கொண்ட பிரச்சினையாகவே எதிர்பட்டிருக்கிறது என்ற சாதாரண உண்மை மறந்துவிடப்படுகிறது. இந்த நாட்டில் தீண்டாமை என்பது சமயம் மற்றும் அரசியலில் வேர் கொண்டுள்ளது என்பதை உணரப் பெரிய ஆராய்ச்சி ஏதும் தேவைப்படாது. "தீண்டாமை என்பது தனி அமைப்பன்று. இந்து சமுதாய அமைப்பின் ஒரு தொடர் விளைவேயாகும்." இவ்வாறு இந்து சமய அமைப்பு மற்றும் சமுதாய முறைமையின் ஒரு பகுதியாகவே தீண்டாமை இருந்துவருகிறது. எந்தவொரு தனி மனிதரின் பிழையினாலும் அல்லது தனி மனிதப் போக்கினாலும் தீண்டாமை விளைந்ததில்லை என்பது மிகத் தெளிவாக உணரப்பட வேண்டும். மக்கள் தொகுதியின் மனப்போக்காக அது இருக்கிறது. இப்போக்குச் சமுதாய ஆக்கிரமிப்புணர்வின் ஆற்றலுருவை உள்ளீடாகக் கொண்டுள்ளது.

2. இந்து சமயத்தின் புனிதமான அங்கமென்று நம்பப்படும் சாதி அமைப்பின் உடனிகழ்வே தீண்டாமை ஆகும். சாதிய அமைப்பு தவிர்க்கவியலாச் சமுதாயப் பொருளாதாரக் கட்டமைப்பு என்பதாகச் சமய, அரசியல் அங்கீகாரத்துடன் ஏற்படுத்தப்பட்டது. அதனின்று நேரிடையாகத் துளிர்த்ததான தீண்டாமை, ஓர் அடிப்படை சமயக் கருத்தாகவே விளங்குகிறது. ஆகவே, தீண்டாமைப் பிரச்சினை சாதிய, சமுதாய அமைப்புகளிலிருந்து பிரிக்க முடியாததாக இணைந்துள்ளது. இந்த நாட்டில் சாதிய அமைப்பு சமுதாயத்தின் வலிமைமிக்கச் சக்தியாக உள்ளது. எனவே, சாதிய அமைப்பின் ஆணிவேரை வெட்டாமல், தீண்டாமையை அகற்றிட முயல்வது நோய்க்கான காரணத்தை நீக்காமல் நோய்க் குறிகளுக்கு மட்டும் சிகிச்சையளிப்பதைப் போன்றது. அல்லது நீரின் மேல் கோலமிடுவதைப் போன்றதாகும். புதிய கருத்தாக்கங்களைக் கொண்டு சமூக முறைமையில் மாற்றங்களை விளைவிக்காமல், தீண்டாமையை ஒருபோதும் ஒழிக்க முடியாது. அதற்கு முதற்படியாக இந்து சமய கருத்தாக்கங்கள் மாற்றப்பட வேண்டும்

3. இது மிகவும் புரட்சிகரமானதாகவும் அடிப்படையை மாற்ற முனைவதாகவும் ஒலிக்கக்கூடும். ஆனால், சமய விதிகள் மூலம் சாதிய அமைப்பும் தீண்டாமையும் நமது மனதில் பதிய வைக்கப்பட்டுள்ளன என்பதை நாம் நினைவில்கொள்ள வேண்டும்.

உண்மையிலேயே சட்டங்கள் அல்லது விதிகளின் தொகுப்புகளே சமயமென்று தவறாகக் கொள்ளப்பட்டுள்ளன. எனவே, சாதிய அமைப்பு முறை ஒழிப்பு என்பது கருத்தியல் அடிப்படையிலான மாற்றத்தைக் கொண்டதே தவிர, சமயத்தின் ஆன்மிகக் கருத்துகளை மாற்றுவதல்ல. இந்த உன்னதக் குறிக்கோள்களுடன் செயல்படும் சீர்திருத்தவாதிகள், சாத்திரங்களால் மனதில் பதிய வைக்கப்பட்டுள்ள சமய நம்பிக்கைகளின் விளைவே மக்களின் நடவடிக்கைகள் என்பதை உள்ளார உணர வேண்டும். சாதியை விட்டு விடுமாறும் தீண்டாமையைக் கடைப்பிடிக்காதிருக்குமாறும் மக்களை அறிவுறுத்துவது என்பது சமயத்தின் அடிப்படைக் கருத்துகள் பற்றிய உண்மையை உணரச் செய்யாமல், சமயத்திற்கு முரணாகப் போகுமாறு கேட்டுக்கொள்வதாகும்.

4. மேலோட்டமான அறிவுரைகளாலும் முழக்கங்களினாலும் சாதிய முறைமைகளையும் தீண்டாமையையும் ஒழிக்க நினைப்பது அடிமுட்டாள்தனம் அல்லது திசைதிருப்புவதேயாகும். இந்து சமுதாய முறைமையில் இன்றியமையாத சீர்திருத்தங்களைக் கொண்டுவருவது உண்மையிலே ஒரு தீர்வாகும். குறிப்பிட்ட இலக்குடைய திட்டவட்டமான செயல்திட்டமொன்று, சமுதாயக் கட்டமைப்புப் பணி வழியே மேற்கொள்ளப்பட வேண்டும். சமுதாயத் திட்டமிடல் வடிவில் நிச்சயமான வழிவகைகள் மேற்கொள்ளப்பட வேண்டும். ஆனால், இன்றியமையாத சமுதாய மறுமலர்ச்சியைக் கொண்டு வரச் சீர்மையும் கூர்மையுமான இலக்குகளை உணர்ந்தறியும் தன்னம்பிக்கையோடு பகுத்தறிவும், சோதனை முயற்சிகளை மேற்கொள்ளும் ஆற்றலும், வேதனை மிகுந்த களப்பணிக்கு எந்த விலையையும் தரத் தயாராக உள்ள தலைமைத்தன்மையும் தேவைப்படுகிறது. சமுதாயப் பிரச்சினைகளில் தற்போது காணப்படும் இரட்டை வேட நடைமுறை விட்டொழிக்கப்பட வேண்டும்.

இந்தச் சமுதாயத்தைப் பொறுத்தளவில் தெளிவான தீர்மானகரமான சமூகச் சீரமைப்புக் கொள்கை வேண்டும். அது, சீர்திருத்தங்களின் முதன்மையான கூறுகளை உள்ளடக்கியதாகவும் இருக்க வேண்டும். இந்த நோக்கத்துக்காக அரசோ, திட்டக் குழுவோ வலுவானதொரு கொள்கையையோ அல்லது கொள்கை முடிவையோ இதுவரை எட்டவில்லை என்பது வருந்தத்தக்கதாகும். நமது ஐந்தாண்டுத் திட்டங்கள் சமூகச் சீர்திருத்தத்துக்கு வழிவகுக்கும் மகோன்னதமான சமூகச் சித்தாந்தத்தைக் கொண்டுள்ளதில் சந்தேகமில்லைதான். ஆனால் அந்த வளர்ச்சித் திட்டங்கள், பொதுக் கொள்கைகள் ஆகியவற்றின் சமுதாயப் பார்வையை நாம் மதிப்பிடுவோமேயானால், அவை அடிப்படை நோக்கத்திலிருந்து விலகிப்போய், வெறும் ஏமாற்று வேலைகளாக இருப்பதை உணர முடியும்.

முன்னரேயுள்ள சமூகப் பொருளாதார வடிவமைப்புக்குள் கூடுதலான பொருளாதார அறைகூவல்களை எதிர்கொள்வதைவிட, சமுதாய நிறுவனங்களை மறுவடிவமைப்புச் செய்வதுதான் திட்டக் குறிக்கோள் எனத் தெளிவாக ஒத்துக்கொள்ளப்பட்டிருக்கிறது. சமூகப் பழக்கவழக்கங்களில் நீடித்த மாற்றங்கள் செய்தல், சமுதாய அமைப்புகள், சமுதாய உறவுகளை மாற்றியமைத்தல் ஆகியவை திட்டங்களில் எதிர்நோக்கப்படுகின்றன. இப்போதுள்ள சமுதாய அமைப்புகளை மாற்றுவதும் புதியனவற்றைப் புகுத்துவதும் எவ்வளவு தூரம் மேற்கொள்ளப்படலாம் என்பதைத் தீர்மானிக்க இச்சமுதாய அமைப்புகளை அவ்வப்போது மதிப்பீடு செய்வது அவசியம் என்பதும் திட்டங்களில் ஏற்றுக்கொள்ளப்பட்டுள்ளது. இவை சமுதாய மாற்றத்தில் திட்டமிட்டுத் தலையிட வேண்டிய அவசர, அவசியத் தேவையைத் தெளிவாகச் சுட்டிக்காட்டும், சந்தேகத்திற்கு அப்பாற்பட்ட அடிப்படை நிபந்தனைகளாகும். ஆனால், இதற்கு ஏற்றாற்போல் அரசும் திட்டக்குழுவும் வலுவான திட்டங்களை உருவாக்கத் தவறிவிட்டன. சமூக மாற்றத்திற்கான திட்டமிட்ட அணுகுமுறை இங்கு இல்லை. இயற்கை விதி அல்லது தன்னிச்சைக் கொள்கையே நமது கொள்கை வகுப்பாரைப் பொறுத்தவரை, சமுதாய நிர்வாகத்துக்கு வழிகாட்டும் கொள்கைகளாகவுள்ளன. எதுவுமே தாமாகவே இயங்கித் தம்மைத் தாமே சரிப்படுத்திக்கொள்ளும் எனும் கொள்கையில் உள்ள நம்பிக்கை விட்டோழிக்கப்பட வேண்டும். இங்கு சமுதாயக் கொள்கை வெளிப்படையாகத் திட்டமிடப்பட்டு நிர்ணயிக்கப்பட வேண்டும்.

5. சமூக மறுவடிவமைப்பின் மிக முக்கியமான விளைவு சாதிய அமைப்பின் பிடிப்பை உடைப்பதே ஆகும். சாதியைச் சாராத, சாதியை அடிப்படையாகக் கொள்ளாத ஆட்சியமைப்பும் புதிய அரசமைப்புகளையும் சாதிக்கு அப்பாற்பட்ட புதியவற்றையும் ஏற்படுத்துவதன் வாயிலாகவே இதைச் செய்யலாம். இதுவே தேசியத்தன்மை எனப்படுவதன் உரைகல்லாகும். தீண்டாமை மன உணர்வால் வெளிப்படும் சமூக வேற்றுமைப்படுத்தலுக்கும், தன்னைத் தொடக் கூடாது என்ற எண்ணத்திற்குமிடையிலுள்ள வேறுபாட்டை அறிவது அவசியம். பின்னது கொஞ்சம் கொஞ்சமாக நகர்ப்புறங்களில் மறைந்துவருகிறது. சாதி இந்துக்கள் அட்டவணைச் சமூகத்தினரை வேற்றுமைப்படுத்தும் தீண்டாமை மனப்பாங்கு நகரங்களிலும் கிராமங்களிலும் மறையவில்லை என்பது வெளிப்படையானதேயாகும். இருவிதத் தீண்டாமையும் கிராமங்களில் இன்றும் கடுமையான வடிவில் வழக்கிலுள்ளது.

மேற்கண்ட உண்மைகள் மற்றும் அடிப்படைக் கருத்துகளைக்கொண்டு பார்க்கையில் தீண்டாமையை ஒழிக்கும் சமூகச் சீர்திருத்தத்திற்குக் கீழ்வரும் வகையிலான நேரிய நடவடிக்கைகளன்றி வேறு எதுவும் உதவிட முடியாது.

1. இந்து சமுதாயத்திலுள்ள பரம்பரை அர்ச்சகர் முறை ஒழிக்கப்பட வேண்டும். இதைச் சட்டங்கள் இல்லாமலேயே அடைய முடியும். அர்ச்சகர்களுக்கான பயிற்சி அளிக்கும் அங்கீகரிக்கப்பட்ட சமய நிறுவனங்கள் வழி, உரிய கல்வித் தகுதியுடைய பயிற்சி பெற்ற மனிதர்களைக்கொண்ட சமய அமைப்புகள்

வாயிலாக இந்தப் பரம்பரை அர்ச்சகர் முறையை அகற்றிட முடியும். இத்தகைய அர்ச்சகர் பணி சாதி, இனம், சமயக் கோட்பாடுகளையும் தாண்டித் தகுதியுள்ள அனைவருக்கும் வழங்கப்பட வேண்டும். சாதி அமைப்புப் பற்றி நன்கறிந்தவரான பேராசியர் ஜீ.எஸ்.கர்ரே சில ஆண்டுகளுக்கு முன்னர் இத்தகையவற்றைப் பரிந்துரைத்துள்ளார். சமய அறக்கட்டளைகள் கமிஷன் (கமிஷன் ஆன் ரிலிஜியஸ் எண்டௌமெண்ட்ஸ் அண்ட் ட்ரஸ்ட்ஸ்) அண்மையில் பரிந்துரைத்துள்ளவற்றில் இருந்தும் சில விவரங்களைப் பெற முடியும்.

2. தீண்டாமையைச் சமுதாயக் குற்றமாகவே கருதிட வேண்டும். சமுதாயக் குற்றமான தீண்டாமையைக் கடைப்பிடிப்போருக்கு நிதியுதவி வழங்குதல் போன்றவை உறுதியாக மறுக்கப்படும் என்கிற அச்சுறுத்தலை அரசு கைக்கொள்ள வேண்டும். அவ்வாறு குற்றவாளிகள் என்று அறியப்பட்டோருக்கு உதவித்தொகை போன்ற கல்விச் சலுகைகள் மறுக்கப்படல் வேண்டும்.

3. சாதியை ஒழிக்கும் நோக்கிலும் சாதி உட்பிரிவுகள் கிளைப்பதைத் தவிர்க்கும் நோக்கிலும் கலப்புத் திருமணங்கள் வழியே சமுதாயப் பிரிவுகளை ஒன்றுபடுத்திட விரிவான திட்டம் வேண்டும்.

iii. தீண்டாமை ஒழிப்புக் கமிட்டியின் தலைவர் என்ற முறையில் இளையபெருமாள் இந்தியா முழுவதும் சுற்றுப்பயணம் செய்து, கள ஆய்வுகளின் மூலம் சேகரித்த தீண்டாமைக் கொடுமைகள் சுருக்கமாக மொழிபெயர்க்கப்பட்டுக் கீழே தரப்பட்டுள்ளன.

## ஆந்திரா

ஆந்திரா மாநிலம், அனந்தப்பூர் மாவட்டத்திலுள்ள சீகடிம் அணிப்பள்ளி (cheekatim anipally) என்கிற கிராமத்திற்குட்பட்ட பள்ளியில் அட்டவணைச் சமூக மாணவர்கள் மற்ற சமூக மாணவர்களுடன் அமருவதற்கு அனுமதிக்கப்படுவதில்லை.

சித்தூர் மாவட்டத்திற்குட்பட்ட பங்காரிபோல்யம் (Bangaripolyam) கிராமத்திலுள்ள உணவு விடுதிகளில் அட்டவணைச் சமூக மக்களுக்குத் தட்டில் உணவு வழங்கப்படுவதில்லை.

நிஜாமாபாத் மாவட்டத்தில் அமைந்த கிராமம் ஜான்கம்பேட் (jankampet). இங்குள்ள தேநீர்க் கடைகளில் அட்டவணைச் சமூகத்தவருக்குத் தனிக் குவளையில் தேநீர் அளிக்கப்படுகிறது. மேலும், தனிக் குவளையில் தேநீர் அருந்திய பிறகு அக்குவளையை அவர்களே கழுவித் தனியே வைக்க வேண்டும்.

வாரங்கல் மாவட்டத்திற்குட்பட்ட கொம்பாரிபாலியம் (Kaumbaripaleam) கிராமத்தில் அட்டவணைச் சமூகத்தவர் பொதுக்கிணறுகளிலிருந்து தண்ணீர் எடுக்க அனுமதிக்கப்படுவதில்லை.

விஜயவாடா-மேற்கு கோதாவரி மாவட்டத்தில் அமைந்துள்ள ஏரிகளில் அட்டவணைச் சமூகத்தவர்கள் சாதி இந்துக்களுடன் படகில் பயணிப்பதற்கு

அனுமதிக்கப்படுவதில்லை. மேலும், அட்டவணைச் சமூகத்தவர்கள் பொதுக் கிணறுகளிலிருந்து தண்ணீர் எடுக்கவும் அனுமதிக்கப்படுவதில்லை. இத்தீண்டாமை திவி வட்டத்திற்குட்பட்ட எகனுறு எனுமிடத்திலும், விஜயவாடா வட்டத்திற்குட்பட்ட கரிகப்பரு எனுமிடத்திலும் நிலவுகிறது.

அனந்தப்பூரில் சாதி இந்துக்கள் வாழும் பகுதிகளில் அட்டவணைச் சமூகத்தவர்கள் தங்களது வாகனத்தில் உட்கார்ந்து செல்ல அனுமதிக்கப்படுவதில்லை.

படமக்லைப்பள்ளி (pada maglaipalli) எனும் கிராமத்தில் அட்டவணைச் சமூகத்தவர் பொதுச் சாலைகளில் காலணிகள் அணிந்துசெல்ல அனுமதிக்கப்படுவதில்லை.

தமென்பள்ளி (Damaunpalli) எனும் கிராமத்தில் அட்டவணைச் சமூகத்தவர் கோயில் தெரு வழியாகச் செல்ல அனுமதிக்கப்படுவதில்லை.

மடக் மாவட்டத்தில் கஜ்வால் வட்டத்திற்குட்பட்ட துப்ரான் (Tupran) எனும் கிராமத்தில் அட்டவணைச் சமூக மக்கள் கோயிலுக்குள்ளே சென்று வழிபட அனுமதிக்கப்படுவதில்லை. மேலும், பொதுக்குளங்களில் தண்ணீர் எடுக்கவும் அனுமதிக்கப்படுவதில்லை.

குண்டூர் மாவட்டத்தில் சமூக சேவகர் ஒருவரால் இந்தத் தகவல் பதிவு செய்யப்பட்டிருக்கிறது. இங்கு அட்டவணைச் சமூக மக்கள் பொதுக்குளங்கள், கிணறுகளில் தண்ணீர் எடுக்க அனுமதிக்கப்படுவதில்லை. இதை எதிர்த்து யார் செயல்பட்டாலும், அவர்கள் துன்புறுத்தப்படும் சூழல் உள்ளது. இங்குள்ள கோயில்களில் அட்டவணைச் சமூகத்தவர்கள் நுழையத் தடை விதிக்கப்பட்டுள்ளது. முடி திருத்துவோரும் சலவைத் தொழிலாளிகளும் அட்டவணைச் சமூகத்தவருக்கு அச்சேவைகளைச் செய்ய மறுக்கின்றனர்.

கிருஷ்ணா மாவட்டத்தில் கச்சிகச்சேர்லு (Kachikacherlu) எனும் கிராமத்தில் அட்டவணைச் சமூகத்தைச் சேர்ந்த இளைஞன் ஒருவன் 24.02.1968 அன்று உயிரோடு எரித்துக்கொல்லப்பட்டது தொடர்பான செய்தி 19.03.1968 தேதியிட்ட இந்துஸ்தான் டைம்ஸ் பத்திரிகையில் வெளியாகியிருக்கிறது. அவ்விளைஞன் ஒரு ஜோடி செருப்பும் இரண்டு பித்தளைக் குவளைகளையும் திருடியதாகக் கம்மா சாதியைச் சேர்ந்தவர்களால் குற்றஞ்சாட்டப்பட்டு, ஒரு துருவத்தில் கட்டி தீ வைத்து எரித்துக் கொல்லப்பட்டான்.

## அசாம்

25.10.1968 அன்று கியோட்பாரா (Keotpara) என்ற கிராமத்தை அகில இந்திய தீண்டாமை ஒழிப்பு கமிட்டி பார்வையிட்டது. இக்கிராமம் கௌஹாத்தியிலிருந்து (Gauhati) 19 மைல் தூரத்தில் அமைந்துள்ளது. இங்கு அட்டவணைச் சமூக மக்கள் கோயிலுக்குள் சென்று வழிபட அனுமதிக்கப்படுவதில்லை. மேலும், முடி திருத்தும் தொழிலாளி, சலவைத் தொழிலாளி ஆகியோர் அட்டவணைச் சமூகத்தவருக்கு அச்சேவைகளைச் செய்வதில்லை.

கௌஹாத்தி அருகில் உள்ள திலிங்கோன் (Tilingaon) கிராமத்தில் அட்டவணைச் சமூகத்தவர்கள் தேநீர்க் கடை, உணவு விடுதி மற்றும் கோயில்களில் நுழைய அனுமதிக்கப்படுவதில்லை.

கௌஹாத்தியிலிருந்து பல மைல் தூரத்தில் அமைந்துள்ள டின்சுகியா (Tinsukhia) கிராமத்தில் அட்டவணைச் சமூகத்தைச் சேர்ந்த 150 பெண்கள் சாதிக் கொடுமையின் காரணமாக இஸ்லாம் மதத்திற்கு மாறியதாக அசாம் மாநிலச் சட்டமன்ற உறுப்பினர் பி.என்.ஹசாரிகா அகில இந்தியத் தீண்டாமை ஒழிப்பு கமிட்டியிடம் தெரிவித்தார்.

கௌஹாத்தி மாவட்டத்தில் மன்குஷி (Mankushi) கிராமத்தைச் சேர்ந்த பஞ்சாயத்துத் தலைவரைத் தனது பொறுப்பிலிருந்து பதவி விலகச் சொல்லிச் சாதி இந்துக்கள் வற்புறுத்தியுள்ளனர். இப்பஞ்சாயத்துத் தலைவர் முன்னாள் சட்டமன்ற உறுப்பினர் என்பதும் குறிப்பிடத்தக்கது.

1960களில் கோல்பாரா (Gaolpara) நகரில் பள்ளிக் குழந்தைகளுக்கு மத்தியில் ஒரு தகராறு நடந்தது. இதில் இரண்டு சிறுமிகள் சம்பந்தப்பட்டிருந்தனர். ஒருவர் அட்டவணைச் சமூகத்தைச் சேர்ந்த சிறுமி; மற்றொருவர் இஸ்லாமியச் சமூகத்தைச் சேர்ந்த சிறுமி. இப்பிரச்சினை முனிசீப்பிடம் கொண்டுசெல்லப்பட்டபோது சம்பந்தப்பட்ட அட்டவணைச் சிறுமி மீண்டும் தாக்கப்பட்டாள்.

அசாம் மாநிலக் குடியுரிமை சர்வீஸ் கமிஷனின் உறுப்பினர் அளித்த தகவலின்படி, கோல்பாரா (Goalpara) நகரத்தில் அட்டவணைச் சமூக மக்கள் கோயில்களில் அனுமதிக்கப்படுவதில்லை. குறிப்பாக, சிவா மந்திர் (siva mandir) விழாவின்போது அட்டவணைச் சமூக மக்கள் கண்டிப்பாகக் கோயிலுக்குள் அனுமதிக்கப்படுவதில்லை.

**பீகார்**

மங்கள் தாலாவ் (Mangal Talao), ஷாதீபூர் (Shadipur), மரோ கஞ்ச் (Maro Ganj), பாட்னா நகர் (Patna city) ஆகிய பகுதிகளில் அட்டவணைச் சமூக மக்களுக்குத் தேநீர்க் கடைகளில் குவளைகளில் தேநீர்க் கொடுக்கப்படுவதில்லை.

பாட்னா நகரைச் சேர்ந்த பொறியியல் கல்லூரி மாணவன் அளித்த தகவலின்படி, பாட்னாவில் உள்ள அறிவியல் கல்லூரியைச் சேர்ந்த அட்டவணைச் சமூக மாணவர் ஒருவர் சாதி இந்து மாணவர்கள் பயன்படுத்தும் டம்ளரைப் பயன்படுத்தித் தண்ணீர் எடுத்துக் குடிக்க அனுமதிக்கப்படவில்லை.

பாட்னா மாவட்டம் சபல்பூர் (sabalpur) கிராமத்தில் அட்டவணைச் சமூக மக்கள் பொதுக்கிணறுகளில் தண்ணீர் எடுக்க அனுமதிக்கப்படுவதில்லை.

பூர்னியா மாவட்டம் போர்பிஸ்கனி (Forbisganj) எனுமிடத்தில் அட்டவணைச் சமூக மாணவர்கள் பள்ளியில் பெஞ்சில் அமர அனுமதிக்கப்படுவதில்லை. அவர்களைத் தரையில் அமரவைக்கும் தீண்டாமைக் கடைப்பிடிக்கப்படுகிறது. அந்தப் பகுதி நாடாளுமன்ற உறுப்பினரும்கூட 04.04.1965 அன்று இதை உறுதிப்படுத்தியுள்ளார். மேலும், பூர்னியா மாவட்டத்திற்குட்பட்ட பான்மங்கி, சுகியா கிராமங்களில் முடி வெட்டும் தொழிலாளிகள் அட்டவணைச் சமூகத்தவருக்கு முடிவெட்டிவிடுவதில்லை.

தர்பங்கா, முசாபூர் மாவட்டங்களுக்குட்பட்ட ஃபதேபூர் (Fatehpur), மஜோலியா (Majohlia) ஆகிய கிராமங்களில் அட்டவணைச் சமூக மக்கள் பொதுக்கிணறுகளிலிருந்து தண்ணீர் எடுக்க அனுமதிக்கப்படுவதில்லை.

24.04.1966 அன்று எம்.எல்.ஏ ஒருவரால் இத்தகவல் பதிவுசெய்யப்பட்டது: கிராமங்களில் சாதி இந்துப் பெண்கள் தங்களுக்கு வேண்டிய உணவு தானியங்களை வயல்களில் சேகரிக்கும்போது அட்டவணைச் சமூகச் சிறுவர்கள் தவறுதலாக அந்தத் தானியத்தைத் தொட்டுவிட்டால், அதைத் தீட்டாகக் கருதித் தூக்கியெறிந்துவிடுவார்கள். மேலும், சம்பந்தப்பட்ட சிறுவர்களின் பெற்றோரிடமிருந்து அப்பொருளுக்கான இழப்பீட்டைக் கேட்பார்கள்.

## குஜராத்

ராஜ்கோட் (Rajkot), ஜாம்நகர் (jamnagar), மெஹ்சானா (Mehsana), கட்ச் (kutch), அம்ப்ரேலி (Ambreli) ஆகிய மாவட்டங்களுக்கு உட்பட்ட கிராமப் பகுதிகளில் அகில இந்தியத் தீண்டாமை ஒழிப்பு கமிட்டி பயணம் செய்தபோது கண்டறிந்த தீண்டாமைக் கொடுமைகள்: இக்கிராமங்களில் உள்ள கோயில்களில் அட்டவணைச் சமூகத்தவர்கள் அனுமதிக்கப்படுவதில்லை. பொதுவாகக் கிராமங்களில் உள்ள உணவு விடுதிகளில் அட்டவணைச் சமூகத்தவருக்குத் தனியாகத்தான் உணவு வழங்கப்படுகிறது என்பதை குஜராத் அரசே ஒப்புக்கொண்டுள்ளது. உணவு விடுதிகளின் முன்பு அட்டவணைச் சமூகத்தவருக்கு என்று தனியே குவளை, தட்டு ஆகியன வைக்கப்பட்டுத் தீண்டாமை மிக வெளிப்படையாகக் கடைப்பிடிக்கப்படுகிறது. முஸ்லிம்கள், பார்சி, ஜெயின் சமூகத்தாருக்கும் அட்டவணைச் சமூகத்தவர் மீது தீண்டாமை மனோபாவம் உள்ளதாகத் தெரிவிக்கப்பட்டுள்ளது. பொதுவாக அட்டவணைச் சமூகங்களில் பங்கிஸ் எனும் சமூகம் மிகவும் கீழான, தீண்டாச் சமூகமாகப் பார்க்கப்படுகிறது. இதனால் இவ்வகுப்பினரைப் பொது இடங்களில் உள்ள கிணறுகளில் தண்ணீர் எடுக்க அனுமதிப்பதில்லை. மேலும், சாதி இந்துக்கள் பங்கேற்கும் பொது நிகழ்ச்சிகளிலும் இவர்கள் பங்குபெற முடியாத தீண்டாமைக் கடைப்பிடிக்கப்படுகிறது. பல கிராமங்களில் அட்டவணைச் சமூகத்தவருக்குச் சுடுகாடு இடவசதியும் இல்லாமல் இருப்பது குறித்துத் தீண்டாமை ஒழிப்பு கமிட்டியிடம் தகவல் அளிக்கப்பட்டுள்ளது. ஹிமத் மாவட்டத்திற்குட்பட்ட சில இடங்களில் முடிதிருத்தும் நிலையங்களில் அட்டவணைச் சமூகத்தவர் அனுமதிக்கப்படுவதில்லை. சில நேரங்களில் அதிகப் பணம் செலுத்தி முடி திருத்திக்கொள்ள வேண்டிய நிலை உள்ளது. அதேசமயம் அட்டவணைச் சமூகத்தினருக்கு மிகவும் அலங்கோலமாக முடியை வெட்டி, அவர்களை அவமானப்படுத்துவதும் வழக்கமாக உள்ளது.

1966ஆம் ஆண்டு மெஹ்சானா மாவட்டத்தில் நடந்த தீண்டாமைச் சம்பவம் பற்றி கமிட்டியிடம் தகவல் அளிக்கப்பட்டது. இதையடுத்து, கமிட்டி மூன்று கிராமங்களுக்கு அடிப்படை உதவிகளை நிறுத்தியது. கொடி வட்டத்திற்கு உட்பட்ட ஒரு கிராமம், மெஹ்சானா வட்டத்திற்கு உட்பட்ட இரு கிராமங்கள் என மூன்று கிராமங்கள் நடவடிக்கைக்கு உள்ளாகின. பொதுக்கிணறுகளில் அட்டவணைச் சமூகத்தினர் தண்ணீர் எடுக்க மறுப்புத் தெரிவித்த காரணத்தினால் இந்நடவடிக்கை

மேற்கொள்ளப்பட்டது. மெஹ்சானா வட்டத்திலுள்ள 359 பொதுக் கிணறுகளில் 11 கிணறுகளிலிருந்து மட்டுமே அட்டவணைச் சமூகத்தவர் தண்ணீர் எடுக்க அனுமதிக்கப்படுகிறார்கள் என்று மோசப்பாய் என்பவர் கமிட்டியிடம் தகவல் அளித்தார்.

மெஹ்சானாவிலுள்ள கபூர் உணவு விடுதி குறித்து கமிட்டிக்கு அளிக்கப்பட்ட தகவல் இது: 1966இல் அவ்விடுதிக்கு உணவு உட்கொள்ளச் சென்ற அரசு ஊழியர் உணவருந்த அனுமதிக்கப்படவில்லை. உணவு விடுதிகளில் எங்கேனும் தீண்டாமைக் கடைப்பிடிக்கப்பட்டால் அதற்கான உரிமம் ரத்து செய்யப்பட வேண்டும் என்று ஏற்கெனவே சட்டம் உள்ளது. பல உணவு விடுதிகளில் தீண்டாமைக் கடைப்பிடிக்கப்பட்டு வந்தபோதிலும் மாநில அரசு இதுவரை எந்த உணவு விடுதியின் மீதும் நடவடிக்கை எடுக்கவில்லை.

காந்தி நகர் வட்டத்திலுள்ள சார்காசன் (Sargasan) கிராமத்திலிருந்து கமிட்டியிடம் இத்தகவல் அளிக்கப்பட்டுள்ளது. அட்டவணைச் சமூகத்தவர் சில நிகழ்ச்சிகளில் பறை இசையை வாசிப்பதற்கு விரும்பினர். ஆனால், அவர்கள் அனுமதிக்கப்படவில்லை. அட்டவணைச் சமூகத்தவர்கள் பறை இசை இசைப்பதைத் தொடர்ந்து வலியுறுத்தியபோது, அட்டவணைச் சமூக இளைஞன் ஒருவன் தலை துண்டிக்கப்பட்டுக் கொல்லப்பட்டான்.

போர்பந்தர் மாவட்டத்தில் பதுர்பால் (Bhadurpal) கிராமம் உள்ளிட்ட பகுதிகளில் உள்ள சிறிய அளவிலான தேநீர்க் கடைகளில் அட்டவணைச் சமூகத்தவருக்குத் தனிக் குவளைகள் வைக்கப்பட்டுத் தீண்டாமைக் கடைப்பிடிக்கப்படுகிறது. இதுகுறித்து அரசு அதிகாரிகள் எந்த நடவடிக்கையும் எடுக்கவில்லை.

பரோடாவில் அம்பலால் படேல் என்பவருடன் நடந்த சந்திப்பின்போது கமிட்டியிடம் பகிர்ந்துகொள்ளப்பட்ட தகவல்: இங்கு அட்டவணைச் சமூகத்தவர் பஞ்சாயத்து அலுவலகத்தின் உள்ளே அனுமதிக்கப்படுவதில்லை. மாறாக, வெளியே நிற்கவைக்கப்படுப்படுகிறார்கள். பஞ்சாயத்துத் தொடர்பான நிகழ்வுகளில் அட்டவணைச் சமூகத்தவர் கையொப்பமிட அனுமதி கிடையாது.

### அரியானா

1. அரிஜன சேவா தளம் அமைப்பைச் சேர்ந்த சமூக சேவகர் சோகன் லால் ஆர்யா. இவர் அட்டவணைச் சமூக மக்களுக்குப் பணியாற்ற வேண்டி நர்னுர் எனுமிடத்திற்குப் போவதை வழக்கமாகக்கொண்டிருந்தார். இதன் காரணமாக சாதி இந்துக்களால் தாக்கப்பட்டார். இதுகுறித்து அவர் காவல்துறையிடம் புகார் அளித்த பின்னும், எந்த நடவடிக்கையும் எடுக்கப்படவில்லை.

2. கர்னல் மாவட்டத்தைச் சேர்ந்த சோசலிஸ்ட் கட்சியின் பொதுச்செயலாளர் திரிலோச்சன் சிங் சம்யுக்தா 1968இல் நடந்த இச்சம்பவத்தை கமிட்டியின் கவனத்திற்குக் கொண்டுவந்தார். கர்னல் மாவட்டத்திற்கு உட்பட்ட பென்சி குர்த் (Bensi khurd) எனும் கிராமத்தில் அட்டவணைச் சமூகப் பெண் ஒருவர் மாட்டின் சாணத்தை எடுத்ததால், சாதி இந்துக்களால்

தாக்கப்பட்டார். இவ்வன்கொடுமைக் குறித்துக் காவல்துறை ஆய்வாளரிடம் புகார் தெரிவிக்கப்பட்டது. அவர் பாதிக்கப்பட்ட பெண்ணுக்கு மருத்துவப் பரிசோதனையைப் பரிந்துரைத்தாலும், குற்றவாளிகளான சாதி இந்துக்கள் மீது நடவடிக்கை எடுப்பதற்குப் பதில், அவர்களோடு சமரசம் செய்துகொள்ளுமாறு சம்யுக்தா கட்சியினருக்கு ஆலோசனை வழங்கினார். மேலும், பாதிக்கப்பட்ட பெண்ணின் தந்தையிடம் மருத்துவச் சிகிச்சைக்காக 50 ரூபாய் அளிக்குமாறு சாதி இந்துக்களிடம் கூறிப் பிரச்சினையை அவர்களுக்குச் சாதகமாகவே முடிக்க முயன்றார்.

3. அம்பாலா மாவட்டத்தில் ஃபதேபூர் (Fatehpur) எனுமிடத்தில் உள்ள அரசு தொடக்கப் பள்ளியில் ஆசிரியராகப் பணியாற்றிவரும் பாரத் ராம் பொதுப்பானையிலிருந்து தண்ணீர் எடுத்ததற்காகப் பள்ளித் தலைமையாசிரியரால் அவமானப்படுத்தப்பட்டார். இத்தீண்டாமை குறித்து மாவட்ட சமூக நலத்துறை அதிகாரி, பொதுத் தகவல் இயக்குநர், முதல்வர் ஆகியோரிடம் பாரத் ராம் புகாரளித்த பிறகும் நீதி கிடைக்கவில்லை.

## ஜம்மு-காஷ்மீர்

ஜம்மு பிராந்தியத்திற்கு உட்பட்ட திரிலோக்பூர் (Trilokpur) கிராமத்தில் சாதி இந்துக்கள் பயன்படுத்தும் பொதுக் கிணறுகளிலிருந்து அட்டவணைச் சமூக மக்கள் தண்ணீர் எடுக்க அனுமதிக்கப்படுவதில்லை. மேலும், கத்துவா எனுமிடத்தில் துப்பரவுத் தொழிலாளி ஒருவர் பொதுக்குழாயிலிருந்து தண்ணீர் எடுத்ததற்காகத் தாக்கப்பட்டார். இது சம்பந்தமாக உயர் அதிகாரிகளிடம் தகவல் தெரிவிக்கப்பட்ட பின்னும் எந்தவிதமான நடவடிக்கையும் மேற்கொள்ளப்படவில்லை.

கண்டிக்கு உட்பட்ட பூடி (Bhudi), ஹள்ளி (Halli), பார்வார் (Barwar) ஆகிய கிராமங்களில் குளிப்பதற்குப் பயன்படுத்தப்படும் பொதுக்குளங்களில் இருந்துகூட அட்டவணைச் சமூகத்தவர் தண்ணீர் எடுக்க அனுமதிக்கப்படுவதில்லை என்பதைக் கத்துவாவைச் சேர்ந்த தன்னார்வத் தொண்டர்கள் கமிட்டியிடம் தெரிவித்தனர்.

*24.09.1966* அன்று ஜம்முவில் எம்.எல்.ஏ ஒருவரால் கமிட்டியிடம் கூறப்பட்ட தகவல் இது: அட்டவணைச் சமூகத்தைச் சேர்ந்த எந்தவோர் அரசு ஊழியராலும் சாதி இந்துக்கள் வாழும் பகுதிகளில் வாடகைக்கு வீடு எடுக்க முடியாத நிலை உள்ளது.

## கேரளா

கன்னூர் மாவட்டத்தில் காசர்கோட் (kasaregode) வட்டத்திற்குட்பட்ட பகுதியில் பேலா உயர்நிலைப்பள்ளி அருகில் உள்ள தேநீர்க் கடைகளில் அட்டவணைச் சமூகத்தவருக்குத் தனிக்குவளையே பயன்படுத்தப்படுகிறது.

கன்னூர் மாவட்டத்தில் முடிதிருத்தும் நிலையங்களில் அட்டவணைச் சமூகத்தவர் மட்டும் முடிவெட்டிக்கொள்ள அனுமதிக்கப்படுவதில்லை.

வெல்லூர் (vellore) எனும் ஊரில் உள்ள தேநீர்க் கடைகளில் அட்டவணைச்

சமூகத்தினருக்குத் தேங்காய்ச் செரட்டையில் தேநீர் வழங்கும் தீண்டாமை நிலவுகிறது.

திருச்சூர் மாவட்டத்தில், செரை (Cherai) கிராமத்திலுள்ள வெங்கடேசக் கோயிலுக்குள் செல்ல அட்டவணைச் சமூகத்தினர் அனுமதிக்கப்படுவதில்லை.

## மத்தியப் பிரதேசம்

துர்க் மாவட்டத்தில் மச்சந்த் (Machand) எனும் கிராமத்திலுள்ள உணவு விடுதிகளில் அட்டவணைச் சமூக மக்கள் உணவருந்த அனுமதிக்கப்படுவதில்லை.

துர்க் மாவட்டத்தில் தன்னார்வத் தொண்டர்களுடன் நடந்த கலந்துரையாடலின்போது இத்தகவல் கமிட்டியின் கவனத்திற்குக் கொண்டுவரப்பட்டது. சோய்கல்தாம் (chhoikhaldam) காவல்நிலையத்திற்கு உட்பட்ட லுங்கியா தாலா (Lungia tala) எனும் கிராமத்தில் அட்டவணைச் சமூகப் பெண் ஒருவர் உணவு விடுதியொன்றில் ஒரு கிளாஸ் தண்ணீர் எடுத்ததற்காக விடுதி முதலாளியால் தாக்கப்பட்டார்.

ஜங்கிள்பூர் (Junglepur) எனுமிடத்தில் இத்தகவல் பதிவு செய்யப்பட்டது: இங்கு பொதுக்கிணறுகளிலிருந்து அட்டவணைச் சமூகத்தவர் தண்ணீர் எடுத்ததற்காகச் சாதி இந்துக்கள் அக்கிணற்று நீரை அசுத்தப்படுத்தினர்.

ராய்பூர் மாவட்டத்தில் பிங்கேஷ்வர் (Fingeshwar) எனுமிடத்தில் அட்டவணைச் சமூக மக்கள் தேநீர்க் கடைகளின் உள்ளே அனுமதிக்கப்படுவதில்லை. அவர்களுக்குத் தனிக்குவளைகளில்தான் தேநீர் வழங்கப்படுகிறது.

சாகாரா (Sakara) கிராமத்தில் சாதி இந்து பஞ்சாயத்து உறுப்பினர்கள் பஞ்சாயத்து அலுவலகக் கூட்டத்தின்போது அட்டவணைச் சமூக உறுப்பினர்களைக் கலந்துகொள்ள அனுமதிக்காமல், அலுவலகத்திற்கு வெளியே உட்கார வைக்கும் தீண்டாமையைக் கடைப்பிடித்துவருவதை கமிட்டி நேரடியாகவே கண்டறிந்தது.

ஜபல்பூரில் (Jabalpur) அரசு சாராத நபர்களுடன் கலந்துரையாடும்போது இத்தகவல் பதிவு செய்யப்பட்டது. அட்டவணைச் சமூக அரசு ஊழியர்கள் மாற்றலாகி வேறு இடத்திற்குச் செல்லும்போது தீண்டாமைக் காரணமாக அவர்களால் வாடகைக்கு வீடு எடுப்பது முடிவதில்லை.

01.03.1966 அன்று உஜ்ஜைன் மாவட்டத்தில் கார்சா குர்த் (Kharso khurd) எனும் கிராமத்தில் நடந்த அட்டவணைச் சமூகத்தினரின் திருமண ஊர்வலத்தில் மணமகனுக்குக் குடைபிடிக்கப்பட்ட காரணத்தினால், அவ்வூர்வலம் தாக்குர் சாதிக்காரர்களால் அச்சுறுத்தப்பட்டுத் தடுத்து நிறுத்தப்பட்டது.

சாகாரா எனும் கிராமத்தில் அட்டவணைச் சமூகத்தைச் சேர்ந்த பஞ்சாயத்து உறுப்பினர்கள், பஞ்சாயத்து அலுவல் கூட்டங்களில் கலந்துகொள்ள அனுமதிக்கப்படுவதில்லை.

அரிசன சேவா சங்கத்தைச் சேர்ந்த சந்திர பான் தீட்சித் பிராமணச் சமூகத்தவர். மத்தியப் பிரதேசச் சுற்றுப்பயணத்தின்போது அம்மாநிலப் பட்டியலினத்தவர் மீதான தீண்டாமைக் கொடுமைகள் குறித்த பல உண்மைகளை அவர் கமிட்டியிடம்

தெரிவித்தார். ராஜ்கிராகா மாவட்டத்தில் போஜ்பூர் காவல்நிலையத்திற்கு உட்பட்ட கிலிச்சிபூர் வட்டத்தைச் (Khilchipur Tehsil) சேர்ந்த பகுதிகளில் அட்டவணைச் சமூகத்தவர்கள் முறுக்கிய மீசையை வைத்துக்கொள்ள சாதி இந்துக்களால் அனுமதிக்கப்படுவதில்லை. சாதி இந்துக்கள் சந்திர பான் தீட்சித்துக்குத் தொடர்ந்து தொந்தரவு கொடுத்து வந்ததன் காரணமாக, அவர் உத்தரப்பிரதேச அரிசன சேவா சங்கத்தின் மாநிலச் செயலாளராக மாற்றலாகிச் சென்றுவிட்டார்.

இந்திய சத்னமி மகா சமிதி அமைப்பின் செயலாளரான நைன் தாஸ் குர் என்பவருடைய சகோதரர் நரைன் தாஸ் குர். 1968இல் நரைன் தாஸ் குர் இராய்ப்பூரில் உள்ள அறிவியல் கல்லூரியில் முதலாம் ஆண்டு படித்துவந்தபோது, அவருக்கும் பிராமணச் சமூகத்தைச் சேர்ந்த மாணவன் ஒருவனுக்கும் இடையே அறையில் தங்குவது தொடர்பாக வாக்குவாதம் ஏற்பட்டது. இதைக் காரணமாக வைத்து, சாதி இந்து மாணவர்கள் நான்கு பேர் கல்லூரி வளாகத்திலேயே அவரைச் சுற்றி வளைத்துக் கத்தியால் தாக்க முற்பட்டனர். நரைன் தாஸ் அதைத் தடுத்துவிட்டாலும், ஒருவன் கல்லால் தாக்கியதில் காயமடைந்த அவர், இதுகுறித்து கல்லூரி முதல்வரிடம் புகாரளித்தார். ஆனால், கல்லூரி முதல்வரோ அச்சம்பவம் தொடர்பாக எந்த நடவடிக்கையும் எடுக்கவில்லை. இதைத் தொடர்ந்து, விடுதியில் தனது அறையில் தூங்கிக்கொண்டிருந்த நரைன் தாஸ் குர்ரை அதே நான்கு மாணவர்கள் மீண்டும் தாக்கினர். கல்லூரி முதல்வர் அவரை உடனடியாக மருத்துவமனைக்கு அனுப்பி வைத்தாலும், குற்றமிழைத்த சாதி இந்து மாணவர்கள் மீது எந்த நடவடிக்கையும் எடுக்கவில்லை.

தேவாஸ் மாவட்டத்தில் டாக் குர்த் எனும் கிராமத்தில் நடந்த கூட்டத்தில் பதிவு செய்யப்பட்ட தகவல் இது: பஞ்சாயத்து உறுப்பினர்களுக்கான பயிற்சியின்போது அட்டவணைச் சமூகப் பஞ்சாயத்து உறுப்பினர்கள் சாதி இந்துக்களுடன் அமர்ந்து சாப்பிட அனுமதிக்கப்படவில்லை.

திகம்பாரா மாவட்டத்தில் பம்பாரி மண்டானா (Bambhari mondana), இம்தானா கிராமங்களிலுள்ள தொடக்கப்பள்ளிகளில் அட்டவணைச் சமூக ஆசிரியர்கள் நாற்காலியில் அமர அனுமதிக்கப்படுவதில்லை.

நாடாளுமன்ற உறுப்பினரான ஸ்ரீமதி மணிமாதாவால் (shrimati manimata) கமிட்டியிடம் அளிக்கப்பட்ட தகவல் இது. ராய்ப்பூர் மாவட்டத்தில் ஆரங் காவல்நிலையத்திற்கு உட்பட்ட தர்வா (Darwa) கிராமத்தில் அட்டவணைச் சமூகத்தவர் சிலர் கிராமத்தைவிட்டு வெளியேற்றப்பட்டனர். இச்சமயத்தில் அவர்களில் ஒருவரின் உறவினர் மரணமடையவே, வெளியேற்றப்பட்டவர்கள் கிராமத்திற்கு வந்து இறுதிச்சடங்கில் பங்கேற்றனர். இதன் காரணமாக, சாதி இந்துவான குமார் சர்மா மோட்டார் சைக்கிளை ஓட்டியபடியே அட்டவணைச் சமூகத்தவர் சாப்பிட்டுக்கொண்டிருந்த உணவைக் கால்களால் தட்டிவிட்டு அவமானப்படுத்தினான். இது தொடர்பாக ஆரங் காவல்நிலையத்தில் வீணான உணவைக் காட்டி புகார்த் தெரிவிக்கப்பட்டாலும், எந்த நடவடிக்கையும் எடுக்கப்படவில்லை.

ஸ்ரீமதி மணிமாதாவால் கமிட்டியிடம் அளிக்கப்பட்ட மற்றொரு தகவல் இது. சித்தையார்தி என்பவர் பி.டி.துறையில் பி.ஆர்.சர்மா என்ற சாதி இந்து தலைமையின் கீழ் எலெக்ட்ரிகல் மேற்பார்வையாளராகப் பணிபுரிந்துவந்தார். சித்தையார்தி டெல்லியில் நடக்கவிருந்த போட்டித்தேர்வுக்குச் செல்லவேண்டியிருந்தது. ஆனால், அவரது மேலதிகாரி சர்மாவோ, "நீ தேர்வில் வெற்றி பெற்றாலும், நான் உன்னை ப்ரோமோஷன் செய்யமாட்டேன்" என்று கூறியிருக்கிறார். இதுகுறித்து அமைச்சர் மற்றும் அட்டவணைச் சமூக அமைப்புகளிடம் புகாராகத் தெரிவித்தார் சித்தையார்தி.

## தமிழ்நாடு

விக்கிரவாண்டி பகுதிக்குட்பட்ட பஜண்டை (pajandai) கிராமத்தில் வசிக்கும் மக்களால் கமிட்டியிடம் அளிக்கப்பட்ட தகவல் இது: இங்குள்ள அட்டவணைச் சமூக மக்கள் சாதி இந்துக்களின் தெரு வழியாகச் செல்லும்போது செருப்பு அணிய அனுமதிக்கப்படுவதில்லை.

கோயம்புத்தூர் மாவட்டத்திற்குட்பட்ட எத்திரைகல்மாடி (Euthiraikalmodi) கிராமத்தில் அட்டவணைச் சமூக மக்களுக்குத் தேநீர்க் கடைகளில் தனிக் குவளைகளிலேயே தேநீர் கொடுக்கப்படுகிறது. அவர்கள் குடிக்கப் பயன்படுத்திய தேநீர்க் குவளைகளை அவர்களே கழுவிவைக்க வேண்டும்.

மெட்ராஸ் நகரத்துக்கு அருகே வில்லக்கப்புரம் (Villakkapuram) கிராமத்தில் அட்டவணைச் சமூகத்தவர்கள் கோயிலுக்குள் செல்ல அனுமதிக்கப்படுவதில்லை.

செங்கல்பட்டு மாவட்டம், பூண்டி யூனியனுக்குட்பட்ட வளரபுரம் (Valarpuram) கிராமத்தில் அட்டவணைச் சமூகத்தவருக்கு முடிதிருத்தும் தொழிலாளிகள் முடிவெட்டிவிடுவதில்லை.

**24.11.1966** அன்று திருச்சிராப்பள்ளி மாவட்டத்தில் பெரம்பலூர் வட்டத்திற்கு உட்பட்ட பகுதியில் வசித்துவரும் அட்டவணைச் சமூகம் / பழங்குடியினரால் இத்தகவல் கமிட்டியிடம் அளிக்கப்பட்டது:

இங்கு அட்டவணைச் சமூக இனத்தவர் தங்களது திருமண ஊர்வலங்களில் வாத்தியக் கருவிகளைப் பயன்படுத்த சாதி இந்துக்கள் அனுமதிப்பதில்லை.

தென்னாற்காடு மாவட்டம், கடலூர் வட்டத்தில் திருமணிக்குழை (Thirumanikuzhai) கிராமத்தில் சாதி இந்து ஒருவரால் கமிட்டியிடம் அளிக்கப்பட்ட தகவல் இது. இப்பகுதியில் இறந்தவர்களின் சடலத்தைப் பொதுச்சாலைகளில் எடுத்துச்செல்லும்போது அட்டவணைச் சமூக மக்கள் பாண்ட் வாத்தியங்கள் இசைப்பதைச் சாதிஇந்துக்கள் அனுமதிப்பதில்லை. இத்தீண்டாமை குறித்துக் காவல்துறை, மாவட்டச் சமூக நலத்துறை, மாவட்ட ஆட்சியர் உள்ளிட்டோருக்குப் புகார் அளிக்கப்பட்டாலும் கடந்த ஏழு ஆண்டுகளாக எந்த நடவடிக்கையும் எடுக்கப்படவில்லை.

அகில இந்தியத் தீண்டாமை ஒழிப்பு கமிட்டியின் தலைவர் இளையபெருமாள், மாவட்டச் சமூக நலத்துறை அலுவலர், வட்டாட்சியர் ஆகியோருடன் தஞ்சாவூர்

மாவட்டத்தில் உள்ள கீழ்வெண்மணி (Keelvenmani) கிராமத்திற்கு 01.01.1969 அன்று சென்றபோது நாகம்மாள் என்ற பெண் அளித்த தகவல் இது: 25.12.1968 அன்று மாலை கீழ்வெண்மணி கிராமத்தைச் சேர்ந்த அட்டவணைச் சமூகத்தவர் ஒருவர் அருகில் உள்ள பெட்டிக்கடைக்குச் சென்றார். இதைக் கவனித்த சாதி இந்துக்கள் அவரைத் தாக்கி வேறொரு கிராமத்திற்குக் கடத்திச்சென்று கட்டி வைத்தனர். இத்தகவலைக் கேள்விப்பட்ட அட்டவணைச் சமூக மக்கள் ஒன்றுதிரண்டு சாதி இந்துக்களின் பகுதிக்குச் சென்று கட்டி வைக்கப்பட்டவரை விடுவிக்குமாறு கேட்டனர். இந்நிகழ்வின்போது அட்டவணைச் சமூகத்தவருக்கும் சாதி இந்துக்களுக்கும் இடையே வாக்குவாதம் ஏற்பட்டது. பின்னர் அது மோதலாக மாறி, அட்டவணைச் சமூகத்தவர் சிலர் தாக்கப்பட்டனர். அதேசமயம், இம்மோதலில் சாதி இந்து ஒருவர் இறந்துபோனார். அன்றிரவு 8.30 மணிக்குக் கீழ்வெண்மணி கிராமம் சாதி இந்துக்களால் சுற்றி வளைக்கப்படுகிறது. துப்பாக்கி, அருவாள், வேல்கம்பு உள்ளிட்ட ஆயுதங்களோடு வந்த சாதி இந்துக் கும்பல் அட்டவணைச் சமூகத்தவர்களைக் கொடூரமாகத் தாக்கியது. 25க்கும் மேற்பட்ட குடிசைகள் தீயிட்டுக் கொளுத்தப்பட்டன. அதில் ஆண்கள், பெண்கள், குழந்தைகள் உட்பட அட்டவணைச் சமூகத்தினர் 42 பேர் கொல்லப்பட்டனர்.

தென்னாற்காடு மாவட்டம், கடலூரைச் சேர்ந்த கல்லணை (Kallanai) என்பவர் ஐ.டி.ஐயில் வொர்க் ஷாப் உதவியாளராகப் பணியாற்றிவருகிறார். இவர் சக ஊழியர்களுடன் ஒன்றாகக் கூடிப் பேசிப் பழகிவருவதைப் பார்த்த ஐ.டி.ஐ-யின் முதல்வர், "தீண்டத்தகாத சாதியைச் சார்ந்த நீ, மற்ற உயர்சாதி ஊழியர்களுடன் கூடிப் பேசக் கூடாது" என்று கூறியிருக்கிறார். அதை ஏற்க மறுத்த அவ்வுதவியாளரை, அவரது சாதியின் பெயரைச் சொல்லித் திட்டி அவமானப்படுத்தியிருக்கிறார். பாதிக்கப்பட்ட ஊழியர் இதுகுறித்துச் சம்பந்தப்பட்ட அனைத்து அரசு அதிகாரிகளுக்கும் புகார் தெரிவித்து, ஐ.டி.ஐ முன்பு நீதி கோரி உண்ணாவிரதப் போராட்டத்தையும் நடத்தினார். ஆனால், இறுதிவரைக்கும் அவருக்கான நீதி கிடைக்கவில்லை.

திருநெல்வேலி மாவட்டத்தைச் சேர்ந்த அரசு மருத்துவர் செல்லையா 26.12.1968 அன்று அகில இந்திய தீண்டாமை ஒழிப்பு கமிட்டி சேர்மன் இளையபெருமாளிடம் தெரிவித்த தகவல் இது: மது அருந்தியிருந்ததாகப் பொய்யான சான்றளிக்க மருத்துவர் செல்லையா மறுத்ததினால், சப்-இன்ஸ்பெக்டர் ஒருவரால் செருப்பால் அடிக்கப்பட்டு அவமானப்படுத்தப்பட்டிருக்கிறார். இச்சம்பவம் 21.03.1968 அன்று நடந்தது. பாதிக்கப்பட்ட மருத்துவர் செல்லையா, சம்பந்தப்பட்ட மாவட்ட நிர்வாக அதிகாரிகளிடம் புகாரளித்தார். எனினும், அந்தக் காவல் அதிகாரி தீண்டாமைக் குற்றத்திற்காகத் தண்டிக்கப்படாமல், பணியிடைநீக்கம் மட்டுமே செய்யப்பட்டார்.

வடஆற்காடு மாவட்டத்திற்கு உட்பட்ட நமிலி (Namili) கிராமத்தில் அட்டவணைச் சமூகத்தைச் சேர்ந்த ஆறு மாணவர்கள் - 5 பேர் மெட்ரிக் மாணவர்கள், ஒரு பி.யு.சி., மாணவன் - 19.10.1968 அன்று சாதி இந்துப் பகுதியில் நடந்த நிகழ்ச்சியொன்றைப் பார்க்கச் சென்றபோது தனியே உட்காரும்படி சாதி இந்துக்கள் கூறியதற்கு அவர்கள் மறுப்புத் தெரிவித்ததால் தாக்கப்பட்டனர். இதில் ஒரு மாணவனுக்குப் பலமான காயம் ஏற்பட்டது. மறுநாள் அக்கிராம

அட்டவணைச் சமூக மாணவர்கள் அனைவரும் ஒன்றாகச் சேர்ந்து, தம்மைத் தாக்கிய சாதி இந்துக்களைப் பார்த்து நியாயம் கேட்கச் சென்றனர். இதனால் கோபம் கொண்ட சாதி இந்துக்கள் அம்மாணவர்களோடு வந்திருந்த பெண்ணைத் தாக்கியதோடு நிர்வாணப்படுத்தவும் செய்தனர். மேலும், 1000-க்கு மேற்பட்டோர் கும்பலமாகத் திரண்டு, அட்டவணைச் சமூக மக்களின் வீடுகளுக்குள் புகுந்து பாத்திரங்கள் உள்ளிட்ட உடைமைகளைச் சேதப்படுத்தினர். இத்தாக்குதலைக் கேள்விப்பட்டு வந்த காவல்துறையினர் விசாரணை நடத்தி, ஆதாரங்களைப் பதிவு செய்தாலும், சாதி இந்துக்களால் தாக்கப்பட்டு நிர்வாணப்படுத்தப்பட்ட பெண் குறித்து எந்தத் தகவலையும் பதிவு செய்யவில்லை.

## மகாராஷ்டிரா

தீண்டாமை ஒழிக்கப்பட்டதற்காகப் புசவல் (Bhusaval) மாவட்டத்திலுள்ள குர்ரே (Khure) கிராமத்திற்கு ரூ.500 பரிசளிக்கப்பட்டிருந்தாலும், இங்குள்ள சலவைத் தொழிலாளிகளும் முடிதிருத்தும் தொழிலாளிகளும் அட்டவணைச் சமூக மக்களுக்குச் சலவை செய்யவும் முடிதிருத்தவும் மறுத்துவரும் நிலையுள்ளது. மேலும், இக்கிராமத்தில் சாதி இந்துக்களுக்கும் அட்டவணைச் சமூகத்தவருக்கும் தனித்தனிச் சுடுகாடு பேணப்படும் தீண்டாமையும் நிலவி வருகிறது.

அட்டவணைச் சமூகத்தைச் சேர்ந்த ஒருவர் வட்டார வளர்ச்சித் துறையின் மனூர் அலுவலகத்தில் எழுத்தராகப் பணிபுரிகிறார். இவர் தங்கியிருந்த வீட்டின் கூரையைப் பிரித்து, அங்கு தங்க முடியாதபடி செய்தனர் சாதி இந்துக்கள்.

புசவல் மாவட்டத்திற்கு உட்பட்ட கிராமம் கோஜ்ரே (Gojre). இங்கு சாதி இந்துக்கள் தங்களின் துணிகளை உலர்த்துவதற்குப் பொது இடத்தில் சுவர் எழுப்பிப் பயன்படுத்தி வருகின்றனர். இது அட்டவணைச் சமூக மக்களுக்கு இடையூறு ஏற்படுத்தும் நோக்கில் அமைந்த தீண்டாமைச் செயலாகும். இக்கிராமத்தில் சாதி இந்துக்கள் பயன்படுத்தும் பொதுக்கிணறுகளில் அட்டவணைச் சமூகத்தவர்கள் நீர் எடுக்க அனுமதிக்கப்படுவதில்லை.

அவுரங்காபாத் மாவட்டத்திற்கு உட்பட்ட அதுல் காலனியில் (Adul colony) உள்ள கோயிலில் சாதி இந்துக்களுக்கும் அட்டவணைச் சமூகத்தவருக்கும் தனித்தனி வழிபாட்டு இடங்கள் பயன்பாட்டில் உள்ளன.

அவுரங்காபாத் உஸ்மானாபாத் மாவட்டத்தில் துல்சாபூர் (Tulzapur) கிராமத்தில் அட்டவணைச் சமூக ஆசிரியர்கள் பொதுப்பள்ளிகளில் வகுப்பு எடுக்க அனுமதிக்கப்படுவதில்லை.

அவுரங்காபாத் மாவட்டத்திற்குட்பட்ட சிராஸ்கோன் (Sirasgaon) கிராமத்தைச் சேர்ந்த மூன்று சாதி இந்துக்கள், அட்டவணைச் சமூகத்தைச் சேர்ந்த பெண் ஒருவரைப் பாலியல் வன்கொடுமை செய்தனர். இச்சம்பவம் 1966ஆம் ஆண்டில் நடந்தது.

## மைசூர்

1. நந்த்குடி (Nandkudi) கிராமத்தில் அட்டவணைச் சமூக மக்கள் பொதுக்கிணறுகளில் தண்ணீர் எடுக்க அனுமதிக்கப்படுவதில்லை.

2. மைசூர் நகரத்தில் பத்வாரஹள்ளியில் (*Padwarahalli*) பொதுப் பாதைகளில் செருப்பணிந்து செல்ல அட்டவணைச் சமூக மக்கள் அனுமதிக்கப்படுவதில்லை.

3. குல்பர்கா மாவட்டத்தில் சங்கப்பூர் (*Chankapur*) கொண்டம்பள்ளி (*Kondampali*), சூலபேட் (*Sulepet*) ஆகிய கிராமங்களில் அட்டவணைச் சமூக மக்கள் தமது திருமணங்களின்போது ஊர்வலம் நடத்தவோ, மணமகன் குதிரை மீதேறி வரவோ அனுமதிக்கப்படுவதில்லை.

4. பூஜபூர் மாவட்டத்தில் உள்ள பாப்லேஸ்வர் (*Bableshwar*) கிராமக் கோயிலின் உள்ளே செல்ல அட்டவணைச் சமூக மக்கள் அனுமதிக்கப்படுவதில்லை.

5. மைசூர் மாவட்டத்தில் டி.நரசிபூர் (*T.Narasipur*) தாலுகாவிற்குட்பட்ட பன்னூரில் (*Bannur*) நகரப் பேருந்து நிலையத்திலுள்ள ஓர் உணவு விடுதியைத் தவிர, மற்ற உணவு விடுதிகளில் அட்டவணைச் சமூக மக்கள் உணவருந்த அனுமதிக்கப்படுவதில்லை.

6. டி.நரசிபூர் தாலுகாவிற்குட்பட்ட பழைய சோசலேயில் (*Sosale*) அட்டவணைச் சமூகத்தவருக்கு என்றே தனி அரசு தொடக்கப் பள்ளி உள்ளது. இதுபோன்ற தனிப் பள்ளிகள் பழைய மைசூர் பகுதியின் பல ஊர்களில் அமைந்துள்ளன.

7. பீடர் மாவட்டத்தில் ஹம்னாபாத் வட்டத்தைச் சேர்ந்த ராஜேஸ்வர் (*Rajeswar*) கிராமத்தில் அட்டவணைச் சமூகத்தைச் சேர்ந்த ஒருவருக்கு முடிவெட்டிவிட மறுத்த முடிவெட்டும் தொழிலாளி, அவரைக் குத்திப் படுகொலையும் செய்துவிட்டார்.

**ஒரிசா**

தங்கனல் மாவட்டத்திற்குட்பட்ட கிராமம் குவான்லோ (*Kuanlo*). இங்கு நீர்ப்பாசன வசதிக்காக இரண்டு தொட்டிகள் உள்ளன. இத்தொட்டிகளுள் ஒன்று சாதி இந்துக்களுக்கு, மற்றொன்று அட்டவணைச் சமூகத்தவருக்கு எனச் சாதி அடிப்படையில் பாகுபடுத்தப்பட்டிருக்கிறது. **1966**ஆம் ஆண்டு ஏற்பட்ட வறட்சி காரணமாக, சாதி இந்துக்கள் அட்டவணைச் சமூகத்தவரின் தொட்டியிலிருந்து பாசனத்திற்காக நீர் எடுக்க முயன்றனர். இதற்கு அட்டவணைச் சமூகத்தினர் எதிர்ப்புத் தெரிவித்ததால், இரு தரப்பிற்குமிடையே மோதலாகி, அட்டவணைச் சமூகத்தைச் சேர்ந்த சிலர் படுகாயமடைந்தனர். மேலும், இத்தாக்குதலில் பாதிக்கப்பட்ட ஒருவரின் மனைவி 8 நபர்களால் கூட்டுப் பாலியல் வன்கொடுமைக்கு ஆளாக்கப்பட்டார். இதுகுறித்து விசாரணை நடக்கும்போதே பாதிக்கப்பட்டவரின் சகோதரர் கொல்லப்பட்டார்.

கட்டாக் மாவட்டத்திற்கு உட்பட்ட சபல்பூர் (*Sabulpur*) கிராமத்தைச் சேர்ந்த சிலர் கிராமப் பொது நிகழ்ச்சிக்காகக் கிராமத்தில் அனைவரிடமும் நிதி வசூலித்தனர். அவர்களில் ஒருவர் அட்டவணைச் சமூகத்தவர். அவர் மதிய உணவருந்த சாதி இந்துக்களுடன் ஒன்றாக உட்கார்ந்தபோது அவரைப் பந்தியிலிருந்து வெளியேற்றினர்.

கட்டாக் அருகே உள்ள கிராமம் ரகுநாத்பூர் (*Raghunathpur*). இந்தக் கிராமத்தின் அடிப்படைத் தேவைகளுக்காக மக்களிடம் பணம் வசூலிக்கத் திட்டமிடப்பட்டது.

அட்டவணைச் சமூகத்தவர் பணத்திற்குப் பதிலாகக் கூலி ஆட்களைக் கொடுக்க முன்வந்தனர். இதை ஏற்றுக்கொள்ள மறுத்த சாதி இந்துக்கள், அட்டவணைச் சமூகத்தவரைத் துன்புறுத்தியதோடு, அவர்களின் வீடுகளுக்குத் தீயும் வைத்தனர். இந்த வன்கொடுமைக் காவல்துறை அமைச்சர், முதலமைச்சர் ஆகியோரின் பார்வைக்குக் கொண்டுசெல்லப்பட்டது, எனினும் குற்றவாளிகளைத் தண்டித்து நீதி வழங்குவதற்குப் பதிலாகச் சமாதானம் செய்துவைக்கப்பட்டது.

கியோஜர் (Keojhar) மாவட்டத்தைச் சேர்ந்தவரும் 1960களில் எம்.எல்.ஏவாக இருந்தவருமான பூபனா ஜனா தனக்கு ஏற்பட்ட சொந்த அனுபவத்தை கமிட்டியிடம் பகிர்ந்துகொண்டார். பூபனா ஜனா பள்ளி ஆசிரியராகப் பணியாற்றியபொழுது கிராமத்தில் நடந்த ஒரு நாடகத்தைப் பார்க்கச் சென்றார். நாடகம் ஆரம்பித்தவுடன் அருகில் இருந்த மேசையில் உட்கார்ந்தார். அட்டவணைச் சமூகத்தைச் சேர்ந்தவர் தங்களுக்குச் சரிசமமாக உட்காருவதை விரும்பாத சாதி இந்துக்கள், அவரை வலுக்கட்டாயமாக மேஜையிலிருந்து கீழிறக்கியதோடு, நாடகத்தைப் பார்க்கவிடாமல் தடுத்து வெளியேற்றிவிட்டனர். இதுகுறித்துக் காவல்துறையிடம் புகாரளித்தார் பூபனா ஜனா. குற்றவாளிகள் மீது நடவடிக்கை எடுப்பதற்குப் பதிலாகச் சாதி இந்துக்களுக்குச் சாதகமாகச் சமரசம் செய்து வைத்தது காவல்துறை.

முன்னாள் எம்.எல்.ஏவான ஜி.சி.சேத் கமிட்டியிடம் கூறிய தகவல் இது: இவருடைய சக உறுப்பினர் அவரது சொந்த மாவட்டமான பூரி (puri) மாவட்டத்திற்கு உட்பட்ட கிராமத்தில் உள்ள கோயிலின் உள்ளே சென்று வழிபட முயன்றார். ஆனால், சாதி இந்துக்கள் அவரைக் கோயிலுக்குள் அனுமதிக்கவில்லை. இது மட்டுமின்றி, அவர் வீட்டில் இல்லாத சமயமாகப் பார்த்து, சாதி இந்துக்கள் கும்பலாகத் திரண்டு சென்று வீட்டைக் கொளுத்திவிடுவோம் என அவரது குடும்பத்தினரை அச்சுறுத்தினர். இதுகுறித்து உடனடியாகக் காவல்துறைக்குத் தகவல் கொடுத்தார் அவரின் மனைவி. போலீஸார் வருவதற்குள் சாதி இந்து கும்பல் அவரது வீட்டுக்குத் தீ வைத்தது. பின்னர் இக்கும்பல் காவல்துறையால் கைது செய்யப்பட்டாலும், அப்பகுதியில் இதன் காரணமாக சாதி இந்துக்களுக்கும் அட்டவணைச் சாதியினருக்கும் இடையே மோதல் போக்கு நிலவிவருகிறது.

பான்பூர் (Bhanpur) காவல்நிலையத்திற்கு அருகே உள்ள இடத்தில் அட்டவணைச் சமூக மக்கள் ஒரு நிகழ்ச்சியை நடத்தினர். வந்திருந்தவர்களுக்குத் தேநீர்க் கொடுப்பதற்காக அருகே இருந்த தேநீர்க் கடையை அட்டவணைச் சமூக மக்கள் நாடினர். ஆனால், கடைக்காரரோ சாதி காழ்ப்புணர்ச்சி காரணமாகத் தேநீர்த் தர மறுத்துவிட்டார். இந்நிகழ்ச்சியில் கலந்துகொண்ட முன்னாள் நாடாளுமன்ற உறுப்பினர் மோகன்நாயக் உடனடியாக அருகில் இருந்த காவல்நிலையத்திற்குச் சென்று புகாரளித்துத் தீண்டாமை ஒழிப்புச் சட்டத்தின்படி வழக்குப் பதிவு செய்யக் கோரினார். ஆனால், காவல் உதவி ஆய்வாளர் வழக்குப் பதிவு செய்ய மறுத்துவிட்டதோடு, 1955ஆம் ஆண்டு நிறைவேற்றப்பட்ட தீண்டாமை ஒழிப்புச் சட்டம் பற்றித் தனக்கு எதுவும் தெரியாது என்றும் கூறிவிட்டார்.

**பஞ்சாப்**

சங்ரூர் மாவட்டத்தில் குன்ரா (Kunrau) எனும் கிராமத்தில் அட்டவணைச் சமூக மக்கள் பொதுக்கிணறுகளில் நீர் எடுக்க அனுமதிக்கப்படுவதில்லை.

ஜுலுந்தர் மாவட்டம் (தற்போது ஜலந்தர்) அபாடா கோட்லா (*Abada kotla*) எனும் கிராமத்தில் அட்டவணைச் சமூக வகுப்பைச் சேர்ந்த ஸ்ரீசந்த் ராம் என்பவரின் மகள் கடத்தப்பட்டார். இதுகுறித்துக் காவல்துறையினரிடம் புகார் அளிக்கப்பட்ட பின்னரும் எந்தவித நடவடிக்கையும் எடுக்கப்படவில்லை.

1967ஆம் ஆண்டு செப்டம்பர் 18 அன்று நூர்மஹால் (*Nurmahal*) எனும் இடத்தில் *sehbu-ke-gaon* காவல்நிலைய எல்லையில் சாதியப் பாகுபாடு காரணமாக அட்டவணைச் சமூகத்தைச் சேர்ந்த இரண்டு பெண்கள் தாக்கப்பட்டதில் ஒருவர் உயிரிழந்தார். இக்கொலை குறித்துக் காவல்துறை எந்தவித நடவடிக்கையும் எடுக்கவில்லை என்று அட்டவணைச் சமூகத்தினர் கமிட்டியிடம் தெரிவித்தனர்.

ஜுன்டியாலா (*Jundiala*) கிராமத்தைச் சேர்ந்த மால்கைட் ராம் என்கிற அட்டவணைச் சமூக இளைஞர் விசா பெறுவதற்காக ஜுலுந்தரில் உள்ள மாவட்ட நீதிமன்றத்துக்குச் சென்ற சமயத்தில் கடத்தப்பட்டார். இதன்பிறகு அந்த இளைஞர் என்ன ஆனார் என்று எந்தத் தகவலும் கிடைக்கவில்லை. காவல்துறையினரிடம் இது குறித்துப் புகார் தெரிவித்தும் எந்த நடவடிக்கையும் எடுக்கப்படவில்லை.

லுதியானா மாவட்டத்திலுள்ள பன்மஜ்ரா வட்டம், சாம்ராலா (*Samrala*) கிராமத்தைச் சேர்ந்த அட்டவணைச் சமூக மக்கள் தீண்டாமை ஒழிப்புக் கமிட்டியின் தலைவரிடம் கூறிய தகவல் இது: அட்டவணைச் சமூக மக்கள் கிராம தர்மசாலாவைப் பயன்படுத்தச் சாதி இந்துக்கள் அனுமதிப்பதில்லை. அட்டவணைச் சமூக வகுப்பைச் சேர்ந்த ஒருவரின் திருமண நிகழ்ச்சியைத் தர்மசாலாவில் நடத்த முற்பட்டபோது, சாதி இந்துக்கள் அதைத் தடுத்து நிறுத்தினர்.

ஜுலுந்தரில் (தற்போது ஜலந்தர்) கேஷவ் ராஜ்புத் சபா தலைவர் ஸ்ரீமங்கத் ராம் என்பவர் தீண்டாமை ஒழிப்பு கமிட்டி சேர்மனிடம் அளித்த தகவல் இது: ஜுலுந்தர் நகரில் உள்ள ஆர்யா கன்யா மேல்நிலைப் பள்ளியில் படித்துவந்த அவரது மகனை, வகுப்பு ஆசிரியை கிருஷ்ணா தேவி பல நாட்களாகப் பள்ளிக்குச் செல்லவிடாமல் தடுத்து நிறுத்தித் தன்னுடைய வீட்டு வேலைகளைச் செய்ய வைத்திருக்கிறார். இது அவருக்குத் தெரியவந்து ஆசிரியரைத் தட்டிக் கேட்க, அந்த ஆசிரியை அனைத்து மாணவர்களுக்கும் மத்தியில் அம்மாணவனின் சாதியைச் சொல்லித் திட்டி இழிவுபடுத்தியிருக்கிறார்.

பாட்டியாலாவில் கர்வா (*Kharua*), கெரரி (*Kherari*), சாருவாலா (*Charuwala*), நந்த்பூர் கேஷவ் (*Nandpur keshav*), ரூர்கி (*Roorkee*) ஆகிய கிராமங்களில் அட்டவணைச் சமூக மக்கள் தங்களது திருமண நிகழ்ச்சிகளைப் பொது தர்மசாலாவில் நடத்த சாதி இந்துக்கள் அனுமதிப்பதில்லை. மேலும், பொதுக்கிணறுகளில் இருந்து நீர் எடுக்கவும் அனுமதிப்பதில்லை.

பாட்டியாலாவைச் சேர்ந்த ஒடுக்கப்பட்ட வர்க்கச் சங்கத்தின் (*Oppressed Classes League*) தலைவரான திரு.தல்ஜீத் சிங்கால் கமிட்டியிடம் தெரிவிக்கப்பட்ட தகவல் இது: பாட்டியாலாவிற்கு அருகிலுள்ள சில கிராமங்களில் முடிதிருத்தும் மற்றும் சலவைத் தொழிலாளர்கள் அட்டவணைச் சமூக மக்கள் மீது தீண்டாமையைக் கடைப்பிடிக்கின்றனர்.

## இராஜஸ்தான்

1. பிகானீர் (bikaner) மாவட்ட நீதிமன்றத்தில் வைக்கப்பட்டிருக்கும் பொதுப் பானையிலிருந்து தண்ணீர் பருக முடியாதபடி அட்டவணைச் சமூகத்தைச் சேர்ந்த வழக்கறிஞர் ஒருவர் தடுக்கப்பட்டிருக்கிறார். இதுகுறித்து அவர் பார் அசோசியேஷன் செயலாளரிடம் புகாரளித்தாலும், அச்செயலாளரால் எந்த நடவடிக்கையும் எடுக்க முடியவில்லை. இப்பிரச்சினையை நீதிபதியிடம் தனிப்பட்ட முறையில் கொண்டுசென்றார் வழக்கறிஞர். ஆனால், நீதிபதி, இதுகுறித்து மேற்கொண்டு பிரச்சினை செய்யாமல், அமைதியாகப் போகும்படி அறிவுறுத்தியிருக்கிறார்.

2. நாகவுர் (Nagaur) மாவட்டத்தில் லோபல்சி (Lopolsi) கிராமத்தில் உள்ள அரசு தொடக்கப்பள்ளியை கமிட்டி பார்வையிட்டபோது, ஆஷா ராம் (தந்தை பெயர் முக்தா மேக்தார்) என்ற மாணவரை மற்ற குழந்தைகளுடன் சேர்ந்து உட்கார வைக்காமல், தனியே மூலையில் உட்கார வைக்கும் தீண்டாமைக் கடைப்பிடிக்கப்படுவதைக் கண்டறிந்தது.

3. இராஜஸ்தான் பல்கலைக்கழகத்தில் பொது நிர்வாகத் துறையில் முனைவர் பட்ட ஆய்வினை மேற்கொண்டுவரும் திரு.தர்மன் சிங் சகர் அளித்த தகவல் இது: அட்டவணைச் சமூகத்தைச் சேர்ந்த ஐ.ஏ.எஸ் அதிகாரி திரு.ஷாம் சிங் ஜாதவ் சமூக நலத்துறையில் தனிச் செயலாளராகப் பணியாற்றியபோது, அவருக்கு ஜெய்ப்பூரில் சாதி இந்துக்களின் பகுதியில் வீடு ஒதுக்கிக் கொடுத்தது அரசு. ஆனால், சாதி இந்துக்கள் அவரை அனுமதிக்கவில்லை. இதன்காரணமாக அவர் அட்டவணைச் சமூக மக்கள் வாழும் பகுதியில் வசிக்க நேர்ந்தது.

4. உதய்ப்பூர் நகரிலிருந்து 31 கிலோ மீட்டர் தொலைவில் அமைந்துள்ள நாத்ட்வாரா எனுமிடத்தில் ஸ்ரீநாத்ஜி எனும் புகழ்பெற்ற கோயில் அமைந்துள்ளது. இங்கு அட்டவணைச் சமூகத்தவருக்கு அனுமதி மறுக்கப்படுகிறது. கோயிலைச் சேர்ந்த ஸ்ரீகோவிந்த் என்பவர், “வைணவத் தலமான இக்கோயில் தனியாருக்குச் சொந்தமானது, ஆகையால், அட்டவணைச் சமூகத்தவர் உள்ளே நுழைய அனுமதியில்லை” என்கிறார். வைணவர்களைவிடச் சாதி இந்துக்கள்தாம் இங்கு எந்தத் தடையுமின்றி வழிபடுகிறார்கள் என்பது குறிப்பிடத்தக்கது. அரசு இந்தப் பிரச்சினைகளைக் கவனத்தில் கொண்டிருந்தாலும், அரசியல் பின்விளைவுகள் காரணமாகக் கோயில் நிர்வாகிகள் மீது நடவடிக்கை எடுப்பதில்லை.

   மேலும், இக்கோயிலை நிர்வகிக்க நாத்ட்வாரா கோயில் கழகம் என்றோர் அமைப்பை இராஜஸ்தான் அரசு ஏற்படுத்தியிருக்கிறது. அட்டவணைச் சமூகத்தைச் சேர்ந்த எவரும் இதில் உறுப்பினராக நியமிக்கப்படவில்லை. இக்கோயில் அனைவருக்கும் பொதுவானது என்று 1963ஆம் ஆண்டு உச்சநீதிமன்றம் உத்தரவிட்டும்கூட, அதை நடைமுறைப்படுத்தாமல் இருக்கிறது அரசு.

5. நோகா சட்டமன்ற உறுப்பினர் சுனிலால் அளித்த தகவலின்படி, இங்குள்ள கிராமங்களில் அட்டவணைச் சமூக மக்கள் பொதுக்கோயில்களில் வழிபடவும் பொதுக்குளங்களிலிருந்து தண்ணீர் எடுக்கவும் அனுமதிக்கப்படுவதில்லை. 26.01.1956 அன்று தீண்டாமையை அகற்றும் நோக்கில் அட்டவணைச் சமூக மக்களைத் திரட்டிப் பொதுக்குளத்தில் தண்ணீர் எடுக்க முற்பட்டபோது சாதி இந்துக்களால், தனது குடும்ப உறுப்பினர்கள் முன்பே சுனிலால் தாக்கப்பட்டார். எனினும், காவல்துறை இச்சம்பவத்தை ஒரு பொருட்டாக எடுத்துக்கொள்ளவில்லை.

6. சுரு மாவட்டத்திற்கு (churu) உட்பட்ட ஜனினு கிராமத்தைச் சேர்ந்தவரும் சுனிலாலின் சகோதரருமான ஸ்ரீகலுராம், பொதுக்குளத்தில் தண்ணீர் எடுக்க முயன்றபோது சுட்டுக் கொல்லப்பட்டார். ராஜ்புத் சாதியினர் நடத்திய இத்தாக்குதலில் அட்டவணைச் சமூகத்தவர்கள் பலர் படுகாயமடைந்தனர். இதுபோன்ற வன்கொடுமைகளால் அட்டவணைச் சமூக மக்கள் அக்கிராமத்தைவிட்டு வெளியேறி தில்டேசார் எனும் கிராமத்தில் தஞ்சமடைந்தனர்.

7. ஆஜ்மீர் மாவட்டத்தில் உள்ள சார்ஜீயோன் (Sargeon) கிராம அரசு விடுதியில் தங்கியிருந்த ஸ்ரீராம் லால் கமிட்டியிடம் அளித்த வாக்குமூலத்தின்படி அக்கிராமத்தில் அட்டவணைச் சமூகத்தினர் பொது இடத்தில் அமர அனுமதிக்கப்படுவதில்லை.

8. அட்டவணைச் சமூகச் சிறுவன் ஒருவன் உதய்ப்பூரில் உள்ள அம்பா மாதா (Amba mata) கோயிலின் உள்ளே சென்று வழிபட முயன்றபோது, தடுத்து நிறுத்தப்பட்டான். இதுகுறித்துப் புகார் அளிக்கப்பட்டுப் பின்னர் உதய்பூர் மாவட்ட ஆட்சியரோடு கலந்தாய்வு நடந்தபோது, இப்படியொரு சம்பவம் நடக்கவில்லை என அதிகாரிகளால் மறுக்கப்பட்டது. ஆனாலும், அங்கிருந்த துணை எஸ்.பி., இச்சம்பவம் தொடர்பாக வழக்குப் பதிவுசெய்யப்பட்ட விவரங்களைக் கூறி, வழக்கு நீதிமன்ற விசாரணையின் கீழ் இருப்பதையும் சுட்டிக் காட்டினார்.

9. ஆஜ்மீர் மாவட்டத்தில் சுற்றுப்பயணம் செய்தபோது, கமிட்டியின் தலைவர் இளையபெருமாளிடம் பக்வான் கிராமத்தைச் சேர்ந்த ராம் சரூப் இத்தகவலைக் கூறினார். ராம் சரூப் இரயில்வே பாதுகாப்புப் படையில் சைனிக் ஆக 1963ஆம் ஆண்டு பணியில் இருந்தார். அவருக்கு இரயில்வே வாகன வொர்க் ஷாப் ஒன்றில் பணி வழங்கப்பட்டிருந்தது. அங்கு அவருடன் வேலை பார்த்துவந்த சாதி இந்து ஊழியர்கள், அவர் பொதுக்குடத்திலிருந்து தண்ணீரை எடுக்க அனுமதிக்கவில்லை. இதுகுறித்து உடனடியாகக் காவல்துறையிடம் புகாரளித்தார் ராம் சரூப். இப்பிரச்சினையில் தலையிட்ட சில கட்சியினர் இதைச் சமரசமாக முடிக்க முயற்சி செய்தாலும், ராம் சரூப் தனது புகாரைத் திரும்பப் பெற மறுத்துவிட்டார். எனினும், வழக்கை விசாரித்த நீதிமன்றம் குற்றத்திற்கான ஆதாரமில்லை என்று கூறி, குற்றம்சுமத்தப்பட்ட சுபேதார் தானி ராம், ஹவில்தார் முல் சந்த் ஆகியோரை விடுதலை செய்தது.

10. பாங்கி சமூகத்தைச் சேர்ந்த ஸ்ரீசரண் தாஸ் சாமாரியா ஆஜ்மீர் மாவட்டத்தில் லோஹகரா (Lohagarh) ரோடில் வசித்துவருகிறார். இவர் கமிட்டியிடம் அளித்த தகவல் இது. புஷ்கரில் உள்ள ராமா வெங்கடேசுவரா கோயிலுக்குள்ளே சென்று வழிபட அட்டவணைச் சமூகத்தவர்கள் அனுமதிக்கப்படுவதில்லை. இக்கோயில் பங்கர் சேத் என்ற தனியாருக்குச் சொந்தமானது. "சாதி இந்துக்கள் இக்கோயிலில் நுழைந்து வழிபடும்போது, 'அட்டவணைச் சமூகத்தவருக்கு மட்டும் ஏன் தடை விதிக்கிறீர்கள்? அட்டவணைச் சமூக மக்கள் இக்கோயிலுக்குள் சென்று வழிபட அனுமதிக்கப்பட வேண்டும்" என்று கோரி பங்கர் சேத்க்குக் கடிதம் எழுதியதோடு, இக்கடிதத்தின் நகலை மத்திய அமைச்சரான ஜெகஜீவன் ராம் உள்ளிட்ட மாநில அமைச்சர்களுக்கும் அனுப்பியிருந்தார் ஸ்ரீசரண் தாஸ் சாமாரியா. இக்கோயில் தனியாருக்குச் சொந்தமானது என்பதால், கோயிலில் அட்டவணைச் சமூக மக்களை அனுமதிக்க முடியாது என்று கூறிய பங்கர் சேத் தரப்பினர், சரண் தாஸ் சாமாரியாவுக்கு 30 முதல் 40 ஆயிரம் ரூபாய் வரை இலஞ்சம் கொடுக்க முன்வந்து, இப்பிரச்சினையை மீண்டும் எழுப்பக் கூடாது என்று பேரம் நடத்தினர். ஆனால், அவர் மறுத்துவிட்டார். கமிட்டி சேர்மன் இளையபெருமாள் தனது சுற்றுப்பயணத்தின்போது இந்தக் கோயிலுக்குச் சென்று விசாரணை நடத்தியபோது, அட்டவணைச் சமூக மக்கள் இக்கோயிலுக்குள் சென்று வழிபட அனுமதிக்கப்படுவதில்லை என்று கோயில் பூசாரிகள் சொல்லியுள்ளனர்.

## உத்தரப்பிரதேசம்

1. பனாராஸ் அரசு குயின்ஸ் கல்லூரி, ஆக்ரா அரசுக் கல்லூரி, கான்பூர் அரசு விவசாயக் கல்லூரி, அலகாபாத் பல்கலைக்கழகத்திற்குட்பட்ட மதன் மோகன் மாளவியா கல்லூரி ஆகியவற்றிலுள்ள உணவு விடுதிகளில் அட்டவணைச் சமூக மாணவர்கள் சக சாதி இந்து மாணவர்களோடு அமர்ந்து உணவருந்த அனுமதிக்கப்படுவதில்லை.

2. அட்டவணைச் சமூகத்தைச் சேர்ந்த ஒருவரின் திருமண ஊர்வலம் டியோரியாவிலிருந்து (deoria) நார்சிங் நகரத்திற்குச் செல்லும் பொதுப் பாதையைக் கடந்து செல்வதற்குச் சாதி இந்துக்கள் அனுமதிக்கவில்லை. இது தொடர்பாக மணமகனின் பெற்றோர் மாவட்ட நீதிபதியிடம் புகாரளித்ததோடு, திருமண ஊர்வலம் மேற்கொண்டு செல்ல தகுந்த பாதுகாப்பு அளிக்க வேண்டும் என்றும் கேட்டுக்கொண்டனர். ஆனாலும், எந்தவிதமான பாதுகாப்பும் வழங்கப்படவில்லை. அட்டவணைச் சமூக மக்கள் திருமண ஊர்வலத்தைத் தொடர முயன்றபோது சாதி இந்துக்களால் தாக்கப்பட்டனர்.

3. பனாரஸுக்கு உட்பட்ட கட்டாரி (Katari) கிராமத்தைச் சேர்ந்த ஸ்ரீராம் ஆஸ்ரே, சாலபூர் பகுதியில் உள்ள ஜீலா பரிஷத் பள்ளியில் 6ஆம் வகுப்பு படிக்கிறார். "பள்ளிக்கூடத்தில் பொதுப்பானையில் இருந்து தண்ணீர் எடுத்துக் குடிக்கச் சாதி இந்து மாணவர்கள் தன்னை அனுமதிப்பதில்லை;

அட்டவணைச் சமூக மாணவர்களுக்குச் சாதி இந்து மாணவர்கள்தாம் தண்ணீரை ஊற்றுவார்கள்” என்று ஸ்ரீராம் ஆஸ்ரே கமிட்டியிடம் கூறினார்.

4. அட்டவணைச் சமூக மாணவன் ஒருவன் அலகாபாத்தில் தான் தங்கியிருந்த விடுதி அறையில் பாபாசாகேப் அம்பேத்கர் புகைப்படத்தை மாட்டியிருந்ததைப் பார்த்த சாதி இந்து மாணவன் அப்புகைப்படத்தை அகற்றுமாறு கூறினான். அட்டவணைச் சமூக மாணவன் மறுப்புத் தெரிவிக்கவே, சாதி இந்து மாணவர்கள் ஒன்றாகச் சேர்ந்துகொண்டு அவனைத் தாக்கினார்கள். இதுகுறித்து விடுதிக் காப்பாளரிடம் புகார் தெரிவிக்கப்பட்டபோது, அவர் அட்டவணைச் சமூக மாணவனிடம் சாதி இந்து மாணவர்களோடு சமாதானமாகப் போகும்படி அறிவுறுத்தியிருக்கிறார்.

5. பாண்டா மாவட்டத்தில் அதாரா காவல்நிலையத்திற்கு உட்பட்ட கிராமம் பெஹாரு (Beharu). இக்கிராமத்தைச் சேர்ந்த தாக்குர் சாதியினர் அளித்த பொய்ப்புகார் காரணமாக அட்டவணைச் சமூகச் சிறுவன் ஒருவன் காவல்துறையால் கைது செய்யப்பட்டான். அப்போது அங்கு வந்த தாக்குர் சாதியினர் அச்சிறுவனின் கண்ணைத் தோண்டியெடுத்துப் பின்னர் சுட்டுப் படுகொலை செய்தனர். உத்தரப் பிரதேச மாநில உள்துறை அமைச்சர் இச்சம்பவம் நடந்தது உண்மைதானென்றும் இதுகுறித்து மாநில அரசு நடவடிக்கை மேற்கொண்டுவருவதாகவும் கமிட்டியிடம் கூறினார்.

6. அட்டவணைச் சமூகத்தைச் சேர்ந்த ஓம் பிரகாஷ், அலிகரிலுள்ள ஹிரல் லால் கல்லூரி (hiral lal baranasi inter college, alighar) மாணவர். இவரது அறிவுக்கூர்மையின் காரணமாக ப்ரோக்டோரியல் (ஒழுங்கு நடவடிக்கைக் குழு) குழுவின் பார்வையாளராகத் தேர்வு செய்யப்பட்டார். இதன் காரணமாகவே சாதி இந்து மாணவர்கள் ஓம் பிரகாஷைக் கல்லூரி முதல்வரின் அறையிலே வைத்துப் படுகொலை செய்தனர்.

7. 1958ஆம் ஆண்டு ஃபதேபூர் (Fatehpur) மாவட்டத்தில் பவெரா (Baware) கிராமத்தில் திருமண நிகழ்ச்சியொன்று நடந்தது. அதில் பங்கேற்ற அட்டவணைச் சமூகத்தவர் சிலர் தெருவில் போடப்பட்டிருந்த கட்டிலில் அமர்ந்திருந்தனர். இதைப் பொறுத்துக்கொள்ள முடியாத சாதி இந்துக்கள், அட்டவணைச் சமூகத்தினர் பொதுவெளியில் கட்டிலில் உட்காரக் கூடாது என மிரட்டியதோடு, அதற்குத் தடையும் போட்டனர்.

8. காசிபூர் (Ghasipur) மாவட்டம் துல்சி சகர் (Tulsi sagar) கிராமத்தில் அட்டவணைச் சமூக மாணவி ஒருவர் குளத்திலிருந்து தண்ணீர் எடுத்ததால், சாதி இந்துக்களால் தாக்கப்பட்டார். இதுபற்றி புகாரளித்தும் காவல்துறையினர் வழக்குப் பதிவுசெய்ய மறுத்துவிட்டனர்.

9. சஹரான்பூர் (Saharanpur) மாவட்டத்தைச் சேர்ந்த ஸ்ரீபிரேம் சந்த், ஜவலாபூர் (Jawalapur) இரயில் நிலையத்தில் உரிமம் பெற்றுத் தேநீர்க் கடை ஒன்றை நடத்திவந்தார். ஆனால், இவரது கடையில் சாதி இந்துக்கள் யாரும் தேநீர்க் குடிப்பதில்லை.

10. சஹாரன்பூர் மாவட்டத்திலுள்ள பட்காவ்ன் (Badgeon) காவல் நிலையத்திற்கு உட்பட்ட தியோபாண்ட் வட்டம், தஸ்கா (Thaska) கிராமத்தைச் சேர்ந்த அரசு ஊழியர் ஒருவர் கமிட்டியிடம் அளித்த தகவல் இது: அட்டவணைச் சமூகத்தினர் தமக்கு ஒதுக்கப்பட்ட வளமற்ற நிலங்களை வாங்க விரும்பி, இதற்காகத் தம் சமூகத்தார் ஒவ்வொருவரிடமிருந்தும் 10 ரூபாய் வீதம் வசூலிக்கும் நடவடிக்கையில் இறங்கினர். ஆனால், இக்கிராமத்தின் ராஜ்புத் சாதியினர் அட்டவணைச் சமூக மக்கள் என்றென்றும் தம்மைச் சார்ந்துதான் வாழ வேண்டுமென்ற சாதி ஆதிக்கத்தின் காரணமாக, அவர்கள் சொந்தமாக நிலம் வாங்குவதைத் தடுக்க முயன்றனர்.

11. உத்தரப்பிரதேச மாநிலம் சாபை மஸ்தூர் சங்கத்தின் பொதுச் செயலாளர் ஸ்ரீதல் சந்த் சஹஜார் (பால்மிகி) அளித்த தகவல் இது: 11.05.1961 அன்று பால்மிகி சமூகத்தைச் சேர்ந்த ஒருவரின் திருமண நிகழ்ச்சி ஹரித்துவாரில் நடந்தது. அதில் கலந்துகொண்ட பால்மிகி சமூகத்தைச் சேர்ந்த ஒருவர் சாதி இந்துக்கள் நடத்தும் தேநீர்க் கடைக்குச் சென்று லெஸ்ஸி தருமாறு கேட்டார். சாதி இந்துக்களுக்கு டம்ளரில் கொடுத்த கடை உரிமையாளர், இவருக்கு மட்டும் மண் குவளையில் கொடுத்தார். இது தீண்டாமைச் செயல் எனக் குற்றம்சாட்டி, அதே இடத்திலேயே போராடத் தொடங்கினார் பால்மிகி. இதுகுறித்துக் காவல்துறைக்குத் தகவல் அளிக்கப்பட்டது. போலீஸாரோ கடை உரிமையாளர் மீது நடவடிக்கை எடுக்காமல், சமாதானம் செய்துவைத்துப் பிரச்சினையை முடித்தனர்.

12. மொராதாபாத்தில் (Moradabad) உள்ள காவல்துறை பயிற்சி நிலைய ஆய்வாளரால் ஜாதவ் சாதியைச் சேர்ந்த காவலர் ஒருவர் தாக்கப்பட்டார். மொராதாபாத் மாவட்ட நீதிபதியிடம் இதுகுறித்த அறிக்கை அளிக்கும்படி 1968ஆம் ஆண்டு பிப்ரவரியில் கேட்கப்பட்டது. பலமுறை நினைவுபடுத்தியும் எந்தப் பதிலும் அளிக்கப்படவில்லை. கமிட்டி சேர்மன் இளையபெருமாள் 23.02.1968 அன்று நேரடியாகவே மொராதாபாத்திற்குச் சென்று விசாரணை நடத்தினார். இவ்விசாரணையின்போது அக்காவல் பயிற்சி நிலைய இன்ஸ்பெக்டர், "பயிற்சிக் காவலர்களுக்கு இரயில் நிலையத்திலிருந்து பள்ளி மைதானம் வரை ஓட வேண்டும் எனத் தண்டனை கொடுக்கப்பட்டது. அப்போது ஜாதவ் சாதியைச் சேர்ந்த பயிற்சிக் காவலர் கீழே விழுந்துவிட்டார். உடனடியாக அவர் மருத்துமனையில் அனுமதிக்கப்பட்டார். இவரது சகோதரர் இந்தியக் குடியரசுக் கட்சியைச் சேர்ந்தவர். அவர் மருத்துவமனையில் தனது சகோதரனைச் சந்தித்துவிட்டு, பத்திரிகையாளர்களுக்குத் தவறான தகவலை அளித்திருக்கிறார். எனினும், அவர் பின்னர் தனது குற்றச்சாட்டைத் திரும்பப் பெற்றுக்கொண்டார்" என விளக்கமளித்தார். இதன் உண்மைத்தன்மையைக் கண்டறிவதற்காகத் தாக்குதலுக்கு உள்ளான பயிற்சிக் காவலரின் சகோதரருக்கு இந்தியில் கடிதம் எழுதினார் இளையபெருமாள். "தன் சகோதரன் தாக்கப்பட்டது அப்பட்டமான தீண்டாமை வன்கொடுமையாகும். காவல்துறையில் அட்டவணைச் சமூகத்தவர் வேலைவாய்ப்புப் பெறுவதை ஏற்க முடியாததினாலேயே என் சகோதரன் தாக்கப்பட்டான்" என்று அவர் பதிலளித்திருக்கிறார்.

## மேற்கு வங்காளம்

மேற்கு வங்காளத்தில் இயங்கும் ஒடுக்கப்பட்ட மக்கள் அமைப்பின் பொதுச் செயலாளர் ஸ்ரீயோகேஷ் பிஸ்வாஸ் கூறிய தகவல் இது: அட்டவணைச் சமூக அரசு ஊழியர்கள் குடியிருப்பதற்கு வாடகை வீட்டினைப் பெற முடிவதில்லை. ஹூக்லி மாவட்டத்திற்குட்பட்ட செம்பதனி (*Chempadani*) எனும் ஊரிலுள்ள விடுதியொன்றில் தங்கியிருந்த அட்டவணைச் சமூகத்தைச் சேர்ந்தவர், அவரது சாதி அடையாளம் தெரிந்தவுடன் விடுதி உரிமையாளரால் வலுக்கட்டாயமாக வெளியேற்றப்பட்டார். இது பற்றிப் புகார் கொடுக்கப்பட்டாலும், காவல்துறை எந்த நடவடிக்கையும் எடுக்கவில்லை.

பங்குரா மாவட்டம், கார்கோடா (*Karkota*) கிராமத்தைச் சேர்ந்தவர் ஸ்ரீகோலக் பவ்ரி. இவர் அட்டவணைச் சமூக நலத்துறை கமிட்டி உறுப்பினராகவும் இருந்துவருகிறார். போரிஸ், டாம்ஸ், பக்ரிஸ் ஆகிய அட்டவணைச் சமூகப் பிரிவைச் சேர்ந்தவர்களுக்கு சேஹ்பா காவல்நிலையத்துக்குட்பட்ட சூசுனியா கிராமத்திலுள்ள தேநீர்க் கடைகளில் டம்ளரில் தேநீர் வழங்கப்படுவதில்லை எனக் கமிட்டியிடம் புகாரளித்தார்.

## டெல்லி

சமல்கா (*Samalkha*) கிராமத்தில் மகாத்மா காந்தியால் தொடங்கிவைக்கப்பட்ட சமூக மையம் ஒன்றில் அட்டவணைச் சமூக மக்கள் நுழைய அனுமதிக்கப்படுவதில்லை. முடிதிருத்தும் தொழிலாளிகள் அட்டவணைச் சமூக மக்களுக்கு முடி வெட்டிவிடுவதில்லை.

வஜீத்பூர் (*Wazidpur*) கிராமம் டெல்லியிலிருந்து 13 மைல் தொலைவில் உள்ளது. இங்கு சாதி இந்துக்கள் விதித்திருந்த தடைக்கு மாறாக, கிராமத்தின் நிலத்தில் நடந்துசென்ற அட்டவணைச் சமூகப் பெண்ணுக்கு ரூ.1.25 அபராதம் விதிக்கப்பட்டது. சாதி இந்துவான ஸ்ரீபாட்டே சிங் இத்தண்டனைக்கு எதிர்ப்புத் தெரிவித்தார். ஆனால், மற்ற சாதி இந்துக்கள் தடிகளைக் காட்டி அச்சுறுத்தியதால் அவர் உட்பட அனைவரும் அமைதியாயினர். இக்கிராமத்திலுள்ள எட்டுக் குளங்களில் ஐந்து குளங்களுக்கு அருகே அட்டவணைச் சமூக மக்கள் செல்லக் கூடாது என்றும் தடைவிதிக்கப்பட்டிருக்கிறது. 1,200 பேர் வசிக்கும் கிராமத்தில் அட்டவணைச் சமூக மக்களின் எண்ணிக்கை ஏறத்தாழ 50 சதவீதமாக இருந்தும், இவ்வாறான தீண்டாமைக் கடைப்பிடிக்கப்படுகிறது.

## கோவா

1. யூனியன் பிரதேசமான கோவாவில் அட்டவணைச் சமூக மக்கள் கோயிலில் வழிபட அனுமதிக்கப்படுவதில்லை.
2. 2.அட்டவணைச் சமூக மக்கள் ஒரு குழுவாக மங்கேஷி (*Mangeshi*) என்ற கோயிலுக்குள் செல்ல முயன்றபோது, சாதி இந்துக்களால் தடுக்கப்பட்டனர். மாப்சாவிலும் அட்டவணைச் சமூக மக்கள் கோயிலின் உள்ளே

அனுமதிக்கப்படுவதில்லை. மந்தராவில் உள்ள பகவதி கோயில், நாகேஷ் கோயில், பாண்டி ஆகிய இடங்களில் அட்டவணைச் சமூக மக்களுக்கு மட்டுமின்றி, மற்றவர்களுக்கும் தர்ஷன் நிகழ்வில் பங்கேற்க அனுமதி மறுக்கப்படுவதாக அறியப்பட்டது. நாகேஷ் கோயில் பூசாரி இத்தீண்டாமை கடைப்பிடிக்கப்படுவதை உறுதி செய்தார்.

கார்கி தானா (kharki Thana), சதாரை (Satarai) ஆகிய இடங்களில் அட்டவணைச் சமூக மக்கள் பொதுக்குளங்களிலிருந்து தண்ணீர் எடுக்க அனுமதிக்கப்படுவதில்லை. சில உணவு விடுதிகளில் அட்டவணைச் சமூக மக்களுக்கு அவர்கள் கொண்டுவரும் குவளைகளில்தாம் தேநீர்த் தரப்படுகிறது.

கோவா யூனியன் பிராந்தியத்தில் அட்டவணைச் சமூக மக்களுக்குப் பெரும்பாலும் தனிச் சுடுகாடுதான் உள்ளது. இந்த உண்மையை யூனியன் பிரதேச அரசும் ஒப்புக்கொண்டுள்ளது.

பிச்சோலியம் (Bicholim) எனும் இடத்தைச் சேர்ந்த அட்டவணைச் சமூகத்தினரைச் சந்தித்து உரையாற்றியபோது, இங்கு பெரும்பாலான கிராமங்களில் முடிவெட்டும் தொழிலாளிகள் சக கிராமத்தைச் சேர்ந்த அட்டவணைச் சமூகத்தவருக்கு முடிவெட்டிவிட முன்வருவதில்லை. இதே நிலைதான் சலவைத் தொழிலாளர்களிடமும் காணப்படுகிறது என்று கமிட்டியிடம் தெரிவித்தனர்.

## இமாச்சலப் பிரதேசம்

நந்த்கேரி (Nandkheri) கிராமத்தில் அட்டவணைச் சமூகத்தினரின் திருமண ஊர்வலத்தில் குதிரை பயன்படுத்தப்பட்டது. அதனால் இந்த ஊர்வலம் பொதுத் தெரு வழியாகச் செல்லத் தடை விதிக்கப்பட்டது.

மாண்டி மாவட்டத்தில் உள்ள பங்க்ரது (Bhangratu) கிராமத்தில் அட்டவணைச் சமூகப் பெண் பொதுத் தண்ணீர்த் தொட்டியிலிருந்து தண்ணீர் எடுத்ததற்காகச் சாதி இந்துக்களால் கடுமையாகத் தாக்கப்பட்டுக் கொலை செய்யப்பட்டார். இதுகுறித்து வழக்குப் பதிவுசெய்யக் காவல்துறை மறுத்துவிட்டது.

அட்டவணைச் சமூக நல ஆலோசனைக் கழகத்தின் உறுப்பினரிடமிருந்து இந்தத் தகவல் பதிவு செய்யப்பட்டது. மாண்டியா மாவட்டத்தில் மத்திய சாச்சியோட் தாசில் (chachiot) பகுதியில் சாதி இந்துக்களின் வீடுகளைத் தொடுவதற்குக்கூட அட்டவணைச் சமூக மக்கள் அனுமதிக்கப்படுவதில்லை. இந்தக் கட்டுப்பாட்டை மீறுவோரது வீட்டில் வளர்க்கப்படும் ஆடு தண்டமாக எடுத்துக்கொள்ளப்படும். இத்தகைய தீண்டாமை அங்கு நிலவுவதை மாநில அமைச்சரும் ஒப்புக்கொண்டுள்ளார்.

## பாண்டிச்சேரி

காரைக்காலைச் சேர்ந்த அட்டவணைச் சமூக மக்கள் வாழும் கிராமங்களிலிருந்து இத்தகவல் பதிவுசெய்யப்பட்டது: இங்கு அட்டவணைச் சமூக மக்கள் தேநீர்க்

கடைகளில் நுழைய அனுமதிக்கப்படுவதில்லை. உணவு விடுதி, தேநீர்க் கடைகளில் அட்டவணைச் சமூக மக்களுக்குத் தனிப் பாத்திர நடைமுறைதான் கடைப்பிடிக்கப்படுகிறது. மேலும், அவர்கள் பயன்படுத்திய பாத்திரத்தை அவர்களே கழுவியும் வைக்க வேண்டும்.

பாண்டிச்சேரி நகரத்தைத் தவிர, மற்ற அனைத்துப் பகுதிகளிலும் அட்டவணைச் சமூக மக்கள் கோயிலுக்குள் அனுமதிக்கப்படுவதில்லை.

நாடெங்கிலுமே சாதி இந்துக்களால் அட்டவணைச் சமூக மக்கள் கொடுமைப்படுத்தப்படுகிறார்கள். குடிசைகள் எரிக்கப்படும், கிராமங்களிலிருந்து வெளியேற்றப்படும் கொடுமைகள் நடந்துவருகின்றன. இதன் காரணமாக, அட்டவணைச் சமூக மக்களுக்குத் தனி வாழ்விடங்களை ஏற்படுத்தித் தர வேண்டுமென்று கமிட்டி பரிந்துரைக்கிறது. இதுகுறித்துப் பொருளாதார முன்னேற்றத்துக்கான பிரிவு 11இல் குறிப்பிடப்பட்டுள்ளது.

## IV. குடியுரிமைப் பாதுகாப்புச் சட்டம் மற்றும் வன்கொடுமைத் தடுப்புச் சட்டம்

தீண்டாமை ஒழிப்புச் சட்டம் 1955ஆம் ஆண்டு அமலுக்கு வந்தது. எனினும், இச்சட்டத்தில் அட்டவணைச் சமூகத்தினர் கோயிலுக்குள் சென்று வழிபடுவதை மறுப்பது, பொதுக்குளத்தில் தண்ணீர் எடுக்க மறுப்பது, பொதுப்பாதையைப் பயன்படுத்துவதைத் தடுப்பது, அரசு வாகனங்களில் பயணிப்பதைத் தடுப்பது, சுடுகாடு மறுப்பது போன்றவையே தீண்டாமைக் குற்றங்களாக வரையறுக்கப்பட்டிருந்தன.

இந்நிலையில், "ஏற்கெனவே நடைமுறையிலுள்ள தீண்டாமை ஒழிப்புச் சட்டம் பொதுப் பயன்பாட்டுக்குரிய இடங்களை அட்டவணைச் சமூகத்தினருக்கு மறுப்பதை மட்டுமே தீண்டாமை என்று வரையறுக்கிறது. ஆனால், இவை மட்டுமே தீண்டாமையல்ல. அட்டவணைச் சமூக மக்கள் அனைத்து வகையான சமூக, பொருளாதார உரிமைகளையும் தீண்டாமையால் இழக்கின்றனர். இதைக் கருத்தில் கொண்டு தீண்டாமை ஒழிப்புச் சட்டத்தை விரிவாக்குவதோடு, குடியுரிமைப் பாதுகாப்புச் சட்டம் என அச்சட்டத்தின் பெயரையும் மாற்ற வேண்டும்" என இளையபெருமாள் பரிந்துரைத்தார். பிரதமர் இந்திரா காந்தி 1976ஆம் ஆண்டு குடியுரிமைப் பாதுகாப்புச் சட்டத்தை நிறைவேற்றுவதற்கு இளையபெருமாளின் பரிந்துரை உந்துகோலாக அமைந்தது என்றால் அது மிகையல்ல.

1980களில் நாடெங்கும் அட்டவணைச் சமூகங்களுக்கெதிரான வன்கொடுமைகள் அதிகளவில் நடந்தன. இளையபெருமாள் கமிட்டி அறிக்கையை காங்கிரஸ் அரசு முழுமையாக நிறைவேற்றாதது ஆகிய காரணங்களால் 1984ஆம் ஆண்டு காங்கிரஸிலிருந்து விலகி இந்திய மனித உரிமைக் கட்சியைத் தொடங்கனார் இளையபெருமாள். இச்சமயத்தில் குடியுரிமைப் பாதுகாப்புச் சட்டம் நடைமுறையில் இருந்துவந்தாலும், பல்வேறு வடிவங்களில் அதிகரித்துவந்த தீண்டாமைக் குற்றங்களைத் தடுப்பதற்கு அது போதுமானதாக இல்லை. ஆகையால், தனது இளையபெருமாள் கமிட்டி அறிக்கையில் பரிந்துரைக்கப்பட்ட தீர்வுகளின் அடிப்படையில் விரிவான சட்டம் கொண்டுவரப்பட வேண்டும் என்ற கோரிக்கையை இளையபெருமாள்

முன்வைத்தார். காங்கிரஸ் கட்சியில் செயல்பட்டுவந்த அட்டவணைச் சமூகத்தைச் சேர்ந்த அம்மையார் மரகதம் சந்திரசேகர், மத்திய உள்துறை அமைச்சர் பூட்டா சிங், இராம்விலாஸ் பஸ்வான் ஆகியோர் 1989ஆம் ஆண்டு பிரதமர் ராஜீவ் காந்தியைச் சந்தித்து, இளையபெருமாள் கமிட்டி அறிக்கையில் கூறப்பட்டபடி விரிவான வன்கொடுமைத் தடுப்புச் சட்டத்தை இயற்ற வேண்டுமென்று வலியுறுத்தினார்கள். இத்தகைய அழுத்தங்களின் காரணமாக, 1989இல் விரிவான வன்கொடுமைத் தடுப்புச் சட்டத்தை ராஜீவ் காந்தி தலைமையிலான காங்கிரஸ் அரசு நிறைவேற்றியது.

## V.அனைத்துச் சாதியினரும் அர்ச்சகராகும் சட்டம்

புகழ்பெற்ற பெரிய இந்துக் கோயில்கள் அனைத்திலும் பிராமணச் சமூகத்தார் மட்டுமே அர்ச்சகராக இருந்துவருகின்றனர். இதன்மூலம் பிராமணர்கள் கோயில் சொத்துகளைத் தங்களுடைய உடைமையாக்கிக்கொண்டனர். இந்து மதத்தைச் சேர்ந்த சூத்திரர்களும், அவர்ணரான அட்டவணைச் சமூகத்தவரும் அர்ச்சகர் பணியிலிருந்து விலக்கியே வைக்கப்பட்டிருக்கிறார்கள். இக்கருவறை தீண்டாமையை ஒழிக்கும் நோக்கில், அனைத்துச் சாதியினரும் அர்ச்சகராக நியமனம் செய்யப்பட வேண்டும் என்று இளையபெருமாள் கமிட்டி அறிக்கையில் பரிந்துரை செய்யப்பட்டிருந்தது. மேலும், இந்திய நாடாளுமன்றத்தால் அமைக்கப்பட்ட தீண்டாமை ஒழிப்புக் குழுவின் தலைவர் என்ற முறையில், அனைத்துச் சாதியினரையும் அர்ச்சகராக்க வேண்டுமென நிர்வாகரீதியாகவும் பரிந்துரை செய்திருந்தார். பாபாசாகேப் அம்பேத்கர் 1936ஆம் ஆண்டில் வெளியிட்ட தனது 'சாதி ஒழிப்பு' நூலில், "இந்து மதத்தில் சீர்திருத்தம் செய்ய அனைத்துச் சாதியினரும் அர்ச்சகராக நியமிக்கப்பட வேண்டும்" என்று வாதிட்டிருந்ததும் இளையபெருமாளின் பரிந்துரைக்கு வலுசேர்த்தது.

இதைத் தொடர்ந்து 1970ஆம் ஆண்டு தமிழக முதல்வராக இருந்த கருணாநிதி அனைத்துச் சாதியினரும் அர்ச்சகராகும் சட்டத்தைக் கொண்டுவந்தார். இதை எதிர்த்து சேஷம்மாள் என்பவர் உட்பட பிராமணச் சமூகத்தினர் பலரும் இந்து மடாதிபதிகளும் உச்ச நீதிமன்றத்தில் வழக்குத் தொடுத்தனர். சேஷம்மாள் வழக்கு என்றழைக்கப்படும் இவ்வழக்கில், 'சமூகச் சீர்திருத்தத்திற்காக அமைக்கப்பட்ட இளையபெருமாள் கமிட்டி அறிக்கையின் அடிப்படையிலேயே இந்நடவடிக்கையைத் தமிழக அரசு மேற்கொண்டதென' தமிழக அரசின் வழக்கறிஞர் வாதாடினார். உச்ச நீதிமன்றமோ, "இந்திய அரசாங்கத்தால் அமைக்கப்பட்ட இளையபெருமாள் கமிட்டி அறிக்கை சமூகத்தில் சீர்திருத்தம் ஏற்படுவதற்கு, குறிப்பிட்ட சமூகத்தினர் மட்டும் அர்ச்சகராகும் முறையை ஒழித்து அனைத்துச் சாதியினரும் அர்ச்சகராக வேண்டுமென்ற பரிந்துரையைச் செய்திருக்கிறது. எனவே, அனைத்துச் சாதியினரும் அர்ச்சகராகும் சட்டம் செல்லும்" என்று தீர்ப்பளித்தது. தமிழகத்தைத் தொடர்ந்து, கேரளாவில் பினராயி விஜயன் தலைமையிலான இடதுசாரி ஜனநாயக முன்னணி அரசும் அனைத்துச் சாதியினரும் அர்ச்சகராகும் சட்டத்தை நிறைவேற்றி அமல்படுத்தியுள்ளது.

தமிழகத்தில் அனைத்துச் சாதியினரும் அர்ச்சகராகும் சட்டத்திற்குத் திராவிட

இயக்கங்கள் ஏகபோக உரிமை கொண்டாடுகின்றனர். ஆனால், இதற்கு முக்கியக் காரணமானவர் இளையபெருமாள்தான் என்பதை அவர்கள் சொல்ல மறுக்கின்றனர். இதுபோல இளையபெருமாள் கமிட்டி அறிக்கையின் பரிந்துரைகளைப் பின்பற்றி, பிற்படுத்தப்பட்டவர்களுக்கு நலன் பயக்கும் பல திட்டங்களை தி.மு.க., நிறைவேற்றியிருக்கிறது. ஆனால், வன்கொடுமைத் தடுப்புச் சட்டத்தை முறையாகப் பயன்படுத்தி அட்டவணைச் சமூக மக்களின் பாதுகாப்பை உறுதிசெய்வதில் திராவிட அரசுகள் தீவிர முனைப்புக் காட்டியதில்லை.

மகாராஷ்டிரா மாநிலத்தில் 29.05.1972 அன்று நாம்தியோ தாஸல் (*Namdeo Dhasal*), அர்ஜுன் காம்ப்ளே (*Arjun kamble*), ஜே.வீ.பவார் (*J.V.Pawar*), ராஜா தால்ஹே (*Raja dalhe*) ஆகிய நால்வரால் 'தலித் பேந்தர்ஸ்' இயக்கம் தொடங்கப்பட்டது. இதைத் தொடர்ந்துதான் இந்தியா முழுவதும் தலித் என்ற சொல்லாடலும் தலித் அரசியலும் வெகுஜன மக்களிடையே புழக்கத்திற்கு வந்தன. தலித் பேந்தர்ஸ் அமைப்பு தொடங்கப்பட உத்வேகமாகவும் காரணமாகவும் அமைந்ததில் இளையபெருமாள் கமிட்டி அறிக்கையின் பங்கு முக்கியத்துவம் வாய்ந்தது என்று தான் எழுதிய 'தலித்துகள் - நேற்று இன்று நாளை' என்ற நூலில் ஆனந்த் டெல்டும்டே குறிப்பிட்டுள்ளார். (மொ-ர்: பாலு.மணிவண்ணன், கிழக்கு பதிப்பகம்)

அத்தியாயம் - 8

# இளையபெருமாள் தலைமையேற்று வழிநடத்திய இயக்கங்கள்

## I.இந்திய மனித உரிமைப் பாதுகாப்பு சம்மேளனம்

1980ஆம் ஆண்டு நடந்த சட்டமன்றத் தேர்தலில் எழும்பூர் தொகுதியிலிருந்து இளையபெருமாள் தேர்ந்தெடுக்கப்பட்டார். காங்கிரஸ் கட்சியின் எம்.எல்.ஏவாக இருந்துகொண்டே இந்திய மனித உரிமைப் பாதுகாப்பு சம்மேளனத்தை 1980ஆம் ஆண்டு தொடங்கினார். அட்டவணைச் சமூக மக்கள் மீது ஏவிவிடப்படும் சாதிய, மத ஒடுக்குமுறைகளை எதிர்த்து, அவர்களின் பாதுகாப்பை உறுதிசெய்வதுதான் இந்த அமைப்பின் பிரதான நோக்கம். இதனடிப்படையில் தமிழகம் முழுவதும் சுற்றுப்பயணம் செய்து, பல்வேறு பகுதிகளில் கிளைகள் அமைத்து, அங்குள்ள மக்களை ஒன்றுதிரட்டினார். மேலும், 1980களிலேயே அட்டவணைச் சமூக மக்களுக்கென ஒரு வலுவான, தனித்த அரசியல் இயக்கம் தேவை என்பதை உணர்ந்தும் காங்கிரஸைத் தாண்டியும் நமது செயல்பாடு சமூகத்திற்கானதாக இருக்க வேண்டுமென்கிற நோக்கத்தோடும் செயல்பட்டார். குறிப்பாக, சிதம்பரம், காட்டுமன்னார்குடி, புவனகிரி, விருத்தாசலம் உள்ளிட்ட சட்டமன்றத் தொகுதிகளில் அட்டவணைச் சமூக மக்களின் வாக்கு வங்கியை உருவாக்கும் விதத்தில் இந்திய மனித உரிமைப் பாதுகாப்பு சம்மேளனம் செயல்பட்டது.

## II.இந்திய மனித உரிமைக் கட்சி

- இந்திய மனித உரிமைப் பாதுகாப்பு சம்மேளத்தின் தொடர்ச்சியாக, 1984ஆம் ஆண்டில் இந்திய மனித உரிமைக் கட்சியைத் தொடங்கினார் இளையபெருமாள்.
- இந்தியாவில் சாதி வேறுபாடுகளற்ற சமநிலைச் சமுதாயத்தை உருவாக்குதல்.
- பொருளாதார ஏற்றத்தாழ்வுகளை நீக்கிச் சமத்துவத்தை ஏற்படுத்துதல்.
- அரசியலமைப்பு ரீதியாக உருவாக்கப்பட்டுள்ள சட்டங்களை அமல்படுத்தித் தீண்டாமையை அறவே நீக்குதல்.

- குடியுரிமைப் பாதுகாப்புச் சட்டப்படியும் நிலச்சீர்திருத்தச் சட்டப்படியும் இந்தியாவிலுள்ள அனைத்து மக்களுக்கும் பாடுபடுதல்.
- சமுதாயத்தின் அடித்தள மக்களின் மேம்பாட்டிற்கான திட்டங்களை வகுத்து, அவற்றினை நடைமுறைப்படுத்துதல்.
- ஆகியன இக்கட்சியின் அடிப்படைக் கொள்கைகளாக வரையறுக்கப்பட்டன.
- மூன்று பங்கு நீளமும், இரண்டு பங்கு அகலமும், அகல வாட்டத்தில் மூன்றில் ஒரு பங்கு பிரித்துக் கம்பத்தின் பக்கம் வெள்ளை நிறமும் அதன் மேல் புறத்தில் 5 முனைகளைக்கொண்ட சிவப்பு நட்சத்திரமும், அதைடியாட்டி நீல நிறமும் அதன் நடுவில் 24 ஆரங்கள் கொண்ட அசோகர் சக்கரமும் கொண்டதாய் இக்கட்சியின் கொடி உருவாக்கப்பட்டது.
- 18 வயதிற்கு மேற்பட்ட, இந்தியக் குடியுரிமை பெற்ற இரு பாலரும் கட்சியின் உறுப்பினராகலாம் எனக் கட்சி உறுப்பினர் தகுதி வரையறுக்கப்பட்டது.

**இந்திய மனித உரிமைக் கட்சி சார்பாக இளையபெருமாள் விடுத்த அறைகூவல்**

மகா புண்ணியபூமி என்றும் உலகு முழுவதும் ஆன்மிக ஒளிவேண்டி பாரத கண்டத்தை நோக்குவதாகவும் தற்பெருமை பேசுவது நம்மிடையே நடைமுறையில் உள்ளதொரு பண்பாகும். ஆனால், உலக அரங்கில் வெறுத்து ஒதுக்கத்தக்க, மனித குலத்துக்கே களங்கமாக இருக்கும் சாதியப் பிரிவினைகளும் அதனினும் கொடுமையான தீண்டாமை என்கிற இழி பண்பும் இந்திய நாட்டில் இன்னும் இருக்கிறது என்கிற உண்மையொன்றே பாரத நாட்டின், இப்புண்ணிய பூமியின் யோக்கியதையை வெளிச்சம் போட்டுக் காட்டும். இந்த உண்மையை இந்திய ஆன்மிகவாதிகளாகட்டும் அரசியல்வாதிகளாகட்டும் அறிவுஜீவிகளாகட்டும் யாரும் மறுக்க முடியாது. மாறாக, வெட்கித் தலை குனியத்தான் வேண்டும்.

உழைக்கும் மக்கள் ஒடுக்கப்படுவோராகவும் உழைப்பைச் சுரண்டுவோர் மேன்மக்களாகவும் கருதப்படுவது வரலாற்றுபூர்வமாக வழக்கமானதுதான். மானுட இயல்பு போர்க்குணம் மிக்கது, வெகுநாட்கள் அடங்கியிருக்காது. உலகெங்கினும் அடிமைப்பட்டோர், ஒடுக்கப்பட்டோர் கிளர்ந்தெழுந்து போராட்டங்களை நடத்தியுள்ளனர், நடத்தியும் வருகின்றனர். ஆனால், இந்தியத் துணைக் கண்டத்திலோ சாதியாலும் விதி தத்துவத்தாலும் மக்களின் போர்க்குணம் மழுங்கடிக்கப்பட்டுவிட்டது. எனவேதான், இந்த மண்ணின் வளத்துக்கும் நலத்துக்கும் தனது குருதியையே நீராக்கும் உழைக்கும் மக்கள் தீண்டத்தகாதவர்கள் என்று ஒதுக்கிவைக்கப்பட்டுள்ளனர். ஆதி திராவிடர்கள் என்றும் அரிஜனங்கள் என்றும் அலங்காரமாக அழைக்கப்படுகின்றனர்.

காலனியாட்சியிலிருந்து விடுபட்ட நாம் சாதிய ஆட்சியிலிருந்து விடுபடவில்லையே என்று குமுறிக்கொண்டிருந்த நேரத்தில், விடுதலைப் பெற்று சுமார் 17 ஆண்டுக் காலம் கழிந்த பின்னர் அட்டவணைச் சமூகத்தினர் நிலையுணர நாடாளுமன்றத்தில் 1964இல் விவாதிக்கப்பட்டு, 1965இல் ஒரு குழு அமைக்கப்பட்டது. இளையபெருமாள் அந்தக் குழுவின் தலைமைப் பொறுப்பை ஏற்றார். 1969 ஜனவரி 30ஆம் நாள் பாரதப்

பிரதமர் மறைந்த இந்திரா காந்தி ஆட்சியில் ஏற்கப்பட்டு, வெளியிடப்பட்டதுமான அந்த அறிக்கை புரையோடிப்போன இந்திய சாதியப் புண்ணின் அழுகிப் போன நிலைமையை அப்பட்டமாகப் படம் பிடித்துக் காட்டுகிறது. குழு அமைக்கப்பட்டதே தவிர, இந்தக் குழு இயங்காதிருக்க என்னென்ன செய்ய வேண்டுமோ அத்தனை தடைகளையும் ஆதிக்கச் சாதியினர் ஏற்படுத்தினர். அரசு இயந்திரத்தை இயங்காமல் செய்யும் ஆற்றல்மிக்க ஆதிக்கச் சக்திகளை அடையாளம் காண வேண்டுமா? இளையபெருமாள் குழு அறிக்கையின் முன்னுரையே போதுமானது. அரசு அதை வெளியிட்டுள்ளது. அப்படியானால், அது அரசு தரப்பு ஒப்புதல் வாக்குமூலம்தானே. தற்சமயம் (1990-களின் தொடக்கம்) அறிக்கை வெளிவந்து 24 ஆண்டுகள் கழிந்துவிட்டன. குழுவின் பரிந்துரைகளை அரசு எந்த அளவிற்கு நடைமுறைப்படுத்தியுள்ளது.? குழு மாநில வாரியாகவே ஆய்வு நடத்தியுள்ளது. பொருளாதாரம், அரசியல், கல்வி, வேலைவாய்ப்பு மற்றும் பிற முன்னேற்றத் திட்டங்களில் அட்டவணைச் சமூகத்தவர் நிலை என்ன? அம்மக்களுக்கென்று போடப்பட்ட திட்டங்கள் மிகவும் குறைந்த அளவிலேயே நிறைவேற்றப்பட்டுள்ளதை அறிக்கையும் சுட்டிக்காட்டியிருக்கிறது. பட்டியலிடலாம்... விரியும்!

அறிக்கையை ஏற்றுக்கொண்டோம் என அரசு கூறிவிட்டது. இதுவே சென்சார் - தணிக்கைக்கு உட்படுத்தப்பட்டதுதான் என்றார், அறிக்கையைத் தயாரித்த இளையபெருமாள். அப்படியானால் வெட்டித் தள்ளப்பட்ட பகுதிகளின் வழியாக மறைக்கப்பட்ட உண்மைகள் என்னென்ன? இவை எப்போது வெளிச்சத்துக்கு வருவது. "இன்று இல்லையேல் வேறு எப்பொழுது? நாம் இல்லையேல் வேறு யார்?" இதற்கிடையே அட்டவணைச் சமூகத்தாருக்கு வாரிக்கொடுத்து வாழவைத்து ஓய்ந்துவிட்டது போல, 'சலுகைகள், ஒதுக்கீடுகள் போதும். மற்ற சமுதாயத்தினர் பாதிக்கப்படுகின்றனர் என்று மாநாடுகள், ஆய்வரங்குகள், அறிக்கைகள் வழியே புலம்பித் தீர்க்கிறது மேட்டுக்குடி வர்க்கம். அனுபவித்தவர்கள் அல்லவா!

இளையபெருமாள் குழு அறிக்கை வெண்மணிக்கு முன்னும் பின்னுமாய்ச் சாதி ஆணவம் எரித்துத் தீய்த்த எமது மக்களின் பிணவாடை வீசும் பட்டியலை மாநில வாரியாகத் தொகுத்தளித்து 24 ஆண்டுகள் ஆன பிறகும் புண்ணிய பூமியில் தீயிடப்படுகின்றோமென்பதை எண்ணிப் பார்க்கிறோம். நெருப்பு, அவர்கள் வைத்தால் மட்டும்தான் சுடுமா என்ன? நெருப்புக்கும் எங்களுக்கும் நெருக்கம் அதிகம் என்பதை மட்டும் சுட்டிக்காட்ட விரும்புகிறோம். நல்லது.

24 ஆண்டுக் கால இடைவெளிக்குப் பிறகும் அறிக்கை அறிக்கையாகவே இருக்கிறது; அமலுக்கு வரவில்லை. அதனால் மட்டுமல்ல. அக்கறையுள்ளவர்களாகத் தம்மை அடையாளப்படுத்திக் கொள்கிறவர்களுக்கும் புரியட்டும் என்றுதான் இளையபெருமாள் குழு அறிக்கையின் அடிப்படையில் சில கோரிக்கைகளை முன் வைக்கிறோம்.

1. கல்வி, வேலைவாய்ப்பு போன்றவற்றில் அட்டவணைச் சமூகத்தவருக்குக் குறிப்பிட்டுள்ள சதவீதத்தின்படி இடஒதுக்கீடு முறையாகவும் முழுமையாகவும் வழங்கப்படுவதை உறுதிசெய்யத் தனியோர் அமைப்பு வேண்டும். மத்திய,

மாநில மற்றும் அரசு சார்ந்த நிறுவனங்கள் அனைத்திலும் இந்த இடஒதுக்கீடு முறைப்படி அமல்படுத்தப்படுவது உறுதிசெய்யப்பட வேண்டும். நேர்முகத் தேர்வு தொடங்கிப் பணியமர்த்தல் வரையிலான நடைமுறையில் பிழை நேரா வண்ணம் கண்காணிப்பதாக இவ்வமைப்பு அமையும். மத்திய அரசு பணிகட்கு 22.5 விழுக்காடும் மாநில அரசு பணிகட்கு 19 விழுக்காடும் நேர்முக வாய்ப்புத் தொடங்கி வேலைவாய்ப்பு வரை ஒதுக்கீடு வழங்கப்பட வேண்டும். இந்த ஒதுக்கீடு பொதுப் போட்டி தவிர்த்ததாக இருக்க வேண்டும். அவ்வாறல்லாமல், முறைகேடு இருந்தால் பொறுப்பு அலுவலர் உடனடியாகத் தற்காலிகமாகப் பணி நீக்கம் செய்யப்படவும், கண்காணிப்புக் குழுவின் விசாரணையில் குற்றம் உறுதி செய்யப்பட்டால் நிரந்தரப் பணி நீக்கத்துக்கும் ஆளாக்கப்பட வேண்டும்.

2. பொருளாதார மேம்பாட்டுக்கென வழங்கப்படும் கடனுதவி நடைமுறைகளில் சீர்திருத்தங்கள் வேண்டும். அட்டவணைச் சமூக / மலைவாழ் மக்களுக்கெனத் தனி வங்கி அமைத்தல், மாவட்ட ஆட்சியரின் நேரடிப் பரிசீலனையில் கடன்கள் வழங்கப் பெறுதல், தொழில் முயற்சிகளை ஊக்குவித்தல் போன்றவற்றில் நடப்பிலுள்ள தேவையற்ற சான்றிதழ்களிலிருந்து விலக்களித்திட வேண்டும். இக்கோரிக்கையானது கிராம நிர்வாக அலுவலர், வருவாய் அலுவலர், வட்டாட்சியர், வட்டார வளர்ச்சி அலுவலர், வங்கி அலுவலர்கள் என்கிற நீளமான நிர்வாக நடைமுறை நிதியுதவியை விரைந்து பெறத் தடையாக இருக்கிறது என்பதாலேயே முன்வைக்கப்படுகிறது. எனவே, நேரிடையாக மாவட்ட ஆட்சியரின் பரிசீலனையின் பெயரிலேயே நிதியுதவி பெறுவது அதன் நோக்கத்தை முழுமையாக நிறைவு செய்யும். நிதியுதவிப் பெறுவோர் அதை உரிய வகையில் பயன்படுத்தத் தவறினால் அவர்கள் மீது ஒழுங்கு நடவடிக்கை மேற்கொள்ளவும் வகை செய்யப்பட வேண்டும்.

3. இன்றைய சூழலில் அட்டவணைச் சமூக / மலைவாழ் மக்கள் இந்து சமயத்திலிருந்து விலகி மாற்றுச் சமயத்தை ஏற்றுக்கொண்டால் அவர்களுக்கான சலுகைகளை இழந்துவிட வேண்டியவராகிறார்கள். மக்களாட்சி நடைபெறுவதாக நாம் கூறிக்கொள்ளுமளவில் சமயஞ்சாராத என்றிருக்க வேண்டியதைச் சமயங்களைச் சமமாகப் பாவிக்கும் தன்மை என்று புது வியாக்கியானம் செய்தாலும்கூடச் சமய மாற்றத்தை ஓர் அரசு மறுத்தல் இயலாது. மேலும், சமயம் என்பது ஒருவரின் தனிப்பட்ட உரிமை என்பதுடன் உணர்வுடன் தொடர்புடைய பிரச்சினையுமாகும். அட்டவணைச் சமூக, மலைவாழ் மக்களுக்கான சலுகைகள் பறிக்கப்படுவதென்பது இந்து மதப் பிடியினின்று அவர்கள் விலகிவிடக் கூடாது என்கிற விஷமத்தனமான நோக்கமே தவிர, வேறல்ல. இதைக் கருத்தில்கொண்டே இளையபெருமாள் குழு அறிக்கை பத்தாவது அதிகாரம், பதினாறாவது பிரிவு, பக்கம் 130இல் பின்வரும் பரிந்துரையை முன் வைத்துள்ளது. சமய மாற்றம் காரணமாக அட்டவணைச் சமூக / மலைவாழ் மக்கள் தாம் இதுவரை துய்த்து வந்த சலுகைகளை இழந்துவிடலாகாது என்பதே இப்பரிந்துரையின் உள்ளடக்கம். சமத்துவம், சகோதரத்துவம் மற்றும் உரிமைகள் பற்றிப் பேசுகிறவர்கள்

இதுநாள்வரை இப்பரிந்துரை குறித்துப் பேசாமல் இருப்பது ஏன் என்று சிந்தக்க வேண்டும்.

4. அட்டவணைச் சமூகத்தவருக்கு எதிரான தீண்டாமை சார்ந்த குற்றங்கள் புரிகிறவர்களைக் கடுமையாகத் தண்டிக்க வேண்டும். இதை அறிவுறுத்தும் நோக்கில் அறிக்கையின் ஏழாவது அதிகாரம் பரிந்துரைகளைக்கொண்டுள்ளது. ஹரிபால் எனப்படும் தாழ்த்தப்பட்டோர் பாதுகாப்பு அவை ஒரு நிர்வாகப் பிரிவாகச் செயல்பட வேண்டும். வட்டந்தோறும் அமைக்கப்படும் இந்த அவையில், அட்டவணைச் சமூகத்தவர் ஒருவரும், சாதி இந்து ஒருவரும், சட்டமன்ற உறுப்பினர் ஒருவரும், நாடாளுமன்ற உறுப்பினர் ஒருவரும் இடம்பெறுவர். இந்த அமைப்பு நீதிமன்ற நடவடிக்கைகளைச் சார்ந்ததாகவே இருக்கும். சட்டத்தின் பார்வையில் அனைவரும் சமம் என்பதை நிறுவிடவும், சாதிய உணர்வில் தீர்ப்பு வழங்குவதைத் தவிர்க்கும் நோக்கிலும் இந்த அவை அமைக்கப்படுகிறது. இந்த அவை தீண்டாமைக் குற்றத்தை உறுதிசெய்த பின்னர் சட்டரீதியான நடவடிக்கைகளை நீதிமன்றத்துக்குப் பரிந்துரை செய்யும். குற்றவாளிகளின் பின்னணியைக் கருத்தில்கொண்டு குற்றங்களைக் குறைக்கும் நோக்கில் சட்டங்களும் தண்டனைகளும் வடிவமைக்கப்படுகின்றன. தீண்டாமை ஒரு குற்றம் என்றாக்கப்பட்டதன் நோக்கும் அப்படித்தான். எனவே, குற்றம் உறுதி செய்யப்பட்ட பின்னர் எந்தவகையிலும் சமரச முயற்சிக்கு வகையில்லாத நிலை ஏற்படுத்தப்பட வேண்டும். குற்றவாளிக்கு மூன்று மாதச் சிறைத் தண்டனை அல்லது ரூ.1000 அபராதம் அல்லது ஏக காலத்தில் சிறை மற்றும் அபராதத்தைச் சேர்த்து விதித்திட அறிக்கை வகை செய்துள்ளது. மேலும், இக்குற்றப் பிரிவின்படி குற்றவாளிகளுக்குப் பிணை வழங்க முடியாது. ஆனால், சட்டத்தின் காவலர்கள் என்போரும் சமூகநீதிப் பாதுகாவலர்கள் என்போரும் இவற்றிலிருந்து மிகச் சாமர்த்தியமாகத் தப்பிவிடுகின்றனர்.

5. இளையபெருமாள் குழு பரிந்துரைகளின் அடிப்படையில் இயற்றப்பட்ட இக்கோரிக்கைகள், அட்டவணைச் சமூக / மலைவாழ் மக்களின் உரிமைகளை மீட்டெடுக்கும் முயற்சியே ஆகும். இவற்றை நிறைவேற்றிட மத்திய, மாநில அரசுகளே முன் வருக! மனிதத்துவ மேன்மைகளை மீட்டெடுக்க உணர்வும் உரமும் கொண்ட தோழர்களே வருக! ஒன்றுபடுவோம்! போராடுவோம்!

   "உரிமையைப் பறித்தவனிடம் கெஞ்சிப் பெறமுடியாது. இடைவிடாத போராட்டத்தின் மூலம்தான் உரிமையைப் பெற முடியும்!"

## மறியல் போராட்டம் - 1992

இந்திய மனித உரிமைக் கட்சியின் சார்பில் இளையபெருமாள் அறிக்கையை முழுமையாக அமல்படுத்தக் கோரி, 1992இல் மாபெரும் மறியல் போராட்டமொன்றை நடத்தினார் இளையபெருமாள். தமிழகமெங்கும் நடத்தப்பட்ட இந்த மறியல் போராட்டத்தில் அறுபதாயிரத்துக்கும் மேற்பட்ட இந்திய மனித உரிமைக் கட்சியின் தொண்டர்களும், ஏனைய அட்டவணைச் சமூக அமைப்பின் தொண்டர்களும்

கலந்துகொண்டனர். சென்னையில், சட்டமன்றத்தின் முன்பு நடைபெற்ற மறியலில் பங்கெடுத்த இளையபெருமாள் காவல்துறையால் கைது செய்யப்பட்டுச் சிறை வைக்கப்பட்டார். அட்டவணைச் சமூக மக்களின் உரிமைக்காக நடத்தப்பட்ட போராட்டங்களில் இம்மறியல் போர் முக்கியத்துவம் வாய்ந்த ஒன்றாகும். அரசு அலுவலகங்கள் மற்றும் போக்குவரத்தை முடக்குவதன் மூலம் மத்திய, மாநில அரசுகளுக்கு நெருக்கடி கொடுத்து, 'இளையபெருமாள் கமிட்டி அறிக்கையை' நிறைவேற்றும் கட்டாயச் சூழலை உருவாக்குவதுதான் இப்போராட்டத்தின் நோக்கமாகும். இதில் 1932இல் கையொப்பமான பூனா ஒப்பந்தத்தை அமல்படுத்தக் கோருதல்; 1948இல் நிறைவேற்றப்பட்ட கூலிச் சட்டத்தை அமல்படுத்தக் கோருதல்; இந்திய அரசியல் சாசனத்தின் 17ஆவது பிரிவை அமல்படுத்தக் கோருதலல்; 1964இல் தாக்கல் செய்யப்பட்ட நகர சுத்தித் தொழிலாளர்கள் நல மேம்பாடு அறிக்கையை (டாக்டர்.மல்கானி அவர்களின் அறிக்கையை) அமல்படுத்தக் கோருதல்... போன்ற பல்வேறு தீர்மானங்கள் முன்மொழியப்பட்டன என்பது குறிப்பிடத்தக்கதாகும்.

இம்மறியல் போராட்டத்தைத் தொடர்ந்து, இளையபெருமாள் கமிட்டி அறிக்கையை நடைமுறைப்படுத்தக் கோரி, 1998, செப்டெம்பர் 24 அன்று - பூனா ஒப்பந்தம் கையொப்பமான நாளில் - நாடாளுமன்றத்தின் முன்பு உண்ணாவிரதப் போராட்டமொன்றையும் நடத்தினார் இளையபெருமாள். இப்போராட்டத்தின் இறுதியில் அன்றைய பிரதமர் வாஜ்பாயி, முன்னாள் பிரதமர் ஐ.கே.குஜ்ரால் ஆகியோரைச் சந்தித்து, இளையபெருமாள் கமிட்டி அறிக்கையை முழுமையாக நடைமுறைப்படுத்தக் கோரினார். இதே நாளில் இந்திய மனித உரிமைக் கட்சியினர் தமிழகத்தில் மாவட்டந்தோறும் ஆட்சியர் அலுவலகம் முன்பாக இதே கோரிக்கையை முன்னிறுத்திப் போராட்டங்களை நடத்தினர்.

இளையபெருமாள் காங்கிரஸ் இயக்கத்துக்குள் இருந்தபடியே 15 ஆண்டுகளும் அக்கட்சியிலிருந்து வெளியேறிய பிறகு 20 ஆண்டுகளும் இளையபெருமாள் கமிட்டி அறிக்கையை நிறைவேற்றப் போராடிவந்தார் என்பதற்கான சான்றுகளாக இப்போராட்டங்கள் உள்ளன.

### III.ஷெட்யூல்டு இன விடுதலைக் கூட்டமைப்பு (The Confederation of Scheduled Caste Liberation)

15.8.1985 அன்று குறுங்குடியில் நடைபெற்ற போராட்டத்தின்போது போராளி ரெட்டியூர் பாண்டியன் தமிழகக் காவல்துறையால் சுட்டுப் படுகொலை செய்யப்பட்டார். இதைத் தொடர்ந்து அட்டவணைச் சமூகத்தின் ஐம்பெரும் தலைவர்களாக அறியப்பட்ட இளையபெருமாள், வை.பாலசுந்தரம், சக்திதாசன், சுந்தரராசன், சேப்பன் ஆகியோர் ஒன்றிணைந்தனர்.

4.3.1986 அன்று சென்னையில் இளையபெருமாள் தலைமையில் ஐந்து அமைப்புகளைச் சேர்ந்த இத்தலைவர்கள் ஒருங்கிணைந்து நடத்திய கூட்டத்தில், "தமிழக அரசினால் அட்டவணைச் சமூக மக்கள் படும் துன்பம் நாளுக்கு நாள் அதிகரித்துவருகிறது; தென்மாவட்டத்தில் தியாகி இமானுவேல் சேகரன் கொல்லப்பட்டு 28 ஆண்டுகள் ஆன பின்னரும் இதுபோன்ற கொடுமைகள்

தொடர்ந்து நடைபெறுகின்றன. இவ்வன்கொடுமைகளுக்கு எதிராக நமது அமைப்புகள் போராடிவருகின்றன. எனினும், நம்மிடம் போதிய ஒற்றுமை இல்லாததால், நம்மால் அரசுக்குப் போதிய அழுத்தம் கொடுக்க முடியவில்லை. ஆகையால், நம்முடைய ஐந்து அமைப்புகளும் இணைந்து ஓர் இயக்கத்தை உருவாக்க வேண்டும். அதில் அனைத்துத் தலைவர்களும் இணைந்து நமது சமூகத்துக்காகப் பாடுபட வேண்டும்" என்று தீர்மானிக்கப்பட்டது. இக்கூட்டத்தின் முடிவில் ஷெட்யூல்டு இன விடுதலைக் கூட்டமைப்பு *(The Confederation of Scheduled Caste Liberation)* உருவாக்கப்பட்டு, வை.பாலசுந்தரம் தலைவராகவும், இளையபெருமாள் ஆலோசகராகவும், சக்திதாசன், சுந்தரராசன், சேப்பன் ஆகியோர் பிற முக்கியப் பொறுப்புகளையும் ஏற்றுக்கொண்டனர்.

**ஷெட்யூல்டு இன விடுதலைக் கூட்டமைப்பின் குறிக்கோள்கள்:**

1. அண்ணல் வழியே அரசியல், சமய, சமூக, பொருளாதார ஏற்றங்களுக்குப் பாடுபடுதல்.
2. ஷெட்யூல்டு வகுப்பினரிடையே சமுதாய ஒற்றுமையை ஏற்படுத்துதல்.
3. தீண்டாமையை எதிர்த்தல்.
4. முன்னாள் பிரதமர் ஜவஹர்லால் நேருவால் அமைக்கப்பட்டு, மறைந்த பிரதமர் இந்திரா காந்தியால் ஏற்றுக்கொள்ளப்பட்ட இளையபெருமாள் கமிட்டி அறிக்கையை நடைமுறைப்படுத்த வலியுறுத்துதல்.
5. அரசியல் முடிவுகளைக் குழுவின் பெரும்பான்மை எண்ணப்படி ஏற்றுக்கொண்டு நடத்துதல்.

**செயல்முறை தீர்மானங்கள்:**

1. ஊராட்சி, நகராட்சி, மாநகராட்சித் தேர்தல்களில் இடஒதுக்கீட்டை அமல்படுத்தக் கோரும் நடவடிக்கையில் ஈடுபடுதல்.
2. விவசாயத் தொழிலாளர்களின் குறைந்தபட்சக் கூலிச் சட்டத்தை அமல்படுத்தக் கோரிப் போராடுதல்.
3. கிராமங்களிலும் நகரங்களிலும் புதைகுழி தோண்டுதல், செத்த மாட்டை அப்புறப்படுத்துதல், பிணம் எரித்தல், மலத்தைச் சுமந்து செல்லுதல் உள்ளிட்ட இழிதொழில்களைச் செய்யமாட்டோம் என மறுத்தல்.
4. அரசியல் சாசனத்தில் ஷெட்யூல்டு வகுப்பு மக்களுக்கு அளிக்கப்பட்ட இடஒதுக்கீட்டை அரசு உத்தியோகத்தின் எல்லாப் பதவிகளிலும் நிரப்பக் கோரியும், அரசு நிர்வாகம் இம்மக்களுக்கு இழைக்கும் கொடுமைகளை எதிர்த்தும் போராடுதல்.

**அமைப்புத் தீர்மானங்கள்**

**17.11.1987 அன்று வை.பாலசுந்தரம் தலைமையில் சென்னை தி.நகரில் நடத்தப்பட்ட கூட்டத்தில் கீழ்க்கண்ட தீர்மானங்கள் நிறைவேற்றப்பட்டன.**

1. இன்றுமுதல் ஷெட்யூல்டு இன விடுதலைக் கூட்டமைப்பு என்ற பெயரில் ஒரே அமைப்பாக இயங்குவது.

2. ஷெட்யூல்டு இன விடுதலைக் கூட்டமைப்பில் இணைந்துள்ள ஐந்து அமைப்புகளும் ஒரு பெயர், ஒரு கொடி, ஒரு தலைமையின் கீழ் இயங்குவது என முடிவு செய்ததை, 06.12.1987 - பாபாசாகேப் நினைவு நாள் முதல் செயல்படுத்துவது.

3. 28.12.1986 அன்று ஐந்து அமைப்புகளின் தமிழக நிர்வாகிகள் அனைவரும் சென்னையில் கூடுவது.

4. 29.12.1986 அன்று ஷெட்யூல்டு இன விடுதலைக் கூட்டமைப்புச் சார்பில் பாபாசாகேப் அம்பேத்கர் பெயரில் மாவட்டம் உருவாக்க வற்புறுத்தி மாபெரும் உண்ணாவிரதப் போராட்டத்தைச் சென்னை, எழிலகம் முன்பு நடத்துவது.

5. தமிழகத்தின் ஐந்து மாவட்டத் தலைநகரங்களில் சமுதாய ஒருங்கிணைப்பு மாநாடுகளை நடத்துவது.

    மாநாடு நடக்கும் மாவட்டம் மற்றும் நாள்

    டிசம்பர் 1987, தஞ்சை - இளையபெருமாள் தலைமை

    ஜனவரி 1988, சேலம் - டாக்டர் ஏ.சேப்பன் தலைமை

    பிப்ரவரி 1988, வடஆற்காடு - சுந்தரராசன், சக்திதாசன் தலைமை

    மார்ச் 1988, மதுரை - டாக்டர் வை.பாலசுந்தரம் தலைமை

    ஐந்தாவது மாநாட்டை ஏப்ரல் 14, 1988 அம்பேத்கர் பிறந்தநாளன்று ஐந்து தலைவர்களின் தலைமையில் நடத்துவது; அம்மாநாட்டில் ஓர் அமைப்பு, ஒரு கொடி, ஒரு கொள்கை, ஒரு தலைமை என்று முடிவு செய்ததை வெளியிடுவது; இதற்கு முன்னோட்டமாக இந்த ஐந்து மாநாடுகளையும் எந்தவோர் அமைப்பின் கொடியையும் பயன்படுத்தாமல் நடத்துவது.

6. 1988 மார்ச் 20ஆம் தேதிக்குள் ஐந்து அமைப்புகளின் தலைமையும் கூடி ஒருங்கிணைப்பு பற்றிய இறுதி முடிவுகள், கொள்கைகளை முடிவு செய்வது.

மேலும், வன்னியர் சாதியினரின் சாலை மறியலால் மிக அதிகமாகப் பாதிக்கப்பட்ட ஷெட்யூல்டு இன மக்களுடைய குறைகளை மாநில முதல்வரிடம் நேரில் எடுத்துச் சொல்லத் தேதி ஒதுக்கித் தரும்படி மாநில முதல்வரை இக்குழு 23.11.1987 அன்று கேட்டுக்கொண்டது.

## தமிழகம் முழுவதும் சுற்றுப்பயணம்

ஷெட்யூல்டு இன விடுதலைக் கூட்டமைப்பின் தலைவர்கள் ஐவரும் அட்டவணைச் சமூக மக்களை அரசியல் விழிப்புணர்வு அடையச் செய்யும் நோக்கில் தமிழகம் முழுவதும் சுற்றுப்பயணம் செய்து கூட்டங்களை நடத்தினர். மேலும்,

இக்கூட்டமைப்புச் சார்பாக அட்டவணைச் சமூக மக்களின் உரிமைகள் தொடர்பான கோரிக்கைகளை முன்வைத்துப் பல போராட்டங்களும் முன்னெடுக்கப்பட்டன. இவற்றுள், அட்டவணை / பழங்குடிச் சமூக மக்களுக்குப் பஞ்சாயத்து ராஜ் அடிப்படையில் ஊராட்சித் தேர்தல்களில் இடஒதுக்கீடு வழங்கக் கோரி வழக்குத் தொடுத்து வெற்றி பெற்றது குறிப்பிடத்தக்கதாகும். பல ஊர்கள், கிராமங்களில் பாபாசாகேப் அம்பேத்கரின் சிலை திறந்துவைக்கப்பட்டது. குறிப்பாக, தூத்துக்குடி பேருந்து நிலையத்தில் பாபாசாகேப் சிலை நிறுவ அடிக்கல் நாட்டப்பட்டது.

எனினும், ஐந்து அமைப்புகளின் தலைவர்களும் ஒரே தலைமையின் கீழ் வர வேண்டும் என்ற ஷெட்யூல்டு இன விடுதலைக் கூட்டமைப்பின் தீர்மானத்தைச் செயல்படுத்த சில தலைவர்கள் முன்வரவில்லை. 7.2.1988 அன்று சென்னை தேவநேயப் பாவாணர் மன்றத்தில் நடந்த கூட்டத்தில் அம்பேத்கர் இந்தியக் குடியரசுக் கட்சித் தலைவர் சுந்தரராசன், அம்பேத்கர் மக்கள் இயக்கத் தலைவர் வை.பாலசுந்தரம், இந்தியக் குடியரசுக் கட்சி (கவாய்) பிரிவு தலைவர் சேப்பன் ஆகியோர் ஒரே அமைப்பாக ஒன்றிணைய மறுத்துப் பிரிந்து சென்றனர். இதன் காரணமாக ஷெட்யூல்டு இன விடுதலைக் கூட்டமைப்பு உடைந்தது. அதன்பிறகு இளையபெருமாளும் சக்திதாசனும் இணைந்து செயல்படத் தீர்மானித்தனர்.

ஷெட்யூல்டு இன விடுதலைக் கூட்டமைப்பு கருவிலேயே சிதைந்து போனாலும், இந்தியாவிலுள்ள அனைத்து அட்டவணைச் சமூகத்தினரும் உள்ளாட்சித் தேர்தல்களில் பஞ்சாயத்து ராஜ் அடிப்படையில் இடஒதுக்கீடு பெறும் உரிமையை நிலைநாட்டியதில் இக்கூட்டமைப்பின் பாத்திரம் வரலாற்று முக்கியத்துவம் வாய்ந்தது. கூட்டமைப்பு சார்பாக நடத்தப்பட்ட உளுந்தூர்பேட்டை பொதுக்கூட்டத்தில்தான் அதற்கான விதை போடப்பட்டது. அக்கூட்டத்தில்தான் இளையபெருமாளும் வை.பாலசுந்தரமும், ‘உள்ளாட்சித் தேர்தல்களில் பஞ்சாயத்து ராஜ் சட்டத்தின் அடிப்படையில் இடஒதுக்கீட்டை அமல்படுத்தக் கோரி உச்ச நீதிமன்றத்தில் வழக்குத் தொடுப்பது’ எனக் கூட்டமைப்பின் சார்பில் நிறைவேற்றப்பட்ட தீர்மானத்தை மக்களிடம் அறிவித்தனர். மேலும், வழக்குச் செலவுக்காகத் தாராளமாக நிதியுதவி செய்யுமாறு கோரிக்கை விடுத்து, பத்தாயிரம் ரூபாய்க்கும் அதிகமான நிதியையும் திரட்டினர்.

அதைப் பயன்படுத்தி ஷெட்யூல்டு இன விடுதலைக் கூட்டமைப்பு தலைவர் வை.பாலசுந்தரம் உச்ச நீதிமன்றத்தில் வழக்குத் தொடுத்தார். பஞ்சாயத்து ராஜ் உள்ளாட்சி முறையில் இடஒதுக்கீட்டைப் பின்பற்ற வேண்டும் என்ற வரலாற்றுச் சிறப்புமிக்கத் தீர்ப்பை வழங்கியது உச்ச நீதிமன்றம். இதைத் தொடர்ந்து, 1989இல் பிரதமர் ராஜிவ் காந்தி பஞ்சாயத்து ராஜ் முறையில் ஊராட்சித் தேர்தல்களில் இடஒதுக்கீடு அளிக்கும் மசோதாவை நாடாளுமன்றத்தில் தாக்கல் செய்தார். முதன்முறை தாக்கல் செய்யப்பட்டபோது போதிய ஆதரவு கிடைக்காததால் மசோதா நிறைவேறவில்லை. அதிமுக ஆதரவளிக்காதது இம்மசோதா நிறைவேறாமல் போனதற்கு முக்கியக் காரணமாகும். எனினும் ராஜீவ் காந்தியின் உறுதியான நிலைப்பாட்டால் பஞ்சாயத்து ராஜ் இடஒதுக்கீடு மசோதா மீண்டும் நாடாளுமன்றத்தில் கொண்டுவரப்பட்டு நிறைவேற்றப்பட்டது.

## IV.ஷெட்யூல்டு இன விடுதலை இயக்கம்

ஷெட்யூல்டு இன விடுதலைக் கூட்டமைப்பு உடைந்த பிறகு, ஷெட்யூல்டு இன விடுதலை இயக்கத்தை உருவாக்கி, அதன் தலைவராக இளையபெருமாள்; பொதுச் செயலாளராக சக்திதாசன்; இரண்டாம் கட்டத் தலைவர்களாக மதுரை கவிஞர் வை.பழனிவேலு, பெரம்பலூர் முன்னாள் எம்.பியான கே.பி.எஸ்.மணி, டி.எம்.மணி, கொடிக்கால் செல்லப்பா, மகிழ்வாணன், மா.சுப்ரமணியன், ஐ.வி.எஸ். மணியன், வையாபுரி, ஜெயராமன், பென் சிலையா, துரைசாமி, ஞானசேகரன் ஆகியோர் பொறுப்பேற்றுக்கொண்டனர்.

ஷெட்யூல்டு இன விடுதலை இயக்கத்தின் தொடக்க விழா 11.12.1988 அன்று சிதம்பரம் நகர்மன்ற உறுப்பினர் ஆர்.பாலகிருஷ்ணன் தலைமையில் நடந்தது. ஷெட்யூல்டு இன விடுதலைக் கூட்டமைப்பில் செயலாற்றிய இரண்டாம் கட்டத் தலைவர்கள் யாவரும் இயக்கத்துடன் இணைந்து செயல்பட்டனர்.

இந்நிகழ்வில் கலந்துகொண்டு இயக்கத்தின் கொடியை ஏற்றிவைத்து உரையாற்றிய இளையபெருமாள், "தமிழகத்தின் அனைத்துப் பகுதிகளிலும் அட்டவணைச் சமூக மக்கள் மீதான தீண்டாமைக் கொடுமைகள் தொடர்ந்து நடந்துவருகின்றன. எங்கள் சமூக மக்கள் மீது தொடர்ந்து இத்தகைய இழிவுகள் சுமத்தப்பட்டால், அட்டவணைச் சமூக மக்கள் அதிகமாக வாழும் மாவட்டங்களைத் தன்னாட்சி கொண்ட தனி மாவட்டங்களாக அறிவிப்பதைத் தவிர வேறு வழியில்லை. இக்கோரிக்கைக்காக நாங்கள் தீவிரமான போராட்டத்தை முன்னெடுப்போம். அட்டவணைச் சமூக மக்களுக்கு இழைக்கப்படும் கொடுமைகளை அரசு உடனடியாகத் தடுத்து நிறுத்த வேண்டும். மேலும், மத்திய, மாநில அரசுகள் எங்கள் மக்களுக்கான உரிமைகளைச் சரியான முறையில் நிறைவேற்றித் தர வேண்டும். எங்கள் சமூக மக்கள் மீது இழைக்கப்படும் கொடுமைகளுக்கு எதிராகச் சட்டரீதியான நடவடிக்கைகளை அரசு எடுக்க வேண்டும். இல்லையெனில், எதிர்வரும் ஜனவரி மாதம் தமிழகம் முழுவதும் நாங்கள் போராட்டத்தை முன்னெடுப்போம்" எனக் குறிப்பிட்டார்.

சிதம்பரத்தில் நடந்த இந்நிகழ்வில் தென்னாற்காடு மாவட்டத் துணைத் தலைவர் டி.கே.மூர்த்தி, மாநில அமைப்புச் செயலாளர் கொடிக்கால் செல்லப்பா, கிறிஸ்தவ விடுதலை இயக்கத் தலைவர் எம்.எல்.ராஜகுமாரசாமி, சந்தரராவ், பூங்காவனம், ஆறுமுகம், சக்கரவர்த்தி, செல்லையா உள்ளிட்ட பலர் கலந்துகொண்டு உரையாற்றினார்கள். இத்தொடக்க விழாவிற்குப் பிறகு புவனகிரி சட்டமன்றத்துக்குட்பட்ட கீரைப்பாளையத்தில் பொதுக்கூட்டம் நடைபெற்றது.

ஷெட்யூல்டு இன விடுதலை இயக்கத்தின் சார்பாக இளையபெருமாள் விடுத்த அறைகூவல்

என் உயிரினும் மேலான சமுதாய மக்களே!

"சமூக உரிமைகள் மற்றவர்களால் நமக்கு மனமிரங்கி அளிக்கப்படும் பிச்சையல்ல" என்றார் பேரறிஞர் அம்பேத்கர்.

உலக வரலாற்றில் ஏறக்குறைய 5,000 ஆண்டுகளாகக் குறிப்பிட்டவொரு சமுதாயம் அடக்கப்பட்டு, ஒடுக்கப்பட்டுக் கொஞ்சம் கொஞ்சமாக அழிக்கப்பட்டும்

வருகின்றது என்றால், அஃது இந்தியாவைத் தவிர வேறெந்த நாட்டிலுமில்லை என்பது வெள்ளிடை மலையாகும். நம் சமூகப் பெரியோர்களால் 1885இல் திராவிட மகாஜன சபை, ஆதிதிராவிட மகாஜன சபை, பறையர் மகாஜன சபை எனப் பல அமைப்புகள் தொடங்கப்பட்டு, களப் பணியாற்றத் தொடங்கின. ஆங்கிலேயரிடம் 'பட்லர்'களாகப் பணியாற்றிய சமுதாயத்தைச் சார்ந்த பெரியோர்கள் ஈடு இணை சொல்ல முடியாத அளவிற்குத் தொண்டாற்றியுள்ளனர். சமையல் பணியில் ஈடுபட்டிருந்த அவர்கள், பணி முடிந்து இரவு 11 மணியளவில் வீடு திரும்பிய பின் ஒன்றுகூடிக் கூட்டம் நடத்தித் தீர்மானங்கள் போட்டுச் சமுதாயத்தின் அவலங்களை அரசினருக்குத் தெரிவித்திருக்கிற நிலைமைகளை நினைக்குந்தோறும் உணர்ச்சியில் நெஞ்சம் விம்முகிறது.

சென்னை - காசிமேடு சட்டாவதானம் வைரக்கண் வேலாயுதப் புலவர், அரங்கையர்தாசப் பண்டிதர், இரட்டை மலையார், அயோத்திதாசப் பண்டிதர், எம்.சி.ராஜா, என்.சிவராஜ், தருமலிங்கம் பிள்ளை, ஸ்ரீலஸ்ரீ சுவாமி சகஜானந்தம், முனுசாமிப் பிள்ளை, மதுரைப் பிள்ளை உள்ளிட்ட பல ஆதி திராவிடர் தலைவர்களின் பெரு முயற்சியால் சமுதாயப் பணிகள் முடுக்கிவிடப்பட்டன. ஒரு பைசா தமிழன், தமிழன், பறையன் போன்ற பத்திரிகைகளின் சேவை மிகவும் போற்றுதலுக்கு உரியனவாக அமைந்தன. இவர்களைத் தொடர்ந்து பல தலைவர்கள் சமூகப் பணியை மேற்கொள்ளத் தலைப்பட்டனர்.

அரசியலில் நம் தலைவர்களின் ஈடுபாடு மிகக் குறைந்த அளவினதாக இருந்த காரணத்தால், சாதி இந்துக்களால் நமக்கு நேரிடும் கொடுமைகளை உடனுக்குடன் எடுத்துக் கூறும் வாய்ப்புக் குறைவாகவே இருந்தது. தமிழகத்தைப் பொறுத்தவரையில் தீண்டாமைக் கொடுமை இன்றுவரை தொடர்கதையாகவே இருந்துவருகிறது. மனிதருக்குள் மனிதரை வேறுபடுத்திக் கூறும் கீழ்மையை ஒழிக்க அறிவுரை வழங்கி, மனித குலம் உய்யப் பாடுபட்டார் புத்தர். பரமண்டலத்தில் இருக்கும் பிதாவின் முன் நாமெல்லோரும் அவரின் ஒருமித்த மக்களே என்று கூறினார் இயேசு. மானுடப் பிறவியில் பேதத்திற்கு இடமேயில்லை என்றார் நபிகள் நாயகம். கண்மூடிப் பழக்கமெல்லாம் மண் மூடிப் போகட்டும் என்றார் வடலூர் வள்ளலார் இராமலிங்கர். என்ன பயன்?

'பிறப்பொக்கும் எல்லா உயிர்க்கும்'

'ஒன்றே குலம் ஒருவனே தேவன்'

'இருட்டறையில் உள்ளதடா உலகம், சாதி இருக்கின்றது என்பானும் இருக்கின்றானே'

'ஓடும் உதிரத்தில், வடிந்து ஒழுகும் கண்ணீரில் பார்த்தாலும் சாதி தெரிவதுண்டோ?'

'தாழ்வு உயர்வு சொலல் பாவம்'

என்ற வரிகள் பொன்னெழுத்துகளால் பொறிக்கப்பட்டிருப்பினும், இலக்கியம் கற்ற மூதறிவாளர்களேனும் அவற்றைப் பின்பற்றுகின்றனரா, இல்லையே! இன்னும் கேட்டால், 'பார்ப்பானை ஐயரென்ற காலமும் போச்சே' என்று பாரதி பாடிய

கவிதை வரிகட்கு, 'பார்ப்பானை ஐயர் என்று கூறிய காலம் போய்விட்டதே, ஐயகோ என் செய்வது? என நமக்காக பாரதி வருத்தப்பட்டுக் கூறியிருக்கின்றார்' என்று திரித்துப் புது விளக்கம் தரும் புண்ணியவான்கள்தாம் இந்த நாட்டில் இருக்கின்றார்கள். இந்நிலையில் எப்படித் தீண்டாமை ஒழியும், எங்ஙனம் இந்தச் சமுதாயம் சமத்துவத்தைக் காண இயலும்?

குடிசைகளுக்குத் தீ வைக்கும் கொடுமை போன்று சமகாலத்தில் நடக்கும் நிகழ்ச்சிகள் ஆதிசங்கரர் காலத்தில் (கேரளம்) பாக்களாருக்கும், 8ஆம் நூற்றாண்டில் (தமிழ்நாடு) நந்தனாருக்கும், சொக்கமேளா (மகாராஷ்டிரா) காலத்திலும், திருப்பாணாழ்வார் காலத்திலும், 900 ஆண்டுகளுக்கு முன்பு குருரவிதாஸ் காலத்திலும் நடைபெற்றுள்ளன. எனவே, புராண இதிகாசங்கள் நமக்குத் துணை நிற்கக் கூடியனவாகவுமில்லை.

இவற்றையெல்லாம் நன்குணர்ந்த நமது சமூகப் பெரியோர்கள் இக்கொடுமைகளை அரசியல் ரீதியாகக் களைய முயன்றார்கள். அதிலும் குறிப்பாகப் பேரறிவாளர், சட்டமாமேதை, இந்த நாட்டின் அரசியல் சட்டத்தை வரைந்தளித்த வரலாற்று நாயகன், என்றும் நம்மின் இதய தெய்வம் டாக்டர் அம்பேத்கர் அவர்களின் அரசியல் தலையீட்டிற்குப் பிறகுதான் இந்தச் சமுதாயத்திற்கு 'விடிவு காலம் பிறந்தது' என்ற நம்பிக்கை ஏற்பட்டது. இரட்டைமலையார் திரு.சீனிவாசனார், திரு.சிவராஜ் போன்ற தலைவர்கள் வியந்து போற்றுமளவிற்கு அவருடைய செயல்முறைகள் அமைந்தன. எழுத்தாலும் பேச்சாலும் செயலாலும் இந்தச் சமுதாயத்தின் இழிவையொழிக்க முழுமூச்சுடன் பாடுபட்டார்கள். "என் நாட்டின் விடுதலையுடன் என்னுடைய சமுதாயம் உயர்வதற்கான முயற்சிகளை எடுப்பதே என்னுடைய குறிக்கோள்" என்று நாட்டின் விடுதலையைவிடச் சமுதாய விடுதலையையே மேலாகக் கருதி அல்லும் பகலும் அயராது உழைத்தார்கள். அதனால் அவரை அப்போதைய தேசியவாதிகள் 'நாட்டுப்பற்றில்லாதவர்' எனச் சித்தரிக்க முயன்று, அதிலும் தோற்றார்கள்.

1924இல் தாழ்த்தப்பட்ட மக்களின் முன்னேற்றத்திற்காக ஒடுக்கப்பட்டோர் நல்வாழ்வு பேரவையைத் (பகிஷ்கரித் ஹிதகர்ணி சபா) தொடங்கி அதன் மூலம் பொதுத் தொண்டாற்ற முடிவுசெய்த பாபாசாகேப், தொடர்ந்து தொய்வில்லாமல் பணியாற்றி 1931இல் இலண்டனில் நடந்த வட்டமேசை மாநாட்டில் தனித்தொகுதிக் கோரிக்கையை வெளியிட்டு அதில் வெற்றியும் கண்டார்கள். இராம்சே மக்னால்டு மூலம் கிடைக்கப்பெற்ற 'கம்யூனல் அவார்'டை எதிர்த்து காந்தியடிகள் உண்ணாவிரதமிருந்ததையடுத்து 'பூனா ஒப்பந்தம்' கையொப்பமானது. 1932ஆம் ஆண்டு ஒப்பந்தப்படி சில உரிமைகள் வழங்கப்பட்டன என்பதையும் அவை இன்றுவரை தொடர்கின்றன என்பதையும் நாமறிவோம். 1942இல் அகில இந்தியப் பட்டியலினத்தவரின் கல்விக்காக மத்திய அரசின் நிதி உதவியையும் மத்திய, மாநில அரசு வேலைகளில் இடஒதுக்கீடு முறையையும் பெற்றுத் தந்தார். பிறகு இவற்றை அரசியல் சட்டத்தில் சேர்த்துச் சமுதாய முன்னேற்றத்திற்கு வித்திட்டார். அரசியல் சட்ட வரைவுக் குழுவின் தலைவராக இருந்து தீண்டாமை ஒழிப்பு, இடஒதுக்கீடு உள்ளிட்ட பல உரிமைகளைச் சட்டப் பிரிவுகளாக ஆக்கியதைக் கண்ட அன்றைய தலைவர்களில் சிலர், அம்பேத்கர் தன் சுயநலத்தைக் காட்டுகிறார் எனக் கூறியபோது,

இக்குழுவின் தலைவர் தாசில்தார் தலைமையில் கிராமவாரியாகப் பார்வையிட்டுத் தீண்டாமைக் கொடுமை இருக்கின்றதா என்பதைப் பரிசீலனை செய்ய வேண்டும். குளம், கிணறு, உணவு விடுதி, திருமண மண்டபம், கோயில், சுடுகாடு ஆகியவை பொதுஇடங்களாகக் கருதப்பட்டு, அனைவரும் சமமாக அனுபவிக்கிறார்களா என அறிதல் வேண்டும்.

அட்டவணைச் சமூகத்தினர் அனுமதிக்கப்படவில்லையென்றால், அக்கிராமத்தில் தீண்டாமைக் கொடுமை நிலவுவதாகக் கருதி, அனைத்து மத - சாதி இந்து மக்களையும் ஷெட்யூல்டு இன மக்களையும் ஒன்றுகூட்டி, தீண்டாமை ஒழிப்புத் தொடர்பான அரசியல் சாசனத்தின் 17ஆவது பிரிவையும் 1955ஆம் ஆண்டு தீண்டாமை ஒழிப்புக் குற்றப் பிரிவுகளையும், 1969ஆம் ஆண்டு இளையபெருமாள் கமிட்டி அறிக்கையில் உள்ள தீண்டாமை ஒழிப்புக் குற்றப் பிரிவுகளையும் விளக்குதல் வேண்டும்.

ஒன்றுபட்ட சமத்துவ வாழ்வுக்கான வழிவகைகளை எடுத்துக் கூறியும் அதை மீறுகின்ற சமூகத்தினர் மீது தாசில்தாரே நீதிபதியிடம் புகார் செய்து, இக்குழுவில் உள்ள உறுப்பினர்கள் எழுவர் சாட்சியின் பேரில் நீதிபதிகளால் விசாரிக்கப்பட்டுத் தண்டனை வழங்கப்பட வேண்டும்.

### தண்டனை விவரம்:

3 மாதம் சிறை அல்லது ரூ.1000 அபராதம். நீதிபதி விரும்பினால், இருவகைத் தண்டனையையும் கொடுக்கக் குழு சிபாரிசு செய்ய வேண்டும். இதுபோலவே விவசாயத் தொழிலாளர்களுக்கும் அரசு நிர்ணயம் செய்த குறைந்தபட்சக் கூலியை நிலச்சுவான்தாரர்கள் சட்டப்படி கொடுக்க வேண்டும். தவறினால், தாசில்தார் தலைமையில் நேர் விசாரணை மூலம் தனிநபர் குழு கண்டறிந்த உண்மை நிலையை நிலச்சொந்தக்காரர்களுக்குத் தெரிவித்துச் சட்டப்படி உள்ள கூலியை வசூலித்துத் தொழிலாளிக்குக் கொடுக்க வேண்டும். முதலாளி தவறுவாரேயானால், தன்னுடைய எழுத்தாளனையும் கடைநிலை ஊழியனையும் சாட்சியாகக்கொண்டு நீதிபதியிடம் மனு கொடுத்து முதலாளிக்கு 3 மாதம் சிறை அல்லது ரூ.1000 அபராதம் விதிக்க வழிவகை செய்ய வேண்டும். நீதிபதி விரும்பினால் இருவகை தண்டனையையும் வழங்கக் குழு பரிந்துரை செய்ய வேண்டும்.

அரசியல் சாசனப்படி மத்திய, மாநில அரசு உத்தியோகங்களில் 23 1/2 (16+7 1/2) விழுக்காடும் மாநில அரசுப் பணிகளைப் பொறுத்தவரையில் அம்மாநில மக்கள் விகிதாச்சாரப்படியும் இடஒதுக்கீடு வழங்கப் பரிந்துரைத்துச் சட்டப்படி ஆணை பிறப்பிக்கப்பட்டிருந்தும், சரிவர அமல்படுத்தாத காரணத்தால், தனிநபர் போர்டு ஒன்றை அமைத்து உத்தியோகம் பதிவு செய்யும் அலுவலகம் சென்று எத்தனை எஸ்.சி, எஸ்.டி., நபர்கள் பதிவு செய்துள்ளனர், எத்தனை பணியிடங்கள் காலியாக உள்ளன, எத்தனை பேர் பணிக்கு அழைக்கப்பட்டனர், இறுதியாக நேர்முகத் தேர்வுக்கு மொத்தத்தில் எத்தனை பேர் அழைக்கப்பட்டனர், எத்தனை பேருக்கு உத்தியோகம் கொடுக்கப்பட்டது, மத்திய அரசாக இருந்தால் எஸ்.சி., எஸ்.டி.,-க்கு 23 1/2%, மாநிலமாக இருந்தால் மக்கள்தொகைக்கு ஏற்ப, உதாரணமாகத் தமிழகமாக இருந்தால் 18% இடஒதுக்கீடு கொடுக்கப்பட்டதா என்று தெரிந்துகொள்ள

வேண்டும். தவறு நடந்திருக்குமாயின் வேலைவாய்ப்பு பதிவுசெய்யும் அதிகாரி, வேலை கொடுக்கும் அலுவலக அதிகாரி ஆகியோரை முதலில் தற்காலிகமாகப் பணி நீக்கம் செய்து, தேர்வுக்கு வரவழைக்கப்பட்ட நபர்களையே சாட்சியாக விசாரித்து உண்மை இருக்குமாயின், மேற்படி அதிகாரிகளை நிரந்தரப் பணி நீக்கம் செய்ய குழு பரிந்துரைக்க வேண்டும். எஸ்.சி., எஸ்.டி., பிரிவுகளிலிருந்து மதம் மாறிய கிறிஸ்தவ, பௌத்த, சீக்கிய, முஸ்லிம் மக்களுக்கும் இச்சலுகை வழங்கப்பட வேண்டும் எனக் குழு கூறிய பரிந்துரையை அரசின் சமூக நலத்துறையும் பாதுகாப்புத் துறையும் உள்துறை அமைச்சகமும் ஏற்றதாக நாடாளுமன்றம் வெளியிட்டது போற்றத்தக்கது. ஆனால், செயல்படுத்தாமலிருப்பது வருந்ததக்கது. எனவே, அறிக்கை முழுவதையும் செயல்படுத்துமாறு செய்வதே நமது முதற் கடமையாகும்.

இன்றைய நிலையில் அரசியல் சாசனப்படி இடஒதுக்கீடு செய்யப்படுவதாகத் தெரியவில்லை. சில மாநிலங்களில் ஒட்டுமொத்தமாகப் பார்த்தால் 3 1/2%, 4%, 6%, என்றும் தமிழகத்தில் ஏழரை சதவீதம் என்றும் எஸ்.சி., எஸ்.டி., மக்களுக்கு வாய்ப்புகள் அளிக்கப்படுவதாக அறியும்போது மிகப் பெரிய மோசடியே நடந்துவருகின்றது எனும் முடிவுக்கு வரவேண்டியவர்களாக இருக்கின்றோம். “உத்தியோகத்திலிருக்கும் நம் சமூக அதிகாரிகள் நம் சமூகம் உயர உதவி செய்ய முன்வர வேண்டும்“ என்று மாமேதை அம்பேத்கர் கூறியவற்றை உள்ளத்தில்கொண்டு நமக்குச் சேர வேண்டிய உரிமைகள் முறையாக, 1950ஆம் ஆண்டின் அரசியல் சாசனப்படி, நமக்குச் சேருகின்றனவா என்பதைக் கண்டறிய வேண்டும். உத்தியோகம் வழங்குவதில் எப்படிப்பட்ட பித்தலாட்டங்கள் நடைபெறும் என்பதை யாம் அறிவோம்.

1959ஆம் ஆண்டு மத்திய உள்துறை அமைச்சகத்தால் கொண்டுவரப்பட்ட சாதி அடிப்படையில் இடஒதுக்கீடு, பதவி உயர்வு வழங்குவதனை எதிர்த்து மாநாடு கூட்டும் அளவிற்குச் செல்வதோடு, மூலைக்கு மூலை எதிர்ப்புக் குரல் கொடுத்தும்வருகிறார்கள். எல்லாப் பதவிகளையும் பட்டியலினத்தவர்களே ஆக்கிரமிக்கும் நிலை வரும் என்று உயர் ஜாதியாளர்கள் அபாயக் குரல் கொடுப்பதில் அர்த்தமிருப்பதாகத் தெரியவில்லை. பதவி உயர்வுகூட நமக்கென்று ஒதுக்கப்பட்ட விகிதாச்சார அடிப்படையிலேயே வழங்கப்படுகிறது. நமக்கு ஆதரவாக சுப்ரீம் கோர்ட் தெளிவான தீர்ப்பைத் தந்துவிட்ட பின்னரும் இப்படியொரு கூப்பாடு போடுவது வெறுக்கத்தக்கச் செயலேயாகும். இந்நிலையில் திரு.கிருஷ்ணய்யர், சின்னப்ப ரெட்டி ஆகியோர் மிக்கப் பாராட்டத்தக்கவர்கள். உயர் பதவிகளில் அதிக எண்ணிக்கையில் நாம் வந்துவிடுவோம் என்று அஞ்சுகின்றவர்கள், அடிமட்டத் தொழிலுக்கு மட்டும் போட்டிக்கு வர மறுக்கிறார்களே ஏன்? குறிப்பாக, தெரு கூட்டுதல், செத்தமாடு தூக்குதல், பிணம் சுடுதல், பிணக் குழிவெட்டுதல் போன்ற பணிகளுக்கு ஏன் வர மறுக்கிறார்கள்?

ஒருபுறம் கல்வியறிவு பெறாது தடுப்பது, மற்றொருபுறம் உயர் பதவிகள் ஏற்பதற்குத் தடையாக இருப்பது, பிறிதொருபுறம் வன்முறையாலும் இழிவுப்படுத்தும் செயல்களாலும் சமுதாயத்தையே சிதைத்துத் தீண்டாமையை உண்டாக்கியிருப்பது, அதன் மூலம் பொருளாதாரத்தில் உயர முடியாத நிலையை உருவாக்கியிருப்பது என

நான்குமுனைத் தாக்குதலால் இச்சமுதாயம் ஒவ்வொரு நாளும் பாதிக்கப்பட்டுவரும் அவலத்தை நீங்கள் அறிவீர்கள். 17.09.1987 அன்று சாலை மறியல் என்ற பெயரால் நடந்த போராட்டத்தில் வன்னியர்களால் பாதிக்கப்பட்ட மக்களுக்குத் தண்ணீர் கொடுத்ததற்காக வீடுகள் எரிக்கப்பட்டதும், தென்னாற்காடு மாவட்டத்தில் 17.01.1988 அன்று விருத்தாசலம் வட்டம், பெருந்துறை கிராமத்தில் என் கார் மறிக்கப்பட்டுக் கல்லால் அடித்து உடைக்கப்பட்டதையும், அதனால் நேர்ந்த விளைவுகளையும் நாடும் நாமும் நன்கு அறிவோம். இதற்குத் தாசில்தார், டெபுடி கலெக்டர், எஸ்.ஐ., இன்ஸ்பெக்டர், டெபுடி சூப்பிரெண்ட், போலீஸ் சூப்பிரெண்ட் ஆகியோரே சாட்சி. வன்னியர்கள், தங்கள் உரிமைகளைப் பெறுவதற்காகச் சாதிச் சங்கங்களை அமைத்துக்கொள்கிறார்கள் என்று சொன்னால், அதைப் பற்றிக் கவலையில்லை. வலியோர் சிலர் எளியோரைத் தாக்கவே சங்கம் அமைத்துள்ளோம் என்றால், என்றேனும் ஒருநாள் சரித்திரம் மாறாதா? பிளவுண்டுக் கிடக்கும் சமுதாயம் இணைந்து நிற்கும் நாள் விரைவில் வரத்தான் செய்யும். எங்களை யாரும் எந்தக் காரணங்கொண்டும் மிகப் பெரிய யுகப்புரட்சிக்குத் தூண்டாதீர்கள் என்று மிகப் பணிவுடன் கேட்டுக்கொள்கிறேன். பெரியோரே, சமூகத் தலைவர்களே, தாய்மார்களே, பட்டதாரிகளே, இளைஞர்களே, மாணவமணிகளே, அம்பேத்கர் மன்ற மறவர்களே, நம்மையே நம்பிக் கிடக்கும் இச்சமுதாயத்திற்கு நாம் என்ன செய்யப் போகிறோம்! கூடி முடிவெடுக்க மாநாடு நடத்துகிறோம்.

இவ்வின விடுதலைக்கு வழித்துணையாகவும், வைப்பு நிதி திரட்டவும், தொடர்ந்த செயல்பாட்டிற்குத் தொய்வின்றி நம் பணி தொடரவும் உறுதிகொள்ள வேண்டுகிறேன்.

என்றும் உங்கள் சமூகத் தொண்டன்,

இல.இளையபெருமாள்,
முன்னாள் பாராளுமன்ற உறுப்பினர்.
(தலைவர், ஷெட்யூல்டு இன விடுதலை இயக்கம்.)

## V.வரலாறு படைத்த 1989 சட்டமன்றத் தேர்தல்

1989ஆம் ஆண்டு நடந்த தமிழகச் சட்டமன்றத் தேர்தலைத் தனித்துச் சந்திப்பதென முடிவுசெய்து, ஷெட்யூல்டு இன விடுதலை இயக்கம் சார்பாகத் தமிழகம் முழுவதும் பரவலாக வேட்பாளர்களை நிறுத்தினார் இளையபெருமாள். அவரது இந்த முடிவால்தான் அரசியலில் தங்களின் பலம் என்னவென்று அட்டவணைச் சமூக மக்கள் தெரிந்துகொண்டனர்.

### வேட்பாளர்கள் ஒரு பார்வை

காட்டுமன்னார்குடியில் அட்டவணைச் சமூகத்தை முழுவதுமாக ஒருங்கிணைத்து, அச்சமூகத்தின் அரசியல் ஆளுமையை நிலைநாட்டியவர் இளையபெருமாள். ஆதிதிராவிட மகாஜன சங்கத்தின் கட்டுப்பாட்டிலேயே காட்டுமன்னார்குடி வட்டாரக் கிராமங்கள் இருந்தன. சங்கத்தின் முக்கியச் செயல்வீரராக இருந்துவந்த உடையூர் தங்கராசு, இந்திய மனித உரிமைக் கட்சியிலும் பணியாற்றி வந்தார்.

இதன் காரணமாகவே தங்கராசைக் காட்டுமன்னார்குடி சட்டமன்ற வேட்பாளராக இளையபெருமாள் நிறுத்தினார். திமுக, அதிமுக ஆகிய இரு திராவிடக் கட்சிகளை எதிர்த்தே தங்கராசு களமிறக்கப்பட்டார். இத்தேர்தலில் இளையபெருமாள் காட்டுமன்னார்குடி தொகுதி முழுவதும் தீவிரப் பிரசாரத்தை மேற்கொண்டதால், உடையூர் தங்கராசு 30,877 வாக்குகள் (39.4%) பெற்று மாபெரும் வெற்றிபெற்றார். திமுக வேட்பாளர் இராமலிங்கம் 27,036 வாக்குகள் பெற்று இரண்டாமிடத்தையும், காங்கிரஸ் வேட்பாளர் ஜெயச்சந்திரன் 10,156 வாக்குகளைப் பெற்று மூன்றாமிடத்தையும், ஜானகி ராமச்சந்திரன் அணியைச் சேர்ந்த சாமிதுரை என்பவர் 4,683 வாக்குகள் பெற்று நான்காவது இடத்தையும் ஜெயலலிதா அணியின் வேட்பாளர் நாகராஜன் 4,566 வாக்குகள் பெற்று ஐந்தாவது இடத்தையும் பெற்றனர்.

கடலூர் மாவட்டம் விருத்தாசலத்தில் பொன்.நாகப்பன் வேட்பாளராக நிறுத்தப்பட்டிருந்தார். அச்சமயத்தில் தமிழகப் பத்திரிகைகள் யாவும் தமது கருத்துக்கணிப்பில் விருத்தாசலம் சட்டமன்றத் தொகுதியில் திராவிடக் கட்சிகளை வீழ்த்தி பொன்.நாகப்பன் வெற்றிபெறுவார் என்று செய்தி வெளியிட்டன. இத்தேர்தலைப் புறக்கணிப்பதாக அறிவித்திருந்த இராமதாஸ், பத்திரிகைகளின் கருத்துக்கணிப்பிற்குப் பின்னர் தனது முடிவை மாற்றிக்கொண்டு, வன்னியர்கள் இத்தேர்தலில் வாக்களிப்பார்கள் என அறிவித்தார். இதன் காரணமாக திமுக கூட்டணியில் இடம்பெற்றிருந்த ஜனதா கட்சி வேட்பாளரான பூவராகனுக்கு வன்னியர்கள் ஆதரவளித்தனர். வன்னிய சாதியினரின் ஆதரவு காரணமாக பூவராகன் வெற்றிபெற, பொன்.நாகப்பன் 17,702 வாக்குகள் பெற்று மூன்றாவது இடத்தைப் பெற்றார்.

கடலூர் மாவட்டத்தின் மற்றொரு சட்டமன்றத் தொகுதியான புவனகிரியில் ஷெட்யூல்டு இன விடுதலை இயக்கத்தின் சார்பில் மூர்த்தி என்பவர் முதல் வேட்பாளராக அறிவிக்கப்பட்டு, பின்னர் அவரது பெயர் திரும்பப் பெறப்பட்டு, தர்மநல்லூர் கிராமத்தைச் சேர்ந்த இராதாகிருஷ்ணன் வேட்பாளராக நிறுத்தப்பட்டார். இத்தேர்தலில் இராதாகிருஷ்ணன் வெற்றி பெறவில்லை என்றாலும்கூட, அவர் 17,553 வாக்குகளைப் பெற்று இரண்டாம் இடத்தைப் பிடித்தார். தி.மு.க. வேட்பாளர் சிவலோகம் 39,430 வாக்குகள் பெற்று வெற்றிபெற்றார்.

காட்டுமன்னார்குடியைவிடச் சற்றுக் குறைவாகவே அட்டவணைச் சமூக மக்கள் வசிக்கும் சிதம்பரம் தொகுதியில் ஆறுமுகம் என்பவர் வேட்பாளராக நிறுத்தப்பட்டார். அவர் 12,363 வாக்குகள் பெற்று மூன்றாம் இடத்தைப் பெற்றார். திமுக வேட்பாளர் கிருஷ்ணமூர்த்தி 35,738 வாக்குகள் பெற்று வெற்றிபெற்றார். காங்கிரஸ் கட்சியைச் சேர்ந்த இராதாகிருஷ்ணன் 19,018 வாக்குகள் பெற்று இரண்டாம் இடம்பிடித்தார்.

அரியலூர் மாவட்டத்தில் உள்ள ஜெயங்கொண்டம் பொதுத்தொகுதியாகும். இதனால் முதலியார் சமூகத்தைச் சேர்ந்த முத்துக்குமாரசுவாமி என்பவருக்கு ஆதரவளித்துக் கிராமம் கிராமமாகச் சென்று வாக்கு சேகரித்தார் இளையபெருமாள். தேர்தல் முடிவில் திமுக வேட்பாளர் கணேசன் 22,847 வாக்குகள் பெற்று

வெற்றிபெற்றார். முத்துக்குமாரசுவாமி 17,970 வாக்குகள் பெற்று இரண்டாம் இடத்தைப் பெற்றார். ஜெயலலிதா அணியைச் சேர்ந்த முத்தையன் என்பவர் 15,628 வாக்குகளும், காங்கிரஸ் கட்சியைச் சேர்ந்த மாசிலாமணி 9,256 வாக்குகளும் பெற்றனர்.

ஜெயங்கொண்டத்தில் இளையபெருமாள் தீவிரமாகக் களப்பணி ஆற்றியதால், முதலியார் சமூக வாக்குகள் மட்டுமின்றி அட்டவணைச் சமூக வாக்குகளும் முத்துக்குமாரசுவாமிக்குக் கிடைக்கப் பெற்று, அதன் காரணமாகவே அவர் இரண்டாம் இடத்தைப் பிடித்தார் என்று ஷெட்யூல்டு இன விடுதலை இயக்கத்தின் ஆண்டிமடம் வேட்பாளர் பன்னீர்செல்வம் கூறினார்.

கடலூர் மாவட்டத்தில் உள்ள மற்றொரு சட்டமன்றத் தொகுதி நெல்லிக்குப்பம், தற்போது நெய்வேலி சட்டமன்றத் தொகுதியாக மாற்றப்பட்டுள்ளது. இத்தொகுதியில் ஷெட்யூல்டு இன விடுதலை இயக்கம் சார்பாக என்.வி.ஜெயசீலன் போட்டியிட்டார். சி.பி.எம். கட்சியைச் சேர்ந்த கோவிந்தராஜன் 26,233 வாக்குகள் பெற்று வெற்றிபெற, ஜெயசீலன் 14,804 வாக்குகள் பெற்று இரண்டாம் இடம் பெற்றார்.

நாகப்பட்டினம் மாவட்டம், மயிலாடுதுறையில் முத்துசாமி போட்டியிட்டார். 1978ஆம் ஆண்டு மயிலாடுதுறையில் இளையபெருமாள், கே.பி.எஸ். மணி ஆகியோர் தலைமையில் தீண்டாமை ஒழிப்பு மாநாட்டை நடத்தியவர்தான் முத்துசாமி. ஷெட்யூல்டு இன விடுதலை இயக்கத்தின் மாநிலத் துணைத் தலைவராகவும் செயல்பட்டார். இவர் பெற்ற வாக்குகள் 5,325. திமுக வேட்பாளர் செங்குட்டுவன் 36,793 வாக்குகளைப் பெற்று வெற்றிபெற்றார்.

அரியலூர் மாவட்டத்திற்குட்பட்ட மற்றுமொரு தொகுதி ஆண்டிமடம். இங்கு இயக்க வேட்பாளராக குழுமூரைச் சேர்ந்த பன்னீர்செல்வம் போட்டியிட்டார். இத்தேர்தலில் தி.மு.க., வேட்பாளர் சிவசுப்ரமணியம் 28,500 வாக்குகள் பெற்று வெற்றிபெற்றார். ஜெயலலிதா அணியைச் சேர்ந்த இளவரசன் 14,660 வாக்குகள் பெற்று இரண்டாம் இடத்தைப் பிடித்தார். ஷெட்யூல்டு இன விடுதலை இயக்க வேட்பாளர் பன்னீர்செல்வம் 2,197 வாக்குகள் பெற்றார்.

### *vi.*சிதம்பரம் நாடாளுமன்றத் தொகுதியில் போட்டி

1989ஆம் ஆண்டு தமிழகச் சட்டமன்றத் தேர்தலை அடுத்து நாடாளுமன்றத் தேர்தல் நடைபெற்றது. இத்தேர்தலில் இந்திய மனித உரிமைக் கட்சி சார்பாக சிதம்பரம் தொகுதியில் இளையபெருமாள் போட்டியிட்டார். இத்தேர்தல்தான் சிதம்பரத்தில் அட்டவணைச் சமூக மக்களின் வாக்கு வங்கியை நிலைநிறுத்தியது. அது இன்றுவரையிலும் தொடர்கிறது. இது இளையபெருமாளின் 35 ஆண்டுகாலப் போராட்டத்திற்குக் கிடைத்த வெற்றியாகும்.

இத்தேர்தலில் காங்கிரஸ் கட்சியின் சார்பில் வள்ளல் பெருமாள் இரண்டாவது முறையாக அதிமுக ஆதரவோடு போட்டியிட்டார். திமுக வேட்பாளராக சண்முகம் போட்டியிட்டார். இவர்களை எதிர்த்து அட்டவணைச் சமூக மக்களின் பிரதிநிதியாகத் தலைவர் இளையபெருமாள் தனித்துப் போட்டியிட்டார். அதேசமயம்

அட்டவணைச் சமூகத்தைச் சேர்ந்தவரான தலித் எழில்மலை பாட்டாளி மக்கள் கட்சி வேட்பாளராக நிறுத்தப்பட்டார். இத்தேர்வு மூலம் தன்மீது படிந்திருந்த தலித் விரோதக் குற்றச்சாட்டை மறுதலிக்கவும் இளையபெருமாளைத் தவிர்த்ததோர் அட்டவணைச் சமூக அடையாளத்தை உருவாக்கவும் ராமதாஸ் முயன்றார்.

இத்தேர்தல் பிரச்சாரத்தின்போது தன்னுடைய தொண்டர்களிடம் இளையபெருமாள், "நமது சமூக மக்களுக்கு எதிராகச் செயல்பட்டுவரும் இராமதாஸின் பாமக வேட்பாளரைவிட, நாம் ஒரு ஓட்டாவது அதிகம் பெற வேண்டும். இதுவே நான் உங்களுக்குச் சொல்லும் செய்தி" எனக் கூறினார். "உங்கள் களப்பணிகளின் மூலம் இதைச் செய்துகாட்டுங்கள்" என்றும் அறிவுறுத்தினார். இதனால், இந்திய மனித உரிமைக் கட்சித் தொண்டர்கள் சிதம்பரம் நாடாளுமன்றத் தொகுதி முழுவதும் கிராமம் கிராமமாகச் சென்று வாக்கு சேகரித்தனர்.

"நமக்கு வாக்களிக்கவரும் ஒவ்வொரு அட்டவணைச் சமூக வாக்காளரிடமிருந்தும் தலைக்கு ஒரு ரூபாய் பெற வேண்டும்" என இந்திய மனித உரிமைக் கட்சித் தொண்டர்களிடம் இளையபெருமாள் அறிவுறுத்தியிருந்தார். எவ்வளவு வாக்கு வாங்குகிறோம் என்று முன்கூட்டியே கணக்கிட்டுக்கொள்வதற்காகவே இத்தகைய ஏற்பாட்டினை அவர் செய்திருந்தார். இவ்வாறு வசூலிக்கப்பட்ட பணம் ஏறக்குறைய இளையபெருமாள் பெற்ற வாக்குகளின் எண்ணிக்கைக்குச் சமமாக இருந்தது. இத்தேர்தலில் பெருவாரியான அட்டவணைச் சமூக மக்கள இளையபெருமாளுக்கு வாக்களித்திருந்தபோதும், அவர் வெற்றி பெறவில்லை. மருத்துவர் வள்ளல்பெருமாள் 2,05,229 வாக்குகள் பெற்று வெற்றிபெற்றார். திமுக வேட்பாளர் அய்யாசாமி 1,76,946 வாக்குகள் பெற்று இரண்டாம் இடம் பெற்றார். பாமக வேட்பாளர் தலித் எழில்மலை 1,58,155 வாக்குகள் பெற்று மூன்றாம் இடம் பெற்றார். இளையபெருமாள் 1,20,197 வாக்குகள் பெற்று நான்காவது இடம் பெற்றார். பதிவான மொத்த வாக்குகளில் இளையபெருமாள் 19 சதவீத வாக்குகளைப் பெற்றிருந்தார். சிதம்பரம் நாடாளுமன்றத் தொகுதியின் மொத்த மக்கள்தொகையில் அட்டவணைச் சமூகத்தினரின் எண்ணிக்கை ஏறத்தாழ 30 சதவீதமாகும். இளையபெருமாள் பெற்ற வாக்கு சதவீதத்தோடு இதை ஒப்பிட்டால், இத்தொகுதியைச் சேர்ந்த அட்டவணைச் சமூகத்தினரின் 70 சதவீத வாக்குகளை இளையபெருமாள் பெற்றிருந்தார் என்பது தெளிவாகும்.

அத்தியாயம் - 9

# வன்கொடுமைகளுக்கு எதிரான போராட்டங்கள் (1980 - 2000)

**I.பறையடி இழிதொழிலுக்கு எதிரான போராட்டமும் ரெட்டியூர் பாண்டியன் உயிர்த் தியாகமும் - 1985**

இளையபெருமாள் தென்னாற்காடு மாவட்டத்தில் 1946ஆம் ஆண்டு முதலே பறையடி இழிதொழில் ஒழிப்புக்கான நடவடிக்கைகளை மேற்கொண்டு வந்தார். இதன் விளைவாக காட்டுமன்னார்குடி பகுதியைச் சேர்ந்த அனைத்து அட்டவணைச் சமூக கிராம மக்களும் பறையடிக்க மாட்டோம் என்கிற தீர்மானத்தை நிறைவேற்றியிருந்தனர். கடலூர் நாடாளுமன்றத் தொகுதி உறுப்பினராக இளையபெருமாள் தேர்ந்தெடுக்கப்பட்ட பிறகு, பிள்ளை, முதலியார், வன்னியர் உட்பட அனைத்துச் சமூகங்கள் மற்றும் அரசு அதிகாரிகளும் அடங்கிய கூட்டமொன்றைக் காட்டுமன்னார்குடியில் கூட்டினார். வன்னியர் சமூகத்தைச் சேர்ந்த ஒரு கிராமம் மட்டுமே இக்கூட்டத்தைப் புறக்கணித்தது. இக்கூட்டத்தில் இளையபெருமாள் பேசுகையில், "இந்தியா சுதந்திரம் அடைந்துவிட்டாலும், எங்களது சமுதாயம் இன்னும் முன்னேற்றமடையவில்லை. ஆகையால், எங்களை இழிவுபடுத்தும் பறை அடிக்கும் தொழிலை நாங்கள் கைவிடுகிறோம். உங்கள் வீட்டில் எவரேனும் இறந்தால், பறையடிப்பதை அவரது இறுதி ஊர்வலத்தில் வைக்கக் கூடாது. எங்கள் மக்களைப் பறையடிக்குமாறு கட்டாயப்படுத்தவும் கூடாது" என அறிவித்தார். மேலும், "இவ்விடயத்தில் நாம் ஒருவருக்கொருவர் ஒத்துழைக்கவில்லை என்றால், பறையடிப்பது தொடர்பாகக் கடந்த காலங்களில் நடைபெற்ற மோதல்கள் போலவே இனிவரும் காலங்களிலும் நடைபெறும்" என்பதையும் எடுத்துரைத்தார். இதை அனைத்துச் சமூகத்தவர்களும் ஏற்றுக்கொண்டனர். இதன்பின்னர், அனைத்துச் சமூகங்களும் இறப்புச் சடங்குகளின்போது அட்டவணைச் சமூகத்தினரைக் கொண்டு பறையடிப்பதை நிறுத்திக்கொண்டன.

காட்டுமன்னார்குடி வட்டாரக் கிராமங்கள் முழுவதிலும் பறை அடிக்கும் தொழில் ஏறத்தாழ கைவிடப்பட்ட நிலையை எட்டியிருந்தாலும், சில பகுதிகளில் சாதி இந்துக்கள் வீம்புக்கென்று வெளியிலிருந்து ஆட்களை அழைத்துவந்து பறையடிப்பது அல்லது ஒலிபெருக்கி மூலம் பதிவு செய்யப்பட்ட பறைமேள இசையை ஒலிபரப்புவது எனத் தங்களின் சாதிய மனப்பான்மையை வெளிக்காட்டி வந்தனர். நெருப்பு அணைக்கப்பட்டாலும் கங்கு கனன்றுகொண்டிருப்பதைப் போல, சில சாதிவெறியர்களின் செய்கை இருந்துவந்தது.

காட்டுமன்னார்குடி வட்டம், குறுங்குடி கிராம வன்னியர்களின் நடவடிக்கையை இதற்கு உதாரணமாகச் சுட்டலாம். இச்சம்பவம் குறித்து இதுவரை வெளியாகியிருக்கும் பதிவுகளில், 'குறுங்குடியில் வன்னியர் வீட்டுச் சாவில் பறையடிக்கப்படுகிறது எனக் கேள்விப்பட்டுத்தான் பறையர்கள் அங்குச் சென்றதாகக்' கூறப்பட்டிருக்கிறது. ஆனால், இது உண்மையல்ல. குறுங்குடி வன்னியர்கள் தமது சமூகத்தைச் சேர்ந்த இறந்தவர் வீட்டில் பதிவு செய்யப்பட்ட பறை இசையை ஒலிபெருக்கியின் வழியாகப் பெரும் சத்தத்தோடு ஒலிபரப்பினார்கள். பறையர்களோடு வம்புச் சண்டையைத் தொடங்க வேண்டும் என்ற உள்நோக்கத்துடனேயே அவர்கள் இதைச் செய்தனர். ஒலிபரப்பப்பட்ட பறை இசையை நிறுத்தும் பொருட்டே பறையர்கள் குறுங்குடி கிராமத்தை நோக்கிச் சென்றனர்.

வன்னியர் - பறையர் மோதல் உருவாகக்கூடும் என்பதனை அறிந்த அரசு, காவல்துறையைக் கொண்டுவந்து குவித்திருந்தது. கரையின் மறுபக்கத்தில் நின்ற காவல்துறையினர், "யாரும் கரையைத் தாண்டி வரக்கூடாது. அப்படி வந்தால், சுட்டுத்தள்ளுவோம்" என்று பறையர்களுக்கு எச்சரிக்கை விடுத்தனர். ஆனால், போலீஸின் எச்சரிக்கையை ஒரு பொருட்டாகக் கருதாத மக்கள், "எங்களுக்கு உயிரைவிடச் சுயமரியாதையே முக்கியம். எக்காரணத்தை முன்னிட்டும் நாங்கள் இந்தப் பறை இசை ஒலிபரப்பப்படுவதை நிறுத்தாமல் பின்வாங்கமாட்டோம்" என்று கூறிக் கரையைக் கடக்கத் தொடங்கினர். இதையடுத்து, காவல்துறையினர் அவர்கள் மீது கண்ணீர்ப் புகை குண்டை வீசினர். இதனால் இரு தரப்பினருக்கும் இடையே மோதல் உருவானது. பறையர் சமூக இளைஞர்கள் மிகத் துணிச்சலாக எதிர்த்தாக்குதல் தொடுத்தனர்; இதில் ரெட்டியூர் பாண்டியன் முன்வரிசையில் நின்றார்.

பறையர்களின் எதிர்த்தாக்குதல் தீவிரமடைந்ததைத் தொடர்ந்து, காட்டுமன்னார்குடி டி.எஸ்.பி துப்பாக்கிச்சூடு நடத்த உத்தரவிட்டார். காவல்துறையினரைத் துணிச்சலோடு எதிர்த்துத் தாக்கிய ரெட்டியூர் பாண்டியன் உள்ளிட்ட இளைஞர்களைக் குறிவைத்து நடத்தப்பட்ட துப்பாக்கிச் சூட்டில் இளைஞர்கள், நடுத்தர வயதினர், முதியவர்கள் என வயது வேறுபாடின்றிப் பலரும் காயமடைய, போராளி ரெட்டியூர் பாண்டியன் சம்பவ இடத்திலேயே குண்டடிபட்டு மரணமடைந்தார்.

இந்தியா தனது 39ஆவது சுதந்திர தினத்தைக் கொண்டாடிக்கொண்டிருந்த அதே தினத்தில்தான் (15.08.1985) குறுங்குடியில் பறையர்கள் மீது துப்பாக்கிச் சூடு நடத்தப்பட்டு ஓர் இளம் உயிர் பறிக்கப்பட்டது. இந்த 'ஒற்றுமை' தற்செயலானதல்ல.

இந்தியா சுதந்திரமடைந்திருக்கலாம், அட்டவணைச் சமூக மக்கள் இன்னமும் விடுதலை பெறவில்லை என்பதை உணர்த்திய மற்றொரு சம்பவம் இது.

இச்சம்பவம் நடந்த சமயத்தில் இளையபெருமாள் காட்டுமன்னார்குடியில் இல்லை. இருப்பினும் அவர் ஊட்டிய சுயமரியாதை உணர்வால் விளைந்த இப்போராட்டம் குறுங்குடியில் தன்னெழுச்சியாகவும் அச்சமின்றியும் நடந்தது. இப்போராட்டமும் ரெட்டியூர் பாண்டியனின் தியாகமும் தென்னாற்காடு மாவட்டம் உட்பட தமிழகம் முழுவதும் அட்டவணைச் சமூகத்தினரை உலுக்கிப் போட்டது. குறுங்குடியில் காவல்துறையினர் நடத்திய இத்துப்பாக்கிச் சூட்டைக் கண்டித்து அன்றைய சிதம்பரம் நாடாளுமன்றத் தொகுதி எம்.பி திரு வள்ளல் பெருமாள் தலைமையில் கண்டன ஊர்வலமும், அதைத் தொடர்ந்து சிதம்பரம் கீழவீதியில் கண்டனப் பொதுக்கூட்டமும் நடத்தப்பட்டது. காட்டுமன்னார்குடி, சிதம்பரம் உட்பட தென்னாற்காடு மாவட்டத்தின் பல பகுதிகளில் இருந்தும் மக்கள் திரண்டுவந்து இக்கூட்டத்தில் கலந்துகொண்டனர்.

கூட்டத்தில் வள்ளல்பெருமாள் பேசும்போது, இளையபெருமாளைத் ‘தலைவர் இளையபெருமாள்’ என விளிக்காமல், இளையபெருமாள் என அவரது பெயரை மட்டும் குறிப்பிட்டுப் பேசினார். தமது தலைவரை வள்ளல் பெருமாள் இப்படி அடைமொழியின்றிப் பேசியதை அவமதிப்பாகக் கருதிய மக்கள், பொதுக்கூட்டம் நடைபெற்றுக்கொண்டிருந்தபோதே வள்ளல்பெருமாளுக்கு எதிராக முழக்கமிட்டனர். இதனால் பொதுக்கூட்டமே இடைநின்று போனது.

மக்களின் மன உணர்வைப் புரிந்துகொண்ட அட்டவணைச் சமூக முன்னோடிகளுள் ஒருவரான திரு.மருவாய் ஜெயராமன், “நமது எம்.பி வள்ளல்பெருமாள் வாய் தவறிக் கூறிவிட்டார். ஆகையால், கூட்டத்தினர் அமைதி காக்க வேண்டும்“ என்று ஆறுதல்படுத்தும் விதத்தில் பேசியதோடு, இளையபெருமாளைத் தலைவர் என விளிக்காமல், வெறுமனே இளையபெருமாள் எனக் குறிப்பிட்டுப் பேசியதால், காட்டுமன்னார்குடி, சிதம்பரம் மக்கள் கொதிப்படைந்துள்ளதை எடுத்துரைத்து, இனி இப்படிப் பேசாதீர்கள் என வள்ளல்பெருமாளின் தவறையும் சுட்டிக்காட்டினார். இதைத் தொடர்ந்து வள்ளல்பெருமாள், தனது உரையெங்கும் தலைவர் இளையபெருமாள் எனப் பேசி, மக்களிடம் ஏற்பட்டிருந்த அதிருப்தியைக் களைந்தார்.

தியாகி பாண்டியனின் நினைவைப் போற்றும் விதமாக 1995ஆம் ஆண்டு காட்டுமன்னார்குடி பேருந்து நிலையத்தில் அவரது மார்பளவுச் சிலை இளையபெருமாளால் நிறுவப்பட்டுத் திறந்துவைக்கப்பட்டது. தமிழ்நாட்டில் வேறெங்கும் அட்டவணைச் சமூகத்தைச் சார்ந்த ஒருவருக்கு நகரப் பேருந்து நிலையத்தில் சிலை இருப்பதாகத் தகவல் இல்லை. இதைச் சாதித்த பெருமை இளையபெருமாளையே சாரும்.

இரு சமூகத்துக்கும் இடையே எதிர்காலத்தில் மோதல் உருவாவதைத் தவிர்க்கவும், அதேசமயம் ஒற்றுமையை ஏற்படுத்தவும் சமாதானத்தைத் தவிர வேறு வழியில்லை என்பதை இளையபெருமாள் தனது சமரசமற்ற போராட்டங்களின் வழியே வன்னியர் சமூகத்தின் பிரதிநிதியான எம்.ஆர்.கிருஷ்ணமூர்த்திக்கு உணர்த்தினார்.

இளையபெருமாள் மற்றும் அன்றைய ஒருங்கிணைந்த தென்னாற்காடு மாவட்ட தி.மு.க செயலாளராகவும் வன்னியர் சமூகப் பிரதிநிதியாகவும் இருந்த கிருஷ்ணமூர்த்தி ஆகியோருக்கு இடையே காட்டுமன்னார்கோவில் வட்டாட்சியர் அலுவலகத்தில் மாவட்ட ஆட்சித் தலைவர் தலைமையில் **03.04.1986** அன்று சமாதான ஒப்பந்தம் கையொப்பமானது. இதில் "காட்டுமன்னார்குடி வட்டாரக் கிராமங்கள் முழுவதிலும் வன்னியர்கள் பறையர் சமூகத்தார் மீது எவ்வித இழிதொழிலையும் சுமத்தக் கூடாது. மேலும், பறையர்களுக்குப் பொதுவுரிமைகளை மறுக்கும் நடவடிக்கைகளில் வன்னியர் சமூகம் ஈடுபடக் கூடாது. அப்படி வன்னியர் சமூகம் சாதிய ஒடுக்குமுறைகளிலும் இழிதொழிலைச் சுமத்துவது போன்ற தீண்டாமை நடவடிக்கைகளிலும் ஈடுபட்டால், எம்.ஆர்.கிருஷ்ணமூர்த்திதான் பொறுப்பேற்க வேண்டும். மேலும், இரு சமூகத்தினருக்கும் இடையேயான மோதல்களைத் தவிர்க்க இரு சமூகத் தலைவர்களும் வட்டாட்சியர் முன்பு பிரச்சினையைப் பேசித் தீர்க்க வேண்டும்" என நிபந்தனைகள் சேர்க்கப்பட்டிருந்தன.

**ஒப்பந்த அம்சங்கள்**

1. காட்டுமன்னார்குடி வட்டாரத்தில் சாவு உட்பட எந்த நிகழ்ச்சிக்கும் பறையடிக்கக் கூடாது.
2. கோயில், திருமணம் போன்றவற்றில் பறையடி இசையைப் பயன்படுத்தக் கூடாது. மற்ற இசைக்குத் தடையில்லை.
3. வெட்டியான் போன்ற தொழில்களை அவரவர் சாதியினரே செய்துகொள்ள வேண்டும்.
4. கோயில் நிகழ்ச்சிகளில் கலந்துகொள்ளும் பறையர்கள் மீது எந்தவிதமான சாதியப் பாகுபாடும் காட்டக் கூடாது.
5. இழிதொழில் செய்ய மறுப்பதை முன்வைத்துப் பறையர்களுக்கு விவசாயப் பணிகளையோ மற்ற வேலைவாய்ப்புகளைத் தருவதையோ மறுக்கக் கூடாது.
6. எதிர்காலத்தில் பறையர்களுக்கும் வன்னியர்களுக்கும் இடையே பிரச்சினைகள் ஏற்பட்டால், அதை வட்டாட்சியர் மூலமே தீர்த்துக்கொள்ள வேண்டும்.

இந்த ஒப்பந்தத்தில் இளையபெருமாள், அன்றைய சிதம்பரம் நாடாளுமன்ற உறுப்பினர் வள்ளல்பெருமாள், காட்டுமன்னார்குடி சட்டமன்ற உறுப்பினர் ஜெயச்சந்திரன் உட்பட இரண்டு சமூகங்களைச் சேர்ந்த முக்கியப் பிரமுகர்கள் கையொப்பமிட்டனர்.

காட்டுமன்னார்குடி வட்டாட்சியர் முன்பு இந்த ஒப்பந்தம் குறித்து நடந்த பேச்சுவார்த்தையின்பொழுது, இளையபெருமாளும் எம்.ஆர்.கிருஷ்ணமூர்த்தியும் அருகருகே அமர்ந்து விவாதித்துக்கொண்டிருந்தனர். அச்சமயத்தில் சமாதான ஒப்பந்தம் குறித்த பேச்சுவார்த்தையில் கலந்துகொள்ள வந்திருந்த காட்டுமன்னார்குடி காங்கிரஸ் சட்டமன்ற உறுப்பினரும் அட்டவணைச் சமூகத்தைச் சேர்ந்தவருமான ஜெயச்சந்திரன், எம்.ஆர்.கிருஷ்ணமூர்த்திக்கு அருகே அமர்ந்தார். சாதிய மனப்பான்மை கொண்ட

எம்.ஆர்.கிருஷ்ணமூர்த்தி, "என் முன்னே அமர உனக்கு என்ன தகுதி இருக்கிறது, எழுந்திரு" எனக் கூறி ஜெயச்சந்திரனை அவமானப்படுத்தினார். தன் சமூகத்தைச் சேர்ந்த எம்.எல்.ஏவைத் தன் முன்னாலேயே இழிவுப்படுத்துவதைக் கண்டு கோபமடைந்த இளையபெருமாள், "காட்டுமன்னார்குடி மக்கள் பிரதிநிதியான ஜெயச்சந்திரன் இங்கே உட்காரத் தகுதியில்லை என்று சொல்ல உங்களுக்கு என்ன தகுதியும் அதிகாரமும் இருக்கிறது?" என்று ஆங்கிலத்தில் எம்.ஆர். கிருஷ்ணமூர்த்தியோடு வாக்குவாதம் செய்ததோடு, எம்.எல்.ஏ., ஜெயச்சந்திரனை அழைத்து உட்காரவும் வைத்தார்.

தென்னாற்காடு மாவட்டத்தைப் பொறுத்தவரை 1987க்கு முன்புவரையிலும் வன்னியர்களின் பிரதிநிதியாக திமுகவின் அன்றைய மாவட்டச் செயலாளரான கிருஷ்ணமூர்த்திதான் முன்னிறுத்தப்பட்டார். 1987க்குப் பிறகுதான் இராமதாஸ் தலைமையிலான வன்னியர் சங்கம் உருப்பெற்று, வன்னியர் சமூகத்தின் ஆதரவைப் பெறத் தொடங்கியது. இளையபெருமாள் முன்னெடுத்த போராட்டங்களின் தாக்கம் காரணமாக, இராமதாஸும்கூட பறையர் சமூக மக்களுடன் சமாதான ஒப்பந்தங்களைச் செய்துகொள்ள வேண்டியிருந்தது.

### II.பெருந்துறை கலவரம் - 1988

கடலூர் மாவட்டம், கம்மாபுரம் ஒன்றியத்துக்கு உட்பட்ட பெருந்துறை கிராமத்தில் பறையர் சமூகத்தைச் சேர்ந்த 80 குடும்பங்களும் வன்னியர் சமூகத்தைச் சேர்ந்த 250 குடும்பங்களும் வசித்துவந்தன. பொதுப் பாதையைப் பயன்படுத்தவிடாமல் தடுப்பது, இழிதொழில்களைத் திணிப்பது, இரட்டைக் குவளை எனப் பல்வேறு வகையான தீண்டாமைகளை வன்னியர்கள் நடைமுறைப்படுத்தி வந்தனர். இவ்வன்கொடுமைகளுக்கு எதிராகப் பறையர் சமூக மக்கள் காவல்துறையிடம் அளித்த புகார்கள் மீது எந்த நடவடிக்கையும் எடுக்கப்படுவதில்லை. இவ்வாறான சூழலில் பறையர் சமூக இளைஞர் ஒருவர் பொதுவெளியில் வன்னியர்களால் தாக்கப்பட்டார். இதையறிந்த இளையபெருமாள் பெருந்துறைக்கு வந்து, பாதிக்கப்பட்ட பறையர் சமூக மக்களைச் சந்தித்து உண்மை நிலவரத்தைக் கேட்டறிந்தார். அதன் பின், இத்தாக்குதல் குறித்து காவல்துறையினரிடம் புகாரளித்து, தாக்கியவர்கள் மீது வழக்குப் பதிவுசெய்ய வைத்தார். இந்நடவடிக்கைகள் அனைத்தையும் ஒரே நாளில் துரிதமாக மேற்கொண்டார்.

அவர் பறையர்களிடம் கலந்துரையாடியபோது, "நாங்கள் கடந்த பல ஆண்டுகளாகவே வன்னியர்களின் சாதிய ஒடுக்குமுறைகளுக்கு உள்ளாகி வருகிறோம். காவல்துறையிடம் முறையிட்டும்கூட, இவ்வன்கொடுமைக் குற்றங்களுக்கு எதிராக எந்த நடவடிக்கையும் எடுக்கப்படவில்லை. ஆகையால், எங்களால் இங்கு இனி நிம்மதியாக வாழ முடியாது" என்று தெரிவித்தனர். இதற்கு இளையபெருமாள், "உங்கள் மீது திணிக்கப்படும் தீண்டாமையை ஒழிப்பதற்கு இந்தக் கிராமத்தைவிட்டு வெளியேறி வேறிடத்தில் குடியமர்வதுதான் தீர்வு" என்று அம்மக்களிடம் தனது ஆலோசனையை முன்வைத்தார். தமது சாதியைச் சேர்ந்தவர்கள் மீது புகார் கொடுத்து வழக்குப் பதிய வைத்தது, பறையர்களை வேறிடத்தில் குடியமர்த்த

முயல்வது ஆகிய காரணங்களால் ஆத்திரமடைந்த பெருந்துறை வன்னியர்கள், இதற்குப் பதிலடி கொடுக்கத் தக்க சமயத்தை எதிர்பார்த்துக் காத்திருந்தனர்.

அன்றைய தென்னாற்காடு மாவட்ட ஆட்சியர் மற்றும் காவல்துறை கண்காணிப்பாளரைச் சந்தித்த இளையபெருமாள், வன்னியர்களால் பெருந்துறை பறையர்கள் மீது திணிக்கப்படும் தீண்டாமை வன்கொடுமைகள் குறித்து எடுத்துக் கூறினார். மேலும், இச்சாதி ஆதிக்கத்திலிருந்து பறையர்களை விடுவிக்கும் முகமாக, அவர்களை வேறு இடத்தில் குடியமர்த்தவுள்ளதையும் தெரிவித்தார். தென்னாற்காடு மாவட்ட ஆட்சியரும் காவல்துறைக் கண்காணிப்பாளரும் இளையபெருமாளின் முடிவினை ஏற்றுச் செயல்படுத்த ஒப்புக்கொண்டனர்.

இதன் பின், மற்ற ஷெட்யூல்டு இனக் கூட்டமைப்புகளின் தலைவர்களான சுந்தர்ராஜன், சக்திதாசன், சேப்பன் ஆகியோரிடமும் பெருந்துறை கிராமப் பறையர்களை வேறிடத்தில் குடியமர்த்துவது குறித்துக் கலந்தாலோசித்தார். அவர்களும் இளையபெருமாளின் முடிவை ஒப்புக்கொள்ள, ஜனவரி *19, 1988* அன்று நெய்வேலி அருகே உள்ள ஓரிடத்தில் பெருந்துறை பறையர்களை மறுகுடியமர்த்தத் தீர்மானிக்கப்பட்டது.

இது தொடர்பாக, இளையபெருமாள் உள்ளிட்ட ஷெட்யூல்டு இனக் கூட்டமைப்புகளின் தலைவர்கள் *12.01.1988* அன்று சென்னையில் காவல்துறை ஐ.ஜியைச் சந்தித்து, இம்மறுகுடியமர்வு நடவடிக்கையையும் அதற்கான காரணத்தையும் எடுத்துக்கூறியதோடு, இதற்குப் பாதுகாப்பு வழங்குமாறும் கேட்டுக்கொண்டனர். இவ்வேண்டுகோளை ஏற்ற காவல்துறை ஐ.ஜி., தென்னாற்காடு மாவட்ட எஸ்.பி. உள்ளிட்ட காவல்துறை உயரதிகாரிகளுக்குத் தகவல் அளித்தார். மறுகுடியமர்வு நடவடிக்கையைத் துரிதப்படுத்தும் முகமாக *17.01.1988* அன்று பெருந்துறைக்குப் பயணமானார் இளையபெருமாள். இப்பயணத்தை அறிந்துகொண்ட கம்மாபுரம் ஒன்றியத்துக்குட்பட்ட பெருந்துறை, சின்ன கோட்டிமலை, பெரிய கோட்டி மலை, சிறிய வரப்பு, பெரியவரப்பு, தேவங்குடி, க.புத்தூர், அகர ஆலம்பாடி, விளக்கப்பாடி, தொழூர் ஆகிய கிராமங்களைச் சேர்ந்த வன்னியர்கள் இளையபெருமாளை வழிமறித்துத் தாக்கத் திட்டமிட்டனர்.

இதன்படி தங்கள் கிராமத்தையொட்டிய சாலைகளில் மரங்களை வெட்டிப்போட்டு, இளையபெருமாள் வந்த காரை வன்னியர்கள் ஆயுதங்களுடன் வழிமறித்தனர். இப்பயணத்தின்போது இளையபெருமாளுக்குப் பாதுகாப்பு அளிப்பதற்காக போலீசஸாருடன் வந்திருந்த தென்னாற்காடு மாவட்ட எஸ்.பி.மணி, காரின் உள்ளேயே இருக்குமாறு இளையபெருமாளைக் கேட்டுக்கொண்டார். மேலும், காரைச் சுற்றி போலீஸாரைக் கொண்டு பாதுகாப்பு வளையத்தையும் அமைத்தார். வன்னியர்களோ காரை நோக்கிக் கற்களை வீசியெறிந்து, இளையபெருமாளைத் தாக்க முற்பட்டனர்.

சமாதானப் பேச்சுவார்த்தை நடத்தலாமென்று காரைவிட்டுக் கீழே இறங்கினால், வன்னியர்கள் அந்நோக்கத்தைப் புரிந்துகொள்ளாமல் தன்னைத் தாக்கவே முயலுவார்கள் என்பதால் இளையபெருமாளும் காரைவிட்டுக் கீழே இறங்கவே இல்லை.

வன்னியர்கள் தாக்கத் தொடங்கியதையடுத்து, சம்பவ இடத்திற்கு ஆயுதப்படை போலீஸை வரவழைத்தார் தென்னாற்காடு மாவட்ட எஸ்.பி. ஆயுதப்படையினர் வந்தவுடனேயே வன்னியர்கள் பின்வாங்கிச் சிதறியோடினார்கள். "வன்னியர்கள் மீது எக்காரணம் கொண்டும் துப்பாக்கிச்சூடு நடத்துக் கூடாது" என்று எஸ்.பி. மணியிடம் இளையபெருமாள் கேட்டுக்கொண்டதாலும், வன்னியர்கள் பின்வாங்கிச் சென்றதாலும், எவ்விதமான அசம்பாவிதத்திற்கும் இடங்கொடுக்காமல் வன்னியர்களின் தாக்குதல் திட்டம் முறியடிக்கப்பட்டது. இச்சம்பவத்தில் இளையபெருமாள் சிறு காயமின்றித் தப்பித்தாலும், அவர் தாக்கப்பட்டதாகவும், வெட்டப்பட்டதாகவும் பரப்பப்பட்ட வதந்தியை உண்மை என்று நம்பிய அட்டவணைச் சமூகத்தினர் தமிழகம் முழுவதும் சாலை மறியலில் ஈடுபட்டனர்; வடமாவட்டங்களில் மிகத் தீவிரமாக நடைபெற்றது. பறையர்கள் பெரும்பான்மையாக வாழும் கிராமங்களில் வன்னியர்கள் நடமாட முடியாத நிலை ஏற்பட்டது. டி.எம்.மணி உள்ளிட்ட பல தலைவர்கள் தத்தம் பகுதிகளில் ஆயிரக்கணக்கான மக்களைத் திரட்டி இப்போராட்டத்தைத் தலைமையேற்று நடத்தினர்.

போராட்டத்தைக் கட்டுக்குள் கொண்டுவரவும், அட்டவணைச் சமூகத்தினரைச் சமாதானப்படுத்தவும் வேண்டி அன்றைய தமிழக அரசு இளையபெருமாளை அணுகி, "நீங்கள் தாக்கப்பட்டதாக நினைத்து, உங்கள் மக்கள் போராட்டத்தில் இறங்கியுள்ளனர். ஆகையால், உங்களின் உயிருக்கு எந்த ஆபத்தும் ஏற்படவில்லை என்பதைச் சொல்லிப் போராட்டத்தைக் கைவிடச் செய்யுங்கள்" என்று வேண்டுகோள் வைத்தது. இளையபெருமாளும் அதை ஏற்றுக்கொண்டார்.

இதைத் தொடர்ந்து அட்டவணைச் சமூக மக்கள் பெரும்பான்மையாக வாழும் அனைத்துப் பகுதிகளுக்கும் இளையபெருமாளை ஊர்வலமாக அழைத்துச் செல்வதற்கான ஏற்பாடுகள் தமிழக அரசால் செய்யப்பட்டன. தாக்குதல் சம்பவம் நடந்த கோட்டிமலை, சிறியவரப்பு, பெருந்துறை வட்டாரக் கிராமங்களுக்குத் தென்னாற்காடு மாவட்ட எஸ்.பி மணி தலைமையில் துப்பாக்கி ஏந்திய போலீஸார் பாதுகாப்புடன் இளையபெருமாள் ஊர்வலமாக அழைத்து வரப்பட்டார். கடலூர் மாவட்டம், புவனகிரி சட்டமன்றத் தொகுதிக்குட்பட்ட ஆணவாரி கிராமம் வழியாகவும் அவர் ஊர்வலமாக அழைத்துச் செல்லப்பட்டதாக அட்டவணைச் சமூகத்தினர் கூறுகின்றனர். தமது தலைவருக்கு எந்த ஆபத்தும் நேரவில்லை என்பதை ஊர்வலத்தின் மூலம் அறிந்துகொண்ட மக்கள், போராட்டங்களைக் கைவிட்டனர். எனினும், காழ்ப்புணர்ச்சி கொண்ட வன்னியர்கள், ஆணவாரி, வாழக்கொல்லை, பெரிய வரப்பு, சிறிய வரப்பு, ஆதனூர், கத்தாழை உள்ளிட்ட பல கிராமங்களுக்குள் கும்பலாகப் புகுந்து பறையர்களின் குடிசைகளுக்குத் தீவைத்தனர்.

இதனால் தனது ஊர்வலத்தை உடனடியாக முடித்துக்கொண்டு குடிசைகள் எரிக்கப்பட்ட கிராமங்களைப் பார்வையிடச் சென்றார் இளையபெருமாள். 1988இல் வன்னியர்கள் நடத்திய இக்குடிசை எரிப்பு வன்முறையால் தமது குடிசைகளை இழந்து, துறிஞ்சிக்கொல்லையில் தஞ்சம் புகுந்த பறையர்கள் இன்னமும் அங்கேயே வாழ்ந்துவருவதாகக் கூறப்படுகிறது.

வன்னியர்களின் இந்த வன்முறைக்கு எதிர்வினையாக தர்மநல்லூர், வளையமாதேவி ஆகிய கிராமங்களைச் சேர்ந்த பறையர்கள் பெரும்படையாகத் திரண்டு போய், ஆதனூரில் வன்னியர்களுக்குச் சொந்தமான வயல்களில் இருந்த மோட்டார்களை அடித்து நொறுக்கினார்கள்.

## III.பெருந்துறைக் கலவரத்தின் தொடர்ச்சியாக தர்மநல்லூர் கலவரம்

தர்மநல்லூரில் பறையர்கள் பெரும்பான்மையாகவும் வன்னியர்கள் மிகச் சிறுபான்மையாகவும் வசித்துவந்ததால், இக்கிராமப் பறையர்களைத் தாக்குவதற்காகப் பத்துக்கும் மேற்பட்ட வன்னியர் கிராமங்களைச் சேர்ந்தவர்கள் கும்பலாகத் திரண்டுவந்தனர். ஊர் எல்லையை நெருங்கும் முன்பே அவர்கள் கட்டை, கம்புகளுடன் திரண்டுவருவதைப் பார்த்துவிட்ட ஒருவர், ஊருக்குள் சென்று எச்சரிக்கை செய்தார். அதனால் பறையர்களும் ஈட்டி, கத்தி போன்ற ஆயுதங்களுடன் தயாராகினர்.

தர்மநல்லூரில் புகுந்த வன்னியர்கள் முதலில் குடிசைகளைக் கொளுத்தத் தொடங்க, இரண்டு தரப்புக்குமிடையே கடுமையான மோதல் ஏற்பட்டது. இம்மோதலில் பறையர் சமூகத்தினர் ஈட்டியைக் கொண்டு வன்னியர்களைக் குத்திச் சாய்த்தனர். அடுத்தடுத்து பலர் உயிரிழந்ததையடுத்து, அவர்கள் பின்வாங்கினார்கள். இம்மோதலின்போது பறையர்கள் தரப்பில் பக்கிரி என்பவர் மட்டும்தான் படுகாயமடைந்தார் என்றும் வன்னியர்கள் தரப்பிலோ ஏறத்தாழ 25 பேர் வரை உயிரிழந்திருக்கலாம் என்றும் கூறப்படுகிறது.

இம்மோதல் நடைபெற்றுக்கொண்டிருந்த சமயத்தில் இளையபெருமாள் தர்மநல்லூர் சாலை வழியே சென்றுகொண்டிருந்தார். இதையறிந்த அவ்வூர் மக்கள், தாங்கள் ஆபத்தில் உள்ளோம் என்பதை இளையபெருமாளுக்குத் தெரிவிக்கும் வகையில் கிராமத்தில் உள்ள பள்ளிக்கூடத்தின் மீதேறிக் கூச்சலிட்டனர்.

பறையர்களின் அபயக்குரலைக் கவனித்துவிட்ட இளையபெருமாள், உடனடியாகக் கிராமத்திற்குள் சென்றார். அதேசமயத்தில் இம்மோதலை அறிந்த தென்னாற்காடு மாவட்ட எஸ்.பியும் போலீஸ் படையோடு தர்மநல்லூரை வந்தடைந்தார். தனக்குப் பாதுகாப்பு அளிக்க போலீஸார் முயன்றதை நிராகரித்த இளையபெருமாள், குடிசைகளைக் கொளுத்தும் வன்னியக் கும்பலின் மீது துப்பாக்கிச் சூடு நடத்தி இவ்வன்முறையைத் தடுத்து நிறுத்தும்படிக் கோரினார். ஆனால், மாவட்டக் காவல் கண்காணிப்பாளர் இந்திய மனித உரிமைக் கட்சியின் தென்னாற்காடு மாவட்டச் செயலாளர் மூலம் இளையபெருமாளைச் சமாதானப்படுத்த முயன்றாரேயொழிய, கலவரத்தைக் கட்டுக்குள் கொண்டுவரக்கூடிய நடவடிக்கை எதையும் எடுக்கவில்லை. போலீஸாரின் இந்த மெத்தனம் காரணமாகவே, பறையர்கள் தங்களைத் தற்காத்துக்கொள்ள வேண்டி நடத்திய எதிர்த்தாக்குதலில் வன்னியர்கள் தரப்பில் பெரும் உயிர்ச்சேதம் ஏற்பட்டது.

வன்னியர்கள் பின்வாங்கிச் சென்ற பின்னர் தெருக்களில் கிடந்த சடலங்களைப் பார்த்த எஸ்.பி., திகைத்துப் போய் “இக்கொலைகளை யார் செய்தது?” என்று

பறையர்களைப் பார்த்துக் கேட்க, "நான்தான் செய்தேன்" எனத் தயங்காமல் பதில் அளித்தார் இளையபெருமாள். தன் சமூக மக்களின் நலனில் அவர் கொண்டுள்ள அக்கறைக்கு இதுவோர் எடுத்துக்காட்டாகும்.

தர்மநல்லூரில் நடந்த இக்கலவரம் தொடர்பாக இரண்டு தரப்பினர் மீதும் (வன்னியர்-பறையர்) வழக்குகள் பதிவு செய்யப்பட்டன. பறையர் சமூகத்தைச் சேர்ந்த வடிவேல், அண்ணாமலை, குஞ்சிதபாதம், பரமானந்தன் உட்பட பலர் மீது குற்றஞ்சாட்டப்பட்டிருந்தது. தமது தரப்பைச் சேர்ந்தவர்களின் பெயர்கள் மட்டுமே தர்மநல்லூர் பறையர்களுக்கு நினைவில் உள்ளது. வன்னியர் தரப்பில் யார் யார் மீது வழக்குப் பதிவு செய்யப்பட்டது என்ற தகவல் கிடைக்கவில்லை. மேலும், கலவரத்தில் இறந்த வன்னியர்கள் குறித்த விவரங்களும் கிடைக்கப் பெறவில்லை. "பத்துக்கும் மேற்பட்ட வன்னியர் கிராமங்களிலிருந்து கும்பலாக வந்தவர்களைத் தாக்கினோம். அதனாலும் கலவரச் சூழலாலும் இறந்தவர்களின் பெயர்களைத் தெரிந்துகொள்ள இயலவில்லை" என தர்மநல்லூர் கிராம மக்கள் தெரிவித்தனர். அரசும் எத்தனை பேர் இறந்தனர் என்பதையோ அவர்களின் பெயர்களையோ வெளியிடவில்லை. நடுநிலைப் பத்திரிகைகள் எனத் தம்மைத் தாமே அழைத்துக்கொள்ளும் பத்திரிகைகளும்கூட தர்மநல்லூர் கலவரம் தொடர்பான செய்திகள் வெளியிடாமல் இருட்டடிப்புச் செய்தன. இளையபெருமாள் நடத்தி வந்த ஜோதி இதழ் மூலம் மட்டுமே இக்கலவரம் குறித்து அறிய முடிகிறது.

பெருந்துறையில் வன்னியர்களால் இளையபெருமாள் தாக்கப்பட்டதாக அறியவந்த அன்றைய உள்துறை அமைச்சர் பூட்டா சிங், உடனடியாகத் தென்னாற்காடு மாவட்ட எஸ்.பி.யைத் தொடர்புகொண்டு இளையபெருமாளுக்கு உரிய பாதுகாப்பு அளிப்பதோடு, அவரைத் தன்னிடம் பேசச் சொல்லுமாறு அறிவுறுத்தினார். "தான் தாக்கப்படவில்லை" என்ற உண்மைத் தகவலையும் கலவரச் சூழலையும் விளக்கி உரிய நடவடிக்கை எடுக்கத் தமிழக அரசை வலியுறுத்துமாறு பூட்டா சிங்கிடம் தொலைப்பேசி வழியாகக் கேட்டுக்கொண்டார் இளையபெருமாள்.

வன்னிய சாதியைச் சேர்ந்த குற்றவாளிகள் மீது, கலவரம் முடிந்த பின்பும்கூட, நடவடிக்கை எடுக்கத் தமிழக அரசு முன்வரவில்லை. இது தொடர்பாக 21.1.1988 அன்று செய்தியாளர்களுக்குப் பேட்டியளித்த இளையபெருமாள், "தமிழக அரசு கலவரத்தை நடத்தியவர்கள் மீது உரிய நடவடிக்கை எடுக்க 15 நாட்கள் அவகாசம் தருகிறோம். அதன் பிறகும் தாமதித்தால், தமிழக ஆளுநர் மாளிகை முன்பு உண்ணாவிரதப் போராட்டத்தை நடத்துவேன்" என அறிவித்தார்.

## IV.வெய்யலூர் பொதுப்பாதை மறுப்பு

கடலூர் மாவட்டம், சிதம்பரம் வட்டாரத்தில் அமைந்திருக்கும் கிராமம் வெய்யலூர். இங்கு பறையர், வன்னியர், பிள்ளைமார் உள்ளிட்ட சமூகங்களைச் சேர்ந்தவர்கள் வசித்துவந்தனர் என்பதோடு, பறையர்களும் வன்னியர்களும் சம எண்ணிக்கை பலத்தோடு இருந்தனர். இதனால் இரு தரப்பினர் இடையேயும் அடிக்கடி மோதல்கள் நடந்துவந்தன. 1980களில் இளையபெருமாள் முன்னெடுத்த அட்டவணைச் சமூக மக்களின் உரிமை சார்ந்த அரசியலுக்கு எதிர்வினையாகவே

இராமதாஸ் வன்னியர் சங்கத்தின் மூலம் வன்னியர்களை அணிதிரட்டினார். வடமாவட்டங்களில் **1980 - 1990** காலகட்ட அரசியலானது, இளையபெருமாள் எதிர் இராமதாஸ் என்றவாறே இருந்தது. குறிப்பாக, கடலூர் மாவட்டம் சாதி ஆதிக்கமும் அதற்கு எதிரான அட்டவணைச் சமூக மக்களின் போராட்டமும் என்பதாகக் கொதிநிலையில் இருந்தது. சிதம்பரம் வட்டாரம், வெய்யலூர் கிராமத்தில் சுடுகாட்டுப் பாதை வேண்டி நடந்த கலவரம் இப்பின்னணியில் நடந்த ஒன்றாகும்.

பறையர்கள் தங்கள் சமூகத்தைச் சேர்ந்தவர்களின் சடலங்களை வன்னியர்கள் வாழும் பகுதியிலுள்ள பொதுப் பாதை வழியாகப் எடுத்துச் சென்று, வீராணம் ஏரிக்கரையில் புதைக்கும் நிலை **1990**க்கு முன்பு வரை வெய்யலூரில் இருந்துவந்தது. வன்னியர் சங்கம் உருவான பிறகு, பறையர்களின் இந்த உரிமை மறுக்கப்பட்டது. பறையர்கள் இதை எதிர்த்து வந்ததோடு, இறந்துபோன ஒருவரின் சடலத்தைப் பொதுப்பாதை வழியாக எடுத்துச் செல்லவும் முயன்றனர். இதைத் தொடர்ந்து வன்னியர்கள் கட்டை, கம்பு, கற்களைக் கொண்டு அவர்களைத் தாக்க, சடலத்தைப் பொதுப்பாதையிலேயே இறக்கிவைத்துவிட்டுப் பறையர்களும் ஆயுதங்களை எடுத்துவந்து வன்னியர்களைத் தாக்கினர்.

இரு சமூகங்களைச் சேர்ந்த பலரும் காயமடைந்தனர். இம்மோதலைக் கட்டுப்படுத்த முடியாமல் காவல்துறை திணறியதோடு, மோதலின்போது ஆய்வாளர் ஒருவரும் காயமடைந்தார். இதன் பின்னர் அதிரடிப்படையை வரவழைத்து வெய்யலூர் கிராமத்தைத் தங்களது கட்டுப்பாட்டிற்குள் கொண்டு வந்தது தமிழக காவல்துறை. இரு சமூகத்தினரும் தொடர்ந்து கலவரத்தில் ஈடுபடாமல் இருக்க அதிரடிப்படையினர் தேவையான நடவடிக்கைகளை எடுத்தாலும், வன்னியர்கள் பகுதியில் உள்ள பொதுப் பாதை வழியாகப் பறையர் சாதியைச் சேர்ந்தோரின் சடலத்தை எடுத்துப்போகும் உரிமை மறுக்கப்பட்டது. அதுபோலவே பறையர்களும் தங்கள் பாதை வழி செல்வதற்கு வன்னியர்களுக்குத் தடைவிதித்தனர். இதனால் இரண்டு சமூகத்தாருக்கும் இடையே மீண்டும் மோதல் ஏற்பட்டுப் பலர் பாதிக்கப்பட்டனர். இப்படியாக சிதம்பரம் வட்டாரக் கிராமமான வெய்யலூரில் பறையர் - வன்னியர் மோதல் தொடர்ந்து நடந்துகொண்டே இருந்தது.

இராமதாஸ் வெய்யலூர் கிராமத்தில் கூட்டம் நடத்தி, சாதிய வன்மத்தையும் கலவரச் சூழலையும் தூண்டிவிட்டார். வெய்யலூரில் கூட்டம் நடத்திய இளையபெருமாளோ, "நம் சமூக உரிமையைப் பறிப்பவர்களுக்கு எதிராக நாம் சட்டரீதியான முறையில் போராட வேண்டுமேயொழிய, நாமும் சண்டைக்குப் போவது சரியானதல்ல; இதனால் நம் மக்கள்தான் இன்னலுக்கு உள்ளாக நேரிடும். ஆகையால், இதுபோன்ற செயல்களில் ஈடுபடாதீர்கள்" என்று எடுத்துக் கூறினார்.

வெய்யலூர் கலவரம் தொடர்பாகத் தமிழகக் காவல்துறை இரண்டு தரப்பினர் மீதும் வழக்குகளைப் பதிவு செய்தது. வன்னியர்கள் மீது வன்கொடுமைச் சட்டத்தின் கீழ் வழக்குப் பதிவு செய்ய வைத்தார் இளையபெருமாள். இவ்வழக்குகளால் கடும் நெருக்கடிகளைச் சந்தித்த வன்னியர்கள், "இனிமேல் பறையர்கள் பொதுச்சாலையைப் பயன்படுத்துவதைத் தடுத்துத் தொந்தரவு செய்யமாட்டோம்" என்று உறுதியளித்துச் சமாதானத்திற்கு ஒப்புக்கொண்டனர்.

## V.வல்லம்படுகை சாதிய வன்கொடுமைகள் - 1990

மயிலாடுதுறை-கடலூர் மாவட்டத்தின் எல்லையில் அமைந்துள்ள கிராமம் வல்லம்படுகை. இங்கு வன்னியர் சமூகத்தினர் பெரும்பான்மையாகவும் பறையர் சமூகத்தினர் சிறுபான்மையாகவும் வாழ்ந்துவந்தனர். இக்கிராமத்தில் 1990களில் வன்னியர்கள் சிலர் திட்டமிட்டு நடத்திய தாக்குதலால் பாதிக்கப்பட்ட பறையர் சமூக மக்களுக்கு உரிய இழப்பீடு வழங்கக் கோரி இளையபெருமாள் வழக்குத் தொடுத்தார். மேலும், அன்று மத்திய உள்துறை அமைச்சராக இருந்த பூட்டா சிங்கிடம் இப்பிரச்சினையைக் கொண்டுசென்று சாதிவெறியர்கள் மீது நடவடிக்கை எடுக்கவும் வலியுறுத்தினார். வன்னியர் சமூகத்தினரோ சமரசப் பேச்சுவார்த்தைக்கு இளையபெருமாளை அழைத்து, அவரைக் கொலைசெய்துவிடத் திட்டமிட்டனர். இந்தச் சூழ்ச்சியினை அறிந்துகொண்ட இளையபெருமாள், வேளக்குடியிலிருந்து வல்லம்படுகைக்கு நடைப்பயணத்தை மேற்கொண்டார்.

இரு தரப்புக்கும் இடையே நடந்த சமாதானப் பேச்சுவார்த்தையில் இழப்பீடு தொடர்பாகப் போடப்பட்ட வழக்கைத் திரும்பப் பெறுமாறு வன்னியர்கள் கோரினர். சேதப்படுத்தப்பட்ட சொத்துகளுக்கு உரிய இழப்பீடு தருவதாக இருந்தால், பார்க்கலாம் என்றார் இளையபெருமாள். வன்னியர்கள் இதை ஏற்றுக்கொள்ள மறுத்ததால், வழக்கைத் திரும்பப் பெறமுடியாது என்றார் இளையபெருமாள். சிதம்பரம் வட்டாரத்தில் வன்னியர்கள் ஏவிவந்த சாதிய வன்கொடுமைகளுக்கு முடிவு கட்டிய கிராமங்களில் வல்லம்படுகையும் ஒன்றாகும்.

## VI.திருமணஞ்சேரியில் பொதுப்பாலம் பிரச்சினை

மயிலாடுதுறை வட்டத்துக்குட்பட்ட கிராமம் திருமணஞ்சேரி. சைவ மதக் கதையாடல்களில் சிவனும் பார்வதியும் இவ்விடத்தில் திருமணம் செய்துகொண்டதாகக் கூறப்பட்டிருப்பதால், திருமணத் தடைகள் நீங்க இக்கிராமக் கோயில் தெய்வத்தை வழிபடும் நம்பிக்கை பொதுமக்களிடம் இருந்துவருகிறது.

1995ஆம் ஆண்டில் பறையர் சமூகத்திற்கும் வன்னியர் சமூகத்திற்குமிடையே திருமணஞ்சேரியில் உள்ள பொதுப் பாலத்தைப் பயன்படுத்துவதில் பிரச்சினை ஏற்பட்டது. இரு சமூகத்தவர்களுமே ஆற்றின் இக்கரையிலிருந்து அக்கரைக்குச் செல்லப் பாலத்தைப் பயன்படுத்தவேண்டிய தேவை இருந்தது. இரு சமூகங்களும் பாலத்தைச் சுமுகமாகப் பயன்படுத்திவந்த நிலையில்தான், பறையர்கள் பாலத்தைப் பயன்படுத்தக் கூடாதென வன்னியர்கள் தடைவிதிக்க, சாதி மோதல் வெடிப்பதற்கான சூழல் ஏற்பட்டது. இந்தப் பாலம் பற்றிய பிரச்சினையைத் தீர்ப்பதற்காகத் திருமணஞ்சேரி கிராமத்திற்குச் சென்று, பாதிக்கப்பட்ட மக்களிடம் விசாரணை நடத்தினார். இப்பிரச்சினையில் அரசு அதிகாரிகள் நியாயமான நடவடிக்கை எடுக்கவில்லை என்பதை மக்களின் முறையீடுகளிலிருந்து அறிந்துகொண்டார். அதேசமயம், இப்பிரச்சினை கலவரமாக வெடித்தால், தம் மக்களுக்கு ஏற்படவுள்ள ஆபத்துகளையும் கவனத்தில் எடுத்துக்கொண்டார்.

பாலப் பிரச்சினை வெடித்த சமயத்தில், பீகார் மாநிலத்தைச் சேர்ந்த சிவதாஸ் மீனா நாகப்பட்டினம் மாவட்ட ஆட்சியராக இருந்தார். இவர் அட்டவணைச் சமூகத்தவர் என்றாலும், இப்பிரச்சினையில் இரு சமூகத்தையும் சமாதானப்படுத்த மட்டுமே முயன்றாரே தவிர, பாதிக்கப்பட்ட மக்களுக்குரிய உரிமையைப் பெற்றுத் தரவில்லை. இதன் காரணமாக, இளையபெருமாள் மக்களை அணிதிரட்டி, நாகப்பட்டினம் மாவட்ட ஆட்சியரை நேரில் சந்தித்துப் பேச்சுவார்த்தை நடத்தினார். இதையடுத்து, திருமணஞ்சேரியில் இரண்டு சமூகத்திற்கும் பொதுவானதாகப் பெரிய பாலமொன்றைக் கட்டி, மக்களின் பயன்பாட்டுக்குக் கொண்டுவந்தார் ஆட்சியர். இந்தப் போராட்டத்தின்போது சமூகச் செயற்பாட்டாளர்களான பேராசிரியர் திராவிட ராணியும் பேராசிரியர் அரங்க சுப்பையாவும் இளையபெருமாளோடு உடனிருந்தனர்.

### VII.மேலவளவுப் படுகொலை - 1997

மதுரை அருகே உள்ள மேலவளவில் பஞ்சாயத்துத் தலைவர் முருகேசன் உட்பட அட்டவணைச் சமூகத்தைச் சேர்ந்த ஏழு பேர் 30.06.1997 அன்று கள்ளர் சமூகத்தினரால் படுகொலை செய்யப்பட்டதையடுத்து, இளையபெருமாள் மேலவளவிற்குச் சென்றார். அப்போது அவர் அங்கு கைது செய்யப்பட்டதாக உறுதிப்படுத்தப்படாத தகவல்கள் வெளியாகின. இதன் காரணமாக காட்டுமன்னார்குடியைச் சேர்ந்த அட்டவணைச் சமூக மக்கள் போராட்டத்தை முன்னெடுத்தனர். இப்போராட்டம் கடலூர் மாவட்டம் முழுவதும் பரவிக் கலவரச் சூழல் உருவானது. அச்சமயத்தில் கடலூர் மாவட்ட எஸ்.பி.,யாகப் பணியாற்றிய சைலேந்திர பாபுவிற்கும்கூட இளையபெருமாள் கைது செய்யப்பட்டாரா, இல்லையா என்பது தெரியாததால், அதை உறுதிப்படுத்திக்கொள்வதற்காக காட்டுமன்னார்குடியிலிருந்த இளையபெருமாளின் வீட்டிற்கே நேரடியாகச் சென்று விசாரணை நடத்தினார். அதே நேரத்தில் காட்டுமன்னார்குடியில் போராட்டம் நடத்திவந்த அட்டவணைச் சமூகத்தினருக்கும் காவல்துறையினருக்கும் எதிர்பாராத விதத்தில் ஏற்பட்ட மோதலைக் கட்டுப்படுத்தும் முகாந்திரத்தில் போலீஸார் நடத்திய துப்பாக்கிச் சூட்டில் காட்டுமன்னார்குடி ஆயங்குடி கிராமத்தைச் சேர்ந்த கிருஷ்ணகுமார் (15) என்கிற சிறுவன், கோவில்பத்துக் கிராமத்தைச் சேர்ந்த முதியவர் ஜெயராமன், பாலமுருகன் ஆகிய மூவரும் பலியாகினர்.

இதனால் வெகுண்டெழுந்த அட்டவணைச் சமூக மக்கள் இளையபெருமாளின் வீட்டில் எஸ்.பி.சைலேந்திர பாபு இருப்பதையறிந்து, துப்பாக்கிச் சூட்டில் கொல்லப்பட்ட 15 வயதுச் சிறுவனைத் தூக்கிக்கொண்டு அங்கு சென்று, அவரை முற்றுகையிட்டனர். சைலேந்திர பாபு, "துப்பாக்கிச் சூடு நடத்துமாறு போடப்பட்ட உத்தரவிற்கும் தனக்கும் சம்பந்தமில்லை" எனக் கூறி அட்டவணைச் சமூக மக்களைச் சமாதானப்படுத்தியதோடு, துப்பாக்கிச் சூட்டில் காயமடைமந்த ஒருவரைத் தூக்கிக்கொண்டு ஒரு கிலோமீட்டர் தொலைவிலுள்ள மருத்துவமனை வரையிலும் நடந்தே சென்றார். அதனால் சைலேந்திர பாபுவின் உடை, உடலெங்கும் இரத்தமாக இருந்தது. இதைப் பயன்படுத்தி, எஸ்.பி.சைலேந்திர பாபுவை வெட்டிவிட்டார்கள் என்று வதந்தி பரப்பப்பட்டது. இதை மறுத்துத் தனக்கேதும் நேரவில்லை என்று

உயரதிகாரிகளுக்குத் தகவல் தெரிவித்து, அதைப் பொதுவெளியிலும் அறிவித்தார் எஸ்.பி.சைலேந்திர பாபு.

இவற்றையெல்லாம் கேள்விப்பட்டு இளையபெருமாள் காட்டுமன்னார்குடிக்குத் திரும்பி, துப்பாக்கிச் சூட்டில் பலியானவர்களை முன்னின்று அடக்கம் செய்தார். அட்டவணைச் சமூக மக்கள் முன்னெடுத்த போராட்டத்தில் சமூக விரோதிகள் ஊடுருவிச் சீர்குலைத்துவிட்டதைக் கணக்கில் எடுக்காமல், போராடிய மக்கள் மீது தி.மு.க அரசு நடத்திய துப்பாக்கிச் சூட்டைக் கண்டித்து அறிக்கையொன்றையும் வெளியிட்டார் இளையபெருமாள்.

மேலும், 'தன் உயிருக்கு ஆபத்து உள்ளதால், உரிய பாதுகாப்பு வழங்க வேண்டும்' என மேலவளவு முருகேசன் அன்றைய முதல்வர் கருணாநிதியை நேரடியாகச் சந்தித்துக் கோரிக்கை வைப்பதற்கு அனைத்து உதவிகளையும் செய்தவர் இளையபெருமாள் என்பதும் பொதுவெளியில் பலரும் அறியாத ஒன்றாக உள்ளது.

### VIII.'மறுமலர்ச்சி' திரைப்படம் - 1998

1998ஆம் ஆண்டு வெளியான 'மறுமலர்ச்சி' என்ற திரைப்படத்தில் அட்டவணைச் சமூக மக்கள் இழிவாகச் சித்திரிக்கப்பட்டனர் என்பதால், இத்திரைப்படத்தைக் கடுமையாக எதிர்த்ததோடு, இதைத் திரையிட்டால் கலவரம் ஏற்படக்கூடும் என்றும் எச்சரித்தார் இளையபெருமாள். இதையும் மீறிக் காட்டுமன்னார்குடியில் உள்ள விநாயகா திரையரங்கில் 'மறுமலர்ச்சி' திரைப்படம் திரையிடப்பட்டது. இதனால் அப்பகுதியைச் சேர்ந்த அட்டவணைச் சமூக மக்கள் வெகுண்டெழுந்து, திரையரங்கை அடித்து நொறுக்கினார்கள். சிதம்பரத்திலும் இத்திரைப்படத்திற்குக் கடுமையான எதிர்ப்பு இருந்தது. இதனால், கடலூர் மாவட்ட ஆட்சியர், எஸ்.பி., ஆகியோர் கடலூரிலுள்ள கிருஷ்ணாலயா திரையரங்கில் 'மறுமலர்ச்சி' திரைப்படத்தை இளையபெருமாளுக்குத் திரையிட்டுக் காட்டினர். படத்தைப் பார்த்த பின்பு, "படத்தில் அட்டவணைச் சமூக மக்களை அவமதிக்கும் விதமாகக் காட்சிப்படுத்தப்பட்டுள்ள 17 காட்சிகள் மற்றும் 'ராசு படையாச்சி' எனத் தொடங்கும் பாடல் ஆகியவற்றை நீக்க வேண்டும்" என மாவட்ட ஆட்சியரிடம் கோரினார் இளையபெருமாள். மாவட்ட ஆட்சியரும் அதைத் தயாரிப்பு நிறுவனத்தாரிடம் தெரிவித்தார். இதையடுத்து, அந்த 17 காட்சிகளையும் நீக்கி, படத்தைக் கடலூர் மாவட்டத்தில் திரையிட்டது.

### IX.சிதம்பரம் தேர்தல் கலவரம்

1999ஆம் ஆண்டு நடந்த சிதம்பரம் நாடாளுமன்றத் தொகுதி தேர்தலின்போது வன்னியர்களுக்கும் பறையர் சமூக மக்களுக்கும் இடையே கலவரம் மூண்டது. இத்தேர்தலின்போது பாட்டாளி மக்கள் கட்சியைச் சேர்ந்த வன்னியர்கள் பல கிராமங்களில் கள்ள ஓட்டுப் போட்டதோடு, பறையர் சமூக மக்களை ஓட்டுப் போடவிடாமல் தடுத்தனர். இதைப் பறையர்கள் தட்டிக் கேட்டதன் பின்னணியில்தான் இம்மோதல் ஏற்பட்டது. சிதம்பரம் நாடாளுமன்றத் தொகுதிக்குட்பட்ட பல கிராமங்களில் பறையர் மக்களின் குடிசைகள் எரிக்கப்பட்டதோடு, இரு

சமூகத்தினரிடையே மோதலும் நிகழ்ந்தது. இக்கலவரத்தில் பாதிக்கப்பட்ட மக்களைக் கிராமம் கிராமமாகச் சென்று இளையபெருமாள் சந்தித்தார். மேலும், அம்மக்களின் பாதுகாப்பை உறுதிசெய்து, கலவரத்தால் சேதமடைந்த பொருட்களுக்குரிய இழப்பீட்டைப் பெற்றுத்தரவும் வழிவகை செய்தார்.

### X.புளியங்குடிப் படுகொலை

சிதம்பரம் அருகே காட்டுமன்னார்குடி வட்டத்துக்குட்பட்ட கிராமம் மா.புளியங்குடி. இங்கு பறையர்கள் மிகச் சிறுபான்மையாகவும் வன்னியர்கள் பெரும்பான்மையாகவும் வசிக்கின்றனர். எனினும், வன்னியர்களின் சமூக விரோதச் செயல்களைப் பறையர் சமூக இளைஞர்கள் தட்டிக்கேட்டு வந்தனர். இதனால் ஆத்திரமடைந்த வன்னியர்கள் இரவு நேரத்தில் தூங்கிக்கொண்டிருந்த பறையர் சமூகத்தைச் சேர்ந்த மூன்று இளைஞர்களைப் படுகொலை செய்தனர். இச்சம்பவம் 2000இல் நடந்தது. இதனால் காட்டுமன்னார்குடி, சிதம்பரம் உள்ளிட்ட பல பகுதிகளில் பதற்றம் ஏற்பட்டது. இந்திய மனித உரிமைக் கட்சியும் விடுதலைச் சிறுத்தைகளும் இப்படுகொலையைக் கண்டித்து காட்டுமன்னார்குடி பகுதியில் முன்னெடுத்த போராட்டத்தால் இயல்பு வாழ்க்கை முடங்கியது. பேருந்துகளை இயக்க முடியாத சூழலும் ஏற்பட்டது.

வன்னியர் சமூகத் தலைவர்கள் சாதிவெறியைத் தூண்டிவிட்டதே இப்படுகொலைக்குப் பின்னுள்ள காரணமாகும். ஆனால், காட்டுமன்னார்குடி பகுதியில் இளையபெருமாள் - திருமாவளவன் ஆதரவாளர்களுக்கிடையே நடைபெற்ற மோதலே இப்படுகொலைக்குக் காரணம் என்கிற பொய்க் குற்றச்சாட்டை பாமக தலைவர் இராமதாஸ் முன்வைத்தார். இதற்குப் பதிலளித்த இளையபெருமாள், “எங்களுக்கும் விடுதலைச் சிறுத்தைகளுக்கும் இடையே எந்தவித மோதலும் இல்லை. இராமதாஸ் தனது பொய் மூலமாக விடயத்தைத் திரித்துப் புரட்டுவதை நிறுத்திக்கொள்ள வேண்டும்” என்று எச்சரிக்கை செய்தார். இந்திய மனித உரிமைக் கட்சியினரின் போராட்டத்தை கிரிமினல் குற்ற வழக்காகப் பதிவு செய்த காவல்துறை, முதல் குற்றவாளியாக குமராட்சியைச் சேர்ந்தவரும் இந்திய மனித உரிமைக் கட்சியின் உறுப்பினருமான மோகன்தாஸைச் சேர்த்தது.

இப்படுகொலைக்குக் காரணமானவர்கள் மீது கடும் நடவடிக்கை எடுக்கக் கோரி அப்போதைய தமிழக முதல்வர் கருணாதியிடம் வலியுறுத்தினார் இளையபெருமாள். மேலும், கொலை செய்யப்பட்டவர்களின் குடும்பங்களுக்கு நஷ்ட ஈடும் வழங்க வேண்டும் என்ற கோரிக்கையையும் முன்வைத்தார். இதையேற்று முதல்வர் கருணாநிதி இழப்பீடு வழங்கினார்.

ஆதிதிராவிட மகாஜன சங்கம், மோகன்தாஸ் உள்ளிட்டோர் மீது போடப்பட்ட வழக்கை நடத்தியது. மூவர் படுகொலை தொடர்பாக கார்த்திக் என்ற இளைஞரை மட்டும் கைது செய்து வழக்கை முடித்துவிடக் காவல்துறை முயன்றது. வன்னியர்களுக்குச் சாதகமான இந்நடவடிக்கையை இளையபெருமாள் கடுமையாகக் கண்டித்தார்.

வி.சி.க. தலைவர் திருமாவளவன் படுகொலை நடந்த பகுதிக்கு வந்தால், மீண்டும் வன்முறை வெடிக்கும் என்ற பொய்யான முகாந்திரத்தைக் கூறி, அவர் கடலூர் மாவட்டத்திற்குள் நுழையத் தடை விதித்தது மாவட்ட போலீஸ் நிர்வாகம். இத்தடையை ஜனநாயக விரோதம் என விமர்சித்து, அதை விலக்கிக்கொள்வதற்குக் குரல் கொடுத்தார் இளையபெருமாள். இந்தப் படுகொலையைக் கண்டித்து காட்டுமன்னார்குடிக்கு உட்பட்ட குமராட்சியில் அனைத்துக் கட்சிப் பொதுக்கூட்டம் இளையபெருமாள் தலைமையில் நடைபெற்றது.

## அத்தியாயம் - 10
## பறையர் வன்னியர் உறவும் முரணும்

### I.வன்னியர் சங்கத்தின் குடிசை எரிப்பு வன்முறை - 1987

இராமதாஸ் தலைமையிலான வன்னியர் சங்கம் உருப்பெறுவதற்கு முன்னதாக, வன்னியர்கள் திராவிடக் கட்சிகளிலும் தேசியக் கட்சிகளிலும் தங்களை இணைத்துக்கொண்டு, தமிழகத்தின் வடமாவட்டம் முழுவதும் அரசியல் அதிகாரம் பெற்ற சமூகமாக இருந்துவந்தனர். அதேசமயம் அச்சமூகத்தில் கணிசமான எண்ணிக்கையில் ஏழைகளும் உள்ளனர் என்பதும் மறுக்க முடியாத உண்மையாகும். இப்படிப்பட்ட பின்னணியில் உருவான வன்னியர் சங்கமானது, தம் மக்கள் கல்வியிலும் பொருளாதாரத்திலும் பின்தங்கியுள்ளதால், தனி இடஒதுக்கீடு வேண்டுமென்ற கோரிக்கையை முன்வைத்து அவர்களை ஒன்றிணைத்தது. இவ்வாறு வன்னியர்கள் அரசியல்ரீதியாகத் திரட்டப்படுவதற்குச் சில ஆண்டுகளுக்கு முன்புதான் இளையபெருமாள் காங்கிரஸ் கட்சியிலிருந்து விலகினார். அதன் பின்னர் அட்டவணைச் சமூக மக்களுக்காக மட்டுமே தனது முழுநேர அரசியல் பணியையும் அர்ப்பணிக்கும் நோக்கில் இந்திய மனித உரிமைப் பாதுகாப்பு சம்மேளம், இந்திய மனித உரிமைக் கட்சி ஆகிய அமைப்புகளைத் தொடங்கினார். இளையபெருமாள் முன்னெடுத்த இந்த அரசியலை எதிர்க்கும் நோக்கத்திலேயே இராமதாஸ் தலைமையிலான வன்னியர் சங்கத்தின் செயல்பாடுகள் அமைந்தன. இதன் காரணமாகவே தனது முதல் பொதுக்கூட்டத்தை காட்டுமன்னார்குடியில் நடத்தியது வன்னியர் சங்கம்.

தேசியக் கட்சியான காங்கிரஸ் அட்டவணைச் சமூகத்தினரின் நலன்களை முழுமையாக நிறைவேற்றித்தரத் தவறியதாலும், திராவிடக் கட்சிகளின் அட்டவணைச் சமூக மக்கள் விரோதப் போக்கினாலும் தனித்துக் களம் கண்டார் இளையபெருமாள். ஆனால், தேசிய, திராவிடக் கட்சிகளைப் புறக்கணித்துத் தனியாகக் களம் காண வேண்டிய அவசியம் வன்னியர்களுக்குக் கிடையாது. ஏனெனில், திராவிடக் கட்சி, தேசியக் கட்சி இவையிரண்டிலுமே வன்னியர்கள் முக்கிய அங்கம் வகித்துவந்தனர். எனினும், அட்டவணைச் சமூக மக்களின் ஒருங்கிணைவு அவர்களை அச்சுறுத்தியது. இதனாலேயே வன்னியர்களும் தம்மைத் தனித்ததோர் அரசியல் சக்தியாக வளர்த்துக்கொள்ள முயன்றனர்.

இராமதாஸ் தலைமையிலான வன்னியர் சங்கம் தனி இடஒதுக்கீடு கோரும் போராட்டத்தை 1987ஆம் ஆண்டு செப்டம்பர் 17 முதல் 23 வரை நடத்தியது. தமிழக அரசைத் தங்களது போராட்டத்திற்குச் செவிமடுக்கச் செய்ய வேண்டும் என்ற நோக்கில், தமிழகமெங்கும், குறிப்பாக வட மாவட்டங்களில் மரங்களை வெட்டிச் சாலையில் போட்டுப் போக்குவரத்தை முடக்கினர். மேலும், அட்டவணைச் சமூக மக்களின் குடிசைகளையும் கொளுத்தினர்.

இதில் பழைய தென்னாற்காடு மாவட்டத்தில் மட்டும் 36 கிராமங்களில் அட்டவணைச் சமூக மக்களின் குடிசைகள் தீ வைத்து எரிக்கப்பட்டன. குறிப்பாக, ஆலப்பாக்கத்தில் மட்டும், அட்டவணைச் சமூக மக்களின் 500க்கும் மேற்பட்ட குடிசைகள் தீவைத்துக் கொளுத்தப்பட்டன. சிறு குழந்தைகள், வயது முதிர்ந்தவர்கள் எனப் பலரும் காயமடைந்தனர். மேலும், கடலூர் நகரத்தின் மிக அருகிலேயே அமைந்திருக்கும் கீழ்வாணிக்குப்பம், அரசூர், அம்பேத்கர் நகர் உள்ளிட்ட பல பகுதிகளில் அட்டவணைச் சமூக மக்களின் குடிசைகள் தீக்கிரையாக்கப்பட்டன. இதனால்தான் இளையபெருமாள் தென்னாற்காடு மாவட்ட ஆட்சியரிடம், “உனது அலுவலகத்தின் அருகிலேயே வசித்துவரும் மக்களைப் பாதுகாக்க முடியாத நீ, இந்த மாவட்டம் முழுவதுமுள்ள மக்களை எப்படிப் பாதுகாக்கப் போகிறாய்?” எனக் கேள்வி எழுப்பினார்.

ஒருபுறம் வன்னியர்களால் பறையர்களின் குடிசைகள் எரிக்கப்படுவதைத் தடுக்கத் தவறிய அரசு நிர்வாகம், மற்றொருபுறம், அக்கும்பல் பொது அமைதியைக் குலைத்துவிட்டது என்ற முகாந்திரத்தின் அடிப்படையில், வன்னியச் சமூகத்தைச் சேர்ந்த 21 பேரைச் சுட்டுக் கொன்றது.

வன்னியர்களின் வன்முறையால் முதலில் தீக்கிரையான கிராமம் சுந்தரிப் பாளையமாகும். இக்கிராமம் அச்சமயத்தில் தென்னாற்காடு மாவட்டம், விழுப்புரம் வட்டத்தில் இருந்தது. தென் மாவட்டங்களைச் சேர்ந்த திராவிட முன்னேற்றக் கழகத்தினர் 16.09.1987 அன்று நடந்த அண்ணா அறிவாலயம் திறப்பு விழாவில் பங்கேற்றுவிட்டு விழுப்புரம் வழியாக ஊர் திரும்பிக்கொண்டிருந்தனர். அவர்கள் விழுப்புரத்தை நெருங்கிவிட்ட சமயத்தில் திட்டமிட்ட முறையில் வன்னியர்களால் தாக்கப்பட்டனர். இதனால் திமுகவினர் அருகிலுள்ள சுந்தரிப்பாளையத்தில் அடைக்கலம் புகுந்தனர். திமுகவினருக்கு அடைக்கலம் கொடுத்ததைச் சாக்கிட்டு, வன்னியர்கள் சுந்தரிப்பாளையம் கிராமத்திற்குள் ஆயுதங்களுடன் புகுந்து, அங்குள்ள மக்களின் உடைமைகளைக் கொள்ளையடித்து, அவர்களின் வீடுகளையும் கொளுத்தினர். இந்நிகழ்வுக்காக சுந்தரிப்பாளையம் கிராமத்து மக்களிடம் திமுக தலைவர் கருணாநிதி வருத்தம் தெரிவித்ததாக எந்தவொரு செய்தியும் பதிவாகவில்லை. ஆனால், 1989இல் ஆட்சிக்கு வந்தவுடன் மிகவும் பிற்படுத்தப்பட்ட பிரிவு ஒன்றை உருவாக்கி, வன்னியர்களின் இடஒதுக்கீட்டுக் கோரிக்கையை நிறைவேற்றினார். அதிமுக ஆட்சியில் சுட்டுக் கொல்லப்பட்ட 21 வன்னியர் குடும்பங்களுக்கு நிவாரணமும் வழங்கினார். அவர் வழியிலேயே அவரது மகன் ஸ்டாலினும் இறந்த வன்னியர்களின் நினைவாக மணிமண்டபம் கட்டப்படும் என்று அறிவித்திருப்பது குறிப்பிடத்தக்கது.

## II.எம்.ஜி.ஆர் உடனான மோதல்

1987ஆம் ஆண்டு செப்டெம்பர் மாதத்தில் வன்னியர்களின் தனி இட ஒதுக்கீட்டுப் போராட்டத்தையொட்டி நடந்த குடிசை எரிப்பு வன்முறையில் 36 கிராமங்களைச் சேர்ந்த ஏறத்தாழ 15 ஆயிரம் குடிசைகள் தீக்கிரையாகின. தமது குடிசைகளை மீண்டும் புனரமைத்துக் கட்டவியலாத வறியவர்களாக அட்டவணைச் சமூகத்தினர் இருந்தனர். இந்த இழப்புக்கு நிவாரணம் வேண்டி அன்றைய தமிழக முதல்வர் எம்.ஜி.ஆரைச் சந்தித்தார் இளையபெருமாள். அப்போது தமிழகத் தலைமைச் செயலாளர் பத்மநாபன், ஐ.ஏ.எஸ்., உட்பட பல உயர் அதிகாரிகள் உடனிருந்தனர்.

“பல ஆயிரம் பறையர் குடும்பங்கள் குடிசைகளையும் வாழ்வாதாரத்தையும் இழந்து நிற்கதியாய் நிற்கின்றனர். இந்த இழப்பிலிருந்து சிறு அளவுக்குக்கூட மீளும் பொருளாதார பலம் அற்றவர்களாக அவர்கள் உள்ளனர். ஆகையால், வீடுகளை இழந்த மக்களுக்கு மாற்று வீடுகளை அரசு விரைவாகக் கட்டித்தர வேண்டும்” என்று வலியுறுத்தினார் இளையபெருமாள். ஆனால், தமிழக முதல்வர் எம்.ஜி.ஆர்., “ஒரு கிராமத்தில் 30 வீடுகள் வரைதான் கட்டித் தர விதிகள் உள்ளன. ஆனால், பல கிராமங்களில் நூற்றுக்கும் மேற்பட்ட குடிசைகள் எரிக்கப்பட்டுள்ளதால், அரசு மாற்று வீடு கட்டித்தருவதற்கு வாய்ப்பில்லை” என்று கூறிக் கைகழுவினார். இந்தப் பதிலைப் கேட்ட இளையபெருமாள், “நீங்கள் வீடுகளை இழந்த மக்களுக்கு மாற்று வீடு கட்டித் தரவில்லை என்றால், தமிழகத்தில் சட்டம் ஒழுங்கு இருக்காது” என்று எச்சரித்தார்.

இதனால் பேச்சுவார்த்தையைப் பாதியிலேயே முறித்துக்கொண்டு வெளியேறினார் எம்.ஜி.ஆர். ஆனாலும், வேலூரைச் சேர்ந்த அட்டவணைச் சமூகத்தவரான பத்மநாபன், ஐ.ஏ.எஸ்., உள்ளிட்ட தமிழக அரசின் உயரதிகாரிகள் பேச்சுவார்த்தையில் தொடர்ந்து ஈடுபட்டனர். இறுதியில் தமிழக அரசு பாதிக்கப்பட்ட மக்களுக்கு மாற்றுவீடு கட்டித்தர ஒப்புக்கொண்டது.

தாட்கோ அமைப்பின் மூலமாகக் குடிசைகளை இழந்த குடும்பங்கள் ஒவ்வொன்றுக்கும் தலா ரூ.9000 வரை நட்ட ஈடாகத் தரப்பட்டது. தமிழக அரசு இந்த நட்ட ஈட்டைப் பணமாகக் கையளித்ததோடு, தமது விருப்பத்திற்கு ஏற்ப வீடுகளைக் கட்டிக்கொள்ளவும் அனுமதித்திருந்ததால், குடிசைகளை இழந்தவர்கள் தமது வசதிக்கு ஏற்ப வீடுகளைக் கட்டிக்கொண்டனர். இவ்வாறு கட்டப்பட்ட வீடுகள் இன்றும் கடலூர் ஆலப்பாக்கத்தில் சாட்சியமாக உள்ளன.

தென்னாற்காடு மாவட்டத்தில் வன்னியர்களால் எரிக்கப்பட்ட பறையர்களின் குடிசைகளைக் கணக்கெடுத்து, அதை அரசுக்குத் தெரிவித்து, மாற்று வீடுகள் கட்டுவதற்கான நடவடிக்கைகளில் இளையபெருமாள் ஈடுபட்டார். இப்பணிகளில் காட்டுமன்னார்குடி வட்டம், கருப்பூர் கிராமத்தைச் சேர்ந்த கலியமூர்த்தியும் பங்கேற்றார். இளையபெருமாள் நந்தனார் கல்விக் கழகத்தில் தலைவராக இருந்தபோது அவரது நம்பிக்கைக்கு உரியவராகவும் நெருக்கமானவராகவும் இருந்தவர் கலியமூர்த்தி.

இந்நிலையில், அரசு அறிவித்த நிவாரணமும்கூடப் பாதிக்கப்பட்ட பலருக்குச் சென்று சேராத காரணத்தால், கடலூரில் இருந்த தென்னாற்காடு மாவட்ட ஆட்சியர் அலுவலகம் முன்பு 5,000க்கும் மேற்பட்ட மக்களைத் திரட்டி உண்ணாவிரதப் போராட்டத்தை நடத்தினார் இளையபெருமாள். தென்னாற்காடு மாவட்டத்தில் 36 கிராமங்களில் வன்னியர்களால் எரிக்கப்பட்ட குடிசைகளுக்கு உரிய இழப்பீடும் மாற்றுக் குடும்ப அட்டையும் வழங்க வேண்டும் என்பது உள்ளிட்ட 15 கோரிக்கைகள் இப்போராட்டத்தில் முன்வைக்கப்பட்டன.

இந்திய மனித உரிமைக் கட்சியின் மாவட்டத் தலைவர் குமாரசாமி போராட்டத்திற்குத் தலைமை வகித்தார். மாவட்ட நிர்வாகத் தலைவர் பூங்காவனம், ஜெயபால் ஆகியோர் முன்னிலை வகித்தனர். மேலும், இப்போராட்டத்தில் கட்சியின் முக்கியப் பொறுப்பாளர்களும் பெருவாரியான தொண்டர்களும் கலந்துகொண்டனர்.

## III. சமரச முயற்சி முன்னெடுப்பு

தமிழகத்தின் வட மாவட்டங்களில் இரண்டு பெரும்பான்மைச் சமூகங்களுக்கிடையே நடந்த மோதலின் காரணமாக இரு தரப்பிலும் பெரும் இழப்பு ஏற்பட்டது. இதற்குத் தீர்வு காணும் விதமாக, பத்திரிகையாளரும் தராசு இதழின் ஆசிரியருமான ஷ்யாம் சண்முகம் இளையபெருமாளுக்கும் இராமதாஸுக்கும் இடையே சமாதானம் ஏற்படுத்த முனைந்தார். இதற்காக இளையபெருமாளுடன் இணைந்து சமூகப் பணியில் ஈடுபட்டவரும் ஷெட்யூல்டு இன விடுதலை இயக்கத்தின் மூத்த நிர்வாகியுமான கொடிக்கால் செல்லப்பாவுக்கு அவர் கடிதம் எழுதினார். கொடிக்கால் செல்லப்பா இளையபெருமாளைச் சந்தித்து இராமதாஸ் தரப்பிலிருந்து சமாதானத்திற்காக எவ்வாறெல்லாம் ஒத்துழைக்கிறார்கள் என்று எடுத்துரைத்தார். இதுபோலவே ஷ்யாம் சண்முகம் இராமதாஸைப் பலமுறை நேரில் சந்தித்துச் சமாதானம் குறித்து இளையபெருமாளின் நிலையை எடுத்துரைத்தார். இறுதியாக இரு சமூகத் தலைவர்களும் சமாதானத்திற்கு ஒத்துக்கொண்டார்கள்.

இதைத் தொடர்ந்து தராசு இதழ் அலுவலகத்தில் இளையபெருமாளும் இராமதாஸும் சந்தித்துச் சமாதானப் பேச்சுவார்த்தையை நடத்தினர். "வன்னியர்கள் பெரும்பான்மையாக வாழும் கிராமங்களில் பறையர் சமூகத்தினர் மீது தீண்டாமையைச் சுமத்தக் கூடாது, இழிதொழில்களைச் செய்ய நிர்ப்பந்திக்கக் கூடாது, ஊர்க் கட்டுப்பாடு என்ற பெயரில் எந்தவொரு நெருக்கடியையும் தரக்கூடாது" என்பன உள்ளிட்ட நிபந்தனைகளை முன்வைத்தார் இளையபெருமாள். இதனால் சட்டரீதியாகவும் அரசியல்ரீதியாகவும் சமூகரீதியாகவும் கடும் நெருக்கடிகளை எதிர்கொண்ட இராமதாஸ் இந்நிபந்தனைகளை ஏற்றுக்கொண்டார்.

இக்காலகட்டத்தில் தமிழகத்தில் குடியரசுத் தலைவர் ஆட்சி நடந்துவந்தது. அன்றைய தமிழக ஆளுநராக இருந்த பி.சி.அலெக்சாண்டரும் வன்னியர் - பறையர் இடையே நடந்துவரும் மோதலை முடிவுக்குக் கொண்டுவர, இரு சமூகங்களைச் சேர்ந்த முக்கியத் தலைவர்களுக்குச் சமாதானப் பேச்சுவார்த்தை நடத்த அழைப்பு விடுத்தார். இந்த அழைப்பை ஏற்றுப் பறையர்கள் சார்பாக இளையபெருமாளும்

வை.பாலசுந்தரமும் வன்னியர்கள் சார்பாக வன்னியர் சங்கத் தலைவர் சுப்ரமணியமும் ஆளுநரைச் சந்தித்தனர்.

இச்சந்திப்புக்குப் பிறகு பேட்டியளித்த இளையபெருமாளும் வை.பாலசுந்தரமும், "இரு சமூகத்தினருக்குமிடையே அமைதி நிலவவும் ஒற்றுமை ஏற்படவும் அரசு எடுக்கும் அனைத்து முயற்சிகளுக்கும் நாங்கள் உறுதுணையாக இருப்போம்" என்று உறுதியளித்தனர். வன்னியர் சங்கத் தலைவரான சுப்ரமணியம், "நானும் மருத்துவர் இராமதாஸும் வன்முறையைச் சிறிதும் நம்பாதவர்கள். தென்னாற்காடு மாவட்டத்தில் வன்னியர்களும் பறையர்களும் அமைதியாக வாழ ஒத்துழைப்போம்" என்று அறிவித்தார்.

ஆளுநர் அலெக்சாண்டர் பறையர் சமூகத்தினர் தரப்பில் இளையபெருமாளிடமும் வன்னியர் தரப்பில் இராமதாஸ், சுப்பிரமணியம் ஆகியோரிடமும் சமாதானம் குறித்துப் பேச்சுவார்த்தை நடத்தினார். இதன் தொடர்ச்சியாக ஆளுநரின் ஆலோகர் ராமகிருஷ்ணா முன்னிலையில் *04.11.1988* அன்று இரு சமூகத்திற்கும் இடையேயான சமாதான ஒப்பந்தத்தில் இளையபெருமாளும் இராமதாஸும் கையொப்பமிட்டனர். இந்தச் சமாதானக் கூட்டமானது தென்னாற்காடு மாவட்டத் தலைநகர் கடலூரிலுள்ள மாவட்ட வளர்ச்சி மன்றத்தில் நடைபெற்றது. இக்கூட்டத்தில் பறையர் - வன்னிய சமூகங்களைச் சேர்ந்த முக்கியப் பிரமுகர்களும் கலந்துகொண்டனர்.

தென்னாற்காடு மாவட்டத்தில் அமைதியை ஏற்படுத்தத் தமிழக அரசின் வழிகாட்டுதலோடும் இளையபெருமாள், இராமதாஸ் ஆகியோரின் ஒத்துழைப்போடும் உயர்மட்ட அமைதிக்குழு அமைக்கப்பட்டது. அதில் இரு சமூகங்களில் இருந்தும் தலா *7*பேர் வீதம் *14* பேர் உறுப்பினர்களாக நியமிக்கப்பட்டனர்.

தென்னாற்காடு மாவட்டத்தில் எங்கெல்லாம் பறையர்களுக்கும் வன்னியர்களுக்கும் இடையே மோதல் நடக்கிறதோ, அங்கெல்லாம் இக்குழு தலையிட்டுச் சமாதானத்தை ஏற்படுத்த வேண்டும். இவ்வாறு ஏற்படக்கூடிய மோதலில் எந்தச் சமூகத்தின் பக்கம் தவறு உள்ளதோ, அச்சமூகத்தினர் அதற்குப் பொறுப்பேற்றுத் தீர்வு காண வேண்டும். இதுவே இந்த அமைதிக் குழுவின் நோக்கமாகும். இதற்கேற்பச் செயல்பட்டுத் தென்னாற்காடு மாவட்டத்தில் அமைதியை நிலைநாட்டியது இக்குழு.

அத்தியாயம் - 11

# இராமதாஸ் பிழைக்கத் தெரிந்தவர்

## *31.5.1989* அன்று கடலூரில் இளையபெருமாள் அளித்த பேட்டி :

“கடந்த *1987*ஆம் ஆண்டு செப்டம்பரில் தென்னாற்காடு மாவட்டத்தில் இனக் கலவரம் நடந்தது. அதன் பிறகு வன்னியர் சங்கத்தின் கீழ் திரண்ட வன்னியர்கள் *36* கிராமங்களில் அட்டவணைச் சமூக மக்களின் வீடுகளுக்குத் தீவைத்தனர். இது தொடர்பாகப் பகிரங்க விசாரணை நடத்த வேண்டும் என்று பலமுறை கோரிக்கை விடுத்தேன். அரசு எந்தவிதமான நடவடிக்கையும் எடுக்கவில்லை. இச்செயலுக்கு மிகவும் வருந்துகிறேன். தீயில் சிக்கிய *36* கிராமங்களுக்கு அரசு ரூ.*11* இலட்சம் நிதி ஒதுக்கியது. இத்தொகை மாவட்டத்தில் சரிவரப் பயன்படுத்தப்படவில்லை. கலெக்டர் இது குறித்து நடவடிக்கை எடுக்க வேண்டும்.

வன்னியர் சங்கத் தலைவர் இராமதாஸிடம் மூன்று முறை வலியுறுத்தினேன். அவர் தெளிவான அறிக்கையின் மூலம் பறையர் மக்களுக்கு எந்தத் தொந்தரவும் கொடுக்கக் கூடாது என்று ஏன் கூறக் கூடாது? ஆனால், இதுவரை அறிக்கை கொடுக்க இராமதாஸ் தயங்குவது ஏன்? திண்டிவனம் சலவாதி கிராமக் கிணற்றில் பறையர் மக்கள் தண்ணீர் எடுக்க முடியவில்லை. வன்னியர் சங்கத்தின் நடவடிக்கைதான் இதற்குக் காரணம். இதேபோன்று திருச்சி மாவட்டம் செந்துறையைச் சேர்ந்த முஞ்சனை கிராமத்தின் குளத்தில் தண்ணீர் எடுக்க வன்னியர் தடை போடுகின்றனர். இவை போன்று பல இடங்களில் மக்கள் துன்பப்படுகின்றனர். முதல்வர் கருணாநிதியின் இடஒதுக்கீட்டுக் கொள்கை பாராட்டுக்குரியது. இதைப் பரிசோதனை அடிப்படையில் ஓராண்டு சோதித்துப் பார்க்கலாம் என முதல்வர் கருணாநிதி கூறியுள்ளார். சீர்மரபினர் அதிகம் படிக்காதவர்கள். இடஒதுக்கீட்டில் மிக அதிகம் பயன்பெறுவது வன்னியர்கள்தாம். இதை வன்னியர்கள் முழுஅளவில் ஏற்றுக்கொள்ள வேண்டும்.

வன்முறையில் யார் ஈடுபட்டாலும் அவர்களைக் குண்டர் தடுப்புக் காவலில் போடுவதில் தவறில்லை. அட்டவணைச் சமூக மக்கள் வன்முறையில் இறங்கினால், அவர்களையும் இச்சட்டத்தில் கைது செய்ய வேண்டும். சட்டம், ஒழுங்கு பாதுகாக்கப்பட வேண்டும். போலீஸாருக்கு முழு அளவில் ஒத்துழைப்புத் தர வேண்டும். கடந்த ஞாயிறு அன்று முதல்வர் கருணாநிதியைச் சந்தித்தேன். அட்டவணைச் சமூக மக்களுக்குத் தேவையான அனைத்து உதவிகளையும் அளிப்பதாக உறுதியளித்துள்ளார். சட்டசபை கலவரத்துக்குப் பிறகு காங்கிரஸ், அ.தி.மு.க., இரண்டும் ஒன்று சேர்ந்தனர். தேர்தல் நேரத்தில் இவர்கள் ஒருவரையொருவர் எப்படி விமர்சனம் செய்தனர் என்பது ஊரறிந்தது. இப்போது இணைந்து குலாவுகின்றனர். இது நியாயமல்ல, பாவமானது.

இடஒதுக்கீடு கிடைக்கும் வரை தேர்தல் புறக்கணிப்பு என்பதிலிருந்து பின்வாங்கமாட்டேன் என்று இராமதாஸ் கூறினார். இப்போது புறக்கணிப்பு இல்லை என்று கூறுகிறார். அவர் புதிய கட்சி துவங்குவதை வரவேற்கிறேன். 'இராமதாஸ் பிழைக்கத் தெரிந்தவர்' என நிரூபித்துவருகிறார். சமீபகாலம் வரை அரசியல்வாதிகளை 'ஓட்டுப்பொறுக்கி', 'அரசியல் நாய்' என்று கண்டபடி மேடையில் வசைபாடினார்; போஸ்டர் ஒட்டினார்; விளம்பர போர்டு மாட்டினார்; சில ஊர்களில் கட்சிக்காரர்களை உள்ளேவிடாமல் வைத்திருந்தார். அந்த இராமதாஸுடன் காங்கிரஸ், அதிமுகவினர் இணைந்து ஒரே மேடையில் பேசுகின்றனர். இச்செயல் பாதகமானது, வெட்கக்கேடானது" என்று இராமதாஸின் அரசியல் வருகை குறித்துப் பத்திரிகை நேர்காணல் வழியாக இளையபெருமாள் விமர்சித்தார்.

## V.இளையபெருமாள் - இராமதாஸ் ஒப்பந்தம்

பறையர் - வன்னியர் சமூக நல்லிணக்கத்தின் அடுத்த கட்டமாக இரு சமூகத் தலைவர்களும் 1991ஆம் ஆண்டு ஜனவரி 21இல் திண்டிவனம் வேதவள்ளியம்மாள் மண்டபத்தில் பேச்சுவார்த்தை நடத்தி, ஓர் ஒப்பந்தத்தை மேற்கொண்டனர். வன்னியர்கள் பெரும்பான்மையாக வாழும் பகுதிகளில் பொதுப்பாதை மறுத்தல், சுடுகாடு மறுத்தல், பறையடி தொழில் செய்யவும், சாவுக்குச் செய்தி சொல்லவும் நிர்பந்தம் செய்தல் உள்ளிட்ட தீண்டாமை வன்கொடுமைகளுக்கு முற்றுப்புள்ளி வைக்கும்விதமாக இந்த ஒப்பந்தம் இறுதி செய்யப்பட்டது. இதைத் தொடர்ந்து இளையபெருமாளும் இராமதாஸும் இணைந்து கூட்டறிக்கையொன்றை வெளியிட்டு, ஆறு தீர்மானங்கள் நிறைவேற்றப்பட்டிருப்பதையும் அறிவித்தனர். அத்தீர்மானங்களாவன:

1. இரண்டு சமுதாய மக்களும் ஒருவரையொருவர் புரிந்துகொண்டு, தமிழ்நாட்டில், குறிப்பாகத் தென்னாற்காடு மாவட்டத்தில் இன்றுமுதல் சமுதாய ஒற்றுமை நிலவப் பாடுபடுவதோடு, அவ்வொற்றுமை மேலும் வலுப்பெறுவதற்கான முழு முயற்சிகளை இந்த இரண்டு சமுதாயத் தலைவர்களும் கிராம, ஒன்றிய, வட்டம், மாவட்ட அளவில் எடுப்பது என்று இக்கூட்டம் முடிவு செய்கிறது.
2. சமுதாய விடுதலைக்குப் பெரும் பாதகமாக இருக்கிற தீண்டாமை, சிவில் உரிமைகள் மறுப்பு ஆகியவற்றைத் தகர்த்தெறிய திட்டமிடுதல், கருத்துப் பரிமாற்றம் செய்தல், போராட்ட வடிவங்களை அமைத்தல் ஆகிய

நடவடிக்கைகளை மேற்கொள்ள இக்கூட்டம் முடிவு செய்கிறது.

3. பறை அடித்தல், செத்த மாட்டைப் புதைத்தல், பிணம் எடுத்தல் போன்ற பிற இழிவான செயல்களைச் செய்யச் சொல்லி வலியுறுத்தக் கூடாது எனவும் அதை அந்தந்தச் சமுதாயங்களே செய்துகொள்வதென்றும் இக்கூட்டம் முடிவு செய்கிறது.

4. இந்த இரண்டு சாதிகளுக்கும் இடையே மோதல்களை உருவாக்குகின்ற ஆதிக்கச் சாதிகள், சில பத்திரிகைகளை இனங்கண்டு, அவற்றை முறியடிப்பது என இக்கூட்டம் முடிவு செய்கிறது.

5. தென்னாற்காடு மாவட்டத்தில் இந்த இரண்டு சமுதாயங்களின் ஒற்றுமையை மேலும் வலியுறுத்துவதற்காகவும் ஒற்றுமைக்காகவும் சமூக நீதி கோரிக்கை எழுச்சி மாநாடு ஒன்றை நடத்துவதென இக்கூட்டம் தீர்மானிக்கிறது.

6. டாக்டர் மல்கான் அறிக்கை 1964, இளையபெருமாள் அறிக்கை 1969, மண்டல் கமிஷன் அறிக்கை 1977 ஆகியவற்றை மத்திய, மாநில அரசுகள் அமல்படுத்த வேண்டுமெனக் கூட்டம் தீர்மானிக்கிறது.

## VI.குடிதாங்கிப் போராட்டம் - புனைவும் உண்மையும்

கொள்ளிடக் கரையில் அமைந்திருக்கும் குடிதாங்கியில் 1988இல் அட்டவணைச் சமூகத்தினருக்கும் சாதி இந்துக்களுக்கும் இடையே மோதல் ஏற்பட்டது. இம்மோதல் நடைபெறுவதற்கு முன்புவரை, அட்டவணைச் சமூகத்தவர் யாரேனும் இறந்தால், அவரது சடலத்தைப் பொதுச்சாலை வழியே எடுத்துச்சென்று அடக்கம் செய்வதுதான் வழக்கமாய் இருந்துவந்தது. சாதி இந்துக்களும் அட்டவணைச் சமூக மக்களின் சவ அடக்கத்திற்கு எதிராக எவ்வித இடையூறுகளையும் செய்ததில்லை. ஆனால், 1988ஆம் ஆண்டில் சாதி இந்துக்கள் அட்டவணைச் சமூகத்தினர் பொதுப்பாதையைப் பயன்படுத்துவதைத் திடீரெனத் தடை செய்து எதிர்ப்புத் தெரிவித்தனர். இதனால்தான் மோதல் உருவானது.

23.8.1988 அன்று அட்டவணைச் சமூகத்தைச் சேர்ந்த ஒருவரது சடலத்தைப் பொதுப்பாதை வழியாக எடுத்துச் சென்றதை வன்னியர்கள் தடுத்து நிறுத்தியதையடுத்து, இப்பிரச்சினையில் இளையபெருமாள், டி.எம்.மணி உள்ளிட்ட தலைவர்கள் தலையிட்டு, வன்னியர்களின் சாதி ஆதிக்கத்திற்கு எதிரான போராட்டத்தை முன்னெடுத்தனர். இதனால், அட்டவணைச் சமூகத்தவருக்கும் வன்னியர்களுக்கும் இடையே மோதல் உருவானது. இம்மோதலைத் தடுத்து நிறுத்திச் சமாதானத்தை ஏற்படுத்திடக் காவல்துறை முயன்றது. பிணத்தை வேறு வழியாக எடுத்துச் செல்லமாட்டோம் என்பதில் அட்டவணைச் சமூகத்தினர் உறுதியாக இருந்ததாலும், காவல்துறை கேட்டுக்கொண்டதன் அடிப்படையிலும் பிரச்சினையை மேலும் பெரிதாக்காமல், மறுநாள் அடக்கம் செய்வதென முடிவெடுத்து, சடலத்தைப் பாதையிலேயே வைத்துவிட்டு வீடு திரும்பினர். ஆனால், அவர்கள் சென்றபிறகு, காவல்துறையினர் பிணத்தைப் பொதுப்பாதையிலிருந்து அப்புறப்படுத்தினர். இந்த நம்பிக்கை துரோகத்தினைப் பொறுக்காத அட்டவணைச் சமூகத்தினர்

காவல்துறைக்கு எதிராகப் போராட்டத்தில் இறங்கினர். இதில் காவல்துறை ஆய்வாளர் ஒருவர் காயமடைய, இதையே சாக்காக வைத்துக்கொண்டு குடிதாங்கி உட்பட 9 அட்டவணைச் சமூக கிராம மக்கள் மீது காவல்துறை வன்முறையை ஏவியது. மேலும், பெண்கள் உட்பட 100க்கும் மேற்பட்டோர் மீது வழக்கும் பதிவு செய்தது. இம்மோதலில் 80க்கும் மேற்பட்ட வன்னியர் சமூகத்தினர் மீதும் வன்கொடுமைத் தடுப்புச் சட்டத்தின் கீழ் வழக்குப் பதிவு செய்யப்பட்டது.

டி.எம்.மணி இப்பிரச்சினைக்காக இளையபெருமாளை அழைத்துக் கூட்டம் நடத்தினார். இவர்கள் இருவரும் தொடர்ந்து நான்கு ஆண்டுகள் இப்பிரச்சினைக்காகக் களத்தில் நின்று போராடிவந்தனர். இதுகுறித்துத் தான் எழுதிய 'சாதி ஒழிந்தது' என்ற புத்தகத்தில் டி.எம்.மணி குறிப்பிட்டுள்ளார்.

குடிதாங்கிப் பிரச்சினை நான்கு ஆண்டுகளுக்கு மேல் நிலவிவந்த நிலையில், தமிழகத்தில் ஆட்சி மாற்றம் ஏற்பட்டு ஜெயலலிதா முதல்வரானார். காங்கிரஸைச் சேர்ந்த அட்டவணைச் சமூக உறுப்பினர்கள் குடிதாங்கிப் பிரச்சினை குறித்துச் சட்டமன்றத்தில் பேசினர். இதன் பின்னர் இப்பிரச்சினையில் தலையிட்ட அதிமுக அரசு அட்டவணைச் சமூகத்தினர் பொதுப்பாதையைப் பயன்படுத்த வழியேற்படுத்தித் தந்தது.

அரசு தலையிட்டு முடித்து வைத்த இந்தப் பிரச்சினையில் தன்னை நியாயவாதியாகக் காட்டிக்கொள்ளும் நோக்கிலேயே குடிதாங்கிக்கு வந்தார் இராமதாஸ். அச்சமயத்தில் அங்கிருந்த டி.எம்.மணி, வன்னியர்கள் இராமதாஸுக்கு எதிர்ப்புத் தெரிவித்ததை மீறிப் பெருந்தன்மையோடு அட்டவணைச் சமூகத்தவரின் சடலத்தைத் தூக்கிச் செல்ல இராமதாஸை அழைத்துச் சென்றார். உண்மை நிலை இவ்வாறிருக்க, இன்று குடிதாங்கிப் பிரச்சினை பலவாறு திரித்துக் கூறப்படுகிறது. குடிதாங்கிப் பிரச்சினையில் கடைசி நேரத்தில் தலையிட்டதைக் காட்டியே இன்றும் மலினமான அரசியலைச் செய்து வருகிறார் இராமதாஸ்.

குடிதாங்கிப் பிரச்சினையில் இராமதாஸ் தலையிட்டதை முன்வைத்து, வி.சி.க தலைவர் திருமாவளவனால் இராமதாஸுக்குத் 'தமிழ்க் குடிதாங்கி' பட்டம் கொடுக்கப்பட்டது. ஆனால், பிற்காலத்தில் பல்வேறு சாதிக் கலவரங்களுக்கு இராமதாஸ் காரணமாக இருந்தபோதும் தமிழ்க் குடிதாங்கிப் பட்டத்தை திருமாவளவன் திரும்பப் பெறுவதாக அறிவிக்கவில்லை. வி.சி.க-வின் இரண்டாம் கட்டத் தலைவர்கள், "நாங்கள் குடிதாங்கிப் பட்டத்தைத் திரும்பப் பெற்றுவிட்டோம்" என்று 1999ஆம் ஆண்டு தொடங்கிக் கூறிவந்தாலும், 2005ஆம் ஆண்டில் திருமாவளவன் இராமதாஸைத் 'தமிழ்க் குடிதாங்கி' என்று குறிப்பிட்டு அழைத்த தகவலும் கிடைக்கிறது.

1987ஆம் ஆண்டு தொடங்கி 1996ஆம் ஆண்டு முடிய ஏறத்தாழ பத்தாண்டுகள் இளையபெருமாள் - இராமதாஸ் இடையே சமாதானம் நிலவிவந்தது. எனினும், அந்நேரத்திலும்கூட எந்தவொரு பட்டத்தையும் இளையபெருமாள் இராமதாஸுக்கு வழங்கவில்லை. இராமதாஸுக்குத் தமிழ்க் குடிதாங்கிப் பட்டம் கொடுத்ததன் விளைவாக, குடிதாங்கியில் பாதிக்கப்பட்ட மக்களுக்குத் துணை நின்ற

இளையபெருமாள், டி.எம்.மணி ஆகியோரின் பணிகள் நினைவுகூரப்படாமல் மறைக்கப்பட்டுவிட்டன. இப்பட்டம் கொடுக்கப்பட்டதன் பின்னுள்ள அரசியல் இதுதான்.

## VII. பாட்டாளி மக்கள் கட்சியோடு கூட்டணி

இளையபெருமாள் சமூக நல்லிணக்கத்துக்காகப் பாட்டாளி மக்கள் கட்சி தலைவர் இராமதாஸுடன் 1987ஆம் ஆண்டு செய்துகொண்ட சமாதான ஒப்பந்தத்தின் பின் பா.ம.க வுடன் இணக்கமாக நடந்துவந்தாலும், அக்கட்சியுடன் தேர்தல் கூட்டணி உடன்பாடு வைத்துக்கொள்வதை விரும்பாதவராகத்தான் இருந்தார். ஏனெனில், வன்னியர்களால் பாதிக்கப்பட்டிருந்த அட்டவணைச் சமூக மக்கள் இக்கூட்டணியை நடைமுறையில் ஏற்கமாட்டார்கள் என்பதை அறிந்திருந்தார் இளையபெருமாள். இதனாலேயே ஆரம்ப காலங்களில் இந்திய மனித உரிமைக் கட்சித் தேர்தலில் போட்டியிட்டபோது, பாட்டாளி மக்கள் கட்சித் தலைவர் இராமதாஸுடன் கூட்டணி வைத்துக்கொள்ளும் முடிவை எடுக்கவில்லை. எனினும், 1991ஆம் ஆண்டு நடந்த சட்டமன்றத் தேர்தலில் வென்று ஆட்சியில் அமர்ந்த ஜெயலலிதா அட்டவணைச் சமூகத்திற்கு இழைத்த துரோகம், தி.மு.க வில் நிலவிவந்த சாதி இந்துக்களின் ஆதிக்கம் ஆகியவை இக்கட்சிகளின் மீது இளையபெருமாளுக்குக் கசப்புணர்வை ஏற்படுத்தியிருந்தன. இதன் காரணமாக, 1996இல் நடந்த தமிழகச் சட்டமன்றத் தேர்தலில் பாட்டாளி மக்கள் கட்சித் தலைவர் இராமதாஸுடன் கூட்டணி வைத்துக்கொள்ள வேண்டிய முடிவை இளையபெருமாள் எடுக்க நேர்ந்தது.

பொதுவாகத் தமிழகத்தில் பெரும் மக்கள்தொகை கொண்ட சாதிகளாக வன்னியர்களும் பறையர்களும் இருந்துவருகின்றனர். இவ்வாக்கு வங்கியின் அடிப்படையிலேயே பாட்டாளி மக்கள் கட்சித் தலைவர் இராமதாஸும் 1991 முதல் தேர்தலில் பங்கெடுக்கத் தொடங்கினார். 1991இல் நடந்த சட்டமன்றத் தேர்தலில் பாட்டாளி மக்கள் கட்சி தனித்துப் போட்டியிட்டுக் கணிசமான வாக்குகளைப் பெற்றிருந்தாலும், அத்தேர்தலில் பாட்டாளி மக்கள் கட்சி சார்பாகப் போட்டியிட்டவர்களுள் பண்ருட்டி இராமச்சந்திரன் மட்டுமே வெற்றி பெற்றிருந்தார். இதன் மூலம் தமது சமூக வாக்கு வங்கியை மட்டுமே நம்பித் தனித்து நின்றால் தேர்தலில் வெற்றிபெற முடியாது என்பதை உணர்ந்துகொண்ட இராமதாஸ், பெரிய அளவில் கூட்டணியை அமைக்க முயற்சி மேற்கொண்டுவந்தார்.

இதன் அடிப்படையில் இளையபெருமாளுடன் சென்னையில் நடந்த ஆலோசனைக் கூட்டத்தில், "சமூக நல்லிணக்கத்துக்காக நாம் இணைந்து தேர்தலில் கூட்டணி அமைக்க வேண்டும், ஐயா" என்று இராமதாஸ் கேட்டுக் கொண்டார். அதற்கு இளையபெருமாள், "நாம் இணைந்து செயலாற்ற வேண்டுமென்றால், நீண்ட களப்பணி செய்ய வேண்டும் மருத்துவரே" என்று பதிலளித்திருக்கிறார். ஆயினும் இராமதாஸ், "ஐயா, நீங்கள் சொல்வது சரிதான். ஆனால், அதற்கான நேரம் நம்மிடமில்லை. இந்தச் சட்டமன்றத் தேர்தலில் நாம் முதல் சோதனை ஓட்டமாக இணைந்து நிற்போம்" என்ற தன் விருப்பத்தை முன்வைத்தார். இரு சமூகமும் ஒன்றுபட்டு அமைதியாக வாழ வேண்டும் என்ற காரணத்திற்காகக் கூட்டணிக்குச் சம்மதித்தார் இளையபெருமாள்.

இத்தேர்தல் கூட்டணியில் இளையபெருமாள் தலைமையிலான இந்திய மனித உரிமைக் கட்சி மட்டுமின்றி, பூவை.மூர்த்தியும் இடம்பெற்றிருந்தார். தொகுதிப் பங்கீட்டின்போது இளையபெருமாளிடம், "ஐயா உங்களுக்குத் தேவையான தொகுதிகளை நீங்கள் எடுத்துக்கொள்ளுங்கள்" எனப் பாட்டாளி மக்கள் கட்சித் தலைவர் இராமதாஸ் கூறியதையடுத்து, தென்னாற்காடு, தஞ்சை உள்ளிட்ட மாவட்டங்களில் 10க்கும் மேற்பட்ட தொகுதிகளில் வேட்பாளர்களை நிறுத்தினார். தேர்தல் கூட்டணி அமைத்தாலும், இராமதாஸ் மீது பல விமர்சனங்களை இளையபெருமாள் முன்வைத்தே வந்தார். குறிப்பாக, தான் பங்கேற்ற பிரச்சாரக் கூட்டமொன்றில், "நான் பாட்டாளி மக்கள் கட்சியுடன் கூட்டணி வைத்தது பற்றிப் பலர் மாறுபட்ட கருத்தை முன்வைக்கின்றனர். இந்த விமர்சனங்களை நான் ஏற்கிறேன். ஆனால், கடந்த ஆண்டுகளில் ஏற்பட்ட விரும்பத்தகாத சம்பவங்களின் காரணமாக இந்த இரண்டு சமூகங்களிடையே பிரிவினை ஏற்பட்டு அசாதாரணச் சூழல் நிலவுகிறது. அதைச் சரிசெய்யும் பொருட்டே நான் இராமதாஸுடன் சமாதானம் செய்துகொண்டேன். இது குறித்து விமர்சிப்பவர்களுக்கு நான் கூறுவது என்னவென்றால், "திருடன் கையில் சாவியைக் கொடுத்துள்ளேன்" என வெளிப்படையாகப் பேசினார்.

இக்காலங்களில் கருணாநிதி மீதும் ஜெயலலிதா மீதும் காத்திரமான விமர்சனங்களை முன்வைத்துள்ளார். "நான் இராமதாஸுடன் சமாதானம் செய்துகொண்டதற்காகப் பலர் பலவாறு விமர்சிக்கின்றனர். ஆனால், என் சமூகம் பாதிக்கப்பட்டபோது கருணாநிதியும் வரவில்லை, ஜெயலலிதாவும் வரவில்லை. இதன் காரணமாகவே இந்த இரு சமூக மக்களின் பிரச்சினைகளைத் தீர்க்க நானும் இராமதாஸும் ஒன்றிணைந்துள்ளோம்" என்றார்.

1991ஆம் ஆண்டு இந்திய மனித உரிமைக் கட்சி வேட்பாளர்கள் என்.ஆர் ராஜேந்திரன் காட்டுமன்னார்குடியிலும் சீதாமூர் ஆறுமுகம் வானூரிலும் அதிமுக கூட்டணி சார்பாகப் போட்டியிட்டு வெற்றிபெற்றனர். இத்தேர்தலில் இளையபெருமாள் போட்டியிட்டிருந்தால், காட்டுமன்னார்குடி சட்டமன்ற உறுப்பினராகத் தேர்வாகியிருப்பார். ஆனால், தனது கட்சியில் மக்களுக்காகப் பணியாற்றிய தங்கராசு, சீதாமூர் ஆறுமுகம், என்.ஆர்.ராஜேந்திரன் ஆகியோருக்கு வாய்ப்பளித்து அவர்களைச் சட்டமன்ற உறுப்பினராக்கினார். ஆனால், வெற்றிபெற்ற பின்னர் அவர்கள் இருவருமே இளையபெருமாளுக்கும் சமூக மக்களுக்கும் நம்பிக்கை துரோகம் செய்தனர்.

இதன் காரணமாகவும் சட்டமன்றத்தில் அட்டவணைச் சமூக மக்களின் குரலை எதிரொலிக்க வேண்டிய அவசியம் காரணமாகவும் 1996 சட்டமன்றத் தேர்தலில் காட்டுமன்னார்குடி தொகுதியில், தனது முதுமையையும் பொருட்படுத்தாது இளையபெருமாள் தாமே நேரடியாகப் போட்டியிட்டார். இத்தேர்தலில் சுமார் 37,000 வாக்குகள் பெற்று இரண்டாம் இடம் பெற்றார். திமுக வேட்பாளர் இராமலிங்கம் சுமார் 43,000 வாக்குகள் பெற்று வெற்றிபெற்றார். அதிமுகவுக்கு மூன்றாவது இடமே கிடைத்தது. பாமக கூட்டணியில் இருந்தபோதும் வன்னியர்கள் இளையபெருமாளுக்கு வாக்களிக்கவில்லை என்பதுதான் அவரது தோல்விக்குக்

காரணமாகும்.

தேர்தல் தோல்வியை அடுத்து இளையபெருமாள், “இந்த இரண்டு சமூகமும் வன்முறையைத் தவிர்த்து ஒற்றுமையைப் பேண வேண்டும் என்றே நாம் பாட்டாளி மக்கள் கட்சியுடன் கூட்டணி அமைத்தோம். நான் வாக்குக் கேட்டுச் சென்றபோது, இளைஞர்கள் இந்தக் கூட்டணியின் தவிர்க்கவியலாத கட்டாயத்தை ஆமோதித்தனர். ஆனால், வயதான நம் சமூகத்தினர் தீப்பெட்டி எடுத்துவந்து ‘நீங்களே உங்களது கையால் நம் மக்களின் வீடுகளைக் கொளுத்துங்கள்’ என இக்கூட்டணிக்கு எதிர்ப்புத் தெரிவித்தனர்” எனக் கூட்டணிக் குறித்து கூறிய கருத்துகள் முக்கியமானவை. கடலூர் மாவட்டத்தைச் சேர்ந்த காட்டுமன்னார்குடி, சிதம்பரம் உள்ளிட்ட பல இடங்களில் மக்கள் தங்கள் மனக்குமுறலை இவ்வாறு தெரிவித்துள்ளனர். இளையபெருமாளும் இந்தக் கூட்டணி பயனளிக்காத ஒன்று என்றே பதிவுசெய்தார். தேர்தல் அரசியல் மூலம் சமூக முரண்களைக் களைய முடியாது என்கிற உண்மையைத்தான் இது காட்டுகிறது.

அத்தியாயம் - 12

# மாநாட்டு நிகழ்வுகள்

### I.இந்திய அட்டவணைச் சம்மேளனத்தின் முதல் மாநாடு

*1948*இல் காட்டுமன்னார்குடியில் நடந்த இந்திய அட்டவணைச் சம்மேளனத்தின் முதல் மாநாட்டில் காட்டுமன்னார்குடியை ஒட்டியுள்ள கிராமங்களில் அமல்படுத்தப்பட்ட விவசாயக் கூலி உயர்வினை சிதம்பரம் வட்டம் முழுவதும் அமல்படுத்த வேண்டுமெனத் தீர்மானம் நிறைவேற்றினார் இளையபெருமாள். இம்மாநாட்டின் எதிரொலியாக அன்றைய சிதம்பரம் வட்டாட்சியர் தங்கமணி நாடார் இராதாநல்லூர், கீழநத்தம், ஆடூர், சிறகிழந்த நல்லூர், மோவூர், அதங்குடி, தெம்மூர், துணிசிரமேடு, பின்னலூர், பிரசன்னராமபுரம், உடையூர், வளையமாதேவி ஆகிய ஊர்களில் இருந்த நிலவுடைமையாளர்களை அழைத்து விவசாயக் கூலி உயர்வு குறித்துக் கூட்டம் நடத்தினார். ஆனால், இக்கூட்டத்தில் பங்கேற்ற சாதி இந்து நிலவுடைமையாளர்கள் கூலியை உயர்த்திக் கொடுக்க மறுத்ததோடு, காட்டுமன்னார்குடி பகுதி விவசாயக் கூலிகளுக்கு ஏற்கெனவே வழங்கப்பட்ட கூலி உயர்வையும் எதிர்த்தனர். இதனால், சாதி இந்துக்களின் ஊர்களில் வேலை நிறுத்தம் செய்யச் சொல்லி அட்டவணைச் சாதியினருக்கு வழிகாட்டினார் இளையபெருமாள். அம்மக்களும் இந்த வழிகாட்டுதலை ஏற்று, தத்தமது கிராமங்களில் வேலை நிறுத்தம் செய்தனர். சிதம்பரம் வட்டத்திற்கு உட்பட்ட நூற்றுக்கும் மேற்பட்ட கிராமங்களில் இப்போராட்டம் நடந்தது. சமூகச் செயற்பாட்டாளர்களான தில்லைவிடங்கன் செல்லப்பா, புலவர் கூ.ஆறுமுகம், பூர்த்தங்குடி கெங்காசலம், தெம்மூர் குப்புசாமி, முகையூர் சந்திரன், குமராட்சி குமரன், கோழிப்பள்ளம் வெங்கடாச்சலம், கீழ்கடம்பூர் கோவிந்தன் ஆகியோர் இப்போராட்டத்தை நடத்துவதில் முக்கியப் பங்காற்றினர். இக்கூலி உயர்வுப் போராட்டத்தைப் பயன்படுத்தி, சிதம்பரம் வட்டம் முழுவதும் அட்டவணைச் சமூக மக்களுக்கான விவசாயக் கூலி உயர்வைப் பெற்றுக்கொடுத்தார் இளையபெருமாள்.

**//.இந்திய அட்டவணைச் சம்மேளனத்தின் இரண்டாவது மாநாடு**

இந்திய அட்டவணைச் சம்மேளனத்தின் இரண்டாவது மாநாடு காட்டுமன்னார்குடிக்கு அருகிலுள்ள உடையார்குடி, செட்டியார் தோப்பில் 1949இல் நடத்தப்பட்டது. இந்திய அளவில் ஆதிதிராவிட மகாஜன சங்கத்தின் தொடர்புகளை விரிவுபடுத்துவது உள்ளிட்ட செயல்திட்டங்களுக்காக நடத்தப்பட்ட இம்மாநாட்டில்,

இந்திய ஷெட்யூல்டு பெடரேஷன் தலைவர்களுள் ஒருவரான அன்னை மீனாம்பாள் அவர்களை அழைத்துவந்து கூட்டம் நடத்துவது.

ஆதிதிராவிட மகாஜன சங்கம், அகில இந்தியப் பட்டியலின மக்கள் சம்மேளனத்துடன் தொடர்பு வைத்துக்கொள்ளுவது.

சமூகத்தின் இழிவை ஒழிக்க வேண்டியும், உயர்வு தாழ்வை அகற்ற வேண்டியும், சமுதாய ஒற்றுமை, முன்னேற்றம் ஆகியவற்றை மனதிற்கொண்டும் தப்புக் கொட்டுவதை நிறுத்துவது (பறையடி தொழில்) என்பன உள்ளிட்ட தீர்மானங்கள் நிறைவேற்றப்பட்டன.

இம்மாநாட்டின் விளைவாகக் காட்டுமன்னார்குடி வட்டாரத்தில் சாதி இந்து நிலவுடைமையாளர்கள் ஒன்றுகூடி மிராசுதார் சங்கத்தினை உருவாக்கினர். இதைத் தொடர்ந்து நிலவுடைமையாளர்கள் அட்டவணைச் சமூக மக்களைப் பணிய வைப்பதற்காக அவர்களுக்குக் கூலி வேலை கொடுக்க மறுக்கும் அடாவடித்தனத்தில் இறங்கினர்.

*///.இந்திய அட்டவணைச் சம்மேளனத்தின் மூன்றாவது மாநாடு*

இந்திய அட்டவணைச் சம்மேளனத்தின் மூன்றாவது மாநாட்டினைக் காட்டுமன்னார்குடியில் உள்ள குமராட்சியில் நடத்தத் திட்டமிட்டார். ஆனால், சாதி இந்து நிலவுடைமையாளர்கள் ஒன்றுகூடி, மாநாட்டைத் தடை செய்யுமாறு அரசை வலியுறுத்தினர். ஆட்சியாளர்களும் சாதி இந்துக்களுக்கு இணக்கமாக நடந்துகொண்டு குமராட்சி மாநாட்டைத் தடை செய்தனர். இத்தடையைக் கண்டித்துக் காட்டுமன்னார்குடியில் ஊர்வலம் ஒன்றை நடத்தினார். மேலும், தடையை மீறி மூன்றாவது மாநாட்டினையும் வெற்றிகரமாக நடத்தி முடித்தார். இம்மாநாட்டில்,

1. பொதுச்சாலைகளில் மிதிவண்டியில் செல்வது
2. செருப்பு அணிந்து செல்வது
3. தோளில் துண்டு போடுவது
4. தலைப்பாகைக் கட்டுவது
5. வண்டியின் மேல் உட்கார்ந்து ஓட்டுவது
6. பிராமணர்கள் தெருவில் நடப்பது

7. கடவுள் நம்பிக்கை என்ற பெயரில் அட்டவணைச் சமூகப் பெண்கள் கன்னி ஆடும் விரும்பத்தகாத, சுயமரியாதையற்றச் செயலை நிறுத்துவது

8. சமூக சுயமரியாதைக்கான கட்டுப்பாடுகளை மீறிக் கன்னி ஆடுவோரைச் சாட்டையைக் கொண்டு அடித்துத் திருத்துவது

9. பொங்கல், தீபாவளி உள்ளிட்ட பண்டிகைகளுக்கு மேட்டுக்குடியினரின் தெருக்களுக்குச் சென்று பொருட்களை வாங்க மறுப்பது என்பன உள்ளிட்ட தீண்டாமைக்கு எதிராகவும் அட்டவணைச் சமூக மக்களின் சுயமரியாதையைக் காப்பதற்குமான தீர்மானங்களை நிறைவேற்றி, அவற்றை நடைமுறைப்படுத்தினார்.

### IV.சிதம்பரம் மாநாடு

இளையபெருமாள் 1958ஆம் ஆண்டு சிதம்பரத்தில் நடத்திய மாநாட்டில், நேரு அமைச்சரவையில் போக்குவரத்து மற்றும் இரயில்வே துறை அமைச்சராக இருந்த பாபு ஜெகஜீவன்ராம் பங்கேற்றார். இம்மாநாட்டிற்கு சுவாமி சகஜானந்தா தலைமை தாங்கினார்; பாபு ஜெகஜீவன்ராம் முன்னிலை வகித்தார். சிதம்பரம் மாநாட்டில் அட்டவணைச் சமூக மக்களின் கடந்தகால சமூகப் போராட்டங்கள், அதனால் விளைந்த முன்னேற்றங்கள், எதிர்காலச் செயல்பாடுகள் ஆகியவை பற்றி இளையபெருமாள், சுவாமி சகஜானந்தா, பாபு ஜெகஜீவன்ராம் ஆகியோர் உரையாற்றினார்கள்.

### V.மதுவிலக்கு மாநாடு

அட்டவணைச் சமூகத்தைச் சேர்ந்த ஆண்கள் வறுமை நிலையிலும்கூட மதுப் பழக்கத்திற்கு அடிமையாகிக் கிடந்தனர். ஒருபுறம் குடும்ப வறுமை, மறுபுறம் சமூக ஆண்களின் குடிப்பழக்கம் எனச் சமூகத்துப் பெண்களும் குழந்தைகளும் இரட்டை நுகத்தடியில் சிக்கிக் கடும் துன்பத்தை அனுபவித்துவந்தனர். மதுப் பழக்கத்தின் தீமையை உணர்ந்திருந்த இளையபெருமாள், 1946ஆம் ஆண்டு முதலே குடிப் பழக்கத்திற்கு எதிரான பிரச்சாரத்தைக் காட்டுமன்னார்குடி வட்டம் முழுவதும் தீவிரமாக முன்னெடுத்துவந்தார். இவ்வாறான சூழ்நிலையில், நிதி நெருக்கடியைக் காட்டித் தமிழகத்தில் அமலில் இருந்துவந்த மதுவிலக்கை 1970களில் கருணாநிதி அரசு ரத்து செய்தது. இதைக் கடுமையாக எதிர்த்த இளையபெருமாள், காங்கிரஸின் சேலம் மாநாட்டில் கள்ளுக்கடை திறப்பிற்கு எதிராகத் தீர்மானம் கொண்டுவந்து தோல்வியடைந்தார்.

எனினும், கிராமந்தோறும் மதுவிலக்குப் பிரச்சாரத்தை முன்னெடுத்ததோடு, 1974ஆம் ஆண்டு பூரண மதுவிலக்கை நடைமுறைப்படுத்தக் கோரி சிதம்பரத்தில் மாநாடு நடத்தினார். இம்மாநாட்டில் பல ஆயிரக்கணக்கான மக்கள் பங்கேற்றனர். இளையபெருமாள் தன்னுடைய சொந்த ஊரான காட்டுமன்னார்குடி, சிதம்பரம் வட்டார அட்டவணைச் சமூக ஆண்களுக்கு மதுவினால் ஏற்படும் தீமையை உணர்த்தி, குடிப்பதற்கு எதிரான கட்டுப்பாடுகளையும் கொண்டுவந்திருந்தார். தனது சமூக ஆண்களுக்குத் தானே முன்மாதிரியாகத் திகழ வேண்டும் என்ற அறவுணர்வின்

அடிப்படையில் மதுவருந்துவது, புகை பிடிப்பது ஆகிய இரண்டையும் முற்றாகத் தவிர்த்து வாழ்ந்து காட்டினார் அவர்.

## VI.தென்னாற்காடு மாவட்ட மாநாடு

தென்னாற்காடு மாவட்டம், கடலூர், மஞ்சை நகர் மைதானத்தில் 30.10.1990 அன்று நடைபெற்ற இந்திய மனித உரிமைக் கட்சியின் முதல் மாவட்ட மாநாடு, சமூகநீதி கோரிக்கை மற்றும் பாபாசாகேப் அம்பேத்கர், தவத்திரு சுவாமி சகஜானந்தா, புரட்சிக் கவிஞர் பாரதிதாசன், தியாகி மதுரை ஏ.வைத்தியநாதன் ஆகியோரின் நூற்றாண்டு விழா என ஐம்பெரும் விழாவாக நடந்தது. டி.எம். மணி தலைமையிலும், ஏ.தங்கராஜ் எம்.எல்.ஏ., முன்னிலையிலும் நடைபெற்ற இம்மாநாட்டிற்கு முன்பாக ஊர்வலம் ஏற்பாடு செய்யப்பட்டிருந்தது. இவ்வூர்வலத்தில் அட்டவணைச் சமூகத்தைச் சேர்ந்த பாமர மக்களோடு, அச்சமூகத்தைச் சேர்ந்த அரசு ஊழியர்களும் பட்டதாரிகளும் கலந்துகொண்டனர். நிகழ்வின் இறுதியில் உரையாற்றிய இளையபெருமாள், “அட்டவணைச் சமூக மக்களின் எரிக்கப்பட்ட குடிசைகளுக்குப் போதிய நிவாரணம் வழங்கப்படவில்லை. ஆகையால், அவை முறையாக வழங்கப்பட வேண்டும்'' என்பது உள்ளிட்ட பல கோரிக்கைகளை முன்வைத்தார்.

### மாநாட்டுக் கோரிக்கைகள்

1. இளையபெருமாள் கமிட்டி அறிக்கையை அமல்படுத்துதல்.
2. சுதந்திரமடைந்து 43 ஆண்டுகளாகியும் தீண்டாமைக் கொடுமைகள் குறையாமல், உச்சநிலை அடைவதைக் கண்டித்து, அவற்றுக்கு எதிராக மத்திய, மாநில அரசுகள் உரிய நடவடிக்கை எடுக்கக் கோருதல்.
3. 1987ஆம் ஆண்டு நடைபெற்ற சாலை மறியலில் பாதிக்கப்பட்டவர்களுக்கு வீடு மற்றும் அரசு நிவாரணங்கள் முறையாகக் கிடைக்கப் பெற ஆவன செய்தல்.
4. எஸ்.சி., எஸ்.டி., சமூகத்தினருக்கு மாநில அரசால் வழங்கப்படும் 19 சதவீத இடஒதுக்கீடையும், மத்திய அரசால் வழங்கப்படும் 23 1/2 சதவீத இடஒதுக்கீடையும் அனைத்து அரசுத் துறைகளிலும் முழுமையாக வழங்கக் கோருவது; தனியார் துறைகளிலும் அமல்படுத்தக் கோருதல்.
5. ஏழை விவசாயத் தொழிலாளர்களுக்கும், இதரக் கூலித் தொழிலாளர்களுக்கும் அரசு நிர்ணயம் செய்துள்ள கூலியைப் பெற்றுத் தர உரிய நடவடிக்கை எடுக்கக் கோருதல்.
6. அனைத்து இன ஏழை மக்களுக்கும் மனைப் பட்டா, வீடு, தரிசு நிலப்பட்டா விரைவில் கொடுப்பதற்கு ஆவன செய்யக் கோருதல்.
7. 1988ஆம் ஆண்டு எல்.இளையபெருமாள், வன்னியர் சங்கத் தலைவர் டாக்டர். இராமதாஸ், திரு.வன்னிய அடிகளார் உட்பட இரு சமூகங்களைச் சேர்ந்த தலைவர்கள் கையொப்பமிட்ட ஒப்பந்த அறிக்கையை அமல்படுத்தக்கோருதல்.

## VII.தஞ்சை மாநாடு

தஞ்சை, சாதியக் கொடுமைகள் தலைவிரித்தாடிய மாவட்டமாகும். இளைய பெருமாள் **1946**ஆம் ஆண்டு முதலே அம்மாவட்ட அட்டவணைச் சமூக மக்கள்மீது ஏவப்பட்டு வந்த பண்ணை மற்றும் சாதிய ஒடுக்குமுறைக்கெதிரான போராட்டங்களை முன்னெடுத்து வந்திருக்கிறார். தென்னாற்காடு மாவட்டம் போலவே தஞ்சை மாவட்டத்திலும் அட்டவணைச் சமூக மக்கள் மத்தியில் இளையபெருமாளுக்குச் செல்வாக்கு இருந்தது.

இந்திய மனித உரிமைக் கட்சி, ஷெட்யூல்டு இன விடுதலை இயக்கம் சார்பாகத் தஞ்சை மாவட்டத்தில் பல்வேறு பொதுக்கூட்டங்களும் மாநாடுகளும் நடத்தப்பட்டுள்ளன. அவற்றுள், 'இளையபெருமாள் கமிட்டி அறிக்கையை நடைமுறைப்படுத்து' என்பது உள்ளிட்ட பல்வேறு கோரிக்கைகளை முன்வைத்து **21.4.1990** அன்று தஞ்சை நகரில் நடத்தப்பட்ட மாநாடு முக்கியமானதாகும்.

கீழ்வெண்மணியில் படுகொலை செய்யப்பட்ட அட்டவணைச் சமூக மக்களின் தியாகத்தை நினைவுகூரும் வகையில் நினைவு ஜோதி ஒன்று கீழ்வெண்மணி கிராமத்திலிருந்து தஞ்சை மாநாட்டிற்கு எடுத்துவரப்பட்டது. **20.4.1990** அன்று மாலை கீழ்வெண்மணி கிராமத்திலிருந்து புறப்பட்டு, **21.4.1990** அன்று காலை **7** மணிக்கு மாநாடு நடைபெற்ற தஞ்சை இராமநாதன் செட்டியார் ஹாலை வந்தடைந்தது.

டி.எம்.மணி முன்னிலை வகித்த இம்மாநாட்டில், ஷெட்யூல்டு இன விடுதலை இயக்க தஞ்சை மாவட்டத் தலைவர் பொன்.தங்கராசன், தஞ்சைப் பல்கலைக்கழக அட்டவணைச் சமூக மற்றும் பழங்குடி அலுவலர்கள் நல கழகச் செயலாளர் இரா.கஜேந்திரன் ஆகியோர் பங்குபெற்றனர்.

அட்டவணைச் சமூக மக்களின் உரிமைகள் மறுக்கப்படுவது பற்றியும் அதற்கான தீர்வுகள் குறித்தும் இளையபெருமாள் இம்மாநாட்டில் உரையாற்றினார்.

## VIII.பந்தநல்லூர் மாநாடு

பறையடி இழிதொழில் ஒழிப்புப் போராட்டத்தில் ரெட்டியூர் பாண்டியன் போலீஸாரால் சுட்டுக் கொலை செய்யப்பட்டதைத் தொடர்ந்து உருவாக்கப்பட்ட ஷெட்யூல்டு இன விடுதலைக் கூட்டமைப்பின் ஐம்பெரும் தலைவர்களான இளையபெருமாள், வை.பாலசுந்தரம், சுந்தரராசனார், சக்திதாசன், சேப்பன் ஆகியோர் இணைந்து **1986**இல் பந்தநல்லூர் மாநாட்டினை நடத்தினர். சமூகத் தலைவர்கள் ஒற்றுமையுடன் செயல்பட வேண்டும் என்பதை வலியுறுத்தும் நோக்கத்தின் அடிப்படையில் இம்மாநாடு நடத்தப்பட்டது. "சமுதாயத் தலைவர்களின் காலில் விழுகிறேன், இனிமேலாவது ஒற்றுமையுடன் செயல்பட வேண்டும்" என்று இம்மாநாட்டினை ஏற்பாடு செய்த டி.எம்.மணி, உணர்ச்சிப் பொங்க உரையாற்றினார். 'சமூக விடுதலைக்கு மதமாற்றம் அவசியமா?' என்ற தலைப்பில் பட்டிமன்றமும் நடைபெற்றது. **1980**களில் ஷெட்யூல்டு இன விடுதலைக் கூட்டமைப்பின் சார்பில் நடைபெற்ற கூட்டங்களில் மதமாற்றம் தொடர்பான விவாதங்கள் நடைபெற்றிருப்பதை இப்பட்டிமன்றம் எடுத்துக்காட்டுகிறது.

## IX.மார்ச் டு சென்னை (March to Chennai) மாநாடு

அட்டவணைச் சமூக மக்களுக்கு எதிரான சாதிய வன்கொடுமைகளை இல்லாதொழிப்பது, அவர்களது சமூக உரிமைகளை நிலைநாட்டுவது, அவர்களை அரசியல்படுத்துவது ஆகியவற்றிற்கான தீர்வு மற்றும் செயல்திட்டங்களை வகுப்பது என்ற நோக்கில் ஒழுங்கு செய்யப்பட்டதே 'மார்ச் டு சென்னை' (March to Chennai) மாநாடாகும். அட்டவணைச் சமூகத்தைச் சேர்ந்த அனைத்து மூத்தத் தலைவர்களையும் ஒன்றிணைத்ததோடு, சுமார் ஐந்து இலட்சத்திற்கும் மேற்பட்ட அட்டவணைச் சமூக மக்களையும் திரட்டி, மாநாட்டினை வெற்றிகரமாக நடத்திமுடித்தார் இளையபெருமாள். இதற்கு முன்பு அட்டவணைச் சமூகத்தைச் சேர்ந்த எந்தவொரு தலைவரும் இவ்வளவு பெரிய அளவில் மக்களைத் திரட்டியது கிடையாது.

### மார்ச் டு சென்னை மாநாட்டிற்கு ஜோதி இதழின் வாயிலாக விடுக்கப்பட்ட அழைப்புக் கடிதம்

நாள்: 15.6.1988

அன்புச் சகோதரர்களே,

சென்ற மாதம் உங்களுக்கு எழுதிய கடிதத்தின் மூலம் வருகின்ற ஜூலை மாதம் 9,10 தேதிகளில் நடைபெறவிருக்கும் ஷெட்யூல்டு இன விடுதலை இயக்கச் சிறப்பு மாநாட்டில் தவறாது கலந்துகொண்டு, மாநாடு சிறக்க உங்கள் ஒத்துழைப்பை நாடி வேண்டிக்கொண்டிருந்தேன். 30.4.1988 அன்று சிதம்பரத்தில் கூடிய பொதுக்குழுவில் இச்சிறப்பு மாநாட்டினைச் சென்னையில் நடத்தலாம் என்ற முடிவின் அடிப்படையில் அத்தகைய வேண்டுகோளை விடுத்தேன். அந்தக் குறிப்பிட்ட தேதிகளில் மாநாடு நடத்த பெரியார் திடல் கிடைக்காததால், ஜூலை 24ஆம் நாள் அங்கு மாநாடு நடத்த முடிவெடுக்கப்பட்டது. அதற்கு முன்னால் 23.7.1988 அன்று பேரவை உறுப்பினர்களின் (பிரதிநிதிகள்) மாநாடு சென்னை மலைச்சாலையிலுள்ள தேவநேயப்பாவணர் (LLA) கட்டடத்தில் நடைபெறும். பேரவை உறுப்பினர் மாநாட்டில்தான் ஷெட்யூல்டு இனச் சமுதாயத்தின் முன்னேற்றத்திற்கான வழிமுறைகளைக் காணும் ஆலோசனைகள் நடைபெறும். நம்முடைய பேரவை மாநாடு ஏதோ சம்பிரதாயத்திற்காகக் கூடிக் கலையும் கூட்டமாகவோ அல்லது வெளிச்சம் போடும் வெளிப் பகட்டு மாநாடாகவோ இருக்காது. ஏறக்குறைய 3,000 ஆண்டுகளாக சாதியின் பெயரால், மதத்தின் பெயரால், பிறப்பால் உயர்வு தாழ்வு கற்பித்து, மனிதாபிமானம் சிறிதும் காட்டாது கொடுமைப்படுத்தப்பட்டுவரும் இந்த ஷெட்யூல்டு இன மக்கள் இந்திய நாட்டில் பாபாசாகேப் அம்பேத்கர் வழியில் முன்னேற்றங் காணத் தீர்க்கமாக யோசித்துத் தக்க முடிவுகளை எடுக்கத்தான் இந்தப் பிரதிநிதிகள் மாநாடு நடைபெறுகிறது.

நான் நாடாளுமன்ற உறுப்பினராக இருந்த காலத்திலிருந்து, கடைசியில் சட்டமன்ற உறுப்பினராகப் பதவி வகித்துவிட்டு, நாடாளுமன்ற, சட்டமன்ற அவலநிலைகளை உணர்ந்து இனித் தேர்தலில் நிற்பதில்லை என்ற முடிவுடன் வெளியேறிய பின்னும், நான் பிறந்த நாட்டுக்கும் சமூகத்துக்கும் என்னாலான

சேவையினைச் செய்யப் பல வழிகளில் மத்திய அரசோடும் மாநில அரசோடும் கடிதம் மூலமும் நேர்முகமாகவும் தொடர்பு கொண்டு கோரிக்கைகளை அளித்து வந்திருக்கிறேன். அவற்றுள் பலவற்றை அரசுகள் நடைமுறைப்படுத்தியதைக் கண்டு மகிழ்கிறேன். என்னுடைய சில கோரிக்கைகளை ஏற்று அரசு பிறப்பித்த உத்தரவுகள்:

- ஜனாதிபதியின் பினாமி நில அவசரப் பிரகடனம்.
- வீடிழந்த ஷெட்யூல்டு மற்றும் ஏழை மக்களுக்கு உடனடியாக எளிதில் தீப்பற்றாத வீடுகளை தாட்கோ, எம்.எம்.டி.ஏ., மூலம் கட்டித்தர உத்தரவாகியுள்ளது.
- குறைந்தபட்ச விவசாயக் கூலிச் சட்டத்தைத் தமிழகத்தின் மற்ற பகுதிகளிலும் இந்தியா முழுமைக்கும் செயல்படுத்துவது.
- ஷெட்யூல்டு இன மக்களின் சிவில் உரிமை மறுப்புத் தடுப்பைத் தீவிரப்படுத்த உத்தரவாகியுள்ளது.
- ஷெட்யூல்டு இன மக்களுக்கெனத் தனித் தொழிற்பயிற்சிக்கூடம் சிதம்பரத்தில் ஏற்படுத்த உத்தரவாகியுள்ளது.
- பொது இடுகாடு, சுடுகாடு, அதற்கான பாதை முதலியவை.

சமூகத்தில் இன்னமும் இந்த சிவில் உரிமை மறுப்புகள் நடந்துகொண்டிருப்பது என்னவோ உண்மைதான். இந்த உரிமைகளைக் காத்துக்கொள்ள காலமெல்லாம் நம்மை அடிமைப்படுத்தும் அதிகாரிகளைக்கொண்ட காவல்துறையையோ, நீதித் துறையையோ, அரசுத் துறையையோ நம்பிப் பயனில்லை. ஆகவே, 'Stand on your own legs' - 'உங்கள் சொந்தக் காலிலேயே நிற்கப் பழகுங்கள்' என்று பாபாசாகேப் சொல்லிச் சென்றதைச் செயல்படுத்தக் கூடிய இளைஞர்களை உருவாக்க வேண்டும் என மனதார வேண்டுகிறேன். உள்ளம் சுத்தம், செயல் சுத்தம், தியாகம், அறிவாற்றல் கொண்ட இளைஞனே எழுந்து வா, சமுதாய விடுதலையைத் தலைமை ஏற்க வா என அறைகூவல் விடுத்து அழைக்கிறேன். உன்னை மாநாட்டில் அடையாளங்காட்டு! எனத் தனது ஜோதி இதழ் வழியாக வேண்டுகோள் விடுத்தார் இளையபெருமாள்.

தென்னாற்காடு மாவட்டம், திருக்கோவிலூர் நகரில் ஷெட்யூல்டு இன விடுதலை இயக்கத்தின் சார்பில் பாபாசாகேப் அவர்களின் 98ஆவது பிறந்தநாள் விழா 11.06.1988 அன்று மிகச் சிறந்த முறையில் கொண்டாடப்பட்டது. திராவிட மணி தலைமையேற்று நடத்திய இவ்விழாவில், இயக்கத் தலைவர் இளையபெருமாள், பொதுச் செயலாளர் இலக்கியச் செம்மல் சக்திதாசன், அமைப்புச் செயலாளர் கொடிக்கால் செல்லப்பா, தலைமை நிலையச் செயலாளர் பாவலர் பாணர் உள்ளிட்டோர் கலந்துகொண்டனர்.

இலக்கியச் செம்மல் சக்திதாசன், இளையபெருமாளின் பணிகளைக் குறிப்பிட்டும் 'மார்ச் டூ சென்னை' மாநாட்டிற்கு அழைப்பு விடுத்தும் 'அன்று ஆப்பிரிக்கக் கறுப்பருக்கோர் மார்டின் லூத்தர் கிங், இன்று ஷெட்யூல்டு இன மக்களுக்கோர்...' என்ற தலைப்பில் உரையாற்றினார்.

அவ்வுரையில், இவ்வியக்கம் தொடங்கப்பட்ட வரலாற்றினை எடுத்துச்சொல்லிவிட்டு,

“இன்று தலைமை ஏற்றிருக்கும் ஐயா அவர்கள் (இளையபெருமாள்) ஜூலை 23, 24இல் விடுதலை இயக்கச் சிறப்பு மாநாட்டிற்குச் “சென்னையை நோக்கி விரைவீர், மார்ச் டூ மெட்ராஸ்” என்று அழைக்க வந்திருக்கிறார்கள். இது எதைப் போன்றதென்றால், அன்று ஆப்பிரிக்க நாட்டிலே சதைப் பிண்டங்களாக விலை கூறி விற்கப்பட்ட கறுப்பு அடிமைகளின் விடுதலையைப் பெற ஓர் ஒப்பற்ற தலைவன் மார்டின் லூதர்கிங் அந்தக் கறுப்பர்களை நோக்கி, “உங்கள் அடிமை விலங்கொடிக்க வேண்டுமானால், வாஷிங்டனின் வெள்ளை மாளிகையின் முன் உங்கள் விடுதலைக் குரல் ஒலிக்க வேண்டும். ஆக அந்தக் குறிப்பிட்ட நாளில் வெள்ளை மாளிகையின் முன் இலட்சோப இலட்சமாக கூட, மார்ச் டூ வாஷிங்டன்” என்று குரல் கொடுத்தான். ஷெட்யூல்டு இன மக்களின் சிவில் உரிமைகளைப் பெற்றுத் தருவதே தன் மூச்செனக் கொண்டு உழைத்த உத்தமர் பாபாசாகேப் அம்பேத்கர் காட்டிய நேர்மையான பாதையைப் பின்பற்றி, அன்றைய மார்டின் லூதர் கிங்கைப் போல், இன்று இந்த ஷெட்யூல்டு இன மக்களின் சிவில் உரிமைகளைப் பெற ‘மார்ச்-டு-மெட்ராஸ்’, ‘சென்னையை நோக்கி விரையுங்கள்’ என்று குரல் கொடுக்க வந்திருக்கிறார். அவரின் கட்டளைப்படி நாம் இலட்சோப இலட்சமாக, இன்றுமுதல் இனச் சகோதரனையோ சகோதரியையோ பார்க்கும்போதெல்லாம் சென்னையை நோக்கிச் செல்வோம் என்ற விரதத்தை உச்சரித்த வண்ணம், பக்தர் தம் வினை தீர்க்க ஆலயங்களுக்கு நேர்ந்துகொண்டு நடைப்பயணம் மேற்கொள்வதைப் போல், சென்னைக்குக் கூட்டங்கூட்டமாக நடைப் பயணமாக வந்து சேருங்கள். அதுதான் நமது விடுதலைக்கு வித்திடும்.

இன்று இந்த மக்களின் விடுதலைக்குத் தலைமை ஏற்றிருக்கும் இந்தப் பெரிய மனிதரின் பெருமையைச் சற்றே எண்ணிப் பார்க்கிறேன். என் மனம் இறும்பூது எய்துகிறது. சென்ற சில ஆண்டுகளுக்கு முன் ஐ.நா.சபையிலேயே ஒரு பிரச்சினை. தென்ஆப்பிரிக்காவில் கறுப்பர்களுக்கு மறுக்கப்படும் சிவில் உரிமைகளைப் பற்றி இந்தியாவின் உறுப்பினர் அங்கே விளாசு விளாசென்று விளாசுகிறார். அப்போது அந்த ஐ.நா.சபையிலே இந்தியாவில் ஷெட்யூல்டு இன மக்களுக்கு மறுக்கப்படும் சிவில் உரிமைகளான, பொதுவிடங்களில் அனுமதிக்காதது, பள்ளியில் அனுமதிக்காதது, வண்டியில் ஏறிச் செல்ல மறுப்பது, காலில் செருப்பணிய மறுப்பது, சமூகத்திலிருந்து ஒதுக்கிப் பிரித்துத் தனித்து வாழ நிர்பந்திப்பது, அதுவும் நாட்டின் தலைவர்கள் பிறந்த ஊர்களிலேயே நடைபெறும் அவலங்களைக்கொண்ட, இந்திய அரசாங்கமே வெளியிட்டுள்ள புத்தகம் ஒன்றை எடுத்துக்காட்டுகிறார் மற்றோர் உறுப்பினர். கறுப்பர்களின் சிவில் உரிமைகளைப் பற்றி வாய்கிழிய பேசிய இந்திய உறுப்பினர் வாயடைத்துப் போகிறார். அவரின் வாயை மூடச் செய்தது எந்தப் புத்தகம் என்று நினைக்கிறீர்கள்? ஷெட்யூல்டு இன மக்கள் இந்நாட்டில் படும் கொடுமைகளை, தான் ஒரு காங்கிரஸ்காரராக இருந்தும் தீண்டாமை ஒழிப்புக் குழுவின் தலைவராக இருந்து எந்தவித இலாபத்தையும் எதிர்பார்க்காது, பாபாசாகேப்பின் தலையாய தொண்டனாக இயக்கத் தலைவர் ஐயா அவர்கள் எழுதிவைத்த கமிட்டி ரிப்போர்ட்தான் அது.

ஷெட்யூல்டு இன மக்களின் அவல நிலையை இந்த உலகுக்கு ஐ.நா.சபை மூலம்

அறியச் செய்த தலைவரைத்தான் நம் இயக்கத்தின் தலைவராகப் பெற்றிருக்கிறோம்.

அவர் செய்த, செய்துகொண்டுவரும் சேவைக்கு உங்களிடம் அவர் கேட்பதெல்லாம் என்ன தெரியமா? அது மிக மிக விலையுயர்ந்தது; மதிப்புமிக்கது. எதைப் போன்றதென்றால், அன்று நம் அவ்வை மூதாட்டி பாடினாளே,

"பாரி பறித்த பறியும்-பழையனூர்க்
காரி கொடுத்த களைக்கொட்டும் - சேரமான்
வாராயென வழைத்த வாய்மையும் இம்மூன்றும் நீலச் சிற்றாடைக்கு நேர்"

"கொடை வள்ளல் மூவரளித்த கொடையானது, பாரியின் பெண்களான அங்கவை, சங்கவை என்ற நீவிர் என் குளிருக்காகக் கொடுத்த நீலச் சிற்றாடைக்கு ஒப்பானது" என்று பாடிய அவ்வையைப் போல வந்துள்ள ஐயா அவர்களுக்கு 'சென்னையை நோக்கி விரைவோம்' என்று வாக்குக் கொடுத்து நடத்திக் காட்டும் செயல்தான் சிறப்புடைத்த விடுதலையின் வழியுமாகும். ஆகவே, அருமைத் தோழர்களே, நமது ஒப்பற்ற இயக்கத் தலைவர் ஐயா அவர்களின் பின்னால் அணிவகுத்து, சென்னை பெரியார் திடலில் ஜூலை 24இல் கூடும் சிறப்பு மாநாட்டில், ஒவ்வொருவரும், தன் குடும்பத்துடனும் நண்பர்களுடனும் நீல ஆடை அணிந்து சென்னைக்கு வர முயற்சிகளை மேற்கொள்வீர்.

**ஜெய்பீம் !**

சக்திதாசன் ஆற்றிய இவ்வுரை, 'மார்ச் டூ சென்னை' மாநாட்டில் கலந்துகொள்ளுமாறு ஷெட்யூல்டு இன மக்களுக்கு விடுத்த அழைப்புக் கடிதமாக ஜோதி இதழில் வெளிவந்துள்ளது.

இம்மாநாடு தொடர்பாக 15.06.1988இல் திருச்சியில் இயக்கத் தலைவர் இளையபெருமாள் தலைமையில் கூட்டப்பட்ட நிர்வாகக் குழுக் கூட்டத்தில் தலைமை நிலைய நிர்வாகிகளும் மாவட்ட நிர்வாகிகளும் கலந்துகொண்டனர். அக்கூட்டத்தில் ஜூலை 23, 24இல் நடக்கவிருக்கும் மாநில சிறப்பு மாநாடு சிறப்புடன் நடக்க வேண்டிய வழிமுறைகளைப் பற்றி ஆராய்ந்து, மாநிலத் துணைத் தலைவர் டாக்டர்.திரு.ம.சுப்பிரமணியைத் தலைவராகக்கொண்டு ஐந்துபேர் அடங்கிய வரவேற்புக் குழு; திரு.துரைசாமியைத் தலைவராகக்கொண்டு ஐந்துபேர் அடங்கிய நிதிக் குழு; ஓவியர் திரு.புத்தபிரியனைத் தலைவராகக்கொண்ட விளம்பரக் குழு; திரு.எம்.எத்திராசனைத் தலைவராகக்கொண்ட பிரச்சாரக் குழு; திரு.வை.பழனிவேலுவைத் தலைவராகக்கொண்ட மலர்க் குழு; திரு.பீட்டரைத் தலைவராகக்கொண்ட அச்சுப் பணிக் குழு; திரு.ஜீ.ஏகாம்பரத்தைத் தலைவராகக் கொண்ட உபச்சாரக் குழு; திரு.வி.குமாரசாமியைத் தலைவராகக்கொண்ட பொருள் பராமரிப்புக் குழு; திரு.டி.எம் மணியைத் தலைவராகக்கொண்ட தொண்டரணிக் குழு ஆகிய குழுக்கள் அமைக்கப்பட்டன.

மாநாட்டு நிதி வசூலைத் தீவிரப்படுத்துவதுடன் தலைமை நிலைய நிர்வாகிகள் அனைவரும் தலா ரூ.100/- அளிக்க வேண்டுமெனத் தீர்மானிக்கப்பட்டது. இதன் தொடக்கமாக இயக்கத் தலைவர் இளையபெருமாள் ரூ.1,000/- வழங்குவதாக

ஏற்றுக்கொண்டார்.

ஒவ்வொரு மாவட்டமும் குறைந்தது ரூ.5,000/- நிதி திரட்டித் தர வேண்டும். அதிகப்படியாக நிதி திரட்டும் மாவட்டத்திற்கு பாபாசாகேப் அம்பேத்கர் அவர்களின் வெள்ளிச்சிலை சுழற் பரிசாக அளிக்கப்படும். அதிக நிதி திரட்டும் தனி நபருக்கு அரை சவரன் பொன் மோதிரம் பரிசளிக்கப்படும். மாநாட்டுப் பிரதிநிதிகள் தலா ரூ.25/-ஐ ஜூலை 10 தேதிக்குள் கட்சியின் தேர்தல் தலைமை நிலையத்திற்கு அந்தந்த மாவட்டத்தின் தலைவர் மூலமாக அனுப்பிவிட வேண்டும் என்று தீர்மானிக்கப்பட்டது.

இளையபெருமாள் தமிழகம் முழுவதும் சுற்றுப்பயணம் செய்து, இம்மாநாடு குறித்து அட்டவணைச் சமூக மக்களிடம் பரப்புரை செய்தார். இத்தகைய தீவிர பரப்புரையின் காரணமாக ஷெட்யூல்டு இன மக்கள் தமிழகம் முழுவதிலுமிருந்து லாரி, வேன், கார் என 3,000-க்கும் மேற்பட்ட வாகனங்களில் சென்னை-பெரியார் திடலில் திரண்டனர்.

ஷெட்யூல்டு இன விடுதலை இயக்கத் தொண்டர்கள் பால் வேறுபாடின்றித் தங்களது நீல நிறச் சட்டையில் பாபாசாகேப் அம்பேத்கர் புகைப்படத்தை அணிந்து வந்தனர். இளையபெருமாளின் அழைப்பை ஏற்று பகுஜன் சமாஜ்வாடிக் கட்சி நிறுவனரான மான்யவர் கன்சிராம் 'மார்ச் டூ சென்னை' மாநாட்டில் கலந்துகொண்டார். ஐந்து இலட்சத்திற்கும் மேற்பட்டோர் திரண்ட இம்மாநாட்டில் பேசிய மான்யவர் கன்சிராம், "இந்தியாவில் அட்டவணைச் சமூகமும், பிற்படுத்தப்பட்டவர்களும் இணைந்து ஆட்சியைக் கைப்பற்ற வேண்டும்" எனக் குறிப்பிட்டார்.

இளையபெருமாள் பேசுகையில், "நாம் வாக்கு அரசியலுக்காக மட்டும் இங்கு ஒன்றிணையவில்லை; மாறாக, நமது உரிமைகளைப் பெறுவதற்கான செயல்திட்டங்களை வகுக்கவும் கூடியுள்ளோம் என்பதை இயக்கத் தொண்டர்கள் உள்வாங்கிக்கொள்ள வேண்டும். தமிழகத்தில் பறையர்களுக்கும் வன்னியர்களுக்குமான மோதலை உருவாக்குபவர்களை அடையாளம் கண்டு கடுமையான நடவடிக்கை எடுக்க வேண்டும்" எனக் குறிப்பிட்டார்.

'மார்ச் டூ சென்னை' மாநாட்டில் இளையபெருமாள் கமிட்டி அறிக்கை மற்றும் அட்டவணைச் சமூக மக்களின் பல்வேறு சமூக, பொருளாதார, அரசியல் உரிமைகளை முன்வைத்து அவற்றைச் செயல்படுத்த வேண்டுமென்று தீர்மானங்கள் நிறைவேற்றப்பட்டன.

1984ஆம் ஆண்டு இந்திய மனித உரிமைக் கட்சியைத் தொடங்கியது முதல் இளையபெருமாள் கமிட்டி அறிக்கையை நிறைவேற்ற இளையபெருமாள் பல போராட்டங்களை முன்னெடுத்துவந்தார். அந்தவகையில் இலட்சக்காணக்கான மக்கள் அணிதிரட்டப்பட்ட 'மார்ச் டூ சென்னை' மாநாட்டை இளையபெருமாள் அவர்களின் வாழ்நாள் சாதனைகளுள் ஒன்றாகக் குறிப்பிடலாம்.

## X.இரட்டை வாக்குரிமை மாநாடு

1969ஆம் ஆண்டு தாக்கல் செய்யப்பட்ட இளையபெருமாள் கமிட்டி அறிக்கையில் அட்டவணைச் சமூகத்தவருக்கு இரட்டை வாக்குரிமை அளிக்க வேண்டுமென்று பரிந்துரை செய்யப்பட்டிருந்தது. பாபாசாகேப் அம்பேத்கர் முன்வைத்த இரட்டை வாக்குரிமை கோரிக்கையின் தொடர்ச்சியாகவே இதைக் காண வேண்டும்.

04.05.1997 அன்று விழுப்புரம் நகரில் இரட்டை வாக்குரிமைக்கான மாநாடு நடத்தப்பட்டது. இதில் இளையபெருமாளோடு சக்திதாசன், பா.ம.க., பொதுச் செயலாளர் தலித் எழில்மலை, வி.சி.க தலைவர் திருமாவளவன், எஸ்.சி.-எஸ்.டி.அலுவலர் சங்க இணைப்புக் குழு அமைப்பாளர் டாக்டர் சுதாமன் ஆகியோர் பங்கு கொண்டு சிறப்புரை ஆற்றினார்கள்.

இளையபெருமாள் தனது உரையில், பாபாசாகேப் அம்பேத்கருடன் தனக்கு உள்ள தொடர்பு மற்றும் இரட்டை வாக்குரிமையின் அடிப்படைத் தேவை பற்றிக் குறிப்பிட்டதோடு, தன்னாட்சியுடைய எஸ்.சி., எஸ்.டி. மாவட்டங்களை அமைக்கவும் கோரியதாக இம்மாநாட்டில் கலந்துகொண்ட சமூகத் தலைவர்கள் மூலம் அறிய முடிகிறது.

## XI.சமூகநீதி மாநாடு

இந்திய மனித உரிமைக் கட்சியின் சார்பாக சமூகநீதி மாநாடு செப்டம்பர் 24, 2000 அன்று சென்னை, கலைவாணர் அரங்கில் நடைபெற்றது. அன்றைய தமிழக முதல்வர் கருணாநிதி இம்மாநாட்டில் சிறப்பு அழைப்பாளராகக் கலந்துகொண்டு உரையாற்றினார். சமத்துவபுரத்தில் 50 சதவீத வீடுகளை அட்டவணைச் சமூக மக்களுக்கு ஒதுக்க வேண்டும், தமிழகத்திலுள்ள அரசு தொடக்க, நடுநிலைப் பள்ளிகளில் காலியாகவுள்ள 6,000க்கும் அதிகமான ஆசிரியர் பணியிடங்களை விரைவாக நிரப்ப வேண்டும் என்பன உள்ளிட்ட தீர்மானங்கள் இம்மாநாட்டில் நிறைவேற்றப்பட்டன. இவை தவிர, இரண்டாவது தீண்டாமை ஒழிப்பு மாநாட்டினை 1972இல் சிதம்பரத்தில் நடத்தினார், இளையபெருமாள். இம்மாநாட்டில் அவரது சமூகப் பணிகளின் தேவைகளுக்காக அம்பாசிடர் காரொன்று பரிசாக அளிக்கப்பட்டது.

கம்யூனிஸ்டு கட்சியினர் (சி.பி.எம்.) 1997ஆம் ஆண்டில் சென்னையில் நடத்திய தீண்டாமை எதிர்ப்பு சமூகச் சீர்திருத்த மாநாட்டில் இளையபெருமாள் சிறப்பு அழைப்பாளராகக் கலந்துகொண்டு உரையாற்றினார்.

அத்தியாயம் - 13

# அரசியல் தலைவர்களுடனான உறவும் முரணும்

## I.பாபாசாகேப் அம்பேத்கர்

1952இல் தமிழ்நாட்டின் முதல்வராக இருந்த ராஜகோபாலாச்சாரி இளைய பெருமாளைத் தாமே நேரடியாக பாபாசாகேப் அம்பேத்கரிடம் அழைத்துச் சென்று, "தமிழகத்தின் கடலூர் நாடாளுமன்றத் தொகுதியில் காங்கிரஸ் கட்சியின் சார்பாகத் தேர்ந்தெடுக்கப்பட்ட உறுப்பினர்" என்று கூறி அறிமுகப்படுத்தி வைத்தார். பாபாசாகேப் அம்பேத்கரை முதன்முறையாகப் பார்த்தவுடன் உணர்ச்சி மிகுதியில் அவரை ஆரத் தழுவினார் இளையபெருமாள். பாபாசாகேப் அம்பேத்கர் இளையபெருமாளிடம், "இவ்வளவு இளம் வயதில் எம்.பி யாகத் தேர்ந்தெடுக்கப்பட்டிருக்கிறாயே, அப்படியென்ன இந்த மக்களுக்குச் சேவை செய்தாய்?" எனக் கேட்டார். அதற்கு இளையபெருமாள், தென்னாற்காடு மாவட்டத்திற்குட்பட்ட பகுதிகளில் இழிதொழில்களான பறையடி ஒழிப்பு, வெட்டியான் வேலை ஒழிப்பு உள்ளிட்டுச் சாதிய ஒடுக்குமுறைக்கெதிராகத் தான் நடத்திய போராட்டங்கள், அவற்றின் தாக்கங்கள் குறித்து அம்பேத்கரிடம் எடுத்துரைத்தார். இளம் வயதிலேயே இத்துணை சமூகப் பணிகளைச் செய்திருப்பதைக் கேட்டு இளையபெருமாளைப் பாராட்டிய அம்பேத்கர், சமூகத்துக்காகப் பாடுபட படிப்பறிவுத் திறனை அதிகமாக வளர்த்துக்கொள்ள வேண்டுமென்ற வழிகாட்டுதலையும் வழங்கினார்.

அம்பேத்கர் உரையாற்றிய கூட்டங்கள் பலவற்றில் இளையபெருமாளும் பார்வையாளராகக் கலந்துகொண்டிருக்கிறார். அவற்றில் அட்டவணைச் சமூக ஊழியர்கள் இணைந்து நடத்திய கூட்டமொன்று குறிப்பிடத்தக்கதாகும். அக்கூட்டத்தில் உரையாற்றிய அம்பேத்கர், "நீங்கள் படித்து முன்னேறிய நிலையில் உள்ளீர்கள். ஆயின், நீங்கள் இச்சமூகத்திற்காகச் செய்தது என்ன?" என்று கூட்டத்தை நடத்திய ஊழியர்களிடமும் பார்வையாளர்களிடமும் கேள்வியை எழுப்பினார். கூட்டத்தில் இருந்தவர்கள் எவரும் பதில் சொல்லவில்லை, இளையபெருமாள் ஒருவரைத் தவிர.

1948இல் தன்னால் தொடங்கப்பட்ட காந்தி இலவச ஆண், பெண் விடுதிகளைப்" பற்றிக் குறிப்பிட்ட இளையபெருமாளைப் பாராட்டினார், அம்பேத்கர். கூட்டம் முடிந்த பிறகு அம்பேத்கரை விருந்தில் கலந்துகொள்ள நிகழ்ச்சி ஏற்பாட்டாளர்கள் அழைத்தபோது, "என்னை வைத்து நிகழ்ச்சிகள் நடத்தினால் மட்டும் இச்சமூகம் முன்னேறிவிடாது. மாறாக, இச்சமூகத்தைச் சேர்ந்த முன்னேறிய ஒவ்வொருவரும் தன்னுடைய பங்களிப்பை வழங்க வேண்டும். அவ்வாறு பங்களிக்காத உங்களின் விருந்தில் கலந்துகொள்ள எனக்கு விருப்பமில்லை" என்று கூறி அவ்விருந்தைப் புறக்கணித்தார்.

நாடாளுமன்றக் கூட்டத் தொடர்களில் (1952-56) இளையபெருமாள் பலமுறை தீண்டாமைக்கெதிராக உரையாற்றியதைக் கவனித்த பாபாசாகேப் அம்பேத்கர், "தனித்தொகுதி உறுப்பினர்களிலேயே இளையபெருமாள்தான் தீண்டாமைப் பிரச்சினை குறித்துப் பேசுகிறார்" என்று பாராட்டியிருக்கிறார். இதன் அடிப்படையில் பிரதமர் நேருவிடம் இளையபெருமாள் குறித்து நேர்மறையான கருத்துகளைத் தெரிவித்திருக்கிறார். இளையபெருமாளும் அட்டவணைச் சமூக மக்களின் முன்னேற்றத்திற்காக வேண்டி அம்பேத்கரை அவரது வீட்டில் சந்தித்துப் பல்வேறு ஆலோசனைகளைப் பெற்றிருக்கிறார்.

இளையபெருமாள் 1951இல்தான் காங்கிரஸ் கட்சியில் இணைந்து, கடலூர் நாடாளுமன்றத் தொகுதி உறுப்பினராகத் தேர்ந்தெடுக்கப்பட்டார். அதற்கு முன்பே அட்டவணைச் சமூக மக்களின் மீட்பரான பாபாசாகேப் அம்பேத்கர் மீது பற்றுகொண்டு, அவர் வழியில் தன் சமூக மக்களின் நலன்களை முன்னிறுத்திச் செயல்பட்டுவந்தார். குறிப்பாக, ஆதிதிராவிட மகாஜன சங்கத்தில் இணைந்து 1946 முதலே சிதம்பரம் வட்டத்தில் அட்டவணைச் சமூக மக்களின் உரிமைகளுக்காகப் பல்வேறு போராட்டங்களைத் தலைமையேற்று நடத்தினார். காங்கிரஸில் சேர்ந்த பின்னரும்கூட பாபாசாகேப் அம்பேத்கர்தான் இந்திய அட்டவணை மற்றும் பழங்குடி மக்களின் ஒரே நம்பிக்கை நட்சத்திரம் என்ற தனது நிலைப்பாட்டிலிருந்து இளையபெருமாள் பின்வாங்கியதில்லை.

பாபாசாகேப் அம்பேத்கர், "அட்டவணை / பழங்குடிச் சமூக மக்கள் இனி மற்ற சமூகத்தாரையும் கட்சிகளையும் நம்ப வேண்டாம்; ஷெட்யூல்டு கேஸ்ட் பெடரேஷனில் இணையுங்கள். இந்த அமைப்பு மூலம் நம் மக்களின் உரிமைக்கான போராட்டங்களை முன்னெடுத்துச் செல்லுங்கள்" என்று நாக்பூர் மாநாட்டில் அழைப்பு விடுத்தார். இதைப் பத்திரிகையில் பார்த்த இளையபெருமாள், உடனடியாக பாபாசாகேப் அம்பேத்கருக்குக் கடிதம் எழுதியதோடு, தமிழகத்தில் பாபாசாகேப் அம்பேத்கரின் நம்பிக்கைக்குரியவர்களாக இருந்த சிவராஜ்-மீனாம்பாள் இணையரை நேரில் சந்தித்து, அவர்களிடம் தான் ஆற்றிவரும் சமூகப் பணிகள் பற்றியும் தனது அரசியல் செயல்பாடுகள் பற்றியும் கலந்துரையாடினார்.

இளையபெருமாள் நீண்டகாலம் காங்கிரஸ் கட்சியில் செயல்பட்ட காரணத்திற்காகவே சில அம்பேத்கரிய கட்சிகள் அவரை எதிர்நிலையில் வைத்து அணுகின. தான் காங்கிரஸில் இணைந்தது பதவி சுகத்திற்காக அல்ல; மாறாக,

அட்டவணை / பழங்குடிச் சமூக மக்களின் உரிமையை வென்றெடுக்கும் சமூகப் பணிக்காகவே என்று தன்னிலை விளக்கமளித்திருக்கிறார், இளையபெருமாள்.

1984ஆம் ஆண்டு இந்திய மனித உரிமைக் கட்சியைத் தொடங்கியபொழுது, பாபாசாகேப் அம்பேத்கர், சுவாமி சகஜானந்தா, அயோத்திதாசப் பண்டிதர், ரெட்டைமலை சீனிவாசன், சிவராஜ் உள்ளிட்ட அட்டவணைச் சமூகத்தின் முன்னோடிகளையும் கட்சியின் அடையாளமாக முன்னிறுத்தினார்.

அம்பேத்கர் ஒருமுறை "மற்றவர்களைப் போல, நீயும் என்னை ஏமாற்றிவிடுவாயா?" என்று தன்னிடம் கேட்டதாக இளையபெருமாள் பல பொதுக்கூட்டங்களில் குறிப்பிட்டிருக்கிறார். இளையபெருமாளிடம் அம்பேத்கர் எதிர்பார்த்ததையும், அவர்கள் இருவருக்கும் இடையே இருந்த நெருங்கிய தொடர்பையும் இக்கேள்வி எடுத்துக்காட்டுகிறது.

## II.சுவாமி சகஜானந்தா

சுவாமி சகஜானந்தா நடத்திவந்த நந்தனார் கல்விக்கழகப் பள்ளிகளில், அட்டவணைச் சமூக மாணவர்கள் பிராமணர்களைப் போலக் குடுமி வைத்துக்கொள்ள வேண்டும், நீண்ட விபூதிப்பட்டை அடித்துக்கொள்ள வேண்டும் போன்ற கட்டுப்பாடுகள் கடைப்பிடிக்கப்பட்டன. பிராமணர்களைப் போலச் செய்வதால் நம் சமூக நிலை மாறாது என்ற கருத்தைக்கொண்டிருந்த இளையபெருமாள், இந்தக் கட்டுப்பாடுகளை எதிர்த்துப் போராட்டங்களை நடத்தினார்.

சுவாமி சகஜானந்தாவிற்கும் இளையபெருமாளுக்கும் இடையே சமூக விடுதலைக்கான வழிமுறைகளில் கருத்து வேறுபாடுகள் நிலவியபோதிலும், அதைக் கடந்து இருவருக்குமிடயே சுமுகமான உறவும் அக்கறையும் இருந்துவந்தது.

இதற்கு உதாரணமாக 1946ஆம் ஆண்டில் காட்டுமன்னார்குடியில் நடந்த சம்பவமொன்றைக் குறிப்பிடலாம். அவ்வாண்டில் பிள்ளை சமூகத்தினர் வீட்டில் நடந்த சாவில் பறை மேளம் அடிக்கப்பட்டதைத் தனது இயக்கத் தோழர்களுடன் சென்று தடுத்து நிறுத்தினார் இளையபெருமாள். இச்சம்பவத்தின்போது நடந்த மோதலைத் தொடர்ந்து இளையபெருமாள் மீது வழக்குத் தொடுக்கப்பட்டதால், தலைமறைவான அவரைக் கைது செய்ய காவல்துறையினர் தேடிவந்தனர். இதிலிருந்து தப்பிக்க சுவாமி சகஜானந்தாவின் நந்தனார் மடத்தில் அடைக்கலமானார் இளையபெருமாள். இதை உளவறிந்த காவல்துறையினர் நந்தனார் மடத்திற்குச் சென்று சுவாமி சகஜானந்தாவிடம் விசாரித்தனர். அவர், "எனக்கும் இளையபெருமாளுக்கும் சம்பந்தமில்லை. ஆகையால், என்னைத் தேடி அவர் இங்கு வர வாய்ப்புமில்லை" என்று பதிலளித்து இளையபெருமாளைக் காப்பாற்றியதோடு, அவ்வழக்கிலிருந்து விடுவிக்கத் தேவையான நடவடிக்கைகளையும் எடுத்தார். சுவாமி சகஜானந்தோடு அப்போது ஏற்பட்ட உறவை, அவர் இறக்கும்வரையிலும் பேணிவந்தார் இளையபெருமாள்.

நந்தனைப் போற்றும் விதத்தில், அவருக்குப் பிரமாண்ட ஆலயம் கட்ட வேண்டும் எனக் கனவு கண்ட சுவாமி சகஜானந்தா, அது நிறைவேறும் முன்னரே

மரணமடைந்தார். அவரருக்குப் பிறகு நந்தனார் கல்விக்கழகத்தின் தலைவராகப் பொறுப்பேற்ற இளையபெருமாள் சகஜானந்தாவின் கனவை நிறைவேற்றும் முயற்சியில் இறங்கினார்.

1961ஆம் ஆண்டு ஆதிதிராவிட மகாஜன சங்கத்தின் சார்பாக சிங்கப்பூர், மலேசியா நாடுகளுக்குச் சென்று அங்கு கூட்டங்களை நடத்தி நிதி திரட்டிய இளையபெருமாள், அந்நிதியின் ஒரு பகுதியைக்கொண்டு நந்தனார் ஆலயக் கட்டுமானப் பணியைப் பூர்த்தி செய்தார். ஓமக்குளத்தில் கட்டப்பட்ட நந்தனார் ஆலயத்தின் முதல் குடமுழுக்கு 08.09.1967 அன்று நடைபெற்றது. இந்நிகழ்வில் சட்டமன்ற உறுப்பினரான கனகசபை பிள்ளை, முன்னாள் சட்டமன்ற உறுப்பினர் வாகீசம் பிள்ளை, சிதம்பரம் நகர்மன்றத் தலைவர் சுப்பராயன் பிள்ளை ஆகியோர் கலந்துகொண்டனர். இந்நிகழ்வு குறித்த கல்வெட்டு நந்தனார் மடத்தில் இன்றும் உள்ளது.

சுவாமி சகஜானந்தா 01.05.1959 அன்று மரணமடைந்தார். அச்சமயத்தில் இளையபெருமாள் நாடாளுமன்றக் கூட்டத் தொடரில் பங்கேற்பதற்காக டெல்லி சென்றிருந்தபடியால், சுவாமி சகஜானந்தாவின் இறுதிச் சடங்கில் பங்கேற்க முடியவில்லை. எனினும், உடனடியாக டெல்லியிலிருந்து சிதம்பரம் திரும்பிய இளையபெருமாள், சகஜானந்தாவின் மூன்றாம் நாள் காரியத்தில் பங்கெடுத்துக்கொண்டார்.

1990ஆம் ஆண்டு சுவாமி சகஜானந்தாவின் நூற்றாண்டு விழாவினைச் சிதம்பரத்தில் முன்னின்று நடத்தினார் இளையபெருமாள். இவ்விழாவில் அன்றைய தமிழக முதல்வர் கலைஞர் கருணாநிதி சிறப்பு அழைப்பாளராகக் கலந்துகொண்டார்.

### III.தந்தை சிவராஜ்

இளையபெருமாள் 1946இல் அட்டவணைச் சமூகத்தினரின் உரிமைகள், நலன்களை முன்னிறுத்திப் பொதுவாழ்வில் இறங்கிய பிறகு, பல மூத்த அட்டவணைச் சமூக தலைவர்களைச் சந்தித்தார். அவர்களுள் தந்தை சிவராஜ், அவரது இணையர் அன்னை மீனாம்பாள் ஆகியோரைச் சந்தித்து உரையாடியது குறிப்பிடத்தக்க ஒன்றாகும்.

இளையபெருமாள் தலைமையில் செயல்படத் தொடங்கிய ஆதிதிராவிட மகாஜன சங்கம், 1947இல் கிராமந்தோறும் கிளைகளை நிறுவி, அட்டவணைச் சமூக மக்களின் நலன்கள், உரிமைகளுக்கான போராட்டங்களை முன்னெடுத்துவந்தது. இச்சமயத்தில் கீழ்க்கடம்பூர், செட்டித்தாங்கல் கிராமப் பொதுப் பாலத்தின் வழியாக அட்டவணைச் சமூகத்தவரின் சடலம் எடுத்துச்செல்லப்படுவதைச் சாதி இந்துக்கள் எதிர்க்க, இரு சமூகங்களுக்கு இடையே மோதல் ஏற்பட்டது. இம்மோதலைக் கட்டுப்படுத்த காவல்துறை நடத்திய துப்பாக்கிச் சூட்டில் அட்டவணைச் சமூக மக்கள் கடுமையாகப் பாதிக்கப்பட்டனர். இதைத் தொடர்ந்து அட்டவணைச் சமூக மக்களுக்குக் காவல்துறையால் மேலும் பாதிப்பு ஏற்படாமலிருக்க ஆதிதிராவிட மகாஜன சங்கத்தாருடன் இணைந்து தந்தை சிவராஜ், சுவாமி சகஜானந்தா,

முனுசாமி பிள்ளை ஆகிய மூத்த தலைவர்களை அழைத்துப் போராட்டங்களை நடத்தினார் இளையபெருமாள். இதனால், அரசு தலையிட்டுப் புதிய பாலம் கட்டித் தர முன்வந்தது. இது தொடர்பாக அட்டவணைச் சமூக மக்களுக்கும் சாதி இந்துக்களுக்கும் இடையே அரசின் தலைமையில் நடத்தப்பட்ட சமாதானப் பேச்சுவார்த்தையில் தந்தை சிவராஜ், சுவாமி சகஜானந்தா, முனுசாமிப் பிள்ளை ஆகியோருடன் இளையபெருமாளும் பங்கேற்றார்.

தந்தை சிவராஜ் டெல்லிக்குச் சென்றிருந்த சமயத்தில் திடீரென ஏற்பட்ட உடல்நலக் குறைவின் காரணமாக 1964 செப்டம்பர் 29 அன்று அதிகாலை 5:30 மணியளவில் மரணமடைந்தார். அச்சமயம் டெல்லியிலிருந்த இளையபெருமாள் நேரில் சென்று அஞ்சலி செலுத்தினார். தந்தை சிவராஜின் உடல் சென்னைக்குக் கொண்டுவந்த பிறகு, சென்னையிலும் நேரில் அஞ்சலி செலுத்தினார்.

### IV.காமராஜர்

காட்டுமன்னார்குடி வட்டத்திற்குட்பட்ட கிராமமான ரெட்டியூரில் நிலவுடைமையாளர்களாக இருந்த சாதி இந்துக்களுக்கும் விவசாயக் கூலிகளான அட்டவணைச் சமூகத்தவருக்கும் இடையேயான கூலிப் பிரச்சினை 1950 தொடங்கி 1960 முடிய ஏறத்தாழ பத்தாண்டுகளாக நடைபெற்றுவந்தது. ரெட்டியூர் கூலி விவசாயிகள் தமது கிராமத்தையும் தாண்டி, குச்சூர், அருண்மொழித்தேவன், எய்யலூர், ஆதனூர், குணவாசல், ஓமாம்புலியூர், மோவூர், ஆயங்குடி, மேலக்கடம்பூர், கீழக்கடம்பூர், வேளப்பூண்டி என சுமார் பத்துக்கும் மேற்பட்ட கிராமங்களை உள்ளடக்கி, கூலி உயர்வுக்காகப் போராடி வந்தனர்.

இக்கூலி உயர்வு பிரச்சினை தொடர்பாக இரண்டு சமூகத்திற்கும் இடையே மோதல் ஏற்பட, அட்டவணைச் சமூகத்தாரால் சாதி இந்துக்கள் தாக்கப்பட்டனர். இதைத் தொடர்ந்து தம் சாதிச் சங்கத்தின் சார்பில் அன்றைய தமிழக முதல்வர் காமராஜரைச் சந்தித்த நிலவுடமையாளர்கள், “அட்டவணைச் சமூகத்தினர் ஒன்று சேர்ந்துகொண்டு எங்கள் வீடுகளில் புகுந்து தாக்குகின்றனர். முக்கியமாக, எங்கள் வீட்டுப் பெண்களிடம் அத்துமீறுகின்றனர்” என்கிற பொய்க் குற்றச்சாட்டைக் கூறினர்.

இது தொடர்பாக நாடாளுமன்ற உறுப்பினராக இருந்த இளையபெருமாளை அழைத்த காமராஜர், “ரெட்டியூரில் நம்ம மக்கள் முறையற்ற வகையில் தாக்கியிருப்பதாக அவர்கள் புகார் கூறுகிறார்களே?” என்று கேட்க, இதற்கு இளையபெருமாள் அவை யாவும் ஆதாரமற்றவை என்று விளக்கமளித்தார். பின்னர் காமராஜர், இரு சமூகத்தினர் இடையேயும் சமாதானப் பேச்சுவார்த்தை நடத்தும்படியும் ஆலோசனை வழங்கி இளையபெருமாளை அனுப்பிவைத்தார்.

1957ஆம் ஆண்டு முதுகுளத்தூரில் அட்டவணைச் சமூகத்தைச் சேர்ந்த இமானுவேல் சேகரன் சாதி இந்துக்களால் வெட்டிப் படுகொலை செய்யப்பட்ட சம்பவத்தைத் தொடர்ந்து ஏற்பட்ட பெரும் கலவரமே முதுகுளத்தூர் கலவரம். இப்படுகொலை வழக்கில் (தேவர் சாதிப் பிரமுகர்) முத்துராமலிங்கம் கைது

செய்யப்பட்டார். இக்கலவரம் தொடர்பாக தமிழக முதல்வர் காமராஜரைச் சந்தித்த இளையபெருமாள், "எங்கள் மக்கள் மீது தொடர்ந்து தாக்குதல்கள் நடைபெற்றுவருகின்றன. அரசு கலவரத்தை இன்னும் ஏன் கட்டுப்படுத்தவில்லை? அட்டவணைச் சமூகத்தைப் பாதுகாக்காமல் அரசு பாரபட்சம் பார்க்கிறதா? இதுகுறித்து எடுக்கப்பட்ட நடவடிக்கை போதுமானதாக இல்லை" என்று வாதிட்டார். இதைக் கேட்ட காமராஜர், "ஏனப்பா, உங்ககிட்டதானே துப்பாக்கியே இருக்கிறது" என்று இளையபெருமாளுக்குப் பதிலளித்திருக்கிறார். அட்டவணைச் சமூகத்தைச் சேர்ந்த கக்கன்தான் அச்சமயத்தில் காவல்துறை மந்திரியாக இருந்தார் என்பதன் அடிப்படையிலேயே காமராஜர் இப்படிப் பதிலளித்தார்.

காட்டுமன்னார்குடி பகுதிகளில் ஏழ்மை நிலையிலிருந்த அட்டவணைச் சமூக மக்கள் சொந்தமாக வீட்டுமனை வசதிகூட இல்லாமலிருந்தார்கள். இதற்குத் தீர்வு காண வேண்டி இளையபெருமாள் அன்றைய தமிழக முதல்வர் காமராஜரைச் சந்தித்து, தன் சமூக மக்களுக்குச் சொந்தமாக குடியிருக்க வீட்டுமனைப் பட்டா வழங்க வேண்டும் என்ற கோரிக்கையை முன்வைத்தார். இதன் பயனாக 1960ஆம் ஆண்டு காட்டுமன்னார்குடி வட்டத்தில் வசித்துவந்த அட்டவணைச் சமூக மக்கள் அனைவருக்கும் பட்டாவும் நிலமும் வழங்கப்பட்டன. இதற்கென நடத்தப்பட்ட அரசு விழாவில் அன்றைய தமிழக முதல்வர் காமராஜரோடு, சிதம்பரம் நாடாளுமன்றத் தொகுதி உறுப்பினராக இருந்த இளையபெருமாளும் கலந்துகொண்டார்.

### V.தியாகி கக்கன்

1951இல் நடந்த பொதுத்தேர்தலில் நாடாளுமன்ற உறுப்பினர்களாகத் தேர்ந்தெடுக்கப்பட்டிருந்த இளையபெருமாளும் கக்கனும் ஒரே அறையில் தங்கிச் செல்லும் அளவிற்கு நெருக்கமான தொடர்பைக்கொண்டிருந்தனர்.

ஒருமுறை கக்கனின் தந்தை தன்னை ஒரு சாதி இந்து தாக்கிவிட்டதாக கக்கனுக்குக் கடிதம் எழுதியிருந்தார். இந்த விவரம் இளையபெருமாளுக்குத் தெரிந்ததும் அவர் உடனடியாக மதுரை சென்று கக்கனின் தந்தையைக் தாக்கிய சாதி இந்துவைக் கைது செய்ய வைத்தார். கக்கன் மரணமடைந்த பிறகு, அவர் பிறந்த மதுரை மாவட்டம், மேலூரில் அவருக்குச் சிலை அமைக்க காங்கிரஸ் தலைவரான கருப்பையா மூப்பனார் ஏற்பாடுகளைச் செய்தார். தியாகி கக்கனது சிலை காலில் செருப்பும் தோளில் துண்டும் இல்லாமல் வடிவமைக்கப்பட்டிருந்தது. "தியாகி கக்கன் எளிமையானவர்; ஆகையால், அவரது சிலையைச் செருப்பும் துண்டும் இல்லாமல் வைக்கிறோம்" என இதற்குக் காரணம் கூறப்பட்டது. இத்தகவல் இளையபெருமாளுக்குத் தெரிந்தவுடன், "அட்டவணைச் சமூகத்தில் பிறந்து தமிழகத்தின் உள்துறை அமைச்சராகவும் மூத்த தலைவராகவும் இருந்த தியாகி கக்கனுக்குச் செருப்பும் துண்டும் இல்லாமல் சிலை வடிவமைப்பது அவரை அவமதிப்பதாகும்" எனச் சாடினார். பின்னர் கருப்பையா மூப்பனாரைச் சந்தித்து, சிலை வடிவமைப்பை மாற்றக் கோரினார். அதன்படியே கக்கனது சிலை மாற்றியமைக்கப்பட்டது.

## VI.ராஜீவ்காந்தி

1984இல் அம்மையார் இந்திராகாந்தி சுட்டுக்கொல்லப்பட்ட சமயத்தில் கருத்து வேறுபாடுகள் காரணமாக காங்கிரஸ் கட்சியிலிருந்து விலகியிருந்தார் இளையபெருமாள். அம்மையாரின் அகால மரணத்திற்குப் பிறகும்கூட இளையபெருமாள் காங்கிரஸ் கட்சியில் இணைந்துவிடவில்லை. இந்திரா காந்தி படுகொலை செய்யப்பட்டதையடுத்து, பிரதமரான ராஜீவ்காந்தியைச் சந்திக்கும் வாய்ப்பைப் பெற்றார். எனினும், ராஜீவ்காந்தி தன்னை உரிய நேரத்தில் சந்திக்காமல் காலதாமதம் செய்ததால், சுயமரியாதைமிக்க இளையபெருமாள் அச்சந்திப்பைத் தவிர்த்துவிட்டுத் திரும்பினார். தமிழக அட்டவணைச் சமூக மக்கள் மத்தியில் இளையபெருமாளுக்கு இருந்த செல்வாக்கை உணர்ந்த ராஜீவ்காந்தி, அவரை மீண்டும் காங்கிரஸில் இணைக்க விரும்பினார். இதற்காக 1986இல் தமிழகக் காங்கிரஸ் கட்சித் தலைவர்கள் கருப்பையா மூப்பனார், கே.எஸ்.அழகிரி ஆகியோர் பல கட்ட முயற்சிகளை மேற்கொண்டனர். தான் மீண்டும் காங்கிரஸில் இணைய வேண்டுமென்றால், தன்னுடைய தலைமையில் நாடாளுமன்றத்தில் சமர்ப்பிக்கப்பட்ட இளையபெருமாள் கமிட்டி அறிக்கையை ராஜீவ்காந்தி நடைமுறைப்படுத்த வேண்டும் என்பதை நிபந்தனையாக முன்வைத்தார், இளையபெருமாள். ஆனால், இதுகுறித்து உத்தரவாதமான பதில் கிடைக்காததால், இளையபெருமாள் காங்கிரஸில் இணைவதைக் கைவிட்டார்.

1989ஆம் ஆண்டு நடந்த தமிழகச் சட்டமன்றத் தேர்தலில் ஏறத்தாழ 20 தொகுதிகளில் இந்திய மனித உரிமைக் கட்சி சார்பாக வேட்பாளர்களை நிறுத்தி, அத்தேர்தலில் தனித்துப் போட்டியிட்டார் இளையபெருமாள். அத்தேர்தலில் கருப்பையா மூப்பனார் தலைமையில் இயங்கிவந்த தமிழக காங்கிரஸும் தனித்துப் போட்டியிட்டது. தேர்தல் பிரச்சாரத்திற்காகப் பலமுறை தமிழகம் வந்துசென்ற ராஜீவ்காந்தி, அத்தேர்தலில் காங்கிரஸை வெற்றி பெறச் செய்வதற்காக இந்திய மனித உரிமைக் கட்சி வேட்பாளர்களைத் திரும்பப் பெற்றுக்கொள்ளுமாறு வலியுறுத்துவது என்ற அடிப்படையில் இளையபெருமாளைச் சந்திக்கவும் முன்வந்தார். அட்டவணைச் சமூக மக்கள் மத்தியில் தனக்குள்ள செல்வாக்கைப் பயன்படுத்திக்கொள்ளவே ராஜீவ்காந்தி திட்டமிடுகிறார் என்பதை உணர்ந்திருந்த இளையபெருமாள், அச்சந்திப்பைத் தவிர்க்கும் நோக்கில் காலதாமதம் செய்துவந்தார். தனது கட்சியைச் சேர்ந்தவர்களிடம் இந்த உண்மையை வெளிப்படையாகவும் கூறினார்.

1989 தேர்தலில் சிதம்பரம் தொகுதியில் தான் போட்டியிடுவதற்கு காங்கிரஸ் ஆதரவளித்தால், அக்கட்சியைத் தானும் ஆதரிக்கலாம் என்ற முடிவில் இளையபெருமாள் இருந்தார். ஆனால், காங்கிரஸ் கட்சியானது இளையபெருமாளின் ஆதரவைப் பெறுவதில் மட்டும் ஆர்வம் காட்டியதேயொழிய, அவர் சிதம்பரம் தொகுதியில் போட்டியிட ஆதரவு தரவில்லை.

இதற்கு கருப்பையா மூப்பனார்தான் காரணமாக இருக்க முடியும் என்பதையும் இளையபெருமாள் உணர்ந்திருந்தார். காங்கிரஸ் இளையபெருமாளை

ஆதரிக்காதபோதும், சிதம்பரம் தொகுதியில் போட்டியிட்ட இந்திய மனித உரிமைக் கட்சி வேட்பாளர் 20 சதவீத வாக்குகளைப் பெற்றார்.

### VII.பூட்டா சிங்

முன்னாள் பிரதமர் ராஜீவ்காந்தி காங்கிரஸ் கட்சியில் இணையுமாறு விடுத்த அழைப்பை ஏற்ற இளையபெருமாள், கருப்பையா மூப்பனார், கே.எஸ்.அழகிரி ஆகியோரோடு டெல்லி சென்று அன்றைய உள்துறை அமைச்சர் பூட்டா சிங்கைச் சந்தித்தார். இளையபெருமாளைப் பார்த்தவுடன் ஓடோடி வந்து காலில் விழுந்து, "என்னை ஆசீர்வதியுங்கள் குருஜீ!" என்றார் பூட்டா சிங். இளையபெருமாளுக்கும் பூட்டா சிங்கிற்கும் இடையேயான இந்த உறவினைப் பார்த்து கருப்பையா மூப்பனாரும் கே.எஸ்.அழகிரியும் திகைத்து நின்றனர்.

காங்கிரஸிலிருந்து விலகி இந்திய மனித உரிமைக் கட்சியைத் தொடங்கிய சமயத்தில் உள்துறை அமைச்சரான பூட்டா சிங்கைச் சந்திக்க ஒருமுறை தனித்துச் சென்றார் இளையபெருமாள். ஆனால், பாதுகாப்பு அதிகாரிகள் அனுமதிக்கவில்லை. இதனால் இளையபெருமாள் ஒரு துண்டு காகிதத்தில் தன்னுடைய பெயரின் ஆங்கிலச் சுருக்கமான எல்.இ.பி., என்பதை எழுதிப் பாதுகாப்புக் காவலர்களிடம் கொடுத்து பூட்டா சிங்கிடம் கொடுக்கச் சொன்னார். பாதுகாப்புக் காவலர்களும் அதை உள்துறை அமைச்சர் பூட்டா சிங்கிடம் கொடுக்க, அத்தருணத்தில் உயரதிகாரிகள் கூட்டத்தில் கலந்துரையாடிக்கொண்டிருந்த பூட்டா சிங், எல்.இ.பி என்ற பெயரைப் பார்த்தவுடன் அலுவலக வாசலுக்கு ஓடோடி வந்து இளையபெருமாளிடம் ஆசீர்வாதம் வாங்கியதோடு, தவறுக்கு மன்னிப்பும் கேட்டு உள்ளே அழைத்துச் சென்றார்.

1987இல் வட மாவட்டங்களில் பறையர் சமூகத்திற்கு எதிராக வன்னியர் சங்கம் ஏவிவிட்ட வன்கொடுமைகளைத் தடுக்கத் தமிழக அரசு தவறிய நிலையில், இளையபெருமாள் பூட்டா சிங்கைச் சந்தித்து, அவ்வன்முறைகளைக் கட்டுப்படுத்தத் தக்க சட்ட நடவடிக்கைகளை மேற்கொள்ள தமிழக அரசிற்கு உத்திரவிடுமாறு வலியுறுத்தினார்.

தமிழக காங்கிரஸைச் சேர்ந்த எஸ்.சி., எஸ்.டி., அணி பொறுப்பாளர்கள் பூட்டா சிங்கை டெல்லியிலுள்ள அவரது வீட்டில் 2019இல் சந்தித்தனர். இந்தச் சந்திப்பின்போது பூட்டா சிங் தன்னைப் பார்க்க வந்திருந்த தமிழக காங்கிரஸாரிடம், "தமிழகத்தில் எங்கிருந்து வருகிறீர்கள்?" என்று கேட்டார். இதற்குத் தமிழக காங்கிரஸ் எஸ்.சி., எஸ்.டி., பிரிவு மாநில துணைத் தலைவர் செந்தமிழ், "நாங்கள் சிதம்பரத்திலிருந்து வந்திருக்கிறோம்" என்று பதிலளித்தார். பூட்டா சிங் உடனடியாக, "தலைவர் இளையபெருமாளைத் தெரியுமா?" எனக் கேட்க, அதற்கு, "அவர்தான் தமிழகத்தில் எங்களைப் போன்ற இலட்சக்கணக்கான ஒடுக்கப்பட்ட இளைஞர்களின் ரோல்மாடல்" என்று பதிலளித்திருக்கிறார். இதைக் கேட்ட பூட்டா சிங் ஒரு நிமிடம் கண்கலங்கிவிட்டு, "இந்தியாவில் பாபாசாகேப் அம்பேத்கருக்குப் பிறகு அட்டவணை, பழங்குடிச் சமூக மக்களுக்காகப் பாடுபட்டு, அவர்களுக்குச் சட்டப் பாதுகாப்பினை ஏற்படுத்திக் கொடுத்தவர்

இளையபெருமாள்தான். அப்படிப்பட்டவரை என் தலைவர் என்று கூறிக்கொள்வதில் பெருமிதமடைகிறேன்" எனக் கூறியிருக்கிறார். பூட்டா சிங் காங்கிரஸில் வளர்ச்சி பெற, அவருக்கு அம்மையார் இந்திரா காந்தியிடம் தொடர்பை ஏற்படுத்திக் கொடுத்தவர் இளையபெருமாள்தான். தனக்கு வழிகாட்டியாகத் திகழ்ந்தவரை மறக்காமல் நினைவுகூர்ந்த நல்உள்ளம் கொண்டவராக பூட்டா சிங் இருந்தார்.

### *viii.*கருப்பையா மூப்பனார்

*1972*இல் நடந்த காங்கிரஸின் சேலம் மாநாட்டில் கள்ளுக்கடை திறப்பதற்கு எதிராக இளையபெருமாள் கொண்டுவந்த தீர்மானத்திற்கு ஆதரவளித்த கருப்பையா மூப்பனார்தான் பின்னாளில் தமிழக காங்கிரஸ் தலைவர் பொறுப்பிலிருந்து இளையபெருமாள் நீக்கப்படுவதற்கும் காரணமாக இருந்தார்.

சட்டமன்றத்தில், "தமிழகத்தின் நிலங்கள் எல்லாம் ஒரே பெட்டகத்துக்குள் உள்ளன. அவை பறிமுதல் செய்யப்பட வேண்டும்" என நிலவுடைமையாளர்களுக்கு எதிராக உரையாற்றியிருக்கிறார். ஒரே பெட்டகத்துக்குள் நிலம் உள்ளது என்ற அவரது விமர்சனம் கருப்பையா மூப்பனாரின் நிலவுடைமையைக் குறித்த ஒன்றாகும். இதோடு மட்டுமல்லாமல், "நீங்கள் அளவுக்கு அதிகமாக நிலம் வைத்திருக்கிறீர்கள்; அதை ஏழை மக்களுக்கு நீங்களாவே பிரித்துக் கொடுத்துவிடுங்கள்" என்றும் கருப்பையா மூப்பனாரிடம் நேரடியாகவே அறிவுறுத்தியிருக்கிறார். இப்படித் தமிழகச் சட்டமன்றத்திலும் சரி நேரடியாகவும் சரி கருப்பையா மூப்பனாருக்கு எதிராகப் பேசியவர்கள் எவரும் கிடையாது.

*1998*இல் நடந்த நாடாளுமன்றத் தேர்தலில் தி.மு.க - தமிழ் மாநில காங்கிரஸ் கூட்டணியை ஆதரித்த இளையபெருமாள், நிபந்தனையாக இளையபெருமாள் கமிட்டி அறிக்கையை முழுமையாக நிறைவேற்ற வேண்டும் என்பதையே முன்வைத்தார்.

*1999*ஆம் ஆண்டு திமுக, தமிழ் மாநிலக் காங்கிரஸ் இடையிலான கூட்டணி உடைந்தது. *1999*இல் பாஜக ஆட்சி கவிழ்க்கப்பட்டதால், மறு நாடாளுமன்றத் தேர்தல் நடத்தப்பட்டது. *1999* தேர்தலில், திமுக கூட்டணியில் தொடர்வதா அல்லது தமிழ் மாநிலக் காங்கிரஸ் கூட்டணியில் இணைவதா என்று கலந்தாலோசனை நடத்திவந்த நிலையில், திமுக தலைமையிலான கூட்டணியிடமிருந்து சாதகமான பதில் வரவில்லை என்பதால், தமிழ் மாநிலக் காங்கிரஸுடன் பேச்சுவார்த்தை நடத்தினார் இளையபெருமாள்.

*1999* நாடாளுமன்றத் தேர்தலில் சிதம்பரம் தொகுதியில் இளையபெருமாள் போட்டியிட வேண்டுமென இந்திய மனித உரிமைக் கட்சி வலியுறுத்தியது. இந்நிலையில், கூட்டணியை உறுதி செய்வதற்காகத் தமிழ் மாநிலக் காங்கிரஸ் தலைவர் கருப்பையா மூப்பனாரிடமிருந்து இளையபெருமாளுக்கு அழைப்பு வந்தது. இதையேற்றுத் தனது இந்திய மனித உரிமைக் கட்சியின் மாநிலச் செயலாளர் மகிழ்வாணன் உள்ளிட்ட முக்கியக் கட்சிப் பிரமுகர்களுடன் சென்னைக்குச் சென்று, கருப்பையா மூப்பனாரை அவரது வீட்டிலேயே சந்தித்தார். இச்சந்திப்பின்போது

தான் மீண்டும் சிதம்பரம் நாடாளுமன்றத் தொகுதியிலிருந்து போட்டியிட முடிவு செய்திருப்பதை மூப்பனாரிடம் தெரிவித்தார். அச்சமயத்தில் உடனிருந்த இந்திய மனித உரிமைக் கட்சிப் பிரமுகர்கள் அனைவரும் கருப்பையா மூப்பனாரிடம், "எங்களுக்கு அங்கீகரிக்கப்பட்ட சின்னம் இல்லை. ஆகையால், உங்கள் கூட்டணியில் எங்களுக்கு சிதம்பரம் தொகுதியை ஒதுக்கினால், நாங்கள் உங்களின் சைக்கிள் சின்னத்தில் நிற்க வசதியாக இருக்கும்" எனக் கோரியதோடு, "அது உங்கள் சைக்கிள் சின்னத்திற்கும் கூடுதல் பலம் சேர்க்கும்" என்றும் எடுத்துரைத்தனர்.

"நான் உங்கள் அனைவரையும்விடத் தலைவர் இளையபெருமாள் மீது மதிப்பு கொண்டவன். காங்கிரஸ் கட்சியில் எனக்கு 40 ஆண்டு காலம் தலைவராக இருந்தவர் இளையபெருமாள். சிதம்பரம் நாடாளுமன்றத் தொகுதியில் என் தலைவர் இளையபெருமாளை வெற்றி பெறச் செய்வேன். நீங்கள் அதைப் பார்ப்பீர்கள்" என உறுதி கொடுத்ததோடு, வாசல் வரை வந்து இளையபெருமாளை வழியனுப்பி வைத்தார், கருப்பையா மூப்பனார். ஊர் திரும்பும்போது இளையபெருமாள் தனது கட்சிப் பிரமுகர்களிடம், "நீங்கள் மகிழ்ச்சியடைய வேண்டாம். நான் 40 ஆண்டுகளுக்கும் மேலாக அவரைப் (கருப்பையா மூப்பனாரை) பார்க்கிறேன். நம் முன்னால் ஒன்று பேசுவார்; ஆனால், வேறு மாதிரி நடந்து கொள்வார்; நமக்கு எதிராகச் செயல்படுவார். அவரைப் பற்றி நன்கு அறிந்தவன் என்பதால் இதைச் சொல்கிறேன். எனக்கு அவருடைய கூட்டணியில் சைக்கிள் சின்னத்தில் நிற்க உண்மையாலும் விருப்பமில்லை. அவரை அறிந்தவன் என்பதால், அவரிடம் இந்த எதிர்பார்ப்பு எனக்கில்லை. ஆகையால், சிதம்பரம் நாடாளுமன்றத் தொகுதியில் கருப்பையா மூப்பனாரின் கூட்டணியில் நான் நிற்கப் போவதாக எண்ணி நீங்கள் மகிழ்ச்சியடைய வேண்டாம்" என்று கூறினார். அதுவே உண்மையாகவும் ஆனது.

## IX. ப.சிதம்பரம்

இளையபெருமாளின் 75ஆவது பிறந்தநாளையொட்டிய பவள விழா 26.06.1998 அன்று காரைக்குடியில் நடைபெற்றது. டாக்டர் பாபாசாகேப் அம்பேத்கர் பிறந்தநாள் விழா, தீண்டாமை ஒழிப்பு மாநாடு, இளையபெருமாளின் பவள விழா என முப்பெரும் விழாவாக இந்நிகழ்வு நடைபெற்றது. இவ்விழாவில் முன்னாள் மத்திய அமைச்சரான ப.சிதம்பரம் கலந்துகொண்டு, தலைவர் இளையபெருமாளின் சமூகப் பணி குறித்துப் பேசினார்.

1978ஆம் ஆண்டு நடந்த விழுப்புரம் கலவரத்தையடுத்து, இளையபெருமாளுடன் ப.சிதம்பரமும் இணைந்து அக்கலவரத்தில் பாதிக்கப்பட்ட அட்டவணைச் சமூக மக்களுக்காகப் பணியாற்றினார். இளையபெருமாள் கமிட்டி அறிக்கையில் பரிந்துரைக்கப்பட்டிருந்த கிராமப்புற வேலைவாய்ப்புத் திட்டத்தை நடைமுறைப்படுத்தியதில் ப.சிதம்பரத்தின் பங்கு குறிப்பிடத்தக்கது.

## X. ஈ.வெ.ரா.பெரியார்

1948ஆம் ஆண்டு சிந்தாதிரிப்பேட்டையில் இருந்த பெரியாரின் வீட்டில் அவரைச் சந்தித்து, "எங்களது சமூகம் அனுபவித்துவரும் கொடுமைகளுக்கு இழிதொழில்

செய்ய நிர்பந்திக்கப்படுவதும் ஒரு முக்கியக் காரணமாகும். ஆகையால், எங்களின் இழிதொழில் ஒழிப்புப் போராட்டங்களுக்குத் தங்களது ஆதரவு வேண்டும்" என்று கேட்டார் இளையபெருமாள். இதற்கு பெரியார், "உங்களுடைய சமூகத்தவர்கள் இந்தத் தொழில்களைச் செய்யவில்லை என்றால், வேறு யார் செய்வார்கள்?" என்று கேட்டார். பிராமணர்களுக்கு எதிராக அனைத்துச் சமூகத்தவர்களும் ஒன்றுபட்டுப் போராட வேண்டும் என்று சொன்ன பெரியார், நடைமுறையில் இப்படிப்பட்ட சாதி இந்துக்குரிய குணத்தையே பெற்றிருந்தார்.

இது மட்டுமன்றி, கீழ்வெண்மணிப் படுகொலையில் பெரியாரின் நிலைப்பாடு பாதிக்கப்பட்ட அட்டவணைச் சமூகங்களுக்கு ஆதரவாக இல்லாததால் அவருடன் இளையபெருமாள் முரண்பட்டார்.

1998இல் நேர்காணல் ஒன்றில் பெரியார் குறித்துக் கூறும்போது, "அட்டவணைச் சமூக மக்களுக்காகப் பெரியார் உண்மையாகப் பாடுபட்டதாக நான் நினைக்கவில்லை" என்று இளையபெருமாள் பதிவுசெய்திருக்கிறார்.

## கருணாநிதி

1. திமுக தலைவரும் முன்னாள் தமிழக முதல்வருமான கருணாநிதிக்கு முன்பாகவே அரசியல் களத்தில், அதுவும் இந்திய அளவில் அறியப்பட்ட தலைவராக இருந்தார் இளையபெருமாள். கருணாநிதி தன் மகனுக்கு அட்டவணைச் சமூகப் பெண்ணைத் திருமணம் செய்து வைத்ததாலும், அவரது முதல் மனைவி சிதம்பரத்தைச் சேர்ந்தவர் என்பதாலும் அவரை சம்பந்தி என அழைத்துவந்தார் இளையபெருமாள். இது இருவருக்கும் இடையேயான தனிப்பட்ட நெருக்கத்தைக் காட்டக்கூடியதாகவும் இருந்தது.

2. 1980ஆம் ஆண்டு நடந்த நாடாளுமன்றத் தேர்தலில் இளையபெருமாள், இந்திராகாந்தி, கருணாநிதி ஆகிய மூவரும் ஒன்றாகத் திறந்த காரில் பயணித்து சென்னையில் தேர்தல் பிரச்சாரத்தை மேற்கொண்டதோடு, சென்னையில் நடைபெற்ற தேர்தல் பிரச்சார மாநாட்டிலும் ஒருசேரப் பங்கேற்றனர். இத்தேர்தலில் திமுகவுடன் கூட்டணி அமைத்து, 20க்கும் மேற்பட்ட தொகுதிகளில் இளையபெருமாள் தலைமையிலான காங்கிரஸ் வெற்றி பெற்றது.

3. காங்கிரஸைவிட்டு வெளியேறி இளையபெருமாள் தனிக்கட்சி தொடங்கியபோது, கொடிக்கால் செல்லப்பாவுக்குக் கடிதம் எழுதிய கருணாநிதி, தன் நண்பர் இளையபெருமாள் தொடங்கிய கட்சிக்காகத் தனது வாழ்த்துகளைத் தெரிவிப்பதாகக் குறிப்பிட்டுள்ளார்.

4. கருணாநிதியோடு நெருக்கமாக இருந்தாலும், அவரது ஆட்சிக் காலங்களில் நடந்த சாதிக் கலவரங்களின்போது, தி.மு.க அரசிற்கு எதிராகக் கடுமையாக விமர்சனங்களை முன்வைத்தவர் இளையபெருமாள். பிராமண சமூகத்தைச் சேர்ந்த ஜெயலலிதாதான் நம்மை ஒடுக்குகிறார் என்று பார்த்தால், கருணாநிதியும் அதே வேலையைச் செய்கிறாரே என விமர்சித்திருக்கிறார்.

5. 1989ஆம் ஆண்டில் நடந்த தமிழகச் சட்டமன்றத் தேர்தலின்போது,

திமுக தரப்பில் கூட்டணி உடன்பாட்டிற்காக இளையபெருமாள் அழைக்கப்பட்டாலும், அவருக்குக் கூட்டணி குறித்து உரிய பதிலை அளிக்காமல் அலட்சியப்படுத்தியதாகப் பதிவுகள் உள்ளன. இதன் காரணமாக, "தமிழகம் முழுவதும் வேட்பாளர்களை நிறுத்தும் அளவுக்கு எனக்குப் பொருளாதாரப் பலமில்லை. ஆனால், என் தொகுதியில் உங்களைத் தோற்கடித்துக் காட்டுகிறேன்" என்று சவால்விட்டு, அதன்படியே காட்டுமன்னார்குடியில் திமுகவைத் தோற்கடித்துத் தனது சவாலை நிறைவேற்றினார்.

6. இந்திய மனித உரிமைக் கட்சியின் சார்பாக 2000த்தில் சென்னை கலைவாணர் அரங்கில் நடந்த சமூகநீதி மாநாட்டில், அப்போது தமிழக முதல்வராக இருந்த கருணாநிதி கலந்துகொண்டு உரையாற்றினார். இதற்குக் காரணமாக இருந்தவர் இந்திய மனித உரிமைக் கட்சியின் மாநிலச் செயலாளர் மகிழ்வாணன்.

7. 1996-2001 திமுக ஆட்சிக் காலத்தில் அட்டவணைச் சமூக மக்கள் மீதான வன்கொடுமைத் தாக்குதல்கள் அதிக எண்ணிக்கையில் நடந்தன. இதனால் இந்திய மனித உரிமைக் கட்சியின் மாநிலச் செயலாளர் மகிழ்வாணன், தான் கலந்துகொண்ட அனைத்துக் கூட்டங்களிலும் திமுகவையும் முதல்வர் கருணாநிதியையும் கடுமையாக விமர்சித்துவந்தார். தமிழக உளவுத் துறையினர் அவரது பேச்சின் ஒலிப்பதிவை கருணாநிதிக்குப் போட்டுக் காட்டியதையடுத்து, மகிழ்வாணனை அழைத்துவரும்படி பரிதி இளம்வழுதியிடம் கூறினார் கருணாநிதி. அவரும் மகிழ்வாணன் வீட்டிற்கே வந்து முதல்வரைச் சந்திப்பதற்காக அழைக்க, அதற்கு மகிழ்வாணன், "எங்கள் கட்சியின் தலைவர் இளையபெருமாளைக் கேட்காமல் எங்கும் வரமாட்டேன்" என்று தெரிவித்தார்.

8. பின்னர் மகிழ்வாணன் இளையபெருமாளைத் தொடர்புகொண்டு நடந்த விசயங்களைச் சொல்ல, நாம் இருவருமே முதல்வர் கருணாநிதியைச் சந்திக்கலாம் என்று இளையபெருமாள் கூற, அவ்வாறே சென்று சந்தித்தனர். சுமார் 45 நிமிடங்கள் வரை நீடித்த இச்சந்திப்பில் முதல்வர் கருணாநிதி, "நாங்கள் அட்டவணைச் சமூக மக்கள் விசயத்தில் அக்கறையுடன்தான் இருக்கிறோம். நீங்கள் எப்படி எங்கள் ஆட்சியை இவ்வளவு கடுமையாக விமர்சிக்கலாம்?" என்று மகிழ்வாணனிடம் கேள்வி எழுப்பினார். "நீங்கள் அப்படி உண்மையான அக்கறை கொண்டிருந்தால், நாங்கள் நடத்தும் மாநாட்டில் கலந்துகொண்டு, உங்களது நிலைப்பாட்டினைத் தெரிவியுங்கள்" என்று இளையபெருமாள் பதிலளித்தார். தமிழக முதல்வர் கருணாநிதியும் இதற்கு ஒப்புக்கொண்டு, இந்திய மனித உரிமைக் கட்சி செப்டம்பர் 24, 2000 அன்று சென்னையில் நடத்திய சமூகநீதி மாநாட்டில் கலந்துகொண்டு சிறப்புரை ஆற்றினார்.

9. மாநாட்டையொட்டி நடத்தப்பட்ட ஊர்வலத்தின் முடிவில், பல்வேறு கோரிக்கைகள் அடங்கிய மனுவை கருணாநிதியிடம் அளித்தார், இளையபெருமாள். அவற்றுள் ஒன்றாக, தனது தலைமையில் அளிக்கப்பட்ட

இளையபெருமாள் கமிட்டி அறிக்கையை நிறைவேற்ற ஆதரவு தருமாறு கேட்டுக்கொண்டார். கலைஞர் கருணாநிதியும் அவ்வறிக்கையை நிறைவேற்ற ஒத்துழைப்பதாக வாக்குறுதியளித்தார். இருப்பினும், கருணாநிதி தன்னுடைய வாக்குறுதியை நிறைவேற்ற எள்ளளவும் நடவடிக்கை எடுக்கவில்லை.

10. மத்திய அரசுப் பணிகளில் பிற்படுத்தப்பட்டவர்களின் இடஒதுக்கீடு தொடர்பான மண்டல் கமிஷன் அறிக்கையை நடைமுறைப்படுத்துவதற்காகப் பல்வேறு முயற்சிகளைச் செய்த கருணாநிதி, இளையபெருமாள் கமிட்டி அறிக்கை குறித்துப் பாரபட்சமாகவே நடந்துகொண்டார். பிற்படுத்தப்பட்ட சாதி இந்துக்களுக்குப் பயன்படும் பல்வேறு திட்டங்களை இளையபெருமாள் கமிட்டி அறிக்கையிலிருந்து எடுத்துக்கொண்டு, அவற்றை நடைமுறைப்படுத்தினார் கருணாநிதி. அனைத்துச் சாதியினரும் அர்ச்சகராகும் சட்டம், சமத்துவபுரத் திட்டம் ஆகியவை அவற்றில் முக்கியமானவையாகும். இளையபெருமாள் மரணமடைந்தபோது முரசொலியில் அஞ்சலிக் கட்டுரை எழுதிய கருணாநிதி, அதில் இந்திய அளவில் இளையபெருமாள் கமிட்டி ஆற்றிய பணிகளைச் சுட்டிக்காட்டியிருந்தார்.

## XI. எம்.ஜி.இராமச்சந்திரன்

*1980-1984 காலகட்டத்தில் சென்னை-எழும்பூர் சட்டமன்ற உறுப்பினராக இருந்தார் இளையபெருமாள். இச்சமயத்தில் எம்.ஜி.இராமச்சந்திரன் தமிழக முதல்வராக இருந்தார்.* குறிப்பிட்ட சாதியினரின் பரம்பரை உரிமையாக இருந்துவந்த மணியக்காரர் முறையை ஒழித்து, சாதி வேறுபாடின்றித் தகுதி வாய்ந்த அனைவரையும் அப்பணியில் அமர்த்தும்படியான நியமன முறையைக் கொண்டுவர வேண்டும் என்று இளையபெருமாள் சட்டமன்றத்தில் வலியுறுத்தி வந்ததை, எம்.ஜி.ஆர் தலைமையில் இருந்த அ.இ.அ.தி.மு.க அரசு இக்காலகட்டத்தில்தான் செயல்படுத்தியது. மேலும், அட்டவணைச் சமூக மக்களுக்குப் பட்டா வழங்க வேண்டும் என்கிற அவரது கோரிக்கையையும் அமலுக்குக் கொண்டுவந்தது. எனினும், இதே எம்.ஜி.ஆர். ஆட்சியின்போதுதான் விழுப்புரம் கலவரமும் நடந்தது. அட்டவணைச் சமூக மக்கள் மீது தொடுக்கப்பட்ட இந்த வன்முறையை அரசு தடுத்து நிறுத்தத் தவறியதோடு, குற்றவாளிகளுக்கே சாதகமாகச் செயல்பட்டது. இதனால் அட்டவணைச் சமூக மக்களின், தலைவர்களின் எதிர்ப்புக்கும் வெறுப்புக்கும் ஆளானது.

## XII. ஜெயலலிதா

*1989 தேர்தலில் தனித்துப் போட்டியிட்டு, தனக்குள்ள மக்கள் ஆதரவை நிரூபித்த இளையபெருமாள், பின்வந்த காலங்களில் கூட்டணி அரசியலுக்கு வர வேண்டிய தேவை ஏற்பட்டது. தனித்து நின்றால் ஒருசில இடங்களில் மட்டுமே வெற்றி பெற முடியும் என்ற புறவயமான அரசியல் நிலைமை காரணமாக இந்த முடிவுக்கு வந்தார் அவர்.*

1989ஆம் ஆண்டு நடந்த தமிழகச் சட்டமன்றத் தேர்தலில் தோல்வியடைந்த ஜெயலலிதா, 1991ஆம் ஆண்டில் நடைபெறவிருந்த சட்டமன்றத் தேர்தலில் வெற்றிபெற ஒரு வலுவான கூட்டணியை அமைக்கத் திட்டமிட்டார். இளையபெருமாளும் கூட்டணித் தேவைகளை உணர்ந்திருந்ததால், ஜெயலலிதாவுடன்

கூட்டணி வைக்கும் முடிவை எடுத்தார். இதன்படி இளையபெருமாள் நடத்திய கூட்டணிப் பேச்சுவார்த்தையில், இரண்டு தொகுதிகளைக் கேட்டுப் பெற்றார்.

*1991* சட்டமன்றத் தேர்தலின்போது இளையபெருமாளும் ஜெயலலிதாவும் ஒன்றாகவே அன்றைய தென்னாற்காடு மாவட்டம் முழுவதும் பிரச்சாரத்தில் கலந்துகொண்டனர். இச்சமயத்தில் இளையபெருமாளும் ஜெயலலிதாவும் ஒருவரையொருவர் தந்தை - மகள் உறவுமுறையிலேயே அழைத்துக்கொண்டனர். இளையபெருமாள் கமிட்டி அறிக்கையை நடைமுறைப்படுத்த ஒத்துழைப்பு கொடுக்க வேண்டுமென்ற அம்சத்தை இக்கூட்டணிக்கான ஒப்பந்தத்தின்போது இளையபெருமாள் முன்வைத்தார். ஜெயலலிதாவும் தமது தேர்தல் அறிக்கையில் அட்டவணைச் சமூக மக்களுக்கான இளையபெருமாள் கமிட்டி அறிக்கையை நடைமுறைப்படுத்த முயற்சி எடுப்போம் என்ற வாக்குறுதியை அளித்திருந்தார். இது மட்டுமின்றி, மதம் மாறும் அட்டவணைச் சமூகத்தினருக்கு இடஒதுக்கீடு உள்ளிட்ட உரிமைகள் தொடர்ந்து வழங்கப்பட வேண்டுமென்பதையும் அ.இ.அ.தி.மு.க வின் தேர்தல் அறிக்கையில் இடம் பெறச்செய்தார். தேர்தல் முடிவில் இளையபெருமாள் நிறுத்திய இரு வேட்பாளர்களும் - என்.ஆர்.ராஜேந்திரன் காட்டுமன்னார்குடியிலும் சீதாமூர் ஆறுமுகம் வானூர் சட்டமன்றத் தொகுதியிலும் வெற்றிபெற்றனர்.

இந்தத் தேர்தலில் பல அரசியல் சூழல்களைக் கருத்திற்கொண்டு தனது இரு வேட்பாளர்களையும் அதிமுகவின் இரட்டை இலைச் சின்னத்திலேயே நிறுத்தியிருந்தார் இளையபெருமாள். தேர்தலுக்குப் பின்னர் காட்டுமன்னார்குடி சட்டமன்ற உறுப்பினர் என்.ஆர்.இராஜேந்திரனையும் வானூர் சட்டமன்ற உறுப்பினர் சீதாமூர் ஆறுமுகத்தையும் தனது கட்சியில் இணைத்துக்கொண்டார் ஜெயலலிதா. இராஜேந்திரனும் ஆறுமுகமும், "இளையபெருமாள் சர்வாதிகாரியாக நடந்துவருகிறார்" என்று அறிக்கைவிட்டு அதிமுகவில் சேர்ந்தனர். இளையபெருமாளின் செல்வாக்கையும் உழைப்பையும் தேர்தல் வெற்றிக்குப் பயன்படுத்திக்கொண்ட ஜெயலலிதா, தேர்தலின் பின்னர் துரோகமிழைத்தார்.

### XIII.தொல்.திருமாவளவன்

*1989*ஆம் ஆண்டில் மலைச்சாமி காலமானதற்குப் பின்னர் தலித் பேந்தர் அமைப்பின் தலைவராகப் பொறுப்பேற்றார் திருமாவளவன். *1995*ஆம் ஆண்டின் மத்தியில் கடலூர் மாவட்டம், பெண்ணாடத்தில் விடுதலைச் சிறுத்தைகள் கலவரத்தில் ஈடுபட்டதாகக் குற்றஞ்சுமத்தப்பட்டு, அவ்வமைப்பினர் மீது காவல்துறை கடுமையான நடவடிக்கைகளை எடுத்தது. இது தொடர்பாக இளையபெருமாளைச் சந்திக்க அவரது காட்டுமன்னார்குடி வீட்டிற்கு வந்தார் திருமாவளவன். இதையடுத்து திருமாவளவனைத் தனது வீட்டிலேயே இருக்குமாறு சொல்லிவிட்டு, தான் மட்டும் உடனடியாகப் பெண்ணாடம் சென்று காவல்துறை அதிகாரிகளைச் சந்தித்து, விடுதலைச் சிறுத்தைகள் அமைப்பினர் மீது மேற்கொண்டு நடவடிக்கைகள் எடுப்பதைக் கைவிடுமாறு கூறிவிட்டுத் திரும்பினார். இளையபெருமாளிடம் நீண்டகாலம் உதவியாளராகப் பணியாற்றிய காட்டுமன்னார்குடியைச் சேர்ந்த ஓய்வுபெற்ற ஆசிரியர் இராமமூர்த்தி இந்நிகழ்வைப் பதிவுசெய்துள்ளார்.

2000ஆம் ஆண்டில் நடந்த புளியங்குடி படுகொலை தொடர்பாகப் பெரும் கலவரம் ஏற்படக்கூடிய சூழல் நிலவியது. திருமாவளவன் கடலூர் மாவட்டத்திற்குள்ளே நுழையக்கூடாது என அன்று கடலூர் எஸ்.பி யாக இருந்த சைலேந்திர பாபு தடை உத்தரவு பிறப்பித்திருந்தார். இத்தடையை ஜனநாயக விரோதம் எனக் கண்டித்து இளையபெருமாள் அறிக்கையொன்றை வெளியிட்டார்.

1999ஆம் ஆண்டு நடந்த நாடாளுமன்றத் தேர்தலில் கருப்பையா மூப்பனாரின் தமிழ் மாநில காங்கிரஸ் கூட்டணியில் இணைந்த திருமாவளவன், சிதம்பரம் தொகுதியில் போட்டியிட்டார். அத்தேர்தலில் திமுக கூட்டணியை ஆதரித்தார் இளையபெருமாள். எனினும், தன்னிடம் ஆதரவு கேட்டுவந்த திருமாவளவனைப் பெருந்தன்மையோடு வாழ்த்தி அனுப்பினார்.

இத்தேர்தலுக்குப் பிறகு கருப்பையா மூப்பனாரிடம் திருமாவளவனின் பேச்சு அதிகம் வன்முறையைத் தூண்டும் விதமாக இருப்பதாகக் கேள்வி எழுப்பப்பட்டது. இதற்கு கருப்பையா மூப்பனார் "தனக்கும் விடுதலைச் சிறுத்தைகள் கட்சியின் தலைவர் திருமாவளவனின் பேச்சுக்கும் நடவடிக்கைக்கும் சம்பந்தமில்லை" எனக் கூறி ஒதுங்கிக்கொண்டார்.

கருப்பையா மூப்பனாரின் இப்பதில் குறித்துக் கருத்துத் தெரிவித்த இளைய பெருமாள், "அட்டவணைச் சமூகத் தலைவர்களையும் கட்சிகளையும் பிரதி நிதித்துவப்படுத்துகிறேன் என்று சொல்லி, சிதம்பரம் நாடாளுமன்றத் தொகுதியில் திருமாவளவனை நிறுத்தினார் கருப்பையா மூப்பனார். அச்சமயத்தில் எல்லா வகையிலும் ஆதரவும் வழங்கினார். ஆனால், இன்று விடுதலைச் சிறுத்தைகள் கட்சியின் தலைவர் திருமாவளவனின் பேச்சுக்குப் பொறுப்பேற்க முடியாது என்று கூறுகிறார். பிறகு எந்த அக்கறையின்படி சிதம்பரம் நாடாளுமன்றத் தொகுதியில் திருமாவளவனை நிறுத்தினார்?" என்று கேள்வி எழுப்பினார்.

1999இல் இளையபெருமாளால் வெளியிடப்பட்ட பத்திரிகை அறிக்கை ஒன்றில், "கருப்பையா மூப்பனார் சிதம்பரம் நாடாளுமன்றத் தொகுதியில் திருமாவளவனை நிறுத்தியது உள்நோக்கம் கொண்டது" எனக் கருத்துத் தெரிவித்துள்ளார். சிதம்பரம் தொகுதியில் திருமாவளவனை நிறுத்தியது தனக்கு எதிரான அரசியல் நகர்வு என்றே இளையபெருமாள் எண்ணினார்.

1995களின் இறுதியில் இளையபெருமாளுக்கும் திருமாவளவனுக்கும் இடையில் பல முரண்பாடுகள் எழுந்தன. வி.சி.க தலைவர் திருமாவளவன், சிந்தனைச்செல்வன், ரவிக்குமார் உள்ளிட்டோர் இளையபெருமாளின் மீது விமர்சனங்களை முன்வைத்தனர். இதுபோலவே வி.சி.க-வினரின் செயல்பாடுகள் மீதும் திருமாவளவன் மீதும் விமர்சனங்களை முன்வைத்தார் இளையபெருமாள். இந்த முரண்பாடுகள் இருந்தபோதும், வி.சி.க 2001ஆம் ஆண்டு திமுகவுடன் கூட்டணி வைத்தபோது அதை வரவேற்று அறிக்கைவிட்டார் இளையபெருமாள்.

## XIV. ஜான் பாண்டியன்

தமிழகம் முழுவதுமுள்ள அனைத்து அட்டவணைச் சமூக தலைவர்களுக்கும்

உதவிகரமாகவே இருந்துவந்தார் இளையபெருமாள். இதற்கு உதாரணமாக தென்தமிழகத்தைச் சேர்ந்த அட்டவணைச் சமூகத்தின் தலைவர்களுள் ஒருவரான ஜான் பாண்டியனுடன் இளையபெருமாளுக்கு இருந்துவந்த உறவைக் கூறலாம். தன் அண்ணனைக் கொன்ற சாதி இந்துவைப் பழிவாங்கும் விதமாக அவருடைய தம்பியைக் கொலை செய்தார் என்ற குற்றச்சாட்டின் அடிப்படையில் ஜான் பாண்டியனைத் தேடப்படும் குற்றவாளி என அறிவித்தார் திருநெல்வேலி மாவட்ட எஸ்.பி.ஜாபர் அலி. அதோடு மட்டுமல்லாது, "அவரால் சமூகத்தில் பதற்றம் நிலவுகிறது. எனவே, அவரைச் சுட்டுக்கூடப் பிடிப்போம்" என்றும் ஜாபர் அலி அறிவித்திருந்தார். இதனால் ஜான்பாண்டியன் இளையபெருமாளின் உதவியை நாட, அவரும் உடனடியாகத் திருநெல்வேலிக்குச் சென்று எஸ்.பி.ஜாபர் அலியைச் சந்தித்தார்.

ஜான் பாண்டியனின் அண்ணனைக் கொன்றவரைத் தமிழக போலீஸ் கைது செய்யாததை முன்வைத்து, "ஜான் பாண்டியன் அண்ணனைக் கொன்றவர்களை முதலில் கைது செய்ய வேண்டும்; அது உங்களால் முடியாதென்றால், ஜான் பாண்டியனைச் சுட்டுப் பிடிக்க முயலும் நடவடிக்கையைக் கைவிட வேண்டும்" என ஜாபர் அலியிடன் வாதிட்டார். மேலும், ஜான் பாண்டியனின் அண்ணனைக் கொன்றவர்களைக் காவல்துறை கைது செய்யவில்லை என்பதாலேயே இக்கொலை நடந்திருக்கிறதே தவிர, இதற்கு வேறு முகாந்திரம் கிடையாது என்பதையும் எடுத்துச் சொன்னார்.

இதையடுத்து ஜான் பாண்டியனைச் சுட்டுப் பிடிக்கும் நடவடிக்கையைக் கைவிடும் நிலையை எடுத்தார் எஸ்.பி.ஜாபர் அலி. இளையபெருமாள் காங்கிரஸில் பணியாற்றிய, இந்தியளவில் புகழ்மிக்கத் தலைவர் என்பதால், அவருடைய வாதங்களையும் கோரிக்கையையும் அரசியல் அழுத்தத்தையும் எஸ்.பி.ஜாபர் அலியால் நிராகரிக்க முடியவில்லை.

1990இல் ஜான் பாண்டியன் புரட்சியாளர் அம்பேத்கர் சிலையை இராமநாதபுரம் மாவட்டத்தில் நிறுவினார். இந்தச் சிலையை நிறுவுவதற்குத் தமிழகப் பொதுப்பணித் துறையிடமிருந்து அவர் அனுமதி பெறவில்லை. இதனால் பொதுப்பணித்துறை அச்சிலையை அகற்றியது. இதைக் கண்டு கோபமடைந்த ஜான் பாண்டியன், "மற்ற சமுதாயத்தினர் அவர்களது சமூகத் தலைவர்களின் சிலைகளையும் அடையாளங்களையும் அரசின் அனுமதியின்றி நிறுவமுடிகிறது. ஆனால், புரட்சியாளர் அம்பேத்கர் சிலைக்கு இந்தச் சலுகை வழங்கப்படுவதில்லை" என அரசின் பாரபட்ச அணுகுமுறையை விமர்சித்ததோடு, அகற்றப்பட்ட இடத்திலேயே மீண்டும் அம்பேத்கர் சிலையை நிறுவப் போவதாக அறிவித்தார். ஜான் பாண்டியன் அம்பேத்கர் சிலையை மீண்டும் அதே இடத்தில் நிறுவ முயன்றபோது, அதைத் தடுக்கும் நோக்கில் தமிழகப் பொதுப்பணித்துறையும் காவல்துறையும் அவரைக் கைது செய்ய முயற்சித்தன. இதையறிந்த இளையபெருமாள், போலீஸ் உயர் அதிகாரிகளோடும் அரசு அதிகாரிகளோடும் வாதிட்டு, ஜான் பாண்டியன் கைது செய்யப்படுவதைத் தடுத்து நிறுத்தினார்.

இளையபெருமாளின் முயற்சியால்தான் தான் கைது செய்யப்படவில்லை என்பதையறிந்த ஜான் பாண்டியன், இரவோடு இரவாக அவரை தஞ்சை இரயில் நிலையத் தங்கும் விடுதியில் சந்தித்து நன்றி தெரிவித்தார். அச்சமயத்தில், "நீங்கள் தனித்து இயங்கிவந்தால், காவல்துறை இதுபோன்ற அடக்குமுறைகளை உங்கள் மீது ஏவிவிடவே முயலும். எனவே, நீங்கள் இந்திய மனித உரிமைக் கட்சியில் இணைந்து செயல்பட வேண்டும்" என்று அறிவுறுத்தினார். எனினும், தன் நிலையை விளக்கி அவரது ஆலோசனையை ஏற்றுக்கொள்ள மறுத்துவிட்டார் ஜான் பாண்டியன்.

1980களில் ஜான் பாண்டியனோடு இணைந்து தமிழகம் முழுவதும் பல கூட்டங்களை நடத்தினார். இவை அனைத்தும் அட்டவணைச் சமூகங்களின் ஒற்றுமையை நிலைநிறுத்தி, உரிமைகளைப் பெற மேற்கொள்ளப்பட்ட ஆக்கப்பூர்வமான செயற்பாடுகளாகும்.

## XV.தலித் எழில்மலை

1998இல் நெய்வேலியில் நடந்த ஒரு பொதுக்கூட்டத்தில், "நான் காங்கிரஸில் செயல்பட்டுவந்த காலத்தில் அருணாசலத்திற்குத் திருநெல்வேலி நாடாளுமன்றத் தொகுதியை ஒதுக்கி வெற்றிபெற வைத்தேன். ஆனால், இந்த முன்னாள் மத்திய மந்திரி அருணாசலம் இன்று தன் குருக்களின் கோபத்திற்கு ஆளாகிவிடக் கூடாது என அஞ்சி, ஒரு பொது நிகழ்வில் எனக்கு ஒரு டம்ளர் காபி கொடுப்பதைக்கூடத் தவிர்த்தார். இப்படிப்பட்டவர்கள் உள்ள சமுதாயத்தில் பாட்டாளி மக்கள் கட்சியில் இணைந்து செயல்பட்டுவரும் தலித் எழில்மலை, நீலச் சட்டையுடனே காட்சி அளிக்கிறார். எங்கும் பாபாசாகேப் அம்பேத்கர் பெயரை உச்சரிக்கிறார். இது மட்டுமின்றி, இன்று மத்திய அமைச்சராகியுள்ள தலித் எழில்மலை, பாபாசாகேப் அம்பேத்கர் தொடர்பான நூல்களைக் கொண்டுவர முயற்சி செய்கிறார்" எனக் குறிப்பிட்டு, தலித் எழில்மலையின் செயல்பாடுகளைப் பாராட்டிப் பேசினார் இளையபெருமாள். அதே சமயத்தில், அட்டவணைச் சமூக மக்களின் மீதான வன்கொடுமைகள் குறித்து மௌனம் காத்துவந்த தலித் எழில்மலையின் சந்தர்ப்பவாதம் குறித்து விமர்சனங்களை முன்வைக்கவும் தயங்கியதில்லை.

இளையபெருமாளுக்கு மக்கள் செல்வாக்கிருந்த சிதம்பரம் நாடாளுமன்றத் தொகுதியில், அவரை எதிர்கொள்ள அட்டவணைச் சமூகத்தைச் சேர்ந்த தலித் எழில்மலையைப் பயன்படுத்திவந்தார் இராமதாஸ். எனினும், இராமதாஸ் மற்றும் அவரைச் சார்ந்தவர்களால் அவமானப்படுத்தப்பட்டதன் காரணமாக பாமகவிலிருந்து வெளியேறினார் தலித் எழில்மலை.

## XVI.இராம்விலாஸ் பாஸ்வான்

1965இல் அகில இந்தியத் தீண்டாமை ஒழிப்பு கமிட்டித் தலைவராக இளையபெருமாள் பொறுப்பேற்ற பின்னர், தீண்டாமை குறித்த ஆய்வுக்காக பீகார் மாநிலத்திற்குச் சென்றார். அச்சமயத்தில் பாட்னா பல்கலைக்கழக மாணவர் சங்கத் தேர்தலில் இராம்விலாஸ் பாஸ்வான் போட்டியிட்டு வெற்றி பெற்றிருந்தார். ஆனால், அன்று பீகாரில் நிலவிய சாதிய ஆதிக்கம் காரணமாக இராம்விலாஸ் பாஸ்வான்

மாணவர் சங்கத் தலைவராகப் பொறுப்பேற்க முடியாமல் விரட்டியடிக்கப்பட்டார். ஆய்வுக்குச் சென்றிருந்த இளையபெருமாளுக்கு இந்த அநீதி தெரியவந்ததையடுத்து, இராம்விலாஸ் பாஸ்வானைச் சந்தித்து விசாரணை நடத்தினார். பின்னர் அவரை அழைத்துக்கொண்டு பாட்னா பல்கலைகழத்திற்கே சென்று மாணவர் சங்கத் தலைவர் பொறுப்பில் அமரவைத்தார். ஆனால், அவர் மத்திய அமைச்சரவையில் அங்கம் வகித்தபோது இளையபெருமாள் கமிட்டி அறிக்கையை நிறைவேற்ற நாடாளுமன்றத்தில் குரல் கொடுக்கவில்லை.

அட்டவணைச் சமூக மக்களை அடித்தளமாகக்கொண்டு கட்சி நடத்திய இராம்விலாஸ் பஸ்வான் மட்டுமின்றி, கன்ஷிராம் உள்ளிட்டவர்களும் பிற்படுத்தப்பட்டவர்களுக்கான மண்டல் கமிஷன் பரிந்துரையை நிறைவேற்றப் போராடினார்களே ஒழிய, இளையபெருமாள் கமிட்டி அறிக்கையை நிறைவேற்றக் குரல் கொடுத்ததாக எந்தவொரு பதிவுமில்லை.

1997இல் ரவிக்குமார், துரைக்கண்ணு, ஜவகர் ஆகியோருக்கு இளையபெருமாள் அளித்த நேர்காணலில், "இராம்விலாஸ் பஸ்வானே இப்படி என்றால், நான் வேறு யாரை நொந்துகொள்ள முடியும்?" என தனது வருத்தத்தைப் பகிர்ந்துகொண்டார்.

எனினும், 1989ஆம் ஆண்டு பிரதமர் ராஜீவ் காந்தி வன்கொடுமைத் தடுப்புச் சட்டத்தினை நாடாளுமன்றத்தில் தாக்கல் செய்தபோது, அது தொடர்பாக நடந்த விவாதத்தில் உரையாற்றிய இராம்விலாஸ் பாஸ்வான், "இளையபெருமாள் அளித்த அறிக்கையின்படியே வன்கொடுமைத் தடுப்புச் சட்டம் கொண்டுவரப்படுகிறது. இம்மாபெரும் பணியைச் செய்த இளையபெருமாள் அவர்களை நான் மனதாரப் பாராட்டுகிறேன்" எனக் குறிப்பிட்டுள்ளார்.

**XVII.கிருஷ்ணசாமி**

தி.மு.க ஆட்சியில் அட்டவணைச் சமூக மக்களுக்கான இடஒதுக்கீடுகள் முறையாக நிரப்பப்படாமல், அதில் மோசடி நடப்பதாகக் குற்றஞ்சுமத்தி, இதுகுறித்து வெள்ளையறிக்கை வெளியிட வேண்டும் என்று 1997இல் கோரிக்கை வைத்தார் மருத்துவர் கிருஷ்ணசாமி. ஆனால், அன்றைய முதல்வர் கருணாநிதி அவரது கோரிக்கையை நிராகரித்தார். இதன் காரணமாகத் தமிழகச் சட்டமன்றத்தில் தர்ணா போராட்டத்தை முன்னெடுத்தார் மருத்துவர் கிருஷ்ணசாமி. இப்பிரச்சினை தொடர்பாக 30க்கும் மேற்பட்ட அட்டவணைச் சமூகக் கட்சிகள் மற்றும் அமைப்புகள் ஒருங்கிணைந்து தமிழக ஆளுநர் மாளிகை நோக்கிப் பேரணி நடத்துவதெனத் தீர்மானிக்கப்பட்டது. இப்பேரணியில் இளையபெருமாள் தலைமையிலான இந்திய மனித உரிமைக் கட்சி, சக்திதாசன் தலைமையிலான இந்தியக் குடியரசுக் கட்சி, செ.கு.தமிழரசனின் இந்தியக் குடியரசுக் கட்சி, பூவை. மூர்த்தியின் அம்பேத்கர் மக்கள் விடுதலை முன்னணி, வி.கருப்பனின் பஞ்சமி நில மீட்பு இயக்கம், எம்.யு.கிருஷ்ணப் பறையனாரின் அம்பேத்கர் புரட்சிப் புலிகள், பகுஜன் சமாஜ்வாடி உள்ளிட்ட தலித் அமைப்புகள் கலந்துகொண்டன. மேலும், பாமக, தமிழ்நாடு முஸ்லிம் முன்னேற்றக் கழகம், பெரியார் திராவிடக் கழகம், தமிழ்நாடு மீனவர் சங்கம், காமராஜர் ஆதித்தனார் கழகம் போன்ற இயக்கங்களும் இந்தப் பேரணிக்கு ஆதரவு தருவதாகத் தெரிவித்தன.

ஆகஸ்டு 6ஆம் தேதி காலை வள்ளுவர் கோட்டத்திலிருந்து புறப்பட்ட இந்தப் பேரணி கோடம்பாக்கம் நெடுஞ்சாலை, வடக்கு உஸ்மான் சாலை, தெற்கு உஸ்மான் சாலை, அண்ணா சாலை, சைதாப்பேட்டை, சின்னமலை வழியாக ஆளுநர் மாளிகை நோக்கிச் சென்றது. இறுதியாக இளையபெருமாள், கிருஷ்ணசாமி உள்ளிட்ட முக்கியத் தலைவர்கள் தமிழக ஆளுநரைச் சந்தித்து மனு அளித்தனர்.

"அட்டவணைச் சமூக மக்களின் இடஒதுக்கீட்டுக் கோரிக்கைக்காகத் தீவிரமாக இயங்குகிறார். இவர் போன்ற நபர்களே இன்று அட்டவணைச் சமூகத்திற்குத் தேவை" என்று கிருஷ்ணசாமி குறித்து இளையபெருமாள் கூறினார். ஒருமுறை கிருஷ்ணசாமி கைது செய்யப்பட்டபோது, இளையபெருமாள் நேரடியாகக் காவல்துறை அதிகாரிகளைச் சந்தித்து, அவரை விடுதலை செய்ய வலியுறுத்தினார்.

## XVIII. பூவை.மூர்த்தியார்

தமிழக அரசியலில் பூவை.மூர்த்தி என்கிற பெயர் தவிர்க்க முடியாததாகும். 1980 முதலே இளையபெருமாளுக்கும் பூவை.மூர்த்திக்குமிடையே நெருங்கிய அரசியல் தொடர்பு இருந்துவந்தது. இக்காலகட்டத்தில் இளையபெருமாள் காங்கிரஸில் இயங்கிவந்ததோடு, எழும்பூர் சட்டமன்ற உறுப்பினராகவும் இருந்தார். அப்போது பூவை.மூர்த்தி வளரும் இளந்தலைவராகச் சமூகப் பணியாற்றிவந்தார். இந்நேரத்தில் திருவள்ளூர் மாவட்டத்தில் சாதி இந்துக்கள் சிலரால் புரட்சியாளர் பாபாசாகேப் அம்பேத்கர் சிலை அவமதிக்கப்பட்டது. இதைத் தொடர்ந்து பாபாசாகேப் அம்பேத்கர் சிலையை அவமதித்த சாதி இந்துக்கள் இருவர் மர்மமான முறையில் கொல்லப்பட்டனர். இக்கொலைக் குற்றச்சாட்டில் பூவை.மூர்த்தியாரைக் கைது செய்து சிறையில் அடைத்தது தமிழகக் காவல்துறை.

இச்செய்தியை அறிந்தவுடனேயே சிறைக்குச் சென்று பூவை.மூர்த்தியைச் சந்தித்தார் இளையபெருமாள். அப்போது பூவை.மூர்த்தியிடம், "நான் பார்த்துக்கொள்கிறேன்" எனத் தைரியம் கொடுத்ததோடு, அவரை விடுவிக்கத் தேவையான நடவடிக்கைகளை மேற்கொண்டார். இவ்வழக்கிலிருந்து பூவை மூர்த்தி விடுதலையடைவதற்கு இளையபெருமாள் எடுத்த முயற்சிகளும் முக்கியக் காரணமாக அமைந்தன. பூவை. மூர்த்தி இளையபெருமாள் மீது மிகுந்த மரியாதை கொண்டிருந்ததால், அவரது புகழை மேடையில் எடுத்துரைக்கத் தயங்கியதேயில்லை. 1980களில் குண்டர் தடுப்புச் சட்டத்திற்கு எதிராக இளையபெருமாள் நடத்திய போராட்டத்தில் அவர் பங்கேற்றிருக்கிறார். ஷெட்யூல்டு இன விடுதலை இயக்கம், இந்திய மனித உரிமைக் கட்சி போன்ற இயக்கங்களைத் தொடங்கியபோது, அவற்றில் இணைந்து பணியாற்ற பூவை.மூர்த்திக்கு அழைப்பு விடுத்தார் இளையபெருமாள். ஆனால், பூவை.மூர்த்தி தனது அரசியல் நிலைப்பாடுகளின் காரணமாக அவ்வழைப்பைப் பணிவோடு மறுத்துவிட்டார். இளையபெருமாளும் அதற்கு மேல் அவரைக் கட்டாயப்படுத்தவில்லை.

1988ஆம் ஆண்டில் கடலூர் மாவட்டம், பெருந்துறையில் வன்னிய சாதிக் கும்பல் இளையபெருமாளைத் தாக்க முயற்சித்தது. இதையொட்டி சென்னையிலுள்ள விடுதியொன்றில் இந்திய மனித உரிமைக் கட்சியின் முக்கியத் தலைவரான

மகிழ்வாணன் தலைமையில் கூட்டம் ஏற்பாடு செய்யப்பட்டிருந்தது. இக்கூட்டத்தில் மூத்தத் தலைவரான சக்திதாசன் மட்டுமின்றி, பூவை.மூர்த்தி உள்ளிட்டோரும் கலந்துகொண்டனர். இப்பிரச்சினையில் சமாதானத்தை ஏற்படுத்தும் முகமாக வன்னியர் தரப்பிலிருந்து பேராசிரியர் தீரனும் நெடுமாறனும் கூட்டத்திற்கு வந்தனர். இளையபெருமாள் மீது கொண்டிருந்த ஆழ்ந்த பற்றின் காரணமாக அவர்கள் இருவரையும் கூட்டத்தில் கலந்துகொள்ளவிடாமல் தடுத்து வெளியேற்றினார் பூவை.மூர்த்தி.

## XIX. சாத்தை பாக்யராஜ்

1990களில் தென்மாவட்டங்களில் அட்டவணைச் சமூகத்தின் மீது நடத்தப்பட்ட தாக்குதல்களுக்கு எதிர்வினை ஆற்றியவர் சாத்தை பாக்யராஜ். இவர் இளையபெருமாளுடன் அரசியல்ரீதியாக இணைந்து செயல்பட்டவர். இதனால் இளையபெருமாளின் அன்பையும் ஆதரவையும் பெற்றிருந்தார். மாவட்டந்தோறும் இளையபெருமாள் நடத்திய கூட்டங்களில் சாத்தை பாக்யராஜ் கலந்துகொண்டிருக்கிறார். அட்டவணைச் சமூகத்தின் மீதான வன்கொடுமைகளுக்கு எதிராக சாத்தை பாக்யராஜ் முன்னெடுத்த போராட்டங்கள் காரணமாக, அவர் மீது அரசின் ஒடுக்குமுறைகள் அதிகரித்தன. இவ்விடயத்தில் சாத்தை பாக்யராஜுக்கு ஆதரவாகச் செயல்பட்டார் இளையபெருமாள்.

எடுத்துக்காட்டாக, 1992ஆம் ஆண்டு திருச்செந்தூரில் பறையர் சமூகத்தவருக்கும் நாடார் சமூகத்தவருக்கும் இடையே நாலுமுனை கிணற்றைப் பயன்படுத்துவது தொடர்பாக நடந்த கலவரத்தைக் குறிப்பிடலாம். இக்கலவரத்தில் சாத்தை பாக்கியராஜ் பறையர் தரப்பின் முன்கள வீரனாகச் செயல்பட்டார். கலவரத்தைக் கட்டுப்படுத்துவது என்ற முகாந்திரத்தைப் பயன்படுத்திக்கொண்டு காவல்துறை துப்பாக்கிச்சூடும் நடத்தியது. மேலும், சாத்தை பாக்யராஜ் மீது குண்டர் தடுப்புச் சட்டத்தின் கீழ் வழக்குப் பதிவு செய்து, அவரைக் கைதும் செய்தது. இதையறிந்த இளையபெருமாள், உடனடியாக காவல்துறை உயரதிகாரிகளைத் தொடர்புகொண்டு சாத்தை பாக்யராஜ் மீது போடப்பட்ட வழக்கை மறு ஆய்வு செய்யுமாறு வலியுறுத்தினார். ஆனாலும், அது பலனளிக்கவில்லை. பின்னர் இவ்வழக்கு சென்னை உயர் நீதிமன்றத்தில் விசாரணைக்கு வந்தபோது இந்திய மனித உரிமைக் கட்சித் தலைவர் இளையபெருமாளும் ஜெய்னுலாவுதீனும் சாத்தை பாக்கியராஜுக்கு ஆதரவாக வாதாட வந்தனர். பொதுவாகக் குண்டர் தடுப்புச் சட்டத்தின் கீழ் கைது செய்யப்பட்ட நபரின் உறவினர் மட்டுமே அவருக்காக நீதிமன்றத்தில் வாதாட அனுமதிக்கப்படுவர். எனவே, இளையபெருமாள் வாதாட முன்வந்ததை, "இது நீதிமன்ற நடைமுறைக்கு எதிரானது" என்று குறிப்பிட்டுத் தடுக்க முனைந்தனர், நீதிபதிகள். இளையபெருமாளோ, "குற்றஞ்சுமத்தப்பட்டவர் என் உடன்பிறவா தம்பி. ஆகையால், என்னை என் தம்பிக்காக வாதாட அனுமதிக்க வேண்டும்" என்று கோரியதன் அடிப்படையில் அவரை வாதாட அனுமதித்தது நீதிமன்றம். அவ்வழக்கில் ஜெய்னுலாவுதீன் வாதிட அனுமதிக்கப்படவில்லை.

இளையபெருமாள் நீதிமன்றத்தில் வாதாடுகையில், "குற்றம் சாட்டப்பட்ட

சாத்தை பாக்யராஜ் தன் சமூகத்தைப் பாதுகாக்கும் நோக்கிலேயே போராடினார். ஆகையால், தற்காப்புக்காகப் போராடியவரைக் குண்டர் தடுப்புச் சட்டத்தில் அடைப்பது நீதிக்கும் சட்டத்துக்கும் புறம்பானது" எனக் குறிப்பிட்டார். இருப்பினும், நீதிமன்றம் சாதிய பாரபட்சத்தோடு நடந்துகொண்டு, சாத்தை பாக்யராஜ் குண்டர் தடுப்புச் சட்டத்தின் கீழ் கைது செய்யப்பட்டதை உறுதிப்படுத்தியது. இதன் பின்னர் உச்ச நீதிமன்றத்தில் வழக்குத் தொடுக்கப்பட்டு, குண்டர் தடுப்புச் சட்டத்திலிருந்து சாத்தை பாக்கியராஜ் விடுதலையானார். இச்சம்பவத்தில் இளையபெருமாள் ஆரம்பம் முதல் இறுதி வரை சாத்தை பாக்யராஜுக்கு உறுதுணையாக நின்றார்.

## அத்தியாயம் - 14
# பிற முக்கிய நிகழ்வுகள்

### I. அம்பேத்கர் விருது

அட்டவணைச் சமூக மக்களின் நலனுக்காக 55 ஆண்டுகளுக்கும் மேலாகப் பணியாற்றிவந்ததை அங்கீகரிக்கும் விதமாக, 1998ஆம் ஆண்டு அம்பேத்கர் விருதுக்கு இளையபெருமாளைத் தேர்வு செய்தது அன்றைய தி.மு.க அரசு.

"டாக்டர் அம்பேத்கர் பெயரில் ஆண்டுதோறும் விருது வழங்கப்படும் என்று 1994ஆம் ஆண்டு அ.தி.மு.க அரசு அறிவித்தது. ஆனால், விருது வழங்கும் நடவடிக்கைகள் அவ்வாட்சியில் எடுக்கப்படவில்லை. ஒடுக்கப்பட்ட மக்களின் வாழ்க்கை முன்னேற்றத்திற்காக அரிய தொண்டுகள் புரிவோருக்கு இந்த ஆண்டு முதல் டாக்டர் அம்பேத்கர் விருது வழங்க முடிவு செய்யப்பட்டது. அதன்படி இந்த ஆண்டு திரு.இளையபெருமாள் அவர்களுக்கு அவ்விருது வழங்கப்படுகிறது" எனத் தமிழக அரசு செய்திக் குறிப்பு வெளியிட்டது.

இதன்படித் தமிழக அரசின் பாபாசாகேப் அம்பேத்கர் விருதை முதன்முதலில் பெற்ற பெருமைக்குரியவரானார் இளையபெருமாள். கலைஞர் கருணாநிதி தலைமையிலான தமிழக அரசு சென்னையில் 24.12.1998 அன்று இளையபெருமாளுக்கு பாபாசாகேப் அம்பேத்கர் விருதோடு, ஒரு இலட்சம் ரூபாய் பணமும் வழங்கிக் கௌரவித்தது.

"முதல்வர் கருணாநிதி எனக்கு அம்பேத்கர் விருது வழங்கவிருப்பதாக விடுத்துள்ள அறிவிப்பைக் கண்டு எனது மக்கள் சார்பில் மகிழ்ச்சியடைகிறேன். முதல்வருக்கு ஆதிதிராவிட மக்கள் சார்பாகவும் என் சார்பாகவும் நன்றியைத் தெரிவித்துக்கொள்கிறேன். பாபாசாகேப் அம்பேத்கர் மணிமண்டபம் கட்டுவது தொடர்பான தீர்ப்பை நீதிமன்றம் வழங்கிவிட்டது. ஒன்றரை ஏக்கர் நிலத்தில் மணிமண்டபம் கட்டும் பணி 23ஆம் தேதி துவங்குகிறது. இது தொடர்பாகவும் முதல்வருக்கு எனது நன்றியையும் பாராட்டையும் தெரிவித்துக்கொள்கிறேன். அதோடு, நான் ஆதிதிராவிட மக்கள் நலனை முன்னிறுத்தி முதல்வரிடம் கொடுத்த 15 அம்ச கோரிக்கைகளை நிறைவேற்ற வேண்டும். அட்டவணைச் சமூக மக்களுக்குக் கல்வி, வேலைவாய்ப்பில் வழங்கப்படும் இடஒதுக்கீடு தொடர்பாக வெள்ளை அறிக்கைச் சமர்ப்பிக்க வேண்டும். தற்போது நடக்கும் சாதிக் கலவரம் உயர்சாதி என்று சொல்லக்கூடியவர்களுக்கும் அட்டவணைச் சாதியினருக்கும் இடையே கிடையாது. பிற்படுத்தப்பட்ட மக்களும் அட்டவணைச் சமூக மக்களும்தாம் மோதிக்கொள்கின்றனர். இதற்குச் சமரசத் தீர்வு காண வேண்டும். அரசு, போலீஸ் மட்டும் சமரசத்தை ஏற்படுத்த முடியாது. மக்களும் ஒத்துழைப்பு தர வேண்டும்"என்று அம்பேத்கர் விருதுக்குத் தேர்வானதையொட்டி தினமலர் நாளிதழுக்கு அளித்த பேட்டியில் இளையபெருமாள் கூறினார்.

## II.நந்தனார் மடத்தின் தலைவர் பொறுப்பு

நந்தனார் மடத்தின் நிறுவனரான சுவாமி சகஜானந்தா 01.05.1959 அன்று இயற்கை எய்தியதையடுத்து, நந்தனார் மடத்தின் அடுத்த தலைவரைத் தேர்வு செய்வது குறித்த உரையாடல் நடந்தபோது சுவாமி சகஜானந்தாவின் மூத்த சீடர்கள் பலர், சமூகத்தில் செல்வாக்கு பெற்ற தலைவரான இளையபெருமாளே நந்தனார் மடத்தின் அடுத்த தலைவராக வர வேண்டுமென தாமே முன்வந்து வழிமொழிந்தனர். இளையபெருமாளும் சமூகத்தின் நலனை முன்னிறுத்தி நந்தனார் மடத்தின் தலைமைப் பொறுப்பை ஏற்றுக்கொண்டார்.

சுவாமி சகஜானந்தா நந்தனார் மடத்திற்கெனக் கடனாக இரண்டாயிரம் ரூபாயை கானூர் சாமிக்கண்ணு படையாட்சி என்பவரிடம் வாங்கியிருந்தார். சுவாமி சகஜானந்தா மரணத்திற்குப் பிறகு, அக்கடனைச் செலுத்தவில்லை என்றால், நந்தனார் மடத்தின் சொத்துகள் ஏலம் விடப்படும் என்று நோட்டீஸ் அனுப்பினார் கானூர் சாமிக்கண்ணு படையாட்சி. இச்செய்தி அறிந்த இளையபெருமாள் நந்தனார் மடம் கடன் சிக்கலில் இருப்பது பற்றிய தகவலை அன்றைய தமிழக முதல்வர் காமராஜரிடம் எடுத்துச் சென்றார். பிரச்சினையைக் கேட்ட காமராஜர், "நந்தனார் மடத்திற்கு ஏற்பட்டிருக்கும் கடன் சிக்கலைத் தீர்க்க நீங்களே கடனைத் திருப்பிச் செலுத்தி நிர்வாகத்தை ஏற்று நடத்துங்கள்" என்று ஆலோசனையையும் வழிகாட்டுதலையும் வழங்கினார். இதன்படி, மடத்திற்காகக் கடனாகப் பெற்ற இரண்டாயிரம் ரூபாயை சாமிக்கண்ணு படையாட்சியிடம் திருப்பிக் கொடுத்து நந்தனார் மடத்தை மீட்டார் இளையபெருமாள்.

அ.தி.மு.க முன்னாள் அமைச்சரான வி.வி.சுவாமிநாதன் சிதம்பரத்தைச் சேர்ந்தவர். இவர் எம்.ஜி.ஆர் தலைமையிலான அமைச்சரவையில் ஏழு துறைகளைத் தன்வசம் வைத்திருந்த செல்வாக்கான அமைச்சராக இருந்தார். நந்தனார் மடத்தின் தலைவராக இருப்பதாலேயே சிதம்பரம் பகுதியில் இளையபெருமாள் செல்வாக்கும் ஆளுமையும் மிக்கத் தலைவராக இருப்பதாகக் கருதிய வி.வி.சுவாமிநாதன், இப்பொறுப்பிலிருந்து நீக்குவதன் மூலம் சிதம்பரம் வட்டாரத்தில் அவரது அரசியல் செல்வாக்கை வீழ்த்த முடியும் எனத் திட்டமிட்டார். சில அட்டவணைச் சமூகத்தவர்களும் சுவாமிநாதனுடன் கூட்டுச் சேர்ந்தனர். தமக்குக் கிடைத்த சில ஆவணங்களை ஆதாரமாகக்கொண்டு, சுவாமிநாதன் தரப்பினர் இளையபெருமாள் மீது பல பொய் வழக்குகளைப் போட்டனர்.

உடையார் சமூகத்தைச் சேர்ந்த சுவாமிநாதனின் இச்செயலுக்குச் சாதிரீதியான வன்மமும் சிதம்பரம் பகுதியில் அட்டவணைச் சமூகத்தினரை ஒடுக்க வேண்டும் என்கிற எண்ணமுமே காரணம் என்றுணர்ந்த இளையபெருமாள், சுவாமிநாதனின் வீட்டுக்கு நேரடியாகச் சென்று, "உனக்கும் நந்தனார் மடத்துக்கும் என்ன சம்பந்தம்? எங்களது மடம் தொடர்பான விவகாரத்தில் நீ ஏன் தொடர்ந்து தலையிடுகிறாய்?" என்று அவரை எச்சரித்துவிட்டுத் திரும்பினார்.

மேலும், "எங்கள் சமூகத்தின் நந்தனார் மடம் தொடர்பான விவகாரத்தில் உங்களது அமைச்சர் வி.வி.சாமிநாதன் தேவையின்றித் தலையிடுகிறார்" என்று எம்.ஜி.ஆரிடமே நேரில் சென்று புகாராகவும் தெரிவித்தார். எம்.ஜி.ஆரும் உடனடியாக அமைச்சர் வி.வி.சுவாமிநாதனை வரவழைத்து, "நந்தனார் மடம் பறையர் சமூகத்திற்கான மடம்; அதைப் பாதுகாத்துவருபவர் இளையபெருமாள். இனி நந்தனார் மடத்தில் உன் தலையீடு இருக்கக் கூடாது" என்று எச்சரித்து அனுப்பினார். இதற்குப் பின்னர் இளையபெருமாளுக்கு எதிராகச் செயல்படுவதிலிருந்து பின்வாங்கினார் சுவாமிநாதன்.

1959 முதல் 2005ஆம் ஆண்டு வரை 46 ஆண்டுகள் நந்தனார் மடத்தின் தலைவராக இருந்து அதைப் பாதுகாத்துவந்தார். தனது இறுதிக்காலத்தில் நந்தனார் பெண்கள் பள்ளியைக் கல்லூரியாகத் தரம் உயர்த்தித் தர வேண்டும் என்று பல ஆட்சியாளர்களிடம் கோரிக்கை வைத்தார். ஆயின் யாரும் அதைக் கண்டுகொள்ளவில்லை.

### III.திருச்செந்தூர்: பூங்காவிற்கு அம்பேத்கர் பெயர்

1969ஆம் ஆண்டு திருச்செந்தூர் பேருந்து நிலையம் கட்டப்பட்டு வந்த சமயத்தில், அப்பேருந்து நிலையத்திற்கு அம்பேத்கர் பெயரை வைக்க வேண்டுமென்று ஆதிதிராவிட மகாஜன சபை கோரியது. கம்யூனிஸ்ட்டுகள் பகத்சிங் பெயரை வைக்க வேண்டுமென்றும் நாடார் சமூகத்தினர் காமராஜர் பெயரை வைக்க வேண்டுமென்றும் கோரிக்கை வைத்தனர். இத்தகைய சூழலில் மூன்று தரப்பினருக்குமிடையே நடைபெற்ற பேச்சுவார்த்தையில் ஆதிதிராவிட மகாஜன சபை சார்பாக இளையபெருமாளும் வை.பாலசுந்தரமும் கலந்துகொண்டனர்.

இப்பிரச்சினைக்குத் தீர்வாகப் பேருந்து நிலையத்திற்கு பகத் சிங் பெயரையும், பேருந்து நிலையத்திற்கு அருகே அமையப் போகிற பூங்காவிற்கு அம்பேத்கர் பெயரையும் பேருந்து நிலையத்திற்கு அருகில் அமைந்திருக்கும் சாலைக்கு காமராஜர் பெயரையும் வைப்பதெனத் தீர்மானிக்கப்பட்டு அப்பெயர்கள் சூட்டப்பட்டன.

*1977*ஆம் ஆண்டு திமுகவிலிருந்து விலகிய வை.பாலசுந்தரம் பூங்காவில் புரட்சியாளர் அம்பேத்கர் சிலையை நிறுவ முயற்சி எடுத்ததன் விளைவாகச் சிலையை நிறுவுவதற்கான அடிக்கல் நாட்டப்பட்டது. இந்நிகழ்விற்கு வை.பாலசுந்தரம் சார்பில் பாலசண்முகம் என்பவர் முன்னிலை வகித்தார்.

## IV.அம்பேத்கர் சிலை திறப்பு

*1956*ஆம் ஆண்டு இந்தியப் பிரதமர் ஜவஹர்லால் நேரு நெய்வேலியில் என்.எல்.சி நிறுவனத்தைத் தொடங்கி வைத்தார். இந்நிகழ்வில் அன்றைய தமிழக முதல்வர் காமராஜரும் கடலூர் நாடாளுமன்ற உறுப்பினர் இளையபெருமாளும் முன்னிலை வகித்தனர். என்.எல்.சி நிறுவனம் மூலம் அட்டவணைச் சமூக மக்களுக்கு வேலைவாய்ப்பு உள்ளிட்ட சில பொருளாதார வாய்ப்புகள் கிடைத்தன.

இப்படிப் பயனடைந்தவர்கள் அந்தந்த ஊர்ப் பெயரிலயே எஸ்.சி., எஸ்.டி., சங்கம் அமைத்துச் சிறுசிறு குழுக்களாகச் செயல்பட்டுவந்தனர். இதனால், என்.எல்.சி நிறுவனத்தில் எஸ்.சி., எஸ்.டி., ஊழியர்களுக்கு ஒருங்கிணைந்த சங்கமொன்று இல்லாதிருந்தது. இதையறிந்த இளையபெருமாள், சிறு சிறு குழுக்களாக இயங்கிவந்த சங்கங்களை ஒருங்கிணைப்பதற்கான நடவடிக்கையை மேற்கொண்டு, நெய்வேலி எஸ்.சி-எஸ்.டி தொழிலாளர் சங்கத்தைத் தோற்றுவித்தார். மேலும், **1980** முதல் தொடர்ந்து பத்தாண்டுகளுக்கும் மேல் நெய்வேலி எஸ்.சி-எஸ்.டி தொழிலாளர் நலச் சங்கத்தின் காப்பாளராகப் பொறுப்பு வகித்தார்.

புரட்சியாளர் பாபாசாகேப் அம்பேத்கர் சிலையை நெய்வேலியில் நிறுவி, அதை **01.05.1982** அன்று திறந்தும் வைத்தார். மனித உரிமைப் பாதுகாப்புச் சம்மேளனம் இச்சிலைத் திறப்பு விழாவிற்கான ஏற்பாடுகளைச் செய்து நடத்தியது. இந்நிகழ்விற்குச் சம்மேளனத்தின் மாவட்டத் தலைவர் தம்புசாமி தலைமை வகித்தார்; சிதம்பரம் தொகுதியின் முன்னாள் எம்.எல்.ஏ வான ஆடூர் அரசன் முன்னிலை வகித்தார். இவ்விழாவில் சிதம்பரம், காட்டுமன்னார்குடி பகுதிகளைச் சேர்ந்த அட்டவணைச் சமூக மக்கள் தவறாது கலந்துகொள்ள வேண்டும் என்று அழைப்பு விடுக்கப்பட்டதன் காரணமாக, ஆயிரக்கணக்கான தொண்டர்கள் கலந்துகொண்டனர். நெய்வேலி மட்டுமின்றி, காட்டுமன்னார்குடி மற்றும் குமராட்சி நகரங்களின் மையப் பகுதியில் புரட்சியாளர் பாபாசாகேப் அம்பேத்கரின் முழுவுருவச் சிலையை நிறுவித் திறந்து வைத்தார் இளையபெருமாள். குமராட்சியில் அம்பேத்கர் சிலை திறப்பு விழா **3.11.1996** அன்று நடைபெற்றது. இந்நிகழ்வில் இந்திய மனித உரிமைக் கட்சியின் மாநிலச் செயலாளர் சங்கர் பிள்ளை, பூராசாமி, சந்திரசேகர், குமராட்சி ஒன்றிய கவுன்சிலர் ஆர்.விஸ்வநாதன், தென்னாற்காடு மாவட்டச் செயலாளர் டி.கே. மூர்த்தி, ஆசிரியர் ராமமூர்த்தி, எஸ்.டி.பாலசுப்ரமணியம், மாநில மகளிர் அணி செயலாளர் வினோபா ஆகியோர் பங்கேற்று உரையாற்றினர்.

சிலை திறப்பு விழாவைத் தொடர்ந்து குமராட்சி - ஞான விநாயகர் தெருவில் நடந்த கூட்டத்தில் இளையபெருமாள் பேசுகையில், "சுதந்திரமடைந்து 50 ஆண்டுகள் ஆகியும் இந்தப் பகுதியில் உள்ள நம் கிராம மக்களுக்குக் குடியிருப்புக்கான நிரந்தரப் பட்டாக்களை அரசு வழங்கவில்லை. கல்வி, வேலைவாய்ப்புகளில் விகிதாச்சார முறைப்படி வழங்கப்பட வேண்டிய இடஒதுக்கீடுகளை முழுமையாக வழங்காமல் மத்திய, மாநில அரசுகள் அலட்சியமாக நடந்துவருகின்றன. சேத்தியாதோப்பு கூட்டுறவு சர்க்கரை ஆலையில் ஆதிதிராவிடத் தொழிலாளர்களுக்கு போனஸ் கொடுப்பதற்காகப் போடப்பட்ட உத்தரவை அரசு தரப்பில் ரத்து செய்துள்ளனர். இது கண்டனத்திற்குரிய செயலாகும்" என அரசின் அட்டவணைச் சமூக மக்கள் விரோதப் போக்கைக் குறிப்பிட்டுப் பேசினார். இப்பொதுக்கூட்டத்தின் நிறைவில் கே.அன்பழகன் நன்றி கூறினார்.

## V. பறைமேளம் அடித்தால் கோயிலுக்குப் போகாதே

காட்டுமன்னார்குடியின் மத்தியில் அமைந்திருக்கும் குளக்குடி மாரியம்மன் கோயிலில் ஆண்டுதோறும் ஆடி மாதத்தில் நடைபெறும் பத்து நாள் விழாவில் தீ மிதித் திருவிழா மிக விமரிசையாக நடைபெறுவது வழக்கம். அத்திருவிழா நாளில் பூப் பல்லக்கும் சிறப்பாக நடைபெறும். இந்தப் பூப் பல்லக்கு விழாவையும், அதையொட்டி நடைபெறும் இன்னிசைக் கச்சேரி நிகழ்ச்சியையும் அந்நகர மோட்டார் சங்கம்தான் பொறுப்பேற்று ஒழுங்கு செய்யும். 1982ஆம் ஆண்டு நடந்த பூப் பல்லக்கு விழாவில் பறை மேளம், நையாண்டி மேளம், குறவன், குறத்தி ஆட்டம் ஆகிய கலை நிகழ்ச்சிகளை நடத்த அச்சங்கம் ஏற்பாடு செய்திருந்தது. இதை எதிர்பார்க்காத அட்டவணைச் சமூகத்தினர் அதைத் தடுக்க முயல, இதனால் கைகலப்பு ஏற்பட்டு ஒருவருக்கு மண்டை உடைந்தது. எனினும், இப்பிரச்சினை பெரிதாகிவிடாமல் தணிந்துபோனது.

இந்நிகழ்வு தொடர்பாக இளையபெருமாள், "பறை இசை நிகழ்ச்சி ஏற்பாடு செய்யப்பட்டிருப்பதால் அட்டவணைச் சமூகத்தினர் யாரும் கோயில் திருவிழாவிற்குச் செல்லக் கூடாது" என அறிக்கை வெளியிட்டார். ஆன்மிகத்தின் பெயரில் அட்டவணைச் சமூகத்தவர் மீது இழிதொழில்களைச் சுமத்துவதை ஏற்கக் கூடாது என்ற அடிப்படையிலேயே இவ்வாறான அறிக்கையினை வெளியிட்டார். அதனால் அந்த வருடம் வேண்டுதல் இருந்தும்கூட அட்டவணைச் சமூகத்தவர் ஒருவர்கூடக் கோயிலுக்குச் செல்லவில்லை.

## VI. மகன் திருமணத்தில் சுயமரியாதை

இளையபெருமாள்-தையமுத்து இணையருக்கு ஒன்பது பிள்ளைகள் பிறந்தனர். 1980இல் தனது மகன் மருத்துவர் வெற்றி வீரமணியின் திருமணத்தைச் சிதம்பரத்தில் நடத்தும் ஏற்பாடுகளைச் செய்தார் இளையபெருமாள். தேசிய மற்றும் தமிழகத் தலைவர்கள் பலர், "சென்னையில் திருமணத்தை நடத்தினால், தாங்கள் பங்கேற்க வசதியாக இருக்கும். ஆகையால், சென்னையில் நடத்துங்கள்" என்றனர். "தமிழக முதல்வர் எம்.ஜி.ஆரும் எதிர்க்கட்சித் தலைவர் கருணாநிதியும் வருவார்கள் என்பதற்காக என்னால் திருமணத்தைச் சென்னையில் வைக்க முடியாது. என்

மக்கள் இருக்கும் சிதம்பரத்திலேயே திருமணத்தை வைப்பேன்" என்று உறுதியாக இருந்து, சிதம்பரத்திலேயே திருமணத்தை நடத்தினார். சிதம்பரத்தில் நடத்தப்பட்ட இத்திருமணத்தில் அட்டவணைச் சமூக மக்கள் பெருவாரியாகக் கலந்துகொண்டனர்.

இத்திருமணம் நடந்த சில நாட்கள் கழித்து சென்னை வந்திருந்த அப்போதைய பிரதமர் இந்திராகாந்தி, மணமக்களை நேரில் அழைத்து ஆசிர்வதித்தார். மேலும், ஆளுநர் மாளிகையில் மணமக்களுக்குத் தேநீர் விருந்தும் அளித்தார். இவ்விருந்தில் இளையபெருமாளின் குடும்பத்தாரும் பின்னாளில் காங்கிரஸ் தலைவராகவும் மூன்று முறை சிதம்பரம் நாடாளுமன்றத் தொகுதி உறுப்பினராகவும் இருந்த மருத்துவர் வள்ளல்பெருமாள் உள்ளிட்டோரும் கலந்துகொண்டனர்.

## VII. மணி விழா

1984ஆம் ஆண்டு தனது 60ஆம் வயதைப் பூர்த்தி செய்தார் இளையபெருமாள். இதையொட்டி நடந்த மணிவிழாவே காங்கிரஸ் தலைவராக இருந்து அவர் கொண்டாடிய கடைசி பிறந்தநாள் விழாவாகும். இவ்விழாவைக் காங்கிரஸ் தென்னாற்காடு மாவட்டச் செயலாளர் வள்ளல்பெருமாள் முன்னின்று நடத்தினார். சிதம்பரம் நகரத்தின் கீழவீதியில் மணிவிழா மாநாடு ஏற்பாடு செய்யப்பட்டிருந்தது. இதில் காங்கிரஸின் முக்கியத் தலைவர் மரகதம் சந்திரசேகர் சிறப்பு விருந்தினராகவும், அமைச்சர் பண்ருட்டி இராமச்சந்திரன் தமிழக அரசின் சார்பிலும் கலந்துகொண்டனர். மேலும், இவ்விழாவில் திண்டிவனம் இராமமூர்த்தி உட்பட மூத்த காங்கிரஸ் தலைவர்களும் கலந்துகொண்டனர்.

விழாவின்போது வள்ளல்பெருமாள், திண்டிவனம் இராமமூர்த்தி ஆகியோர் தலைமையில் ஊர்வலமாக மேடைக்கு அழைத்து வரப்பட்டார் இளையபெருமாள். சிதம்பரம், காட்டுமன்னார்குடி, புவனகிரி உட்பட தமிழகம் முழுவதிலுமிருந்து அட்டவணைச் சமூக மக்கள் திரண்டு வந்து இம்மணிவிழாவில் கலந்துகொண்டனர். அம்மையார் மரகதம் சந்திரசேகர் விழா மலரை வெளியிட்டு வாழ்த்திப் பேசினார். அதிமுக அமைச்சர் பண்ருட்டி இராமச்சந்திரன், "மேடு பள்ளங்களாக இருந்த சமூகத்தைச் சீர்செய்தவர் இளையபெருமாள்; இன்று சிதம்பரத்தைச் சுற்றியுள்ள பகுதிகளில் அட்டவணைச் சமூக மக்கள் தலைநிமிர்ந்து வாழ்கிறார்கள் என்றால், இளையபெருமாளின் பணியே காரணம்" என்று புகழாரம் சூட்டினார். இறுதியாக வள்ளல்பெருமாள், திண்டிவனம் இராமமூர்த்தி ஆகியோரும் உரையாற்றினார்கள்.

சிதம்பரத்தை அடுத்து காட்டுமன்னார்குடியிலும் மணிவிழாவைச் சிறப்பாக நடத்தினர். இதில் அதிமுக அரசின் அமைச்சரவையில் இரண்டாவது நிலையில் இருந்த அமைச்சர் ஆர்.எம்.வீரப்பன், கேரளா கவர்னர் பா.இராமச்சந்திரன் ஆகியோர் சிறப்பு அழைப்பாளர்களாகக் கலந்துகொண்டனர்.

ஆர்.எம்.வீரப்பன் உரையாற்றுகையில், "நான் சட்டமன்றத்தில் உரையைத் தொடங்கும் முன் வணங்கும் தெய்வங்கள் மூன்று. ஒருவர், தமிழக முதல்வர் எம்.ஜி.இராமச்சந்திரன். இரண்டாவது, தமிழக எதிர்க்கட்சித் தலைவர் கருணாநிதி. மூன்றாவதாக, காங்கிரஸ் கட்சியைச் சேர்ந்த ஐயா.இளையபெருமாள்" எனக் குறிப்பிட்டார்.

## IX.கிருஷ்ணசாமியும் திருமாவளவனும் நான்தான்

1998இல் புதிய தமிழகம் கட்சித் தலைவர் கிருஷ்ணசாமி, விடுதலைச் சிறுத்தைகள் கட்சித் தலைவர் திருமாவளவன், புரட்சி பாரதம் கட்சித் தலைவர் பூவை.மூர்த்தியார் உட்படப் பல்வேறு அட்டவணைச் சமூக அமைப்புகளும் அன்றைய திமுக அரசுக்கு எதிராகப் போராட்டங்களை முன்னெடுத்துவந்தன. இந்திய மனித உரிமைக் கட்சியின் தலைவர் இளையபெருமாள் மற்ற இயக்கங்களின் போராட்டங்களுக்கு ஆதரவு தெரிவித்ததோடு, தமது அமைப்பின் சார்பாகவும் திமுக அரசின் அட்டவணைச் சமூக மக்கள் விரோதச் செயல்களுக்கு எதிரான போராட்டங்களை முன்னெடுத்துவந்தார். திமுக அரசு அட்டவணைச் சமூக மக்களுக்கான இடஒதுக்கீட்டை முறையாக நிரப்பாததைக் கண்டித்து நடத்தப்பட்ட பேரணியில் மருத்துவர் கிருஷ்ணசாமியுடன் இளையபெருமாளும் கலந்துகொண்டார். இவ்வாறான சூழ்நிலையில் இளையபெருமாள் முதல்வர் கருணாநிதியைச் சந்தித்தார். அப்போது அட்டவணைச் சமூக அமைப்புகள் குறித்துப் பேசிய கருணாநிதி, "எங்களின் அரசிற்கு கிருஷ்ணசாமியும் திருமாவளவனும் தொல்லை கொடுத்துவருகின்றனர்" என்ற பொருள்படி அவர்கள் மீது குற்றஞ்சுமத்தினார். அதற்கு, "கிருஷ்ணசாமியும் திருமாவளவனும் நான்தான். இவர்கள் இருவர் மீது ஏதேனும் நடவடிக்கை எடுக்க வேண்டும் என்றால், என் மீது நீங்கள் எடுக்கலாம். நான் இளமைக் காலத்தில் எப்படித் தீவிரமாகவும் துடிப்பாகவும் செயல்பட்டேனோ, அப்படித்தான் கிருஷ்ணசாமியும் திருமாவளவனும் செயல்படுகின்றனர்" என்று கருணாநிதியிடம் வெளிப்படையாகத் தெரிவித்தார் இளையபெருமாள்.

## VIII.இளையபெருமாள் பெயருக்கும் ஒவ்வாமை

இளையபெருமாள் ஒருமுறை தன்னுடைய கட்சிப் பொறுப்பாளர் பேராசிரியர் அரங்க.சுப்பையாவுடன் தஞ்சாவூர் மாவட்ட ஆட்சியரைச் சந்தித்து, மக்கள் பிரச்சினைகளை முன்வைத்து உரையாடிக்கொண்டிருந்தபோது அம்மாவட்ட ஆட்சியர் இளையபெருமாளிடம் தனக்கேற்பட்ட அனுபவத்தைப் பகிர்ந்துகொண்டார். "என்னுடைய தந்தை எனக்கு முதலில் இளையபெருமாள் என்றுதான் பெயர் வைத்தார். ஆனால், இந்தப் பெயரை வைத்ததற்கு எங்கள் சமூக மக்களிடமிருந்து கடும் எதிர்ப்பு வரவே, வேறு வழியின்றி என் தந்தை அந்தப் பெயரை மாற்றி, ராஜாராம் என வைத்தார்."

சுதந்திரத்திற்கு முன்பும் சரி சுதந்திரத்துக்குப் பின்பும் சரி இளையபெருமாள் என்ற பெயர் சாதி இந்துக்களின் வன்கொடுமைக்கெதிராகவும் அட்டவணைச் சமூக மக்களின் முன்னேற்றத்திற்காகவும் பாடுபட்டவரின் அடையாளமாகவே காணப்பட்டது. இந்தக் காரணத்தினாலேயே சாதி இந்துக்கள் தம் மக்களுக்கு இளையபெருமாள் எனப் பெயரிடுவதை வெறுத்து ஒதுக்கினர்.

## அத்தியாயம் - 15
# இளையபெருமாள் மரணமும் சிலை திறப்பும்

அட்டவணைச் சமூக மக்களோடு உறவாடும் விதத்தில் இளையபெருமாள் தனித்துவமானவர். அவர் சமூகப் பணியாற்றத் தொடங்கிய காலங்களில் அட்டவணைச் சமூக மக்களின் வீடுகளில் பெஞ்ச் மட்டுமே இருக்கும். நாற்காலி பெரும்பாலும் இருக்காது. ஆகையால், தங்களின் தலைவர் இளையபெருமாள் அமருவதற்கு நாற்காலியைக் கேட்டுப் பெற, அம்மக்கள் அங்குமிங்கும் அலைவார்கள். இதைப் பார்த்து இளையபெருமாள், "நானொன்றும் மாளிகையில் பிறக்கவில்லையே, குடிசையில்தானே பிறந்தேன். ஆகையால், பெஞ்சே போதும். அதுவும் இல்லை என்றால், தரையிலே உட்காருவேன்" என்பார். இப்படித்தான் தனது வாழ்நாள் முழுவதும் கிராமந்தோறும் பயணம் செய்து மக்களுடன் மக்களாக, அவர்களிலே ஒருவராக வாழ்ந்தார்.

சிதம்பரம், காட்டுமன்னார்குடி வட்டாரக் கிராமங்களில் வன்கொடுமைச் செயல்களைச் செய்யத் துணியும் சாதி இந்துக்களைத் திருத்தும் நோக்கில், "உன் தந்தை இதுபோன்ற சாதியக் குற்றங்களில் ஈடுபட மாட்டாரே. ஆனால், நீ ஏன் இப்படிச் செய்கிறாய்?" என்று அறிவுரை கூறுவார். இக்காரணங்களினால் குற்றம் இழைத்த சாதி இந்துக்கள் இளையபெருமாளின் முன் எதுவும் பேச முடியாமல் நிற்பார்கள். இவ்வாறுதான் பல சமாதானக் கூட்டங்கள் நடந்தன.

ஒடுக்கப்பட்டவர்கள் தலைநிமிர்ந்து சுயமரியாதையுடன் வாழ வேண்டும் என்பதற்காகத் தன் காலமெல்லாம் பாடுபட்டவர். தன் சொந்த வாழ்க்கையில் எங்கும் எவர் முன்பும் தனது சுயமரியாதையை விட்டுக்கொடுக்காதவர். தேசிய அரசியல்வாதிகள் முதல் தமிழக முதல்வர்களாக இருந்த எம்.ஜி.ஆர்., கருணாநிதி, ஜெயலலிதா வரை அனைத்துத் தலைவர்களின் முன்பும் கால் மீது கால்போட்டுத்தான் உட்காருவார். தமிழகத்தின் பெரும் நிலக்கிழாரான கருப்பையா மூப்பனாரைப் பெயர் சொல்லித்தான் அழைப்பார். உச்சபட்ச அதிகாரம் கொண்டவர்களாகத் தம்மைச் சொல்லிக்கொள்ளும் சிதம்பரம் தீட்சிதர்கள் எவரையேனும் அவர்களது வீட்டில் சந்திக்கச் சென்றால், அவர்களிடம் உட்கார வேண்டுமா என்று கேட்பதோ அல்லது அவர்கள் சொல்லும் வரை உட்காராமல் நிற்பதோ இளையபெருமாளின் அணுகுமுறையாக இருந்ததில்லை. மாறாக, அவர்களின் அனுமதிக்காகக் காத்திராமல், முதலில் நாற்காலியை எடுத்துப் போட்டு அமர்ந்துவிடுவார். இப்படித்தான் சாதியப் படிநிலையில் உயர்நிலையில் இருப்பதாகச் சொல்லிக்கொள்பவர்களிடம் தன்னுடைய ஆளுமையை வெளிப்படுத்துவார். சாதிக் கொடுமைகள் குறித்துக் கேள்விப்பட்டால், உடனடியாகச் சம்பந்தப்பட்ட பகுதியைச் சேர்ந்த காவல்துறை அதிகாரியைத் தொலைப்பேசியின் மூலம் தொடர்புகொண்டு உரிய நடவடிக்கை எடுக்கக் கோருவார். அனைத்துச் சமூக மக்களிடமும் நன்மதிப்பைப் பெற்ற ஒப்பற்ற தலைவராக இருந்தார் இளையபெருமாள். 2005ஆம் ஆண்டு செப்டம்பரில் உடல்நலம் பாதிக்கப்பட்டு, சிதம்பரத்தில் உள்ள நடராஜன் மருத்துவமனையில் அனுமதிக்கப்பட்டார். முதுமையின் காரணமாகச் சர்க்கரை நோய், இரத்த அழுத்தம் போன்ற நோய்களினால் கடுமையாகப் பாதிக்கப்பட்டிருந்தார். 08.09.2005 அன்று அம்மருத்துவமனையிலேயே மரணமடைந்தார். இச்செய்தி வடமாவட்டங்களில் மட்டுமின்றித் தமிழகம் முழுவதுமுள்ள அட்டவணைச் சமூக மக்களின் மீதும் இடிபோல் விழுந்தது.

அன்றைய தமிழக எதிர்க்கட்சித் தலைவரான கலைஞர் கருணாநிதி இரங்கல் தெரிவித்ததோடு, திமுகவின் அதிகாரப்பூர்வ நாளேடான முரசொலியில் அஞ்சலிக் கட்டுரையும் எழுதி வெளியிட்டார். “இளையபெருமாள் கமிட்டி அமைந்திடக் காரணமாக இருந்தவர். தமிழகத்தில் அட்டவணைச் சமூக மக்களின் உரிமைக் குரலாக இருந்தவர்; சிதம்பரம் சுற்றுவட்டாரப் பகுதிகளில் இளையபெருமாள் அவர்களின் புகழ் என்றும் நிலைத்திருக்கும்” என்று அக்கட்டுரையில் இளையபெருமாளுக்குப் புகழாரம் சூட்டப்பட்டிருந்தது.

மேலும், அன்றைக்கு மத்திய மந்திரியாக இருந்த ஜி.கே.வாசன் நேரடியாக வந்து இளையபெருமாளுக்கு அஞ்சலி செலுத்தியதோடல்லாமல், இறுதி ஊர்வலத்திலும் பங்கேற்றார். விடுதலைச் சிறுத்தைகள் கட்சியின் தலைவர் திருமாவளவன் நேரில் வந்து அஞ்சலி செலுத்தி, “ஐயா இளையபெருமாள் அவர்களின் இழப்பு அட்டவணை, பழங்குடிச் சமூக மக்களுக்குப் பேரிழிப்பாகும்” என்று பதிவு செய்தார். புதிய தமிழகம் கட்சித் தலைவர் கிருஷ்ணசாமி, “அட்டவணை, பழங்குடிச் சமூக மக்களுக்கு உரிமையைப் பெற்றுக் கொடுத்த ஐயா.இளையபெருமாள் ஒரு சாம்பியன்” என்று தனது அஞ்சலியில் பதிவு செய்தார். இந்தியக் குடியரசுக் கட்சியின் தலைவர்களில்

ஒருவரான தமிழரசன் நேரடியாக வந்து தனது அஞ்சலியைச் செலுத்தினார். மேலும், தமிழகத்தின் பெரும்பான்மையான கட்சித் தலைவர்கள் மற்றும் அட்டவணைச் சமூகக் கட்சிகளின் தலைவர்கள் எனப் பலரும் நேரில் வந்து இளையபெருமாளின் பூத உடலுக்கு அஞ்சலி செலுத்தினர்.

இளையபெருமாள் இறப்பைத் தொடர்ந்து, சிதம்பரம் நந்தனார் ஆண்கள் மற்றும் பெண்கள் பள்ளிகளுக்கு விடுமுறை அளிக்கப்பட்டது. நந்தனார் பள்ளி தமிழக அரசின் கீழ் செயல்பட்டாலும் இளையபெருமாள் மரணத்திற்கு விடுமுறை அளிக்கும் அளவுக்குச் சிதம்பரத்தில் தவிர்க்க முடியாத தலைவராக விளங்கினார் அவர்.

வருடந்தோறும் இளையபெருமாள் அவர்களது பிறந்தநாளிலும் நினைவு நாளிலும் தவறாமல் நினைவேந்தல் நடத்தப்படுகிறது. இளையபெருமாள் மரணத்துக்குப் பிறகு, ஆதிதிராவிட மகாஜன சங்கத் தலைவராக அவரது மகன் மருத்துவர் வெற்றிவீரமணி பொறுப்பேற்று காட்டுமன்னார்குடி, சிதம்பரம் வட்டாரக் கிராமங்களில் தனது தந்தையின் வழியில் மக்கள் பணியை மேற்கொண்டார். அவருடன் அவருடைய சகோதரர்களான பொறியாளர் ஜோதிமணியும் மருத்துவர் நந்தகுமாரும் இம்மக்கள் பணியில் பங்கு கொண்டனர்.

மருத்துவர் வெற்றிவீரமணி இளையபெருமாளின் சிலையைக் காட்டுமன்னார்குடியில் நிறுவிட முயற்சி மேற்கொண்டார். அப்போது, **2006-2011** காலகட்டத்தில் ஆட்சியிலிருந்த தி.மு.க அரசு நிர்வாகம் சிலையை நிறுவுவதற்கான அனுமதி வழங்காமல் காலம் தாழ்த்தியது. இதனால் காட்டுமன்னார்குடி பகுதியிலுள்ள அட்டவணைச் சமூக மக்கள் ஆர்ப்பாட்டங்களையும் போராட்டங்களையும் முன்னெடுத்தனர். சிலைக்கான அனுமதி வழங்குவது தாமதம் செய்யப்பட்டுவந்த நிலையில், ஆதிதிராவிடச் சங்கத்தினர், காட்டுமன்னார்குடி பகுதியைச் சேர்ந்த சமூக முன்னோடிகள், இளையபெருமாளின் மகன்களான மருத்துவர் வெற்றிவீரமணி, ஜோதிமணி, நந்தகுமார் உள்ளிட்டோர் அன்றைய தமிழக முதல்வர் கருணாநிதியைச் சந்தித்தனர். “உங்கள் நீண்டகால நண்பரான எங்கள் தலைவர் இளையபெருமாளுக்குச் சிலை வைக்க அனுமதி அளிக்க வேண்டும்” என்று கோரிக்கை வைத்தனர். “நான் என்னவென்று பார்த்து நடவடிக்கை எடுக்கச் சொல்கிறேன்; நல்லதே நடக்கும், போய்வாருங்கள்” என்று பதிலளித்து அவர்களை அனுப்பி வைத்தார் முதல்வர் கருணாநிதி. அவர் வாக்களித்தபடியே சிலையை வைப்பதற்கான அனுமதியும் கிடைத்தது.

இதைத் தொடர்ந்து ஆதிதிராவிட மகாஜன சங்கம் காட்டுமன்னார்குடி பேரூராட்சி நிர்வாகத்திடம் நகரத்தின் மையப் பகுதியில் சிலையை நிறுவுவதற்கு இடம் ஒதுக்கக் கோரியது. ஆனால், பேரூராட்சி நிர்வாகம் அக்கோரிக்கையை ஏற்றுக்கொள்ளாமல், காட்டுமன்னார்குடி நகரத்திற்கு அப்பால் உள்ள ஓரிடத்தில் சிலை வைத்துக்கொள்ளுமாறு பரிந்துரைத்தது. இதற்கு அட்டவணைச் சமூகத்தினர் கடுமையாக எதிர்ப்புத் தெரிவித்ததோடு, நகரத்தின் மையப் பகுதியிலேயே இடம் வழங்க வேண்டும் என்று பேரூராட்சியில் தீர்மானம் நிறைவேற்றச் செய்தனர்.

காட்டுமன்னார்குடியைச் சேர்ந்த சமூக மக்களின் உறுதியாலும் ஆதிதிராவிட மகாஜன சங்கத்தின் முயற்சியாலும் பேருந்து நிலையத்தின் அருகில் இடம் ஒதுக்கப்பட்டு, அங்கு இளையபெருமாளது முழுஉருவ வெண்கலச் சிலை நிறுவப்பட்டது. பல கட்சிகளில் இருந்த வன்னியர் சாதியைச் சேர்ந்தவர்கள் ஏற்படுத்திய தடைகளை மீறித்தான் இளையபெருமாளுக்கு அவர் பிறந்த ஊரில் சிலை நிறுவப்பட்டது என்பது குறிப்பிடத்தக்கது.

அன்றைய மத்திய அரசின் கப்பல் போக்குவரத்துத்துறை அமைச்சராக இருந்த ஜி.கே.வாசனால் 11.03.2012 அன்று இளையபெருமாளின் முழுஉருவ வெண்கலச் சிலை திறந்து வைக்கப்பட்டது. இந்நிகழ்வின்போது காங்கிரஸ் கட்சியின் முக்கியப் பிரமுகர்களான சிதம்பரம் தொகுதி முன்னாள் நாடாளுமன்ற உறுப்பினர் மருத்துவர் வள்ளல் பெருமாள், தமிழ்நாடு காங்கிரஸ் கமிட்டித் தலைவர் ஞானதேசிகன், கடலூர் தொகுதி நாடாளுமன்ற உறுப்பினர் கே.எஸ்.அழகிரி, முன்னாள் நாடாளுமன்ற உறுப்பினர் பி.ஆர்.எஸ்.வெங்கடேசன், மாவட்டக் காங்கிரஸ் தலைவர் ஏ.நெடுஞ் செழியன், காட்டுமன்னார்குடி முன்னாள் சட்டமன்ற உறுப்பினர் எஸ்.ஜெயச்சந்திரன், தொழிலதிபர் மணிரத்னம், வட்டாரக் காங்கிரஸ் தலைவர் இளங்கீரன், இளைஞர் காங்கிரஸ் தலைவர் யுவராஜா, சேவாதள காங்கிரஸ் துணைத்தலைவர் கே.வி.எம். எஸ். சரவணக்குமார், ஆர்.சச்சிதானந்தம் மாவட்டத் தலைவரும் (கடலூர் தெற்கு), கடலூர் முன்னாள் நாடாளுமன்றத் தொகுதி உறுப்பினருமான பி.பி கலியபெருமாள், முன்னாள் சட்டமன்ற உறுப்பினர் கே.வி.ஆர்.பிரபு, முன்னாள் சட்டமன்ற உறுப்பினர் புரட்சிமணி, முன்னாள் காங்கிரஸ் மாவட்டத் தலைவர் ஏ.ராதாகிருஷ்ணன், மாவட்டக் காங்கிரஸ் துணைத் தலைவர் கே.ஜி.குமார் ஆகியோர் கலந்துகொண்டு சிறப்பித்தனர்.

இந்நிகழ்வில் ஜி.கே.வாசன், “தலித் மக்களுக்காகப் போராடும் இயக்கமாகவும், அவர்களைப் பாதுகாக்கும் இயக்கமாகவும், அவர்களின் முன்னேற்றத்துக்கான இயக்கமாகவும் காங்கிரஸ் கட்சி உள்ளது. சுதந்திர இந்தியாவின் முதல் அமைச்சரவையில் அங்கம் வகித்த 17 பேரில், டாக்டர்.அம்பேத்கர், ஜெகஜீவன் ராம் ஆகிய இருவரும் தலித் சமுதாயத்தினர். தமிழகத்தில் காமராஜர் ஆட்சியில் கக்கன், பரமானந்தம் ஆகிய இருவரும் அமைச்சர்களாகப் பதவி வகித்தனர். தமிழ்நாடு காங்கிரஸ் கமிட்டித் தலைவர்களாக இளையபெருமாள், மரகதம் சந்திரசேகர் ஆகியோர் நியமிக்கப்பட்டனர். தலித் சமுதாயத்தைச் சேர்ந்த கே.ஆர்.நாராயணனைக் குடியரசுத் தலைவர் ஆக்கியது; வன்கொடுமைத் தடுப்புச் சட்டத்தைக் கொண்டு வந்தது; கல்வி, வேலைவாய்ப்பு மற்றும் சட்டப்பேரவை, நாடாளுமன்றத்தில் தலித்துகளுக்கு இடஒதுக்கீடு போன்றவற்றையும் நடைமுறைப்படுத்தியது காங்கிரஸ் கட்சி. 45 ஆண்டு காலமாகத் தமிழகத்தில் காங்கிரஸ் ஆட்சிப் பொறுப்பில் இல்லாவிட்டாலும் கூட கட்சி உயிரோட்டத்துடன் இருப்பதற்குக் காரணம் தலித் இளைஞர்கள் கட்சியில் இருப்பதால்தான்” என்று காங்கிரஸுக்கும் அட்டவணைச் சமூகத்திற்கும் இடையேயுள்ள உறவு குறித்துப் பேசினார்.

மருத்துவர் வள்ளல்பெருமாள் தனது உரையில், “காங்கிரஸ் கட்சியில் அட்டவணைச் சமூகத்தினருக்கான முக்கியத்துவம் குறைந்துள்ளது. இதனால்

காங்கிரஸ் கட்சிக்கு அட்டவணைச் சமூக வாக்குகள் அளிப்பது குறைந்துள்ளது. 1979க்குப் பிறகு அட்டவணைச் சமூகத்தைச் சேர்ந்த ஒருவர் காங்கிரஸ் கட்சியின் தலைவராக முடியாதது அதிர்ச்சியளிப்பதாக உள்ளது. மேலும், தமிழக காங்கிரஸின் மாவட்டத் தலைவர் பொறுப்பில் அட்டவணைச் சமூகத்தைச் சேர்ந்த ஒருவர் மட்டுமே (கடலூர் மாவட்டம்) இடம் பெற்றிருக்கிறார். இது அட்டவணைச் சமூகத்தவருக்கான முக்கியத்துவம் காங்கிரஸில் குறைந்துள்ளது என்பதை எடுத்துக்காட்டுகிறது. அட்டவணைச் சமூகத்தாரை அரவணைத்துச் செல்லாமல் காங்கிரஸால் தமிழகத்தில் ஆட்சிக்கு வர முடியாது" எனக் குறிப்பிட்டார்.

திராவிடக் கட்சிகளைச் சேர்ந்த எந்தவோர் அட்டவணைச் சமூகத்தவரும் எங்கள் சமூகத்தாருக்கு கட்சியில் முக்கியத்துவம் வழங்கப்படவில்லை என வெளிப்படையாகப் பேசியதாகப் பதிவுகளில்லை. ஆனால், காங்கிரஸில் இதற்கான இடமிருந்தது என்பதற்கு வள்ளல்பெருமாள் பேச்சு ஓர் உதாரணமாகும்.

தமிழ்நாடு காங்கிரஸ் தலைவர் ஞானதேசின், "காங்கிரஸ் கட்சிக்குள் காணப்படும் உட்கட்சி ஜனநாயக நடைமுறை மற்ற கட்சிகளில் கிடையாது. மருத்துவர் வள்ளல்பெருமாள் அட்டவணைச் சமூகத்தினருக்கான பிரதிநிதித்துவம் குறைந்துள்ளது என்று குற்றம்சாட்டியுள்ளார். இப்படி வேறு எந்தக் கட்சியிலும் பேச அனுமதிக்க மாட்டார்கள். காங்கிரஸ் கட்சி நிர்வாகம் அமைக்கும்போது அட்டவணைச் சமூகத்தினருக்கான பிரதிநிதித்துவத்திற்கு அதிக முக்கியத்துவம் கொடுக்கப்படும் என்பதைத் தெரிவித்துக்கொள்கிறேன். அதேவேளையில், காங்கிரஸ் கட்சி போன்று வேறு எந்தக் கட்சியும் அட்டவணைச் சமூகத்திற்காகப் பாடுபட்டது இல்லை என்பதையும் சொல்லிக்கொள்கிறேன்" எனக் குறிப்பிட்டார்.

இளையபெருமாள் அவர்களின் 60 ஆண்டு காலச் சமூகப் பணியை விளக்கும் விதமாக அவரது மகனும் சங்கத் தலைவருமான மருத்துவர் வெற்றிவீரமணி, ஜோதிமணி, நந்தகுமார் உள்ளிட்ட அவரது குடும்பத்தினரின் ஏற்பாட்டில் குணவதி மைந்தன் என்பவரால் குறுந்தகடொன்று தயாரிக்கப்பட்டது. இக்குறுந்தகடையும், விழா மலரையும் மத்திய அமைச்சர் ஜி.கே.வாசன் வெளியிட்டுச் சிறப்பித்தார். இந்நிகழ்வில் மேலும் பல காங்கிரஸ் பிரமுகர்களும் அட்டவணைச் சமூக முன்னோடிகளும் கலந்துகொண்டனர்.

# பயன்பட்ட ஆவணங்கள்

1. இளையபெருமாள் வாழ்வும் பணியும் - ரவிக்குமார், மணற்கேணி பதிப்பகம். (2010)

2. எழுதாக்கிளவி - எழுத்தாளர் ஸ்டாலின் ராஜாங்கம், காலச்சுவடு பதிப்பகம். (2017)

3. விழுப்புரம் கலவரம் மறுபதிப்பு - ஸ்டாலின் ராஜாங்கம், காலச்சுவடு பதிப்பகம். (2012)

4. சிதம்பரத்தில் இளையபெருமாளின் மணிவிழாவில் வெளியிடப்பட்ட மணிவிழா மலர் புத்தகம், ஆண்டு -1984.

5. சாதி ஒழிந்தது- டி.எம்.மணி, வேர்கள் பதிப்பகம், நீலப்புலிகள் இயக்கம். (5.8.2007)

6. மாவீரன் கே.பி.எஸ்.மணி - பூவிழியன், அதிர்வெண் பதிப்பகம். (2005)

7. முத்துசாமி வாழ்வும் தொண்டும் - பூவிழியன், அதிர்வெண் பதிப்பகம். (2016)

8. எல்.இளையபெருமாள் வாழ்க்கை வரலாறு - பூவிழியன், கொதிப்பகம் பதிப்பகம். (2005).

**கட்டுரைகள் :**

1. அனைத்துச் சாதியினரையும் அர்ச்சகர் ஆக்குங்கள் என்பது இளையபெருமாள் கமிட்டிப் பரிந்துரை - ரவிக்குமார், நிறப்பிரிகை. (டிசம்பர் 2015).

2. தலித்துகளுக்கு மறுக்கப்படும் தமிழ் நிலம் - ரவிக்குமார், பி.பி.சி நியூஸ் தமிழ். (24-5-2018).

**இதழ்கள் :**

1. ஜோதி இதழ் (ஜனவரி/பிப்ரவரி,1988) மற்றும் (ஜூன்,1988), நிறுவனர் - சுவாமி சகஜானந்தா, சிறப்பாசிரியர் - இளையபெருமாள் (பெருந்துறை கலவரம் தொடர்பான செய்தி).
2. உணர்வு இதழ், ஆசிரியர்-அ.சேப்பன். (26-12-1985).
3. சமத்துவக் குரல் (1988), சிறப்பு ஆசிரியர் - எம்.கே.அமிர்தலிங்கம்.
4. தம்ம சாக்யா (செப்டம்பர், 2005), ஆசிரியர் - சாக்யா ஜே.மோகன்.

**நேர்காணல்கள் :**

1. ஜோதிமணி (60) ஆதிதிராவிட மகாஜன சங்கம், இளையபெருமாள் அவர்களின் மகன். (சந்திப்பு - 16.12.2020).
2. வினோபா (50), ஆதிதிராவிட மகாஜன சங்கம், சிதம்பரம் நந்தனார் மடத்தின் செயலாளர், காங்கிரஸ் மாநில விவசாய அணி, சிதம்பரம். (சந்திப்பு - 10.9.2020).
3. கலியமூர்த்தி (65), ஆதிதிராவிட மகாஜன சங்கம், சிதம்பரம் நந்தனார் மடத்தின் பொருளாளர், காங்கிரஸ் பிரமுகர், காட்டுமன்னார்குடி. (சந்திப்பு - 20.9.2020).
4. மகிழ்வாணன், இந்திய மனித உரிமைக் கட்சியின் முன்னணித் தலைவர், சென்னை. (சந்திப்பு - 4.10.2020).
5. ரத்தினசபாபதி (94), திருநாரையூர், ஆதிதிராவிட மகாஜன சங்கம், இந்திய மனித உரிமைக் கட்சி, காட்டுமன்னார்குடி. (சந்திப்பு - 8.10.2020).
6. மகாலிங்கம் (65), ஓய்வுபெற்ற அரசு ஊழியர், காட்டுமன்னார்குடி. (சந்திப்பு - 11.10.2020).
7. ராமமூர்த்தி (80), ஓய்வுபெற்ற ஆசிரியர், இந்திய மனித உரிமைக் கட்சி, குமராட்சி. (சந்திப்பு - 16.6.2020).
8. ஸ்டாலின் ராஜாங்கம் (40), எழுத்தாளர், பேராசிரியர் அமெரிக்கன் கல்லூரி, மதுரை. (சந்திப்பு - 8.11.2021).
9. சிவப்பிரகாசம் (70), இந்திய மனித உரிமைக் கட்சி, சிதம்பரம். (சந்திப்பு - 24.4.2021).
10. கனகசபை (65), ஓய்வுபெற்ற அரசு அதிகாரி, சிதம்பரம். (சந்திப்பு - 20.4.2021).
11. குணவதிமைந்தன், பாண்டிச்சேரி, இந்தியன் எக்ஸ்பிரஸ். (சந்திப்பு - 9.7.2021).
12. கலைச்செல்வி (70), சிங்கப்பூர் ஆதிதிராவிட மகாஜன சங்கத் தலைவர் கெங்காசலத்தின் மகள், குமராட்சி. (சந்திப்பு - 16.6.2020).
13. செல்வக்குமார் (50), மயிலாடுதுறை. (சந்திப்பு - 26.6.2021).

14. அன்பழகன் (65), ஆதிதிராவிட மகாஜன சங்கம், காங்கிரஸ் பிரமுகர், கொத்தவாசல். (சந்திப்பு - 29.8.2020).

15. மோகன்தாஸ் (60) இந்திய மனித உரிமைக் கட்சி, குமராட்சி. (சந்திப்பு- 22.7.2020).

16. இளைய அன்பழகன் (65), ஆதிதிராவிட மகாஜன சங்கம், குமராட்சி. (சந்திப்பு - 7.12.2020).

17. இளையராஜா (35), உதவிப் பேராசிரியர், குமராட்சி. (சந்திப்பு - 6.7.2020).

18. எழுத்தாளர் எரிமலை ரத்தினம் (85), எரிமலை இதழ், சென்னை. (சந்திப்பு -29.8.2020).

19. எழுத்தாளர் பௌத்த ஜீவா, சென்னை. (சந்திப்பு - 23.12.2020).

20. பன்னீர்செல்வம் (65), காங்கிரஸ், ஷெட்யூல்டு இன விடுதலை இயக்கத்தின் ஆண்டிமடம் தொகுதி வேட்பாளர் (1989), அரியலூர். (சந்திப்பு - 16.12.2021).

21. ஜெய்பீம் ராஜேந்திரன் (65), ஓய்வுபெற்ற தலைமையாசிரியர், கும்பகோணம். (சந்திப்பு - 15.8.2021).

22. சக்கரவர்த்தி (60), ழிலிசி ஓய்வு பெற்ற ஊழியர், முன்னாள் ஷெட்யூல்டு இன விடுதலை இயக்கப் பொறுப்பாளர், சிதம்பரம். (சந்திப்பு - 15.7.2021).

23. கலியபெருமாள் (53), நந்தனார் பள்ளி ஓவிய ஆசிரியர், காட்டுமன்னார்குடி. (சந்திப்பு - 28.7.2021).

24. 24.எம்.சி.சேகர் (65), பறையர் சங்கம், மும்பை. (சென்னையில் சந்திப்பு - 4.10.2020).

25. 25.குமரேசன் ராமமூர்த்தி (40), உதவிப் பேராசிரியர், சிதம்பரம், குமராட்சி. (சந்திப்பு - 16-6-2020).

26. கலைமோகன் (60), ஓய்வுபெற்ற அரசு ஊழியர், தர்மநல்லூர். (சந்திப்பு -4.8.2020).

27. அன்பழகன் (65), பால்வளத்துறை (ஓய்வு), ஓமக்குளம், சிதம்பரம். (சந்திப்பு -14.2.2021).

28. ராஜேஷ் கோமுகன் (35), பா.ஜ.க., காட்டுமன்னார்குடி. (சந்திப்பு - 11.10.2020).

29. இளவரசன் (30), கருப்பூர். (சந்திப்பு - 7.8.2020).

30. சந்தோஷ்குமார் (30), வெய்யலூர். (சந்திப்பு - 24.9.2020).

31. முரளி வெல்லிக்கண்ணு (55), வி.சி.க., குறிஞ்சிப்பாடி. (சந்திப்பு - 26.11.2020).

32. மனுநீதி செல்வன் (45), காங்கிரஸ், தெம்மூர். (சந்திப்பு - 24.11.2020)

33. ஜோதிமணி (30) உதவிப் பேராசிரியர், சாத்தாப்பாடி, புவனகிரி வட்டம்.

34. இளமாறன் (30,) கடலூர். (சந்திப்பு - 6.9.2021)

35. கவியரசன் (30), உதவிப் பேராசிரியர், பெருந்துறை கிராமம். (சந்திப்பு -20.11.2020)

**தொலைப்பேசி வழியாகத் தொடர்புகொள்ளப்பட்டவர்கள் :**

1. டெல்லி மணி (65), ஓய்வுபெற்ற பேராசிரியர், சிதம்பரம், இளையபெருமாள் அவர்களின் மகள்.
2. திராவிடமணி (55), பேராசிரியர், குந்தவை நாச்சியார் கல்லூரி முதல்வர்.
3. சாத்தை பாக்யராஜ் (60), மக்கள் தேசம் கட்சித் தலைவர்.
4. செந்தமிழ்செல்வன் (40), காங்கிரஸ் எஸ்.சி., எஸ்.டி., மாநிலத் துணைத் தலைவர்.
5. ராஜகலாமணி (60), மருத்துவர், இளையபெருமாளின் மருமகள், இளையபெருமாளின் மூத்த மகன் மருத்துவர் வெற்றிமணி அவர்களின் துணைவியார்.
6. கொடிக்கால் செல்லப்பா (80), ஷெட்யூல்டு இன விடுதலை இயக்க முன்னாள் பொறுப்பாளர், நாகர்கோவில்.
7. துரைக்கண்ணு (60), ஓய்வுபெற்ற நெய்வேலி என்.எல்.சி.அதிகாரி, நெய்வேலி.
8. ஸ்டாலின் திருவள்ளுவன் (38), பென்னாடம், கடலூர்.
9. மருத்துவர் ஜெயக்குமார் தங்கப்பூசாமி (50), சென்னை, இளையபெருமாள் அவர்களின் உறவினர்.
10. ராஜா பீம் (55), வழக்கறிஞர், சென்னை, வை.பாலசுந்தரம் அவர்களின் உதவியாளர்.
11. பேராசிரியர் அரங்க.சுப்பையா (70), ஷெட்யூல்டு இன விடுதலை இயக்கம், கும்பகோணம்.
12. அரங்க குணசேகரன் (65), கும்பகோணம்.
13. மூ.ஜவகர் (55), NLC.
14. மா.சி.பிரபு (35), முட்டம், காட்டுமன்னார்குடி.
15. ஸ்ரீதர் (30), காங்கிரஸ், கடலூர்.
16. ஆறுமுகம் கோபால் (65), வழக்கறிஞர், ஷெட்யூல்டு இன விடுதலை இயக்கம் (SCALM).
17. அரவிந்தன் ராமமூர்த்தி (50), பொறியாளர், குமராட்சி.
18. ஆரோக்கியசாமி (50), புவனகிரி.
19. தணிகைசெல்வன் (45) வழக்கறிஞர், ஆதிதிராவிட நலக் குழு உறுப்பினர்,

கடலூர் மாவட்டம்.

20. சௌந்தரராஜன் (60), வானூர், இந்திய மனித உரிமைக் கட்சி.

21. அலெக்சாண்டர் (45), கும்பகோணம், அரசுப் பள்ளி ஆசிரியர்.

22. தவச்செல்வன் (25), கஸ்பா, வி.சி.க.

23. மோகன் சுப்ரமணியம் (30), ஆயங்குடி, வி.சி.க.

**ஆவணங்கள், புகைப்படங்கள் தந்து உதவியவர்கள் :**

1. வினோபா (50), ஆதிதிராவிட மகாஜன சங்கம், நந்தனார் மடத்தின் செயலாளர், காங்கிரஸ் மாநில விவசாய அணி, சிதம்பரம்.

2. கலியமூர்த்தி (65), ஆதிதிராவிட மகாஜன சங்கம், நந்தனார் மடத்தின் பொருளாளர், காங்கிரஸ் பிரமுகர், கரூப்பூர், காட்டுமன்னார்குடி.

3. மகிழ்வாணன், இந்திய மனித உரிமைக் கட்சியின் முன்னணித் தலைவர், சென்னை.

4. ஜோதிமணி (60), ஆதிதிராவிட மகாஜன சங்கம், காட்டுமன்னார்குடி, இளையபெருமாள் அவர்களின் மகன்.

5. நட்சத்திரன் ராமலிங்கம் (25), செல்லத்தமிழன் ராமலிங்கம் (24) வி.சி.க.

**மொழிபெயர்ப்பு :**

1. இளையபெருமாள் கமிட்டி அறிக்கையில் இருந்து இந்தியா முழுவதும் நிலவிய தீண்டாமைக் கொடுமைகள் பற்றிய மொழிபெயர்ப்பு.

2. இந்திய மனித உரிமைக் கட்சி மற்றும் ஷெட்யூல்டு இன விடுதலை இயக்கம் சார்பாக வெளியிடப்பட்ட நோக்க அறிக்கைகள்.

3. இந்திய மனித உரிமைக் கட்சியின் அரசியல் அமைப்புக் கட்சி விதிமுறைகள், வெளியீடு: இந்திய மனித உரிமைக் கட்சி (1984).

4. ஷெட்யூல்டு இன இயக்கமும் L.இளையபெருமாள் கமிட்டி அறிக்கையும் வெளியீட்டாளர்: ஷெட்யூல்டு இன விடுதலை இயக்கம். 'மார்ச் டூ சென்னை' முதல் சிறப்பு மாநாட்டை ஒட்டி வெளியிடப்பட்டது (1988).

5. உரிமை மீட்பு - திராவிடராணி, ஷெட்யூல்டு இன விடுதலை இயக்கம், தஞ்சாவூர்.

**ஒப்பந்தங்கள் மற்றும் சமரசக் கூட்டங்கள் :**

1. காட்டுமன்னார்குடியில் ஆதிதிராவிடர்-இஸ்லாமியர் கலவரத்தை முடிவுக்குக் கொண்டுவர நடந்த சமாதானக் கூட்டம். (1975)

2. இளையபெருமாள்-கிருஷ்ணமூர்த்தி இடையே சமாதான ஒப்பந்தம். (1986)

3. இளையபெருமாள்-இராமதாஸ் சமாதான ஒப்பந்தம். (1991)

**செய்தித் தாள்கள் :**

1. சிதம்பரம் போலீஸா? வன்னியர் சங்கமா? டி.கே.மூர்த்தி என்ற இளையபெருமாள் ஆதரவாளர் மீது இனக் கலவரத்தைத் தூண்டியதாகப் பொய் வழக்கு - சிகப்பு நாடா *(25.6.1982)*.
2. கவர்னர் மாளிகை முன் சாகும்வரை இளையபெருமாள் உண்ணாவிரதம் அறிவிப்பு - தினந்தந்தி *(21.1.1988)*.
3. சிதம்பரத்தில் ஷெட்யூல்டு இன விடுதலைக் கூட்டத்தில் இளையபெருமாள் கலந்து கொள்ளுதல்- தினத்தந்தி *(22.3.1988)*.
4. மார்ச் டு சென்னை மாநாடு - தினத்தந்தி *(22.8.1988)*.
5. விழுப்புரம், அகரம் கிராமத்தில் ஆதிதிராவிடர்கள் தாக்கப்பட்டது தொடர்பாக ஷெட்யூல்டு இன விடுதலை இயக்கத் தலைவர் டி.கே.மூர்த்தி அறிக்கை -தினத்தந்தி *(25.9.1988)*.
6. தமிழக கவர்னருடன் ஆதிதிராவிடர்-வன்னியர் சமூகத் தலைவர்கள் சந்திப்பு - தினத்தந்தி *(7.10.1988)*.
7. தென்னாற்காடு மாவட்டத்தில் ஆதிதிராவிடர்-வன்னியர் மக்கள் சமரச ஒப்பந்தத்தை மதித்து நடக்க வேண்டும். இளையபெருமாள் மற்றும் வன்னிய அடிகள் வேண்டுகோள் - தினமலர், *(1.11.1988)*.
8. தென்னாற்காடு மாவட்ட உயர்மட்ட அமைதிக்குழு நியமனம் - தினமலர் *(6.11.1988)*.
9. இளையபெருமாள் நிபந்தனையை ஏற்ற வன்னியர் சங்கம் - தினமலர் *(1.12.1988)*.
10. ஆதிதிராவிடர்களின் குறைகள் தீர்க்கப்படாவிட்டால் ஜனவரி மாதக் கடைசியில் போராட்டம் - இளையபெருமாள் அறிவிப்பு - தினத்தந்தி *(11.12.1988)*.
11. தென்னாற்காடு மாவட்டத் தேர்தல் களம் - தினத்தந்தி *(30.12.1988)*.
12. 1989ஆம் ஆண்டு புவனகிரி சட்டமன்றத் தொகுதி நிலவரம் - மாலை முரசு *(13.1.1989)*.
13. 1987 வன்னியர் கலவரத்தில் வீடு இழந்த ஆதிதிராவிடர்களுக்கு நிவாரணம் வேண்டி உண்ணாவிரதம் - தினத்தந்தி *(1.6.1989)*.
14. இராமதாஸ் அரசியல் வருகை குறித்து இளையபெருமாள் விமர்சனம் - தினந்தந்தி *(1.6.1989)*.
15. சிதம்பரம் நாடாளுமன்றத் தொகுதி தேர்தலில் இளையபெருமாள் வேட்பு மனுத் தாக்கல் - மாலை மலர் *(2.11.1989)*.
16. ஆதிதிராவிடர்-வன்னியர் ஒற்றுமை கூட்டம் - தினப்புரட்சி *(14.2.1991)*.

17. காட்டுமன்னார்குடி எம்.எல்.ஏ. ராஜேந்திரன் அ.தி.மு.க.-வில் இணைந்து கொண்டதாக அறிவிப்பு - மாலை முரசு, (10.11.1992).

18. உள்ளாட்சித் தேர்தலில் பாட்டாளி மக்கள் கட்சியுடன் கூட்டணித் தொடரும் என இளையபெருமாள் அறிவிப்பு - மாலை மலர் (2.6.1996).

19. உறவினர்களின் தலையீட்டைத் தவிருங்கள் என கருணாநிதிக்கு இளையபெருமாள் வேண்டுகோள் - மாலை மலர் (2.6.1996).

20. குமராட்சியில் புரட்சியாளர் அம்பேத்கர் சிலையை இளையபெருமாள் திறந்து வைத்து பேச்சு - தினத்தந்தி (5.11.1996).

21. எஸ்.சி., எஸ்.டி., மாவட்டம் இளையபெருமாள் கோரிக்கை - (5.5.1997).

22. மேலவளவு படுகொலை தொடர்பான போராட்டத்தில் காட்டுமன்னார்குடி துப்பாக்கிச்சூடு சம்பவம் - தினந்தந்தி (3.7.1997).

23. மேலவளவு படுகொலையைத் தொடர்ந்து இளையபெருமாள் கைது செய்யப்பட்டார் என்ற வதந்தியால் நடைபெற்ற கலவரத்தில் காட்டுமன்னார்குடியில் கடைகள் மூடல் - தினமலர் (3-7-1997).

24. தீண்டாமை ஒழிப்பு மாநாடு - தினந்தந்தி (10-8-1997).

25. காங்கிரஸில் மீண்டும் சேர வள்ளல்பெருமாள் அழைப்பு - தினமலர் (29-11-1997).

26. இளையபெருமாள் கமிட்டி அறிக்கை நிறைவேற்ற உண்ணாவிரதம் - தினமணி (14-7-1998).

27. 1998ஆம் ஆண்டுக்கான அம்பேத்கர் விருது அறிவிப்பு - (12-12-1998).

28. நெய்வேலியில் இளையபெருமாள் பவளவிழாவில் மத்திய, மாநில அமைச்சர்கள் பங்கேற்பு - மாலை மலர் (16-12-1998).

29. இராமதாஸ் மீது இளையபெருமாள் விமர்சனம் - தினந்தந்தி (14-9-1999)

30. சிதம்பரம் தேர்தல் கலவரத்தில் பாதிக்கப்பட்டவர்களை இளையபெருமாள் நேரில் சந்திந்து ஆறுதல் - தினகரன் (15-9-1999).

31. சிதம்பரம் தேர்தல் கலவரப் பகுதிகளை முதல்வர் கருணாநிதி நேரில் பார்வையிட வேண்டும் என இளையபெருமாள் பேட்டி - தினத்தந்தி (16-9-1999).

32. சிதம்பரம் தேர்தல் கலவரத்தில் பாதிக்கப்பட்டவர்களுக்கு நிவாரணம் வழங்க இளையபெருமாள் வலியுறுத்தல் - தமிழ் முரசு (17-10-1999).

33. தேர்தல் கலவரங்களைத் தொடர்ந்து திருமாவளவன் கடலூர் மாவட்டத்தில் நுழையத் தடை ஜனநாயகம் விரோதம் என இளையபெருமாள் பேட்டி - தமிழ் முரசு (31-10-1999).

34. ஆதிதிராவிடர் தேவைகளைப் பூர்த்தி செய்ய கருணாநிதி உறுதி அளித்துள்ளதாக இளையபெருமாள் பேட்டி - தினகரன் *(10-2-2000).*

35. இந்திய மனித உரிமைக் கட்சியின் சமூகநீதி மாநாட்டினை கருணாநிதி தொடங்கி வைக்கிறார் - *தினமலர் (13-3-2000).*

36. ஆதிதிராவிட மக்களுக்கு ஆதிதிராவிடத் தலைவர்கள் எதையும் செய்யவில்லை என்று இராமதாஸின் கருத்துக்கு எதிராக இளையபெருமாள் எச்சரிக்கை - *தினமலர் (13-3-2000).*

37. இராமதாஸ்-திருமாவளவன் ஆகியவர்களின் நடவடிக்கைகளால் இரண்டு சமூகமும் அழியும் நிலை என புளியங்குடி படுகொலை தொடர்பான பேட்டியில் இளையபெருமாள் கவலை - *(27-7-2000).*

38. புளியங்குடி 3 பேர் படுகொலை உண்மை குற்றவாளிகளைக் கண்டுபிடிக்க வேண்டும் என இளையபெருமாள் பேட்டி - *தினத்தந்தி (28-7-2000).*

39. புளியங்குடி 3 பேர் படுகொலை இளையபெருமாள்-திருமாவளவன் கோஷ்டி மோதலால் நடந்தது எனத் தவறான தகவல் கூறிய இராமதாஸ் மன்னிப்புக் கேட்க வேண்டும் என இளையபெருமாள் பேட்டி - *தினமலர் (21-8-2000).*

40. இராமதாஸ் நிலையான கொள்கை இல்லாதவர் என இளையபெருமாள் பேட்டி - *தினபூமி (10-2-2001).*

41. கூட்டணித் தர்மத்தைப் பின்பற்றவில்லை என தி.மு.க. கூட்டணியில் இருந்து இளையபெருமாள் விலகல் - *தினந்தந்தி (24-3-2001).*

42. மீண்டும் காங்கிரஸில் இணைய இளையபெருமாள் முடிவு - *தமிழ் முரசு (7.11.2002).*

43. கருணாநிதியின் இரங்கல் - *முரசொலி (10.9.2005).*

44. மத்திய அமைச்சர் ஜி.கே.வாசன் அவர்களால் இளையபெருமாள் அவர்களின் சிலை திறப்பு - *தினமணி (12.3.2012).*

## எல்.இளையபெருமாள் மறைவு:

## ழ்த்தப்பட்டோரின் மேம்பாட்டிற்காக

## லமெல்லாம் உழைத்தவர் இளைய பெருமாள்

## லைவர் கலைஞர் புகழஞ்சலி

**சென்னை, செப்.10—**
**ிழ்நாடு காங்கிரஸ் யின் முன்னாள் தலைவர் ந்த எல். இளையபெருமாள் தப்பட்ட மக்களின் மேம் ற்காக காலமெல்லாம் உழைத்து வந்தவர் என மறைவு குறித்து வெளி ள்ள இரங்கல் செய்தியில் வர் கலைஞர் அவர்கள் ஞ்சலி செலுத்தியுள்ளார்.**

*துகுறித்து தலைவர் ஞர் அவர்கள் வெளியிட் இரங்கல் செய்தி வருமாறு:-*

ழ்நாடு காங்கிரஸ் கட்சியின் முன்னாள் ரும், தாழ்த்தப் பட்டோரின் மேம்பாட்டுக்காக மல்லாம் தளராது உழைத்தவரும், எல்லா ளிலும் என்மீது மாறாத அன்பும், அக்கறையும் டிருந்தவருமான அருமை நண்பர் திரு. ளைய பெருமாள் அவர்கள் இயற்கை எய்திய றிந்து மிகவும் துயருற்றேன்.

பர் திரு. எல்.இளைய பெருமாள் அவர்கள் முறை நாடாளுமன்ற உறுப்பினராகவும் றை தமிழ்நாடு சட்டப்பேரவை உறுப்பின ் தேர்ந்தெடுக்கப்பட்டிருந்தவர் என்பதி த அவருக்கு இருந்த மக்கள் செல்வாக்கு கயது என்பதை அறிந்து கொள்ளலாம்.

"இளையபெருமாள் கமிட்டி" என்று அகில இந்திய அளவில் அனைவராலும் அறியப்பட்டிருந்த — மத்திய அரசால் நியமிக்கப்பட்டிருந்த — தாழ்த்தப் பட்டோருக்கான முதல் குழுவின் தலைவராக இருந்து அவர் ஆற்றிய பணி எல்லா காலத்திலும் நினைவு கூர்ந்திடத் தக்கது. சிதம்பரத்தில் சுவாமி சகஜானந்தா நிறுவிய கல்வி கழகத்தின் தலைவராக — அந்தப் பகுதி மக்கள் மறக்க இயலாத பணியை இறுதிவரை ஆற்றி வந்தவர் திரு. இளைய பெருமாள் அவர்கள்.

தாழ்த்தப்பட்டோருக்கு அவர் செய்த சீரிய தொண்டுகளை அங்கீகரிக்கும் அடையாளமாக நான் முதலமைச்சராக இருந்தபோது மாநில அரசின் அம்பேத்கர் விருதினை அவருக்கு அளித்து கவுரவித்ததை மறக்க முடியாது. சலிப்பே வராத சமுதாயத் தொண்டராக அவர் ஆற்றியுள்ள அரும் பணிகள் சிதம்பரம் பகுதி மக்களின் நினைவில் நெடுங்காலம் நிலைத்திருக்கும்.

சொல்லொணாத் துயரத்தில் வாடும் அவரது குடும்பத்தினருக்கும், அன்பர்களுக்கும் எனது ஆழ்ந்த இரங்கலைத் தெரிவித்துக் கொள்கிறேன்.

*இவ்வாறு அவர் அந்த இரங்கல் செய்தியில் கூறியுள்ளார்.*

இளையபெருமாள் மறைவை ஒட்டி முரசொலியில் கருணாநிதி எழுதிய இரங்கல் செய்தி

வாழ்க சுதந்திரம்!

ஸ்ரீமுஷ்ணம் பிர்கா ஆதிதிராவிட சீர்திருத்தக்கழக

# ஆலோசனை கமிட்டிக்கூட்டம்.

வானமாதேவி. (பள்ளிக்கூடத்திற்கு அருகில்)

பேரன்புடையீர்!

நம் பிர்காவில் ஆதிதிராவிட சீர்திருத்தக் கழக மொன்றமைத்து அதன் மூலம் நம் சுதந்திர சர்க்காரிடம் எல்லா சலுகைகளும் பெற்று சுதந்திர நாட்டில் மனிதன் மனிதனாக வாழவேண்டியதற்காகவும் கல்வி நாகரீகம், சுத்தம், முன்னேற்றம் முதலிய பாதைகளில் முன்னேறவும் வேண்டியதற்கு ஆலோசித்து ஆவன செய்ய நாளது 29—1—56 ஞாயிற்றுக்கிழமை முற்பகல் 11-மணிக்கு, சட்டசபை உறுப்பினர் உயர்திரு. ஸ்ரீ L. இளையபெருமாள் M. P. அவர்கள் தலைமையில் ஓர் கமிட்டிக்கூட்டம் இருப்பதால் கீழ்க்கண்ட கிராமத்தார்கள் தவறாமல் வந்திருந்து கேட்டுக்கொள்ளுகிறோம்.

இங்ஙனம், 

வானமாதேவி கிராமத்தார்கள்.

பேச்சாளர்கள்.

உயர்திரு. N. மோஸஸ் வில்லியம்
காட்டுமன்னார்குடி சங்க ஆலோசகர்

" A. தங்கசாமி ஆதியர் சங்க தலைவர்

" V. தம்பன் பொருளாளர்

" R. கண்ணுசாமி சங்க அமைப்பாளர்

" பெரியசாமி கருணாகரநல்லூர்

மற்றும்பல அறிஞர்களும்.

| | |
|---|---|
| 1 அகரப்புத்தூர் | 16 குமாரக்குடி |
| 2 சென்னிநத்தம் | 17 கோதண்டவிளாகம் |
| [3] பா. புத்தூர் | 18 நந்தி[illegible] |
| 4 சித்தமல்லி | 19 தண்டேசநல்லூர் |
| 5 சோழத்தரம்பேட்டை | 20 வட்டத்தூர் |
| 6 ம. [illegible] | 21 கொக்கரணம் |
| 7 [illegible] | 22 நந்தீஸ்வரமங்கலம் |
| 8 வெராகுடி | 23 [illegible]குடி |
| 9 கொண்டசமுத்திரம் | 24 ஈசுவராயநல்லூர் |
| 10 காரைமேடு | 25 முட்டகண்டநல்லூர் |
| 11 கோவிந்தநல்லூர் | 26 காநூர் |
| 12 கோட்டுக்கோடு | 27 காவலன்குடி |
| 13 புடையூர் | 28 பேரூர் |
| 14 சோழத்திரம் | 29 வலசக்காடு |
| 15 பாளையங்கோட்டை | |

கிரஸெண்ட் பிரஸ், காட்டுமன்னார்குடி.

1956இல் இளையபெருமாள் தலைமையில்
ஆதிதிராவிட சீர்திருத்தக் கழகத்தின் கூட்டம்

Visited the "GHANDIAR HARIJANA ELAZHAI MAHAVAR VIDHUTHI" this morning. There are about 50 inmates. They are all quite hale and healthy. Though this is a private institution, it is making good progress under the able management of its founder Mr. Elayaperumal who takes much pains for the advancement of his community. He deserves all praise for the selfless work undertaken by him. I wish this institution every success.

Camp, Kattumannarkoil,<br>
Dated the 21st July 49

N. K... 21.7.49.<br>
Revenue Divisional Officer,<br>
Chidambaram.

1949இல் இளையபெருமாள் நடத்திவந்த காந்திஜீ விடுதியை சிதம்பரம் தாசில்தார் பார்வையிட்டு வழங்கிய சான்றிதழ்.

துணைத் தாசில்தார் அலுவலகம், காட்டுமன்னார்குடி

நோட்டீசு

லால்பேட்டை, எள்ளேரி முஸ்லீம் மக்களுக்கும், அரிசன குடி மக்களுக்கும் இடையே கருத்து வேறுபாடுகளை அகற்றி ஒற்றுமை நிலை வேண்டி அமைக்கப்பட்ட சமாதான குழு கூட்டம் வரும் 10-7-75ம் தேதி மாலை 3 மணியளவில் காட்டுமன்னார்குடி பஞ்சாயத்து ஒன்றியகட்டிடத்தில் நடக்க இருப்பதாலும் அன்றையதினம் முக்கிய இறுதி முடிவெடுப்பதற்கு எல்லா உறுப்பினர்கள் வருகை தேவைப்படுவதாலும் அன்றையதினம் மாலை 3 மணிக்கு கட்டாயமாக வருகை தந்து, முடிவெடுக்க ஒத்துழைப்பு நல்குமாறு கேட்டுக் கொள்ளப்படுகிறார்கள்.

துணைத் தாசில்தார்<br>
காட்டுமன்னார்கோயில்

பெறுநர்<br>
திரு<br>
சமாதான குழு உறுப்பினர்

1975இல் பறையர்-இஸ்லாமியர் மோதலை தடுக்க காட்டுமன்னார்குடி துணை தாசில்தார் கூட்டிய சமாதானக் கூட்டம்

(1984ல் நிறுவப்பட்டது)

# ஜோதி

நிறுவனர் : தவத்திரு. சாமி சகஜானந்தர்
சிறப்பாசிரியர் : திருமிகு L. இளையபெருமாள்
முன்னாள் மத்திய அரசு தீண்டாமை ஒழிப்புக்குழு தலைவர்
ஆசிரியர் : [illegible]

(உறுப்பினர்க்கு மட்டும்)

ஜோதி-1 ஜனவரி பிப்ரவரி 1988 அறிக்கை 3

## காவல்துறையினரின் அழைப்பின் பேரில் அவர்களுடன் சென்ற செட்யூல்ட் இன விடுதலை இயக்கத் தலைவர் இளையபெருமாளை வன்னியர்கள் கொலை வெறியோடு தாக்க முயன்றனர்

### காரின் கண்ணாடி உடைக்கப்பட்டது

### "தலைவர் கொல்லப்பட்டுவிட்டதாக" வதந்தியைப் பரப்பி வன்முறையைத் தூண்டியவர் வன்னியரே!

தென்னாற்காடு மாவட்டம் கம்மாபுரம் பஞ்சாயத்து யூனியனைச் சேர்ந்த பெருந்துறை என்ற கிராமத்தில் செட்யூல்ட் இனமக்கள் 80 குடும்பங்களாக வாழ்ந்து வருகின்றனர்.

இவ்வூருக்கு இருபுறமும் சுமார் 50 அடி தூரத்தில் [illegible] பெருந்துறை என்ற சுமார் 250 குடும்பங்களைச் சேர்ந்த வன்னியகுடும்பங்கள் கடந்த ஆறுஆண்டு காலமாக செட்யூல்ட் இன மக்களின் சிவில் உரிமைகளை மனிதாபிமான மற்ற முறையில் கொடுமைப் படுத்திவருவதோடு [illegible] செய்து வந்திருக்கின்றனர்.

இத்தத் தொல்லைகளை இவ் வன்னிய மக்கள் நினைத்த போது எல்லாம் செய்வதும், அவர்களை இம்சிப்பதும், அராஜகம் புரிவதுமாக செய்து வந்திருக்கின்றனர்.

எழுதப்பட்டுள்ள "சிவில் உரிமை பாதுகாப்புச் சட்டம்" [illegible] இருக்க

1988இல் பெருந்துறையில் இளையபெருமாள் தாக்கப்பட்ட செய்தி

7-10-88

வன்னியர், அரிஜன தலைவர்கள்

# கவர்னருடன் சந்திப்பு

## கலவரங்களை தடுக்க ஆலோசனை

சென்னை, அக். 7— வன்னியர் மற்றும் அரிஜன தலைவர்கள் சென்னையில் கவர்னர் அலெக்சாண்டரை நேற்று சந்தித்துப்பேசினார்கள். பேசுகையில், அரிஜனங்கள்-வன்னியர்கள் கலவரங்களை தடுப்பது பற்றி ஆலோசனை நடத்தது.

**கவர்னருடன் சந்திப்பு**

தென்ஆற்காடு மாவட்டத்தில் வன்னியர் சமுதாயத்தினருக்கும் அரிஜன் இடையே மோதல் ஏற்பட்டதின் காரணமாக அமைதி இல்லாத சூழ்நிலை நிலவுகிறது. இதில் தீர்வு காண்பதற்காக வன்னியர் மற்றும் அரிஜன சமுதாய தலைவர்களை கவர்னர் பி.சி.அலெக்சாண்டர் நேற்று அழைத்து பேசினார்.

நேற்று மாலை சென்னையில் உள்ள கவர்னர் மாளிகையில் இந்த சந்திப்பு நடந்தது. வன்னியர்சங்க தலைவர் எஸ்.சுப்பிரமணியம் மற்றும் அரிஜன மக்கள் சார்பில் அம்பேத்கார் மக்கள் இயக்கத்தலைவர் வை.பாலசுந்தரம், எல்.இளையபெருமாள் ஆகியோர் கவர்னரை சந்தித்து பேசினார்கள். கவர்னர் ஒவ்வொருவரையும் தனித்தனியாக அழைத்து பேச்சுவார்த்தை நடத்தினார்.

**கவர்னர் கவலை**

வன்னியர்களுக்கும், அரிஜனங்களுக்கும் இடையே மோதல் ஏற்பட்டதன் விளைவாக வன்முறை கட்டவிழ்த்து விடப்பட்டது பற்றி கவர்னர் தனது கவலையை வெளிப்படுத்தினார்.

நந்திமங்கலம், எம்.அகரம், கிடாரி உள்பட தென்ஆற்காடு மாவட்டத்தில் நடந்த வன்முறை சம்பவம் பற்றியும் அதை தொடர்ந்து சட்டம், ஒழுங்கை நிலைநாட்ட முறையாக எடுத்த நடவடிக்கைகள் பற்றியும் விவாதித்தார்.

**ஒற்றுமை**

இரு சமுதாயத்தினரும், ஒற்றுமையுடன் இருக்க தலைவர்கள் பாடுபடவேண்டும் என்று கவர்னர் வேண்டுகோள் விடுத்தார்.

அத்துடன் வன்முறைக்கு இடம் கொடுக்காமல் கிராமங்களில் அமைதி காக்குமாறு கேட்டுக்கொண்டார்.

**உத்தரவாதம்**

வன்னியர் சங்கத் தலைவர் சுப்பிரமணியம், பேசுகையில், "நாங்களும் டாக்டர் ராமதாசும் வன்முறையை சிறிதும் விரும்பாதவர்கள். தென்ஆற்காடு மாவட்டத்தில் அமைதி ஏற்பட்டு சகஜ நிலை திரும்பவும், வன்னியர்களும், அரிஜன மக்களும் அமைதியுடன் வாழ ஒத்துழைப்பு தருகிறோம்" என்று உறுதி கூறினார்.

சமுதாய தலைவர்களான இளையபெருமாளும், பாலசுந்தரமும், அமைதி நிலை சமுதாய ஒற்றுமை ஏற்பட அரசாங்கத்துக்கும் கவர்னருக்கும் முழு ஒத்துழைப்பு தருகிறோம்" என்று கவர்னரிடம் உறுதி கூறினார்கள்.

**தலைவர்கள் கூட்டம்**

இந்த பிரச்சினையில் தீர்வு காண வன்னியர், மற்றும் அரிஜன சமுதாய தலைவர்களின் ஆலோசனை கூட்டத்தை நாளை (சனிக்கிழமை) சென்னையில் கூட்ட கவர்னரின் ஆலோசகர் ஜி.வி.ராமகிருஷ்ணாவிடம் கூறியிருப்பதாக கவர்னர் அலெக்சாண்டர் அவர்களிடம் தெரிவித்தார். அன்று இருசமுதாய தலைவர்களும் கலந்துபேசி விவாதித்து அமைதியும், நல்லெண்ணமும் ஏற்படும் வகையில் நல்லதீர்வு காண வழிவகை செய்ய வேண்டும் என்றும் கேட்டுக்கொண்டார்.

**ஆண்டியார்**

ஆண்டியார் பாடுகிறார்:- போராடுது என் தேகம் கண்ணான கண்ணே உனைக் கை சேர வேண்டும்.

1988இல் கலவரங்களைத் தடுக்க இரு சமூக தலைவர்களுடன் கவர்னர் அலெக்சாண்டர் ஆலோசனை

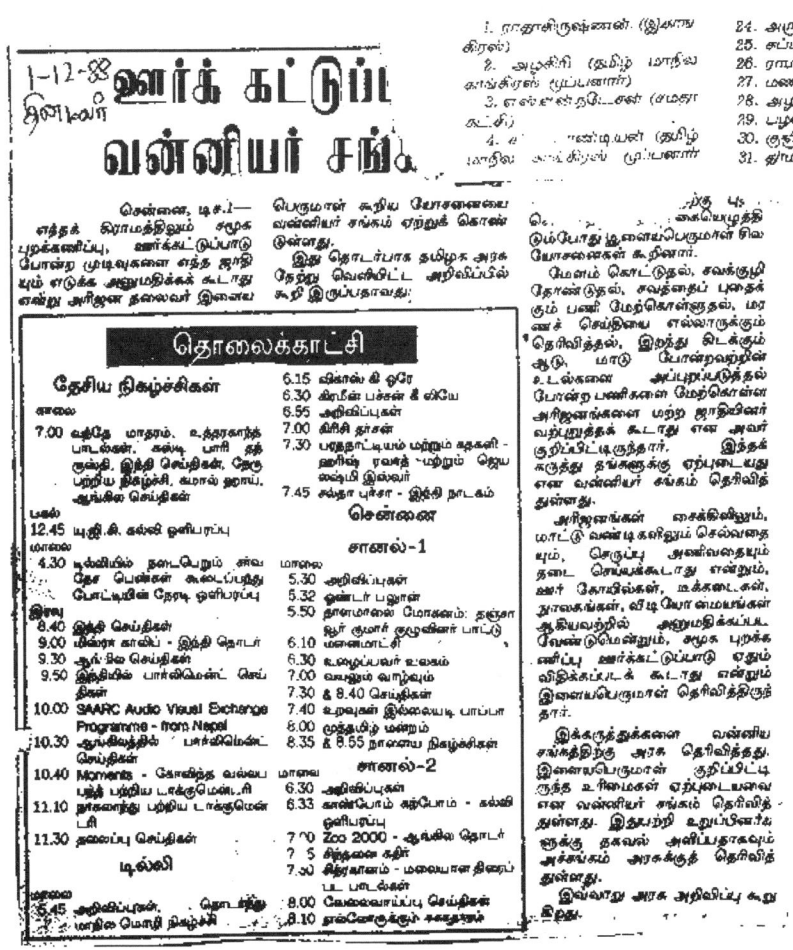

1. ராதாகிருஷ்ணன் (இ)காங்கிரஸ்)
2. அழகிரி (தமிழ் மாநில காங்கிரஸ் மூப்பனார்)
3. எஸ்.என்.நடேசன் (சமதா கட்சி)
4. ... பாண்டியன் (தமிழ் மாநில காங்கிரஸ் மூப்பனார்

24. அருள்
25. சுப்பிர
26. ராமகி
27. மணிரே
28. அழகிர
29. பழனிர
30. குஞ்சி
31. துமன்

1-12-88
தினமலர்

# ஊர்க் கட்டுப்ப... வன்னியர் சங்...

சென்னை, டிச.1—

எந்தக் கிராமத்திலும் சமூக புறக்கணிப்பு, ஊர்க்கட்டுப்பாடு போன்ற முடிவுகளை எந்த ஜாதியும் எடுக்க அனுமதிக்கக் கூடாது என்று அரிஜன தலைவர் இளைய பெருமாள் கூறிய யோசனையை வன்னியர் சங்கம் ஏற்றுக் கொண்டுள்ளது.

இது தொடர்பாக தமிழக அரசு நேற்று வெளியிட்ட அறிவிப்பில் கூறி இருப்பதாவது:

...ற்கு பு... கை... கையெழுத்திடும்போது இளையபெருமாள் சில யோசனைகள் கூறினார்.

மேளம் கொட்டுதல், சவக்குழி தோண்டுதல், சவத்தைப் புதைக்கும் பணி மேற்கொள்ளுதல், மரணச் செய்தியை எல்லாருக்கும் தெரிவித்தல், இறந்து கிடக்கும் ஆடு, மாடு போன்றவற்றின் உடல்களை அப்புறப்படுத்தல் போன்ற பணிகளை மேற்கொள்ள அரிஜனங்களை மற்ற ஜாதியினர் வற்புறுத்தக் கூடாது என அவர் குறிப்பிட்டிருந்தார். இந்தக் கருத்து தங்களுக்கு ஏற்புடையது என வன்னியர் சங்கம் தெரிவித்துள்ளது.

அரிஜனங்கள் சைக்கிளிலும், மாட்டு வண்டிகளிலும் செல்வதையும், செருப்பு அணிவதையும் தடை செய்யக்கூடாது என்றும், ஊர் கோயில்கள், டீக்கடைகள், நூலகங்கள், வீடியோ மையங்கள் ஆகியவற்றில் அனுமதிக்கப்பட வேண்டுமென்றும், சமூக புறக்கணிப்பு ஊர்க்கட்டுப்பாடு ஏதும் விதிக்கப்படக் கூடாது என்றும் இளையபெருமாள் தெரிவித்திருந்தார்.

இக்கருத்துக்களை வன்னிய சங்கத்திற்கு அரசு தெரிவித்தது. இளையபெருமாள் குறிப்பிட்டிருந்த உரிமைகள் ஏற்புடையவை என வன்னியர் சங்கம் தெரிவித்துள்ளது. இதுபற்றி உறுப்பினர்களுக்கு தகவல் அளிப்பதாகவும் அச்சங்கம் அரசுக்குத் தெரிவித்துள்ளது.

இவ்வாறு அரசு அறிவிப்பு கூறுகிறது.

## தொலைக்காட்சி

### தேசிய நிகழ்ச்சிகள்

காலை

7.00 வந்தே மாதரம். உத்தரகாண்ட் பாடல்கள். கஸ்டி பாரி தத்ருவ்தி. இந்தி செய்திகள், நேரு பற்றிய நிகழ்ச்சி. கமால் ஹாய். ஆங்கில செய்திகள்

பகல்

12.45 யு.ஜி.சி. கல்வி ஒளிபரப்பு

மாலை

4.30 டில்லியில் நடைபெறும் சர்வதேச பெண்கள் கூடைப்பந்து போட்டியின் நேரடி ஒளிபரப்பு

இரவு

8.40 இந்தி செய்திகள்
9.00 மிர்ஸா காலிப் - இந்தி தொடர்
9.30 ஆங்கில செய்திகள்
9.50 இந்தியில் பார்லிமெண்ட் செய்திகள்
10.00 SAARC Audio Visual Exchange Programme - from Nepal
10.30 ஆங்கிலத்தில் பார்லிமெண்ட் செய்திகள்
10.40 Moments - கோவிந்த வல்லப பந்த் பற்றிய டாக்குமெண்டரி
11.10 நாகலாந்து பற்றிய டாக்குமெண்டரி
11.30 தலைப்பு செய்திகள்

### டில்லி

மாலை

5.45 அறிவிப்புகள், தொடர்ந்து மாநில மொழி நிகழ்ச்சி
6.15 விகாஸ் கி ஓரே
6.30 கிரமீன் பச்சன் கீ லியே
6.55 அறிவிப்புகள்
7.00 கிரிசி தர்சன்
7.30 பரதநாட்டியம் மற்றும் கதகளி - ஹரிஷ் ரவாத் மற்றும் ஜெயலஷ்மி இவ்வர்
7.45 சந்தா புர்சா - இந்தி நாடகம்

### சென்னை

#### சானல்-1

மாலை

5.30 அறிவிப்புகள்
5.32 ஒண்டர் பலூன்
5.50 தாளமாலை மோகனம்: தஞ்சாவூர் குமார் குழுவினர் பாட்டு
6.10 மனைமாட்சி
6.30 உழைப்பவர் உலகம்
7.00 வயலும் வாழ்வும்
7.30 & 8.40 செய்திகள்
7.40 உறவுகள் இல்லையடி பாப்பா
8.00 முத்தமிழ் மன்றம்
8.35 & 8.55 நாளைய நிகழ்ச்சிகள்

#### சானல்-2

மாலை

6.30 அறிவிப்புகள்
6.33 காண்போம் கற்போம் - கல்வி ஒளிபரப்பு
7.00 Zoo 2000 - ஆங்கில தொடர்
7.15 சிந்தனை கதிர்
7.30 சித்ரகானம் - மலையாள திரைப்பட பாடல்கள்
8.00 வேலைவாய்ப்பு செய்திகள்
8.10 நல்லோருக்கும் சுகாதாரம்

1988 இல் ஊர்க்கட்டுப்பாடு என்கிற பெயரில் வன்கொடுமைகளை திணிக்கக் கூடாது என்கிற இளையபெருமாள் வற்புறுத்தலை வன்னியர் சங்கம் ஏற்றுக்கொண்டதாகத் தமிழக அரசு அறிக்கை

ஷெடியூல்ட் இன
விடுதலை இயக்கம்
மாநில சிறப்பு மாநாடு

1988 - ஆகஸ்ட்டு
21-ம் தேதி ஞாயிறு

சென்னை
பெரியார் திடல்

தலைமை:
இயக்கத் தலைவர்
எல். இளையபெருமாள்
Ex. M.P.

மாநாட்டு வரவேற்புக் குழு:

தலைவர்
டாக்டர் மா. சுப்ரமணியம்
M. B., B. S.

துணைத்தலைவர்:
K.P. சுந்தரபிரதாபன்

செயலாளர்:
கொடிக்கால் செல்லப்பா

துணைச்செயலாளர்
மு. மகிழ்வரணன்

பொருளாளர்:
W. P. துரைசாமி

SCHEDULED CASTES LIBERATION MOVEMENT

1988இல் மார்ச் டூ மெட்ராஸ் மாநாடு நிகழ்வுக்கான அழைப்பிதழ்

# அரிஜன விடுதலை இயக்க ஊர்வலம்

*22-8-88 தினந்தந்தி*

## சென்னையில் நடந்தது

சென்னை, ஆக. 22—

சென்னையில் இன்றைய பெரும் மான் தலைமையில் அரிஜன (தீண்டா இன) விடுதலை இயக்க ஊர்வலம் நேற்று நடந்தது.

சென்னை எழும்பூர் பெரியார் இடத்தில் அரிஜன (தீண்டா இன) விடுதலை இயக்க மாநில மாநாடு நேற்று நடந்தது.

### ஊர்வலம்

இதைமுன்னிட்டு பேரணி மாலை வரிவலம் நடந்தது.

சென்னை ஐஸ் ஹவுஸ் வீவேகானந்தர் இல்லத்தில் இருந்து நேற்று பகல் 2 மணிக்கு ஊர்வலம் புறப்பட்டது.

### இணைய பெருமான்

ஊர்வலத்தை குறிஜன விடுதலை இயக்க தலைவர் எஸ்.இராமலிங்கம் (முன்னாள் எம்.பி.) பொது செயலாளர் சத்தியான் குஜிலோர் தொடர்பில் சைத்தனர். துணை தலைவர் பழமேவேரு, மாநாட்டு வரவேற்புக்குழு தலைவர் எம்.சுப்பிரமணியம் குஜிலோர் வலைத்தில் நடந்து வந்தனர். மாநாட்டு ஆணி தலைவர் லட்சுமி ராமசந்திரன் தலைமையில் ஏராளமான பெண்கள் ஊர்வலத்தில் கலந்து வந்தனர்.

### அம்பேத்கர் படம்

ஊர்வலத்தில் வந்தவர்களிடம் அம்பேத்கர் படம் போட்ட சின்னம் (பேட்ஜ்) அணைத்திருந்தனர்.

இவ்வாறு அனைவரு சேர்ந்து மக்கள் நீல நிற சிகப்பை அணிந்து வந்தனர். எல்லோரும் நீல நிற வெடி பிடித்து இருந்தனர்.

### 1,500 இடங்கள்

தமிழ்நாட்டின் எல்லா மாவட்டங்களிலும் இருந்தும் 1,500 லாப அமில் தொண்டர்கள் சென்னைக்கு ஊர்வலத்துடன் மாநாட்டிலும்

ஜன விடுதலை இயக்கப்பிரமுகர் ஒரு ஊர் கூடினார்.

ஊர்வலம் இல் அவல், திருவல்லிக்கேணி ஜிரோடு, அண்ணா சாலை, சென்ட்ரால் வழியாக எழும்பூர் பெரியார் இடலையை 6 மணிக்கு வந்து அடைந்தது. ஊர்வலத்தில் வந்த காளியன், பகல், மேள மற்றும் அலங்கார வண்டிகள் சென்னை கடற்கரை எழும்பூர் போக்குவரத்து போலீசின் அனுமலவை அளிலமற்றி திறமதி வைக்கப்பட்டிருந்தது.

### போக்குவரத்து பாதிப்பு

ஊர்வலத்துக்கு பலத்த போலீசின் பாதுகாப்பு ஏற்பாடு செய்யப்பட்டு இருந்தது. ஊர்வலம் வந்த இடங்களில் போக்குவரத்து பாதிக்கப் பட்டது.

வாகனங்கள் வேறு வழிகளாக திருப்பி விடப்பட்டன. மாலை 6 மணிக்கு பெரியார் இடலைமாநாடு தொடங்கியது.

### இணைய பெருமான்

பெரியார் இடலில் நடந்தமாநில மாநாட்டுக்கு இயக்க தலைவர் ரி.இணைபெருமான் தலைமை தாங்கினார்.

அவர் பேசுகையில், "எவ்விசி பாரதத்தில், ஆடி இராகி ராட்சக் கும் ஊடையே மோகம் தாஎது திறவர்கள் யார் என்று மத்திய மாநில அரசுகள் கண்டிப்பதோடு நடவடிக்கை எடுக்க வேண்டும். கருத்த தண்டனை வழங்க வேண்டும்" என்று கூறினார்.

### கள்வீரம்

இம்மாநாட்டில் சிறப்பு அழைப்பு பாளராக கலந்து கொண்ட பெரும் பாலமை மக்கள் கூரீ தலைமை உத்தரபிரதேச மாநில பாத் தொகுதி பாராளுமன்ற இலை-கே.தோ நாதி போபா

அவர் பேசுகையில், "இந்தியவில் உள்ள சூரதார் பிரிவுகளைப் பட்டியலில் ஏற்றமும் வாரா இருந்து ஆட்சியை செய்பாற்று வேண்டும்" என்று சொன்னார்.

### ஒச்நான

கன்னியாகுமரியில் இருந்து எடுத்து வரப்பட்ட ஜோதியை தொண்டர்கள் சென்னைக்கு கொண்டுவந்து மாநாட்டு மேடையில் வழப்பினர்னர்.

மாநாட்டில் பாதிரியார் கி.பர், மாணிக்கம், ராகுமான் உயர்த்தி, ஏ.கே.சாமி. ஞிர் பழமேவேரு, மாநாட்டு கன்ஷெ வேற்பு குழு தலைவர் எம்.சுப்பிரமணியம், செயலாளர் சேவல் யாபரிய பாதிரியார் மைகேல்கே ஆதிஷாபம், கோவில் மேலான் மாஸ்சாமி ஆடி கலந்து கொண்டனர் பலர் பேசினார்கள்.எக்சத்தீர்தாசன் வரவேற்றார் ஆப்பாசு நண்றி கூறினார்.

### தீர்மானங்கள்

எண்டாமை நீக்கும் காலம் வரை குடியிராப்பிரவேற்காள் சலுகைகள் நீடிக்க கோரியும் வேசாய கூலிகளை அரசபடிக்க காக கோரியும் மாநாட்டில்டிர் மானங்கள் நிறைவேற்றாம்.

1988இல் மார்ச் 4 மெட்ராஸ் மாநாடு நிகழ்வுப் பற்றி தினந்தந்தியின் செய்தி

இந்திய மனித உரிமை கட்சியின்
[ சமூக நீதி மாநாடு ]
நாள்: 24-9-2000 ஞாயிறு காலை 11 மணி இடம்: கலைவாணர் அரங்கம் சென்னை
சிதம்பரம், காட்டுமன்னார்குடி, புவனகிரி மற்றும் மாவட்ட அனைத்து பகுதி பெரியோர்களே, தாய்மார்களே அரசு அதிகாரிகளே, ஆசிரியப் பெருமக்களே, அரசு ஊழியர்களே, பேராசிரியர்களே, மருத்துவர்களே, கல்லூரி மாணவர்களே, மாணவிகளே வணக்கம்.
வரலாற்று முக்கியத்துவம் பெற்ற பூனா ஒப்பந்த நாளான 21-9-2000
அன்று இந்திய மனித உரிமை கட்சியின் சமூக நீதி மாநாடு
சென்னை கலைவாணர் அரங்கில் நடைபெறுகிறது
[மாநாட்டை துவக்கிவைத்து சிறப்புரை]
தமிழக முதல்வர் டாக்டர் கலைஞர் அவர்கள்
[மாநாட்டு தலைமை]
மனித உரிமை காவலர் L. இளையபெருமாள் Ex. M.P. அவர்கள்
இவண்: இந்திய மனித உரிமை கட்சி, ஷெட்யூல்டு இன விடுதலை இயக்கம், கடலூர் மாவட்டம்

2000இல் இளையபெருமாள் - கருணாநிதி இணைந்து பங்கேற்ற சமூகநீதி மாநாடு

ஜெய்பீம்.

கற்பி ! ஒன்று சேர் !! போராடு !!!

# இந்திய மனித உரிமை கட்சியின்
## மாவட்ட முதல் மாநாடு
## ஐம் பெரும் விழா
# அழைப்பு

அன்புடையீர்! வணக்கம்!

வருகிற **30—10—90** அன்று கடலூர் மஞ்சைநகர் மைதானத்தில் தென்னாற்காடு மாவட்ட மாநாடும், சமூக நீதி கோரிக்கை, டாக்டர் அம்பேத்கர், தவத்திரு சுவாமி சகசானந்தா, புரட்சி கவிஞர் பாரதிதாசன், தியாகி மதுரை A. வைத்தியநாதய்யர் ஆகியோரின் நூற்றாண்டு விழாவாகிய ஐம்பெரும் விழாவும் சமூக தலைவர் ஐயா L. **இளையபெருமாள்** Ex. M. P. அவர்களின் ஆசியோடு நடக்க இருப்பதை தெரிவித்துக்கொள்கிறோம். மாநாடு சிறக்க சமூகப் பெரியோர்கள், தாய்மார்கள் பட்டதாரிகள், ஆசிரியப்பெருமக்கள், அரசு ஊழியர்கள், வியாபார பெருமக்கள், விவசாயிகள், தொழிலாளர்கள் மாதர் சங்கம், மாணவ மாணவியர்கள் பங்குகொண்டு மாநாடு சிறக்க நல்லாதரவு தரவேண்டுமாய் வேண்டிக் கேட்டுக் கொள்கிறோம்.

இவண்,

**இந்திய மனித உரிமை கட்சி - ஷெட்யூல்டு இன விடுதலை இயக்கம்.**

தென்னாற்காடு மாவட்டம்.

(!) கோரிக்கைகள் (!)

1. திரு L. இளையபெருமாள் கமிட்டி அறிக்கையை அமுல் படுத்துதல்.
2. சுதந்திரம் அடைந்து 43 ஆண்டுகளாகியும் தீண்டாமைக் கொடுமைகள் உச்சநிலையாவதை கண்டித்து மத்திய மாநில அரசு நடவடிக்கை எடுக்க கோருதல்.
3. 1987இல் நடைபெற்ற சாலைமறியலில் பாதிக்கப்பட்டவர்களுக்கு வீடு மற்றும் அரசு நிவாரணங்கள் முறையாக முழுமையாக கிடைக்கப்பெற ஆவன செய்தல்.
4. S. C., & S. T., களுக்கு மாநில அரசு 19 சதவீதமும் மத்திய அரசு 23½ சதவீதமும் இட ஒதுக்கீடு முறை எல்லா அரசு, அலுவலகம், தனியார் துறைகளிலும் முழுமையாக கொடுக்கக் கோருதல்.
5. ஏழை விவசாய தொழிலாளர்களுக்கும், இதரக்கூலி தொழிலாளர்களுக்கும், அரசு அறிவித்த நிர்ணய கூலியை கொடுக்க நடவடிக்கை எடுக்க ஆவன செய்தல்.
6. அனைத்து இன ஏழை மக்களுக்கும் மனைப்பட்டா, வீடு, அரசு தரிசு நிலப்பட்டா விரைவில் கொடுக்க ஆவன செய்ய கோருதல்.
7. 1988ஆம் ஆண்டில் திரு L. இளையபெருமாள், வன்னிய சங்கத் தலைவர் திரு டாக்டர் இராமதாஸ் திரு வன்னிய அடிகளார் மற்றும் இரு சமூக தலைவர்கள் கையெழுத்திட்ட ஒப்பந்த அறிக்கையை அமுல் படுத்துதல்.

குறிப்பு : 1. 30—10—90 அன்று காலை 10 மணியளவில் கடலூர் டவுன்ஹாலில் மாவட்ட நிர்வாகக்கூட்டம் நடைபெறும்.

2. மாநாட்டு ஊர்வலம் மாலை 3 மணியளவில் கடலூர் O.T. மணிகூண்டிலிருந்து திரு T. M. மணி பொதுச்செயலாளர் தலைமையில் A. தங்கராஜ் M.L.A. அவர்களின் முன்னிலையில் புறப்படும்.

இயக்கத்தின் மாநில மாவட்ட தலைவர்கள் இவ்விழாவில் கலந்து கொள்கிறார்கள்.

[ திருப்புக ]

1990இல் இந்திய மனித உரிமை கட்சியின் தென்னாற்காடு மாவட்ட முதல் மாநாடு

கற்பி ! ஒன்றுசேர் !! போராடு !!!

இந்திய மனித உரிமை கட்சி

மாநில தழுவிய மறியல் போராட்டம்

பேரன்புடையீர் ! வணக்கம்.

28-9-92 திங்கள் காலை 10-மணியளவில்

சிதம்பரம், மத்திய மாநில அரசு அலுவலகங்கள் முன்பு

இந்திய மனித உரிமை கட்சி நிறுவனர்

திருமிகு எல். இளையபெருமாள் அவர்கள்

ஆணையின்படி மறியல் போராட்டம் நடைபெறும்.

கோரிக்கைகள்:

1. 1932-ஆம் ஆண்டு சட்ட மாமேதை Dr. அம்பேத்கார் அவர்களுக்கும், காந்தியடிகளுக்கும் ஏற்பட்ட பூனா ஒப்பந்தத்தை அமல்படுத்த கோருதல்.
2. 1948-ஆம் ஆண்டின் கூலி சட்டத்தை அமுல்படுத்த கோருதல்.
3. 1950-ஆம் ஆண்டின் அரசியல் சாசனம் 17-வது பிரிவை அமுல்படுத்தகோருதல்.
4. 19?4-ஆம் ஆண்டு நகர சுத்தி தொழிலாளர்களின் நல மேம்பாட்டை (Dr. மல்கானி அவர்களின் அறிக்கையை) அமல்படுத்த கோருதல்.
5. 1969-ஆம் ஆண்டு தலைவர் L. இளையபெருமாள் அவர்களின் கமிட்டி அறிக்கையை அமுல்படுத்தக் கோருதல்.
6. 1976-ஆம் ஆண்டு குடியுரிமை பாதுகாப்பு சட்டத்தை அமுல்படுத்த கோருதல்.
7. பூரண மது விலக்கு அமுல்படுத்த கோருதல்.
8. 5வயது முதல் 8 வயது வரை அனைவருக்கும் கட்டாயக்கல்வி அளித்தல் வேண்டும்.
9. வீடு இல்லாத அனைத்து ஏழைகளுக்கும் வீட்டுமனை அளிக்ககோருதல்.
10. படித்த இளைஞர்களுக்கு வேலை வாய்ப்பு அளிக்க வேண்டும். பணியில் இருப்பவர்களுக்கு சீனியாரிட்டி பிரகாரம் பதவி உயர்வு தரவேண்டும்.
11. மத வேறுபாடில்லாமல் அரசு உதவி செய்ய கோருதல்.
12. "மாநில அரசே" விவசாய கூலி தொழிலாளர்களுக்கு வேலையற்ற காலங்களில் குடும்பம் ஒன்றுக்கு மாதம் 300 ரூபாய் கொடுக்க கோருதல்.
13. மத்திய மாநில அரசே! வேலையற்றவர்க்கு வேலை கொடு அல்லது சோறு போடு இல்லையேல் சிறையில் இடு.

மேற்கண்ட கோரிக்கைகளை நிறைவேற்றக் கோரி நடைபெறும் மறியல் போராட்டத்திற்கு அனைத்து சமுதாய பெரியோர்களும், விவசாயிகளும், இளைஞர்களும், மாணவர்களும், தோழர்களும் தாய்மார்களும், கலந்து கொள்ளுமாறு கேட்டுக்கொள்கிறோம்.

இங்ஙனம் இந்திய மனித உரிமை கட்சி,
சிதம்பரம் வட்டம்.

ஸ்ரீ இராமகிருஷ்ணா, சிதம்பரம்.

1992 இல் மறியல் போராட்டம்

1980 இல் சென்னை பிரசாரக் கூட்டத்தில் இந்திராகாந்தி, வெங்கட்ராமன், சிவாஜிகணேசன் உடன் இளையபெருமாள்

1991 இல் இளையபெருமாள்-ராமதாஸ் ஒப்பந்தத்தின்போது

1987 இல் வன்னியர்களால் குடிசை எரிப்பில் பாதிக்கப்பட்ட பறையர் இன மக்களுக்கான போராட்டத்தில்

1965 களில் கமிட்டி ஆய்வில் ராஜஸ்தான் முதல்வர் மோகன்லால் சுகாதியாவுடன் இளையபெருமாள்

கமிட்டி ஆய்வில் இளையபெருமாள் அவர்களை உத்திரபிரதேச முதன்மைச்செயலாளர் வரவேற்கிறார்

1992 இல் மறியல் போராட்டத்தில் இந்திய மனித உரிமை கட்சியினர்

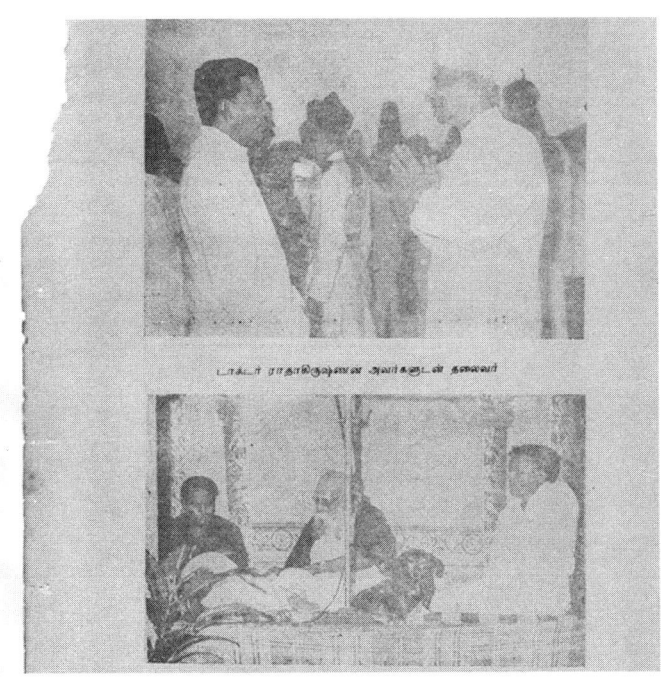

அரசு விழா ஒன்றில் முன்னாள் ஜனாதிபதி ராதாகிருஷ்ணனுடன் மற்றும் 1961 இல் ஈவெரா பெரியார் உடன் இளையபெருமாள்

கமிட்டி ஆய்வில் இளையபெருமாள் அவர்களுடன் முன்னாள் உள்துறை அமைச்சர் பூட்டாசிங்

இளையபெருமாள் உடன் எம்.ஜி.ஆர்

இளையபெருமாள் உடன் பூவை.மூர்த்தி போராட்டத்தில்

நந்தனார் மடம் நிர்வாகிகளுடன் இளையபெருமாள்

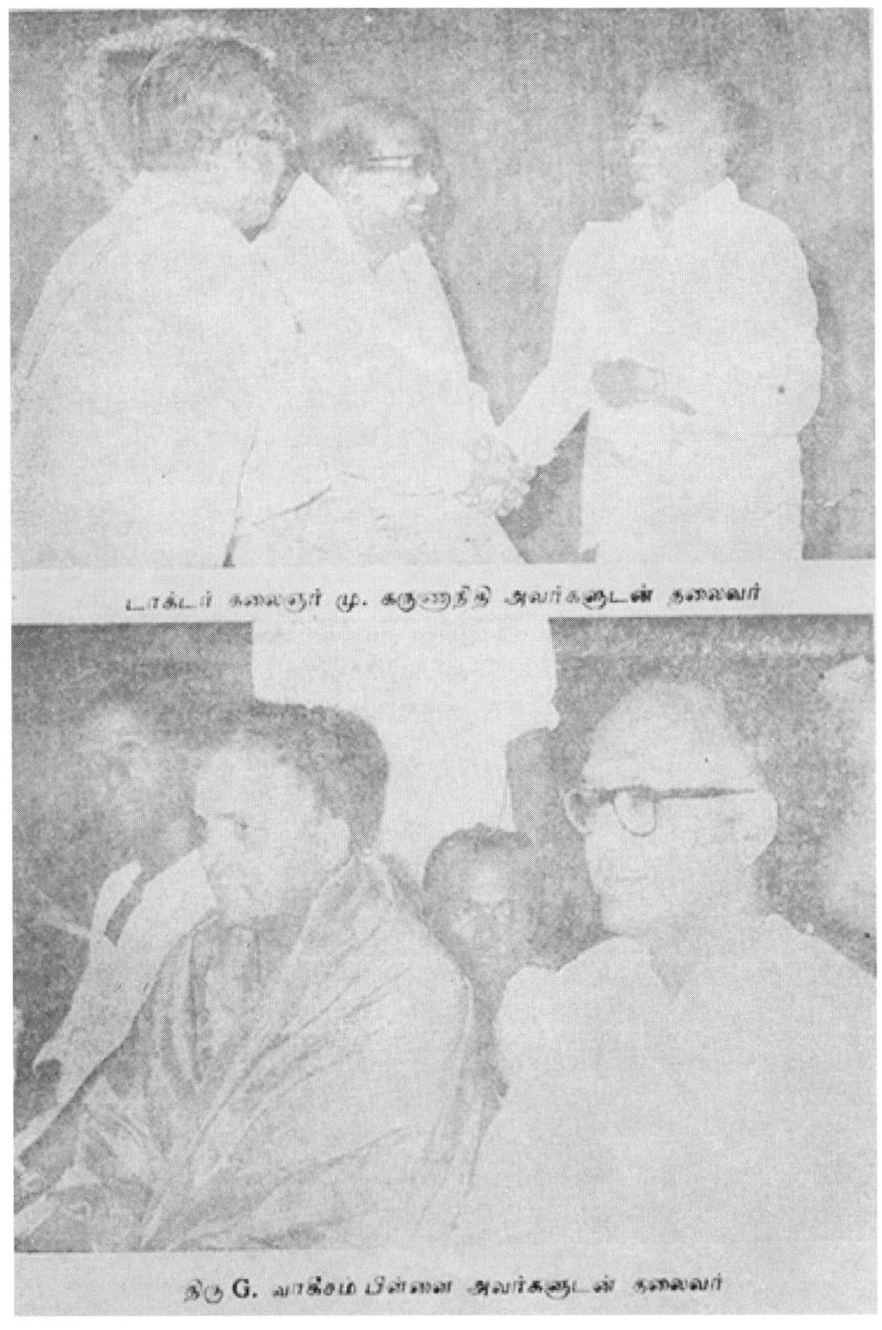

டாக்டர் கலைஞர் மு. கருணாநிதி அவர்களுடன் தலைவர்

திரு G. வாகீசம் பிள்ளை அவர்களுடன் தலைவர்

தமிழக முன்னாள் முதல்வர் கருணாநிதி மற்றும் சிதம்பரம் சட்டமன்ற முன்னாள் உறுப்பினர் வாகீசம் பிள்ளை ஆகியோருடன் இளையபெருமாள்

Dr. அம்பேத்கார் பிறந்த தின விழா

ஷெட்யூல்டு இன விடுதலை இயக்க பொதுக்கூட்டம்

திருமிகு L. இளையபெருமாள் Ex. M.P.

17-19 / 39

1989இல் இளையபெருமாள் தலைமையில் அம்பேத்கர் பிறந்ததின விழா